AA000404

कोसला

भालचंद्र नेमाडे यांचे प्रकाशित साहित्य

कादंबरी

कोसला (१९६३)
बिढार (१९७५)
हूल (१९७५)
जरीला (१९७७)
झूल (१९७९)
हिंदू : जगण्याची समृद्ध अडगळ (२०१०)

कविता

मेलडी (१९७०)
देखणी (१९९१)
सट्टक (२०२४)

समीक्षा व संशोधन

तुकाराम (१९८०)
साहित्याची भाषा (१९८७)
द इन्फ्लुअन्स ऑफ इंग्लिश ऑन मराठी : अ सोशिओलिंग्विस्टिक अ‍ॅण्ड स्टायलिस्टिक स्टडी (१९९०)
टीकास्वयंवर (१९९०)
इंडो-अँग्लिअन रायटिंग्ज : टू लेक्चर्स (१९९१)
मराठी रीडिंग कोर्स (इअन रेसाइडसह) (१९९१)
मराठी फॉर बिगिनर्स (१९९४)
साहित्य, संस्कृती आणि जागतिकीकरण (२००३)
निवडक मुलाखती (२००८)
सोळा भाषणे (२००९)
नेटिव्हिज़्म : देशीवाद (२००९)
हाउ मच स्पेस डझ अ‍ॅन इंडियन रायटर नीड? (२०१३)

'कोसला' ही काल्पनिक कादंबरी असून, या कादंबरीतील सर्व व्यक्तिरेखा, त्यांची नावे, मानवसमूह आणि जाती-वर्ण, व्यवसाय, घटना-प्रसंग, स्थळे-ठिकाणे हे सर्व लेखकाच्या कल्पनेतून साकारलेले आहे किंवा त्यांना कल्पनेची जोड दिलेली आहे. या सर्वांचे वास्तवातील जिवंत अथवा मृत व्यक्तींशी किंवा वास्तविक घटना-प्रसंगांशी कोणतेही साम्य आढळल्यास तो निव्वळ योगायोग समजावा. कादंबरीतील अनेक वर्णने, संवाद, मनोगते ही व्यक्तिरेखांच्या मनातील विचार म्हणून येतात. त्या विचारांशी लेखक, प्रकाशक, मुद्रक सहमत असतीलच असे नाही.

कोसला

भालचंद्र नेमाडे

पॉप्युलर प्रकाशन, मुंबई

कोसला
(म–८७६)
पॉप्युलर प्रकाशन

KOSLA
(Marathi : Novel)
Bhalchandra Nemade

ISBN 978-81-7185-495-0

© २०१३, भालचंद्र नेमाडे

लेखनकाल : २४ ऑगस्ट १९६३ ते १० सप्टेंबर १९६३

कोसलाच्या मुद्रणाचा इतिहास :
पहिली आवृत्ती : ऑक्टोबर १९६३, देशमुख आणि कंपनी, पुणे
दुसरी : पॉप्युलर प्रकाशन, मुंबई १९७५ व त्यानंतरच्या सर्व आवृत्त्या : १९८३, १९९२, फेब्रुवारी १९९४, ऑगस्ट १९९४, १९९५, १९९७, १९९८, २०००, २००२, फेब्रुवारी २००५, डिसेंबर २००५, २००६, २००७, जानेवारी २००८, नोव्हेंबर २००८, २००९, २०१०, २०११, २०१२, जून २०१३ आणि सुवर्णमहोत्सवी तेविसावी आवृत्ती : नोव्हेंबर २०१३
चोविसावी आवृत्ती : सप्टेंबर २०१४/१९३६
पुनर्मुद्रण : फेब्रुवारी २०१५/१९३६
दुसरे पुनर्मुद्रण : मार्च २०१५/१९३७
तिसरे पुनर्मुद्रण : मे २०१५/१९३७
चौथे पुनर्मुद्रण : सप्टेंबर २०१५/१९३७
पाचवे पुनर्मुद्रण : जानेवारी २०१६/१९३७
सहावे पुनर्मुद्रण : जुलै २०१६/१९३८
सातवे पुनर्मुद्रण : डिसेंबर २०१६/१९३८
आठवे पुनर्मुद्रण : सप्टेंबर २०१७/१९३९
नववे पुनर्मुद्रण : जुलै २०१८/१९४०
दहावे पुनर्मुद्रण : ऑगस्ट २०१९/१९४१
अकरावे पुनर्मुद्रण : जानेवारी २०२०/१९४१
बारावे पुनर्मुद्रण : सप्टेंबर २०२०/१९४२
तेरावे पुनर्मुद्रण : फेब्रुवारी २०२१/१९४२
चौदावे पुनर्मुद्रण : मार्च २०२१/१९४२
पंधरावे पुनर्मुद्रण : जुलै २०२१/१९४३
सोळावे पुनर्मुद्रण : ऑक्टोबर २०२१/१९४३
सतरावे पुनर्मुद्रण : मार्च २०२२/१९४३
अठरावे पुनर्मुद्रण : ऑक्टोबर २०२२/१९४४
एकोणिसावे पुनर्मुद्रण : मार्च २०२३/१९४५
विसावे पुनर्मुद्रण : मे २०२३/१९४५
एकविसावे पुनर्मुद्रण : ऑगस्ट २०२३/१९४५
बाविसावे पुनर्मुद्रण : जानेवारी २०२४/१९४५
तेविसावे पुनर्मुद्रण : एप्रिल २०२४/१९४६
चोविसावे पुनर्मुद्रण : ऑक्टोबर २०२४/१९४६
पंचविसावे पुनर्मुद्रण : जानेवारी २०२५/१९४६
सव्विसावे पुनर्मुद्रण : मे २०२५/१९४७

अक्षरजुळणी
ऑलरिच एन्टरप्रायझेस
माहीम, मुंबई ४०००१६

मुखपृष्ठ : नितीन दादरावाला

प्रकाशक
अस्मिता मोहिते
पॉप्युलर प्रकाशन प्रा. लि.
३०१, महालक्ष्मी चेंबर्स
२२, भुलाभाई देसाई रोड
मुंबई ४०००२६

मुद्रक
प्रिंटोन ग्राफिक्स
ए – ३०९, भायखळा सर्व्हिस इंडस्ट्रीज
भायखळा (पूर्व), मुंबई – ४०००२७

शंभरांतील नव्याण्णवांस

बाई मृताचे धर्म ः जिवतां प्रति ः कैसे निरूपावे ।।

श्रीचक्रधरोक्त सूत्र

भटकते भूत कोठे हिंडते?
पूर्वेकडे? की उत्तरेकडे.
पश्चिमेकडे? की दक्षिणेकडे.
देवांचे अन्न पृथ्वीच्या कोपऱ्याकोपऱ्यांत विखुरले आहे आणि तुला
    ते खाता येत नाही, कारण तू मेलेला आहेस.
ये, हे भटकत्या भुता, ये. म्हणजे तुझी सुटका होईल आणि तू
    मार्गस्थ होशील.

तिबेटी प्रार्थना

एक

मी पांडुरंग सांगवीकर. आज उदाहरणार्थ पंचवीस वर्षांचा आहे.

खरं तर तुम्हाला वगैरे सांगण्यासारखं एवढंच. आता ह्या जगात पंचवीस वर्षं ही जागा फारशी मोठ्ठी नाही. मात्र वडलांचे दहाबारा हजार रुपये खर्चून देखील मी परीक्षा वगैरे कधीच नीट दिल्या नाहीत. हा माझा गुन्हा आहे. हे आपल्याला कबूल. तसे आम्ही घरचे वगैरे बरे असलो, तरी आमच्या घरात पैशापैशासाठी सगळे धडपडत वगैरे असतातच. म्हणजे ह्यात गडीमाणसं वगैरे आलीच. शेतकऱ्याला एकेक शेंग, एकेक कणीस, एकेक बोंड वेचून पैसे मिळवायचे असतात. हे देखील आपल्याला कबूल. शिवाय इतकी वर्षं शहरात वगैरे राहून जरा बोलणंचालणं-कपडेदागिने नीट करावे, तर ते देखील मी करत नाही असं हे म्हणतात.

मी म्हणालो, आपण हे सगळं सांगणारच. तीनचार गोष्टी सोडून. पहिली म्हणजे मी तिकडे खोलीत वगैरे कायकाय करायचो. दुसरी म्हणजे मी सुमारे वर्षभर नियमित व्यायाम का म्हणून करू धजलो. पण मी अगदी सगळंच सांगणार नाही. कारण ते तर माझ्या सदऱ्यांनासुद्धा ठाऊक आहे.

माझे वडील ह्या खेड्यात रंगारूपानं प्रतिष्ठित आहेत. तरीसुद्धा ते रोज देवळात एकदा जाऊन येतातच. त्यांना गावात मान वगैरे आहे. कारण आम्ही पसाऱ्यानं भक्कम शेतकरी. हे देखील आहेच. पण मुख्य म्हणजे आमच्याकडे पहिल्यापासून उदाहरणार्थ सर्वोपयोगी वस्तू संग्रही ठेवायची आजोबांच्यापासूनच चाल आहे. आमच्याकडे भलीमोठी नक्षीदार सतरंजी आहे. ही दर लग्नकार्यात सर्वच लोकांच्या उपयोगी पडते. नंतर पूर्वी आमच्याकडे एक प्रचंड नेमाडी वळू होता. तुम्हाला माहीत नसेल. एकोणीसशे पन्नास सालच्या वळूप्रदर्शनात आमच्या ह्या बुध्यावळूला पहिलं बक्षीस मिळालं. उदाहरणार्थ अशा वगैरे वस्तूंनी आम्ही गावातल्या सर्वांच्या उपयोगी पडतो.

वडील दिवसा कधीच झोपत नाहीत. गावातल्या कोणत्याही सल्लामसलतीत त्यांचं अंग असतंच. पण लहानपणापासूनच माझं वडलांशी पटलं नाही. एक तर त्यांची अंगकाठी अस्सल बापासारखी भयानक भरभक्कम आहे. पोळ्याला मोठ्या माणसांचे हुतुतु वगैरे खेळ गंमत म्हणून होतात, तेव्हा त्यांचं उघडं शरीर मला अश्लील वाटतं. माझं कुणाशीही भांडण वगैरे झालं, की माझी चूक नसली तरी ते उदाहरणार्थ मलाच चोप द्यायचे. पण आजीकडून मला त्यांच्या लहानपणची एक गोष्ट कळली, तेव्हापासून मला अशा चापट्या वगैरे खाणं अपमानाचं वाटायला लागलं. म्हणजे हे लबाड आहेत. वडलांनी कुणाला तरी भयानक दगड फेकून मारला आणि उदाहरणार्थ त्याचा डोळा फुटला. तेव्हा तो फुटलेल्या डोळ्याचा मुलगा बापाला घेऊन वगैरे आला. त्याचा बाप म्हणाला, ज्यानं माझ्या मुलाचा डोळा फोडला, त्याचा देखील मी डोळाच फोडतो. तेव्हा आजीनं आमच्या वडलांना वर रांजणात लपवून ठेवलं. आणि त्या गृहस्थाला सांगितलं, तो घरात नाही. तेव्हा दिवसभर रात्रीसुद्धा तो गृहस्थ दाराशी आणि वडील रांजणातच होते. दहा शेर तूप दिल्यावर तो गृहस्थ गेला.

माझं अख्खं लहानपण त्यांच्या धाकात गेलं. ते दुष्टपणा वगैरे करायचे. मळ्यात आम्ही थोडीशी जागा नीट करून तिथे फुलझाडं वगैरे लावली. तर त्यांना हे कळल्यावर ती उपटून टाकून माझा कान पिळत ते म्हणाले, एवढ्या जागेत दहा केळीची खोडं लावली तर पंचवीस रुपये येतील.

आता मी बासरी शिकत असतांना घरात सगळ्यांना त्रास वगैरे झाला असेल. पण वडील मला भडकावून देत म्हणाले, हा काय कृष्णाचा जमाना आहे? पुस्तक घे. फेक तो बांबू. असं म्हणून शिवाय बासरी हिसकून त्यांनी ती भिंतीवर आपटून फोडून फेकून दिली.

मी उदाहरणार्थ शाळेच्या नाटकात काम केलं. आणि त्याच रात्री उत्साहानं वगैरे घरी आलो. तेव्हा हिजड्यासारखं बोलत होतास म्हणून ह्यांनी मला कायमची धास्ती घ्यायला लावली.

एकदा एकनाथ आणि मी मोठ्या सकाळी डोंगर वगैरे पाहायला गेलो. डोंगरात मजामजा होती. गवत, भयानक उंच बांबूची झाडं, छोटीछोटी खैराची झाडं, अंजन वगैरे. आम्ही भाकरीबिकरी काहीच घेतल्या नव्हत्या. तरी दिवसभर अजिबात भूक लागली नाही. पण दुपारी दोघांना पण तहान लागली. पाणी नेमकं कुठे असेल, हे उदाहरणार्थ माहीत नाही. मग आम्ही शोभा पाहायचं सोडून पाण्याच्या शोधात धावायला लागलो. मी म्हणालो,

आपण सरळ असे तिरपे खाली जाऊ. अनायसे उतरून देखील होईल. कुणी तरी भेटेलसुद्धा. पाणी पण मिळेलच. पण खूप उतरून झालं तरी काहीच फायदा नाही. मग मात्र आम्ही खूपच घाबरलो. तशात माकडं दिसली. तशात संध्याकाळ झाली. जरा वेळानं एक गुराखी दिसला. त्यानं पाण्याचा डोह दाखवला. आम्ही चिखलातलं पाणी खूप प्यालो. घरी येतांना आमचा रस्ता चुकून आम्हाला खूप रात्र वगैरे झाली. पाय फारच सणसणत होते. तशात देखील वडलांनी मला छड्या मारल्याच. मला एक वेळ सर्व काही आवडेल, पण उदाहरणार्थ कुणी मारलेलं सहन होत नाही. मी त्यांना म्हणालो, की हे हिंदुधर्माला धरून नाही. तुम्ही देवळात फुकटच जाता.

शिवाय ते मला हायस्कुलात बळजबरीनं नादारीचा अर्ज करायला लावत होते. उत्पन्न कमी लिहून. मग आमचे सर साने गुरुजी वगैरे शिकवतांना मला नावं ठेवायचे. ते पैशाच्या भयानक मागे लागलेले.

माझं आईवर मात्र फार प्रेम होतं. एकदा मी सुट्टीत इंदूरला आत्याकडे गेलो. तेव्हा आईनं मला तिच्याजवळचे सगळे तीस रुपये आठ आणे दिले. आम्हाला ही एकच आत्या होती. तिच्याकडे गेलो की ती मला वळण वगैरे लावायची. जोरानं तोंड धुऊ नये, शुद्ध भाषा बोलावी वगैरे सारखं सारखं शिकवायची. मग मी लवकर परतायचो. पण मी तिच्याकडे क्वचितच जात होतो. कारण तिचं आणि आईचं पहिल्यापासून भांडण आहे. कारण ती आमच्याकडे बाळंतपणासाठी आली, तेव्हा उदाहरणार्थ मी झालेलो होतो. मग आजी माझी सोय नीट ठेवायची नाही. तिच्या मुलीची मात्र फार काळजी घ्यायची. शिवाय तिला मुलगी झाली, तर आईला उदाहरणार्थ मी झालेलो. पण आत्यानंच मला आईची एक गोष्ट सांगितली. ती चांगली आहे. त्यावेळी लहानपणीच लग्नं होत होती. तेव्हा माझे वडील, आजी, आत्या हे सगळे मिळून एकदम आईच्या माहेरी गेले. तेव्हा आई बाहेर खेळत होती. मग आईनं ह्यांच्याकडे फक्त पाह्यलं. मग हे घरात गेल्यावर माहेरच्यांनी आईला बोलावलं. तरी आई खेळ सोडून येईना.

आमच्या आजीची आणि आईची तर रोजच भांडणं होतात. आमची शेती मोट्ठी. म्हणून आजीला मजुरांच्या बरोबर जावं लागतं. घरी उदाहरणार्थ येणाऱ्या-जाणाऱ्यांची वर्दळ. म्हणून आईला पण घरी काम फार असतं. आजीचा मुद्दा असा, की मी शेतात राबते तर तू घरी आरामात बसतेस. खरं तर आजी शेतात नुस्ती मजुरांच्यावर देखरेख करते. रस्ता लांबून दिसेल अशा ठिकाणी सावलीत बसून राहाते. आणि आई किंवा कुणीही लांबून

येतांना दिसलं की घाईघाईनं लपतछपत जाऊन उगीच काम करते आहे असं दाखवते.

एकदा हे आईच्या लक्षात वगैरे आल्यावर आई मुद्दाम दुसऱ्या वाटेनं शेतात शिरली. आणि भाकरी ठेवून झाल्यावर मग आजीच्या पाठीमागून म्हणाली, चांगलं अंग मोडून काम चाललंय्. आजी म्हणाली, तू चोरून लपून शेतात आलीस ते का?

हे असं उगीच करमणूक वगैरे म्हणून चालतं असं तिऱ्हाइताला वाटेल, पण आजीला खरंच आईबद्दल द्वेष आहे. ती एखाद्या दिवशी आईला शेतात पाठवतेच. पण तिला घरचं ठाकठीक काही येत नाही. एकदा उदाहरणार्थ एक महत्त्वाचा पाहुणा आला. तेव्हा भांडून वगैरे आईला तिनं शेतात पाठवलं होतं. आजी ह्या पाहुण्याला वाढतांना म्हणाली, सकाळपासून माझं कंबर मोडलंय्. कुणाकुणासाठी काय करू? तेव्हा आहे तेच वाढते. मग संध्याकाळी आई घरी आल्यावर आम्ही हे सांगितलं. तेव्हा आई म्हणाली, तुम्ही मजूर सांभाळावे हेच ठीक. घराची किंमत आम्हाला घालवायची नाही. आजी म्हणाली, तू असं म्हणणारी कोण? हे का माझं घर नाही? मग ती रागावून इंदूरला आत्याकडे निघून गेली. दोनेक महिन्यांनी ती आली. तेव्हा आईसाठी तिनं भारी खण आणले. बहिणींच्यासाठी पिवळ्यालाल वगैरे बाहुल्या आणि माझ्यासाठी उदाहरणार्थ पिंजऱ्यासकट एक बोलणारा पोपट.

ह्या पलीकडे घरचं खाजगी आपण सांगणार नाही. एकतर सांगणारा बहुदा मूर्ख वगैरे असतो आणि ऐकणारा उदाहरणार्थ नेहमी लबाड असतो. शिवाय मी घरातल्या गुप्त गोष्टी सांगून एकदा फसलो आहे. काही गोष्टी मी साधेपणानं एकनाथला सांगून टाकल्या, आणि पुढे त्याचं आणि माझं भयानक भांडण झालं, तेव्हा त्यानं मला जबरदस्त धाक दाखवून मला कायम मुर्दाबाद केलं. हा एकनाथ मित्र असतांना मित्र वाटायचा. आणि शत्रू झाला की शत्रू. हा कित्येक वर्षं नापास होत-होत माझ्या वर्गात शेवटी मला सापडला. त्यानंतर हायस्कुलापर्यंत त्याची आणि माझी गाठ कायम राह्यली. हा एकनाथ आता मला अजिबातच काही वाटत नाही. तरी मी त्याला तुच्छ लेखत नाही. आपल्याला तरी कुठे डिग्री, नोकरी वगैरे आहे? तो आणि मी शाळेतून परभारे डुंबायला जायचो. आमची मराठी शाळा गावाबाहेर होती. हायस्कूल शेजारच्या खेड्यात होतं. तिथे आसपासच्या गावचे विद्यार्थी यायचो. शाळा

सुटल्यानंतर परत येतांना एकनाथ आणि मी नेहमी अंधारातच घरी यायचो. शेतातलं काहीबाही वगैरे खात, चिंचाबोरं पाडण्यात आम्हाला उदाहरणार्थ रोज उशीर व्हायचा. इतर सगळी मुलं लगेच धावतपळत घरी जायची. त्यांच्याशी मी कधीच दोस्ती केली नाही. एकदा अंधारात आम्हाला एक प्रचंड नाग देखील आडवा गेला. घरात मला एकटं राह्यला मिळत नव्हतं. म्हणून मी असं शाळा सुटल्यावरच ते मिळवलं. हा वयानं आणि अंगापिंडानं वर्गातला सगळ्यांत मोठा प्राणी आणि मी आमच्या वर्गातल्यांचा चेष्टेचा विषय. मी किंवा तो एखाद्या दिवशी रजा असलो तं मुलं विचारायची, काय, आज बायको कुठाय?

एकनाथपासून आजपर्यंत उदाहरणार्थ माझ्याबरोबर नेहमी एकेक असा खास वगैरे मित्र भेटत गेलाच आहे. एकाच वेळी दोनतीन वगैरे खास मित्र मला कधीच नव्हते. अशा ह्या मित्रानं शेवटी मला जबरदस्त दगा दिला. एकदा संध्याकाळी तो मला म्हणाला, आधी तिला बोलावून आण, आणि मग तू इथे उभा रहा. तोपर्यंत आम्ही आटपतो. कुणी आलं म्हणजे शिट्टी वाजव. मी म्हणालो, कुठे? मी म्हणालो, नाही. तो म्हणाला, पहा विचार करून ठेव. मी रडकुंडीला आलो. तो म्हणाला, पहा, विचार करून ठेव. नाही जायचं ना? मग इथून चालता हो. मी निघून गेलो नाही. पण तिथेच कापत वगैरे उभा होतो. कारण एकनाथ उद्या आपल्याला काय काय करेल? आपलं सगळं फोडेल. तो जायला लागला. आणि माझी त्याला कीव-का-काय येऊन तो परतला आणि म्हणाला, रडू नको बेट्या, तुझी गंमत केली. जा. तुझ्याशिवाय देखील मी सगळं करतो. तरी पण माझे हातपाय कापायचं थांबलं नाहीच. मला वाटलं, हा आपलं फोडेल. पण हा तिथे जाऊन असले प्रकार करतो, म्हणजे हा उदाहरणार्थ कसा आहे?

पण एकनाथनं काहीच फोडलं नाही. पण नंतर दोनेक वर्षं तो मला अत्यंत म्हातारा मित्र वाटायला लागला. पुढे आम्ही सातवी-आठवीत असतांना आमच्या गावात सातपुड्यातून वगैरे कोरकू लोकांचा मोठा तळ आला. त्यांच्यातल्या एका पोरीला घेऊन एकनाथ पळून गेला.

ह्यावेळी ह्या भानगडी मला कळायला लागल्या होत्या. म्हणून एकनाथ हा अत्यंत साहसी तरुण आहे, असं मला कळलं. मग पोलिसांना पण दाद न देता तो दोनतीन महिन्यांनी एकटा परत आला. एक मुलगी पाहून त्याचं लग्न पण उदाहरणार्थ आईबापांनी उरकलं. आणि त्याच्या सासऱ्यानं त्याला रेल्वेत चिकटवून देखील दिलं. पण माझ्या गुप्त गोष्टी फोडल्या नाहीत, म्हणून

एकनाथ मला थोर वगैरे वाटायला लागला. ह्या गुप्त गोष्टी म्हणजे आमच्या घरात आजोबांच्या वेळी पुरलेले पैसे सापडले आणि मी चोरून हलवायाच्या दुकानात भजी खातो— ह्या होत्या.

आता उदाहरणार्थ माझी ओळख.

लहानपणापासून मला अधूनमधून पण ठरलेल्या साच्याची प्रचंड स्वप्नं पडायची. आई म्हणते, लहानपणी मी झोपतून उठून सांगता-येत-नाही अशी खूप वगैरे बडबड करायचो. मग मला गालफडात मारून-मारून वडलांचे देखील हात दुखायचे. आई रडायची. मी शुद्धीवर आलो, की मात्र अतिशय थकून झोपी जायचो. ही स्वप्नं सारखीसारखी वाटतात. काही काही सांगता येतील इतकी गडद वगैरे आहेत, पण मी आरडाओरडा वेगवेगळ्या प्रकारचा करायचो, असं आई म्हणते. कधी मी खिडकीचे वगैरे गज धरून नेमकं *सजन मेरा प्यारा गुलाबका फूल* हे गाणं उदाहरणार्थ म्हणायचो. कधी *आहा आहा वा, वा, वा* असं सारखं करायचो. तर कधी *हू ऽऽ हू ऽऽ हू ऽऽ* असे करायचो. ही वगैरे स्वप्नं मला नीट उमगली नाहीत.

एखाद्या स्वप्नात असं वाटायचं, की आपण घोड्यासारखे वगैरे प्राणी. आणि आपल्याला खूप पळावं लागतं आहे. भयानक जोरानं. छाती फुटेपर्यंत. आजूबाजूला तर मैदान आहे. आणि तरी देखील आपण पळून पळून पळतोच आहोत. आणि मग आरडाओरडा करत घाबरून उठणं.

किंवा असंही नाही.

आमच्या गावातली सगळी घरं आपोआप एकदम समोर चालायला लागली आहेत. त्यात एखादं घर म्हणजे मी. काही मजबूत घरं. काही उंच घरं. बारक्या घरांना जमीनदोस्त करून पुढे. सगळी घरं रेड्यांसारखी एकमेकांना रेटत आहेत. मोठ्ठीच गर्दी. पण आवाज अजून कशाचाच कसा होत नाही? म्हणून मी घाबरून ओरडत उठलो.

किंवा असंही नाही.

माझ्या कमरेपासून एक निवडुंग. नागासारखा फणा फुटत-फुटत खूप वाढायला लागला आहे. मुळं खाली गेली आहेत. आणि वर काटेरी फणा. डोकं आणि हातपाय ह्या निवडुंगाला दाबून टाकू म्हणतात. पण मी पण मोठ्ठा मोठ्ठा होऊन एकदम वगैरे फटाका फुटणारसं वाटतं. शेवटी एकतर मी खूप लांब दोरीसारखा ताणला जाईन किंवा आडवा रबरासारखा होईन. मग मी

हातपाय फिरवू म्हणतो. तेवढ्यात जाग येऊन माझे दोन्ही हात एकत्र पकडून वडील मला दुसऱ्या हातानं फटाफट टिकवत राह्यचे.

किंवा असंही नाही.

भिंतीवर बसवलेल्या एका चकचकीत खड्यात ताजमहालासारखी इमारत दिसते. पण कुणीतरी मागे पहा म्हणतो. तेव्हा मला मागे कोणतीच इमारत दिसत नाही. फक्त खड्यात मात्र प्रतिबिंब पुढे.

किंवा असंही नाही.

एक हत्तीएवढा दगड कड्यावरून खाली कोसळत-कोसळत खाली-खाली येत-येत त्याचा चक्काचूर होतो. हे लहानमोठ्ठे दगड माझ्या शरीराचेच. पण मला पुन्हा उठायचं आहे. पण हे रानोमाळ पसरलेले माझे तुकडे एकत्र आले पाह्यजेत. पण ह्या दगडांच्यात जवळ यायची शक्ती नाही.

किंवा असंही नाही.

मी शाळेत असतांना खूप दिवस एक प्रचंड संकट माझ्यामागे होतं. एक हलवायाचा मुलगा मला फुकट त्रास द्यायचा. हा कधीच आंघोळ न करणारा. केसांच्या झिपऱ्या एका हातानं वर सारून माझ्यामागे पळत येणारा. भलताच क्रूर. शाळा सुटायच्या वेळी मी अस्वस्थ व्हायचो. बाहेर पडलो की मुद्दाम मुलांच्या घोळक्यात मेंढीसारखा वगैरे मध्यभागी शिरून मी सगळीकडे दुर्लक्ष करायचो. पण हा मुलगा अचूक दुकानाबाहेरच्या ओट्यावरून पळत-पळत यायचा आणि मुसंडी मारून मला पकडायचाच. मग मी घोळक्यातून बाहेर चालायला लागायचो. हा कधी माझ्या डाव्या हातावर गुद्दा मारायचा. कधी उजव्या खांद्यावर चापटी मारायचा, कधी पायात पाय घालून मला कोलमडून पाडायचा. मी म्हणायचो उदाहरणार्थ काहीच नाही. पण हा मला सोडायचा नाही. मी कधी म्हणायचो, मी काय केलं तुझं? तर हा माझा सदरा टरकावून म्हणायचा, काय केलं म्हणतोस? देऊ ठिऊन? देऊ आणखी एक? मग मी मुकाट्यानं चालायला लागायचो. लांबपर्यंत हा माझा असा पाठलाग करायचा. एकदा मी शाळेतच घाबरून जवळच्या लखूला म्हणालो, लखू, आज आपण घरी जायचंच नाही.

लखू म्हणाला, आज आमच्याकडे वांग्याचं भरीत आहे, आई म्हणाली होती. मी लवकरच जाणार.

मी रमेशला म्हणायचो, मला शाळेत यावंसं वाटत नाही.

तो म्हणायचा, का?

मी म्हणायचो, मला ते हलवायाचं पोर मारतं.

रमेश म्हणायचा, मग तू का नाही ओरडत? मला कुणीही मारलं की मी मोठ्ठ्यानं रडतो. मग तो पळून जातो. आपण खोटेच डोळे पुसावे.

त्या दिवशी मी रडून पाहिलं. तर हलवायाच्या पोरानं माझ्या तोंडात मूठभर माती टाकली. मी थुंकत-थुंकत घरी आलो. कुणाला कळेल म्हणून तोंड पुसून घरात शिरलो.

हे शेवटचं मात्र खूप लहानपणी. खरंच होतं की स्वप्नांतलं, नेमकं आठवत नाही.

मध्यंतरी हे सगळं बंद झालं. कारण मी रात्रभर जागायला लागलो. खरं म्हणजे ही माझी उदाहरणार्थ ओळखच. कारण माझ्यासारखा झोपेवर ताबा असलेला दुसरा नाहीच. म्हणजे जागा असतांना दोनएक रात्री दिवस धरून मी जागा असतो. आणि झोपलो की दोनेक दिवस रात्री धरून उदाहरणार्थ मला झोपता येतं. अर्थात आता घरी हे इतकं जमत नाही. पण ते सोडा. पण मी नॉर्मल असतांनाची ही साधारण ओळख. आता घरी एखाद्या वेळी लवकर उठून शिवाय शुचिर्भूत वगैरे होऊन बसल्यावर मला वाटतं, आता आपण काय करू. पण सहासात वाजता उठून बसलेला कुणी एखादा दिसला की मला पेच पडतो. हा गृहस्थ आत्ता इतका ताजातवाना वगैरे दिसतो, तर हा ह्यानंतर काय-काय करेल? पण तो एकदीड तास तरी उत्साहात उदाहरणार्थ भलतंसलतंच करत असतो.

तर मॅट्रिकपर्यंत मी अवांतर गोष्टीच उदाहरणार्थ फार केल्या. नंतर मी फक्त अभ्यास वगैरे करावा, अशी वडलांनी तरतूद केली. पण त्याच्या आधी मला आवडलेली एक गोष्ट सांगतोच. ही मी कुठे वाचलेली वगैरे नाही. कारण त्या वेळी मी अवांतर वाचन थोडंच केलं. म्हणजे तशी जगनबोवांनी दिलेली गीता वाचली होती. पण सारखं वरचा श्लोक पहातांना अर्थात घोटाळे व्हायचे. म्हणून मला ती नीट कळली नाही. तर ही गोष्ट मी तेव्हा गिरधर ह्या माझ्या मित्राकडून ऐकली. त्यानं ती मठात कुणीतरी महंतांनी पोथी वाचतांना सांगितली तिथे ऐकली. हा गिरधर गावातल्या सगळ्या मित्रांत अत्यंत वगैरे आवडीचा. याला पोथ्यापुराणांचं एकंदरीत वेडच. *जीवे परमेश्वराधीन होआवे* ह्या सूत्रावरचा हा दृष्टान्त. एका पटकीच्या साली एका श्रीमंत मनुष्याचे आईबाप, मुलंबाळं, बायको सगळी मेली. तेव्हा उदास झाल्यावर आत्मार्पण म्हणून त्यानं वैतागून एका विहिरीत उडी टाकली. पण

तिथे काही पश्चात्ताप होऊन वगैरे तो आरडा-ओरड करून वरून कुणी जाईल आणि ऐकून आपल्याला वर काढेल म्हणून बोलवायला लागला. वेळ रात्रीची. ज्यांनी ऐकलं त्यांना ती भुताटकीच वाटली. ते उलट दूर पळाले. कडाक्याची थंडी असून देखील ह्या श्रीमंतानं रात्रभर ओरडणं थांबवलं नाही. दुसऱ्या दिवशी सकाळी पुन्हा जोरानं चाललेला आरडाओरडा ऐकून वगैरे बरेच लोक जमले. त्यांनी त्या गारठलेल्या श्रीमंताला वर काढलं, तो म्हणाला, एवढा जमीनजुमला चोर नेतील, आपल्या वाडवडलांनी कष्टानं मिळवला आहे, म्हणून मरावंसं वाटलं नाही. त्याला उलट एकाएकी जगावंसं वाटायला लागलं. लोक म्हणाले, ते ठीकच आहे. नंतर दोनतीन दिवसांनी ताप येऊन तो मेला.

ही गोष्ट भलतीच आहे.

आमच्या दारात एक पिंपळ होता. त्याचा बुंधा वरच्या पसाऱ्याच्या मानानं अतिशय तोकडा. एकदा भयानक वावटळीनं तो पडला. त्याची दूरदूरची मुळं उपटून आमच्या एका भिंतीला पण चिरा गेल्या.

हेही एक भलतचं.

पण इथपर्यंतचा सगळा तोंडी जमाखर्च.

मी उदाहरणार्थ आणखी एकदा वगैरे टरकलो होतो. ते एक सांगतोय. मी मॅट्रिकमध्ये असताना मला तिसरी बहीण झाली. त्या दिवशी आईनं धाबं डोक्यावर घेतलं. मी वर उदाहरणार्थ इकडचेतिकडचे वगैरे पाठकोरे कागद एकत्र करून त्यांची भलीमोठ्ठी वही शिवत होतो, इतक्यात नेमके वडील आले. मला म्हणाले, कारे, जेवलास का? मी हो म्हटलं. पण नेहमी आपल्यावर इतकी माया असलेली आई आता आपल्याला विसरून गेली. तिला काळजी वेगळीच. शिवाय माझ्या मनात तेव्हा जन्ममृत्यूबद्दलचेही नाजूक वगैरे विचार येत होते. मी पण चिकाटीनं वही शिवत होतोच. तरी पुन्हा वडील म्हणाले, कारे जेवलास? त्यानंतर मात्र मी तावातावानं बाहेर निघून गेलो. आणि बऱ्याच उशिरापर्यंत गावात इकडेतिकडे हिंडलो. परत आल्यावर कळलं, की आपल्याला बहीण झाली. नंतर रात्री खूप जागून मी सबंध वर्षाचं एक मोठ्ठंच वेळापत्रक तयार केलं. रोज सकाळी बीजगणित. नंतर शाळा. संध्याकाळी गृहपाठ वगैरे. रात्री इंग्रजी. रविवारी इतर सर्व विषय. आणि शेतात किंवा इकडेतिकडे. ह्याप्रमाणे परीक्षेपर्यंत सर्व महिन्यांचं.

हे तर फारच भलतं

आणखी एक.

उंदरांच्याबद्दल माझं मत पिढ्यान्‌पिढ्या चांगलं नाही. आमचे आजोबा, दोन आत्या, एक काका आणि काकांचं सबंध घर प्लेगनंच मेलं होतं. हे सगळ्यांना ठाऊक आहे. उंदीर कुठेही बीळ करतो. कुठेही मुततो, कुठेही लेंड्यांचा ढीग करतो. हेही एकवेळ परवडलं. पण चांगल्या चांगल्या वस्तूंची फुकट खराबी करणं हे उंदरांचं फार वाईट. चप्पल कातरतील, फोटोच्या दोऱ्या कुरतडून फोटो पाडून फोडतील, लाल पेन्सिलीचं शिसं खातील, नव्या कपाटाला भोकं पाडतील, आंगठ्याला चावतील, अंगावर उडी मारतील — गणपतीचं वाहन असलं म्हणून काय झालं?

फार लहानपणी एक गोष्ट झाली. तेव्हापासून मी निश्चय केला, उंदीर आपला शत्रू.

आमच्या मळ्यातल्या राखणदारानं दोन सशाची पिल्लं पकडून आणली. एक त्यानं संध्याकाळी खाल्लं असेल. एक मी हट्टानं घरी आणलं. तात्पुरतं म्हणून मी ते उंदरांच्या पिंजऱ्यात ठेवलं. त्याचे लालभडक डोळे आणि लालसुरुंग जीभ. मी हात लावला, की ते कुठच्या कुठे पळायचं. शेंगदाणे तर ते टुपुटुपु खायचं.

रात्री मी पिंजरा खाटेखाली ठेवून झोपलो. झोपायच्या आधी बऱ्याचदा मी पिंजरा उचलून पाह्यला. तेव्हा ते दचकायचं.

मोठ्या पहाटे उठून पाह्यलं, तर पिंजऱ्यात दोन मोठमोठ्ठे हिडीस उंदीर. आणि ससू इवलेसे पाय वर करून मरून पडलेलं.

मग मी भयानक संतापलो. उंदरांनी त्याला ठिकठिकाणी चावलं होतं. बिचाऱ्या ससूला जिवंतपणी मी नीट पाह्यलंसुद्धा नाही. उंदीर पिंजऱ्यात खुशाल धुडगूस घालत होते. त्यांच्या त्या उग्र मिशा, कड्याकड्यांच्या लांब काळ्या शेपट्या, आणि पिंजऱ्याच्या तारेला लागणारे तीक्ष्ण दात, चमकणारं काळं केसाळ शरीर. मी त्यांना हालहाल करून मारणार. म्हणजे मारणारच. पण छबुल्याचं प्रेत तर नीट राह्यलं पाह्यजे. मग मी पिंजरा गोठ्यातल्या हौदावर नेला झाकण उघडलं तरी उंदीर हौदात पडेनात. बरीच माझ्याएवढी मुलं उंदीर मारायला तयार होती. दोन्ही उंदीर सशाच्या अंगावरून इकडून तिकडे जायचे पण बाहेर येईनात शेवटी एका पोरानं जोरानं पिंजरा हलवला.

आमचं दुर्लक्ष झालं आणि दोन्ही उंदीर पाण्यात पडण्याऐवजी हौदाच्या काठावरून उड्या मारत पुन्हा नेमके घराकडे पळून गेले.

मग मी अरेरे वगैरे म्हणून उंदरावर कायम चिडलो. ही जातच वाईट. म्हणून तेव्हापासून उंदीर मारण्याची कोणतीही संधी मी चुकवली नाही. मांजर पाळणं आईला मंजूर नव्हतं. विष टाकून उंदराला मारणं वडलांना मंजूर नव्हतं. बिळात गेलेला उंदीर सुमी आणि मी मिळून मारायचो. ती पाणी आणून ओतणारी, तर मी बिळाजवळ केरसुणी उगारून उभा. खरं तर सुमीचं काम फार वाईट. पण माझ्या धाकानं ती बादलीमागून बादली आणायची. एखाद्या वेळी ती बादली भरून आणायला गेली, की तेवढ्यात उंदीर बाहेर यायचा. आणि तिचा विरस व्हायचा. पिंजऱ्यातले उंदीर पाण्यात बुडवून मारले. उंदीर येण्याजाण्याचा नेमका मार्ग शोधून तिथे काठी घेऊन वाट पहात बसलो. आणि उंदीर उतरला की नेमका धपका मारायचा. हेही केलं.

एकदा उंदरावर रॉकेल टाकून पेटवून दिला. पण तो नेमका घरात शिरला. आणि मला वडलांच्याकडून भरपूर मार मिळाला. हे शेवटपर्यंत चालू होतं.

मॅट्रिकच्या वर्षी त्यातल्या त्यात मी अतोनात उंदीर मारले. एकदा एका उंदराने माझी रांगेत उभी केलेली सगळी पुस्तकं नेमकी मागच्या बाजूनं कुरतडून त्यांची पानंपानं केली. उगीच असे लाड कोण सहन करेल? उंदरांचं आणखी एक वाईट. म्हणजे नेमक्या कोणत्या उंदरानं हे केलं, हे कळायला मार्ग नसतो. कारण ते एकसारखे हुबेहूब असतात. तरी देखील दुसऱ्यातिसऱ्या रात्री पाळत ठेवून मी एका उंदराला उदाहरणार्थ हळूच पुस्तकांवर उतरतांना वगैरे पाह्यलं आणि मला वाटलं, हाच तो पुस्तकं कुरतडणारा उंदीर.

मी वरच्या मजल्यावर अभ्यास वगैरे करायचो. इथे भयानक सामानसुमान. धान्याच्या कोठ्या, रांजण, मडकी वगैरे होतं. पण दरवाजा बंद केला, की उंदराला उदाहरणार्थ जायला मार्ग फक्त भिंतीवरून वर वगैरे एवढाच. पण भिंतीवरचा उंदीर मारता येतोच. हा उंदीर पुस्तकांच्यावरच थोडा वेळ होता.

मी सगळी तयारी अगोदरच करून ठेवली होती. एक हात लांब वगैरे करून कंदील गोठा केला. त्याबरोबर उंदीर नेमका पेटीमागे पळाला. मग दरवाजा बंद करून बॅट्रीचा झोत नेमका पेटीवर टाकला. आता बरा सापडलास

बेट्या, वगैरे म्हणून पुढे सरकवून ठेवलेली पेटी मी एकदम जोर करून उदाहरणार्थ भिंतीशी लावली आणि तसाच थोडा वेळ बराच थांबलो. मग पेटी बाजूला सारून पाह्यलं. तिथे तर काहीच नाही.

साला निसटून-निसटून कुठे जाईल? म्हणून मी शांत उभा राह्यलो. तेव्हा नेमकी पाठीमागे चुळबुळ झाली. त्या कोपऱ्यात मडक्यांच्या वगैरे रांगा. पण तिथे उंदीर मारणं म्हणजे भयानक कष्टाचं काम. पण आता आपण उंदराच्या बापाला सोडत नाही.

मडक्यांच्यावरून वर धुणी वाळत घालायच्या बांबूवरून नेमके आढ्यावर उंदीर पळतात. म्हणून मी तो बांबूच सपशेल काढून टाकला. घरचे सगळे गाढ झोपलेले. हे एक बरं होतं. रांजणांच्या आड विळे, निकामी कुऱ्हाडी, कुदळी, हजार प्रकारच्या लोखंडी सामानाचा ढीग. वरून वगैरे झोत टाकून देखील काही दिसलं नाही.

मग लांब काठीनं खूप वगैरे आपटाआपटी केली. तेव्हा उंदीर सुर्रकन् एका ढिगाखालून उदाहरणार्थ दुसऱ्या ढिगाखाली गेला. मी खूपच दोनतीन रांजण सोडून आत उजेड टाकला. उंदऱ्याची शेपटी नेमकी बाहेर दिसत होती.

तसा माझा नेम वगैरे उदाहरणार्थ बरोबरच आहे. बॅट्री एका हातानं तशीच ठेवून काठीचा अंदाज करून भयानक हळूहळू काठी शेपटीच्या दिशेनं वगैरे नेली, आणि थेट दाणदिशी शेपटी दाबली. उंदीर नेमका चीची एवढंच करून उसळी मारून खुळ्ळ्ळ वगैरे करत उदाहरणार्थ पुन्हा गुप्त झाला. शेपटीच्या वरचा टोबराच तेवढा निघाला.

पुन्हा प्रत्येक वगैरे रांजणाच्या आडून हुबेहूब पहात-पहात गेलो. शेवटी कोपऱ्यात एक भलीमोठ्ठी कोठी होती. एका बाजूनं पाह्यलं तर उदाहरणार्थ काहीच दिसलं नाही. कारण ह्या कोठीच्या आड भयानक सामान होतं. आणि कागदाचे उंदरांनी नेलेले अतोनात बोळे वगैरे होते.

दुसरीकडून वगैरे झोत टाकला, तेव्हा मात्र उदाहरणार्थ उंदीर पाठमोरा दिसला. आणि मी कोठीच्या ह्या वगैरे बाजूनं एक लाकडी पाटी आडवी वगैरे लावून ही बाजू नेमकी बंद केली. आपल्या गडबडीनं कुणी उठलं नाही ना, हे त्यातल्यात्यात पाह्यलं. कोठीच्या दुसऱ्या बाजूनंही पण मारायला फावणार नाही तिथे पेटी सरकवत आणून ती बाजू पण जाम बंद केली.

पुन्हा बॅट्रीनं पाह्यलं. नाहीतर पळून गेला असायचा बेटा. पण ह्या वेळी त्याचं तोंड साक्षात् माझ्याकडेच होतं त्याचे डोळे उजेडानं मण्यासारखे वगैरे लखलख करत होते. मी म्हणालो, उदाहरणार्थ आणखी थोडा वेळ.

मग मी साक्षात उंच कोठीवर चढून वगैरे बसलो. ही इतकी उंच होती, की वर जरा डोकं केलं की वरच्या आडव्या वगैरे लाकडांना लागायचं. तिथे कशी तरी मोटकळी करून अंधारातच काठी भयानक हळूहळू खाली सोडली. अंदाजाप्रमाणे नेमकी काठी गेली म्हणा, का काठीच संपली होती म्हणा, मी काठी थांबवली. मग एकदम वगैरे बॅट्री लावली. वरून उजेड वगैरे येईल हे ह्या मूर्ख प्राण्याला माहीतच नव्हतं.

पण आता तिथे उदाहरणार्थ दोन उंदीर दिसले. हे एक नवीनच. म्हणजे हा दुसरा नेमका केव्हा आला? म्हणजे छानच. मग थेट दाणदिशी एकाच्या अंगावर काठी टोचली. आणि तो उदाहरणार्थ तिथेच हुबेहूब ठार केला.

दुसऱ्यानं सुटकेचा वगैरे मार्ग शोधला. पण सगळं बंद होतं. म्हणून तो काठीवरूनच नेमका वर आला. मग मी मोठ्यानं ओरडून काठीच हातातून फेकून दिली. ही लांब काठी उंदारासकट खाली गेली. ती ताबडतोब वगैरे काढायला हवी. ह्या काठीवरून उंदीर उदाहरणार्थ वर येण्याचा पुन्हा संभव होता. सुदैवानं हा उंदीर आता सामानाखाली वगैरे दडून बसला. हे एक नवीनच.

मग मी धापदिशी साक्षात् खाली उडी टाकली. चटकन कंदील उचलून कोठीवर ठेवला. उंदीर नेमका तेवढ्यातच वर जायला नको. नंतर दुसऱ्या एका छोट्या काठीनं ही लांब काठी उचलून वर उभी केली. आणि पुन्हा वगैरे चढून उदाहरणार्थ ती हातात घेतली. काठीनं सामान भयानक घुसळलं. तरी उंदीर बाहेर येईना. खूप वाकावं लागत होतं त्या गडबडीनं नेमका कंदिलाचा चटका पण खांद्याला लागला. मग मी फारच कावलो. कंदील खाली ठेवून यायला वेळ नव्हता ह्यापुढे कंदिलापासून खांदा दूर ठेवायची पण खबरदारी सारखी घ्यावी लागली. मग काठीनं एकएक वस्तू ढकलत उदाहरणार्थ बाजूला टाकत गेलो. आमच्या घरातल्या सामानाला सीमा नाही. आणि आई म्हणते, वरचा मजला माझा नाही. खाली मात्र ती सगळं हुबेहूब चकचकीत ठेवते. इथे मात्र हजार भानगडी. नुसत्या समोर नकोत म्हणून फेकून दिलेल्या. हे एक नवीनच.

मी भलताच कावलो.

पण आता मी पुरा चक्कर झालो होतो. शेवटी एकेक सामान काठीनंच उदाहरणार्थ फेकता फेकता उंदराची शेपटी तर दिसलीच. आणखी एकदोन वस्तू नेमक्या बाजूला केल्या की पुरे. मग मी घाम पुसला. हे फारच झालं.

कंदील जरा बाजूला केला. बॅट्री नीट धरून एक लोखंडी पट्टी बाजूला फेकली. तेव्हा उदाहरणार्थ त्याची पाठ दिसली. हे एक नवीनच.

मला वाटलं एवढं पुरे.

त्याचं तोंड कोठीखाली उकरून लपवलेलं होतं. पण मागे मोठ्ठं धूड बाहेर होतं त्याचं काय? आणि नेमकी त्याच्या पाठीवर काठी थेट टोचेपर्यंत त्याचं तोंड आतच. मग त्यानं धडपडून तोंड बाहेर काढलं. मी काठी ज्यास्तज्यास्त दाबली. आणि जरा वेळानं तो जाम झाला.

हे फारचं झालं.

पण एवढ्यावरच संपलं नाही. खाली उतरून कोठीला लावलेली पेटी उदाहरणार्थ लांब सारावी लागली. मेलेले दोन्ही उंदीर बाहेर काढायला हवे होते. त्यासाठी पुन्हा वर वगैरे चढावं लागलं. हे एक नवीनच.

मग सामानाआडून, कधी सामानामधून ढकलत-ढकलत दोन्ही उंदीर बाहेर काढले. पण हे दोन्ही वेगळेच होते. हे एक भलतंच. म्हणजे मघाचा शेपटीचं सालटं तुटलेला उंदीर ह्यांच्यात नव्हता. म्हणजे तो गेलाच.

हे तर फारच भलतं.

त्याला शोधणं आता अशक्य होतं. कारण पहाट होत आली होती. नेहमीप्रमाणे हे दोन्ही निराळेच उंदीर उदाहरणार्थ एका कागदावर टाकून मी गच्चीवर फेकायला गेलो. हे फारच झालं.

उंदीर फेकून मी गच्चीवर आळस देत पूर्वेकडे पहात राह्यलो. भयानक चांदण्या होत्या. पण उजेड पण पसरत होता. घामानं माझे कपडे भिजले होते. थंडगार वाऱ्यानं चेहऱ्याला उदाहरणार्थ बरं वाटत होतं. पण अंगाला थंडी वाजून ज्यास्तच वगैरे थकवा आला. मग तिथेच डोळे उघडे ठेवून जरा आडवा झालो.

मला वाटलं की कशात काही अर्थ नाही. मग मी ज्यास्तच हातपाय पसरून डोळे मिटून घेतले.

झोप लवकरच येणार असं वाटलं. रात्री लवकर उठून इतिहास संपवायचा होता. पण ही रात्र गेली. आजची सकाळ गेली. आजचा दिवस पण गुंगीतच जाणार. आणि पुन्हा आज रात्री धूम झोप येणार. परवा सकाळी उठणं सोडाच. पण उठायला उशीर होईलच. आणि तो पण दिवस फुकट जाईलच. एकूण हे फारच झालं. आणि हे क्रूर उंदीर, त्यांच्या शेपट्या, हे जुनाट जंगी घर, हे गावाबाहेर जमणारे रिकामटेकडे भंपक लोक, आणि आमचे अडाणी गडी. सगळ्या गावात एक चांगला माणूस नाही. उंदरांना, माशांना कुणीच मारत नाही. हे शेतीचं अवजड सामान. हे खेडं. ही रात्ररात्र चालणारी कुत्र्यांची भेसूर भुंकाभुंकी. हा अभ्यास — सगळं फुकट ओझं

आहे. परीक्षेला जसं होईल तसं बघू. अभ्यास तर दोनदोनदा तयार झालाच. पण लक्ष लागत नाही.

मग मी एका कुशीवर वळलो. तिथून मुंग्यांची प्रचंड जाडजूड रांग मोठ्या घाईघाईनं जात होती. अजून सकाळ होते आहे. आणि ह्या मुंग्या कामातच. त्यांनी हे घरच पोखरलं असेल. ह्या काही शंभर-दोनशे नाहीत. लाखो दिसतात. रात्रभर यांचं काहीतरी चालूच राहत असेल. पण बरं आहे. हे घर एकदाचं पोखरून नेस्तनाबूत होईल.

मग मी पुन्हा पाठीवर झोपलो. अजून काही ठळक चांदण्या. सकाळ आकाशात अगोदर होते. मग उरलीसुरली जमिनीवर. अशा किती सकाळी ह्या दरिद्री गावात काढल्या — काही पत्ता नाही. त्या घरांच्यावर, ह्या गावाच्यावर, उंदरांच्यावर, माशांच्यावर, आकाशात सगळं किती निर्मळ आहे. खाली मात्र शेंबूड, गू, चिखल, धूर, बारीकसारीक शेकडो आवाज, भुंकणं, आरडाओरड. नाही म्हणायला पाणी ओढतांना चरकांचे आवाज जरा बरे आहेत. पण एकंदरीत हे काही बरं नाही.

काहीतरी थोर केलं पाहिजे. असं काहीतरी असेलच, की जे थोर असतं. किंवा जे केलं की थोर असतं. तेव्हा आपण काहीतरी तसं केलं पाह्यजे. निदान मॅट्रिक चांगल्या प्रकारे सुटून इथून गेलं पाह्यजे. नाहीतर वडील म्हणतील अमुक सहा महिन्यांचा शेतकी कॉलेजातला कोर्स आहे, तो घे म्हणजे पुरे. सहा महिन्यांत काय थोर असणार? काहीतरी ह्या गावाच्या बाहेरच खूप वर्षं काहीतरी केलं पाह्यजे. त्यातच सार आहे. पण कशाला धडपडा उगीच.

तेवढ्यात आईच वर आली. कंदील अजून देखील जळत होताच. म्हणाली, आणि धुणी वाळवायचा बांबू का काढून ठेवलास? इतका रात्रभर अभ्यास करू नये. चल खाली म्हणाली. मग मी खाली गेलो. सकाळी जरा डोळा लागतो, इतक्यात उदाहरणार्थ वडलांनी उठवलं. तो दिवस मी तारठलेल्या डोळ्यांनी घालवला. आणि अनेक बारीकसारीक निश्चय वगैरे केले.

नंतर परीक्षा आली. मला नाशिकला डोळ्यांच्या डॉक्टरकडून चष्मा पण बसवायचा होताच. म्हणून मी नाशिकला गेलो. परीक्षा दिली.

चष्मा पण बसवून घेतला.

आता मात्र हे फारच झालं.

दोन

पुणं हे विद्येचं माहेरघर आहे. तिथे मी सहा वर्षं तरी काढली.

माझ्याबरोबर कॉलेजचा प्रवेशफाटा वगैरेसाठी आमच्या गावातले एक गृहस्थ पाठवले. हे दोन-तीन वर्षं पुण्याला कॉलेजात काढून मग घरी बसलेले. तेव्हा असाच माणूस माझ्याबरोबर वडलांनी पाठवावा, हे योग्यच झालं. पण पुण्याला पहिल्यांदाच मी जातो आहे, तेव्हा पुण्याचं वर्णन ह्यांनी आधी सांगावं, तर ते नाही. त्याची अशी कल्पना, की मी त्यांना त्यांचाच इतिहास विचारावा. आणि त्यांनी प्रवासभर कॉलेजातल्या त्यांच्या गोष्टी मला सांगाव्या. पण मी तसं काहीच विचारलं नाही. त्यामुळे ते माझ्यावर चिडून गेले. म्हणजे कल्याण स्टेशनवर मी चहा घ्यायची गोष्ट काढल्यावर ते म्हणाले, मी मागच्या स्टेशनवरच प्यालो. किंवा तुम्ही गावात तर कधी सिगरेट पितांना दिसत नाही आणि आज रात्रभर ओढताय, असं मी म्हणालो. तर ते म्हणाले, कॉलेज अकरा वाजता उघडेल. आधी आपण तुझ्या मावशीकडे जाऊ.

मुंबईकडून गाडी भरून आली. तरी आम्ही चांगली जागा केली. मग पोरस्वभावानुसार मला भूक लागली. शिवाय वाटत होतं, की इतक्या प्रचंड गर्दीत आपण म्हणजे कुणीच नाही. आपला ह्या शहरी जगात एकूण थांग लागणार नाही. पण चला पुण्याला.

नंतर मी गुडघ्यांवर झोपलो. जागा झालो तेव्हा आमच्या गृहस्थांनी शेजारच्या मिलिटरीच्या माणसाशी चांगलीच दोस्ती केली होती. आमचे गृहस्थ विनोदानं, युद्ध काही होत नाही आणि तुमची मजा आहे, असं म्हणत होते. तर तो, अरे छोडो इन बातोंको, म्हणत होता. पुण्याला का जाता, असा प्रश्न त्यानं विचारला. तेव्हा आमचे गृहस्थ, फक्त थोडंसं काम आहे, असं म्हणाले. ऐसाही जा रहा हूँ असं. म्हणजे ते दोघं मला काहीच समजत नव्हते.

खिडकीतून अधूनगधून निसर्ग वगैरे दिसत होता. पण सगळ्या डब्यात एकच थोर मनुष्य दिसला. हा बाकावर दाटीवाटीनं बसलेल्या चौघापाचांत

बसलेला असूनदेखील थोर दिसत होता. तसे त्या बाकावरचे सगळेच पेंगत होते. पण ह्यानं आपला मफलर हनुवटीखालून घेऊन वर बर्थवरच्या एका पेटीच्या कडीला बांधून टाकला होता. त्यामुळे बाकावर कितीही गडबड झाली, किंवा गाडी कितीही हलली, तरी त्याची हनुवटी खुशाल मफलरवर तरंगून तो मात्र झोपी गेला होता. शिवाय वरची मोठी बॅग पण त्याचीच असणार. दुसरा कोण कशाला आपल्या पेटीला असा मफलर बांधू देईल?

नंतर मला जागं करत आमचे गृहस्थ म्हणाले, पूना पूना.

मी ठरवलं होतं, की पुणं यायच्या आधी तोंड वगैरे धुऊन तरतरीत होऊन पुण्यात उतरायचं. पण धडपडत डोळे चोळत आम्ही उतरलो. आमच्या गृहस्थांनी हमालाशी काही भानगड केल्यामुळे माझी अवजड पेटी माझ्याच डोक्यावर घेऊन आम्ही स्टेशनच्या बाहेर आलो. पेटी डोक्यावर हे काही बरोबर नाही. शिवाय इतकी अवजड की पुढे दोनतीन दिवस माझी मान दुखली. पुण्यात आलो ते अशा वाईट पद्धतीनं. शिवाय रिक्शा मिळवण्यासाठी इकडून तिकडे. तशात मावशीकडे आल्यावर पुन्हा पेटी घेऊन तिच्या घरात. आणि मावशी राहणारी दुसऱ्या मजल्यावर.

सगळं काही आटपून माझ्यापेक्षा चांगले कपडे आणि कोट घालून आमचे गृहस्थ आणि मी मावशीकडून कॉलेजवर निघालो.

आमचे गृहस्थ रुबाबदार चालत होते. रस्त्यानं त्यांचा एक जुना मित्र भेटल्यावर आमचे गृहस्थ त्याला म्हणाले, चला चहा घेऊ. आणि त्या सुंदर दिसणाऱ्या मित्रानं घड्याळाकडे पहात बऽरं म्हटलं.

मी कॉलेजात जायला उत्सुक. पण ह्यांच्या गप्पांनी मला आणखीच कंटाळा आला. मग मला वाटलं, की आपण गाडीतच आहोत. आता मावशीकडे गेल्यावर आधी झोपू आणि मगच कॉलेजवर जाऊ.

त्यांच्या गप्पा फारच रंगल्या — तो दांडेकर काय करतो? आणि ती खांडेकर काय करते? आणि ती साली? आणि तिचं लग्न झालं आणि तो अमुक?—हे किती वेळ चाललं काही कळलं नाही. पण मी उठलो तेव्हा त्यांची नावं संपून गेली होती. रस्त्यावर हा जुनाट सायकलवाला मित्र फक्त, मुक्काम किती दिवस? असं विचारून गेला. पुढे हा मला भेटलेला पहिला अस्सल पुणेरी मनुष्य ह्याच सायकलीवरून वारंवार जातांना दिसायचा. आणि काय, त्यांचं काय चाललंय्? म्हणून निघून जायचा.

मग कॉलेजपर्यंत आमच्या गृहस्थांना स्फूर्ती आली. ते पुण्याबद्दल बोलायला लागले — म्हणजे पुण्यात सर्व काही ओळखीपाळखीवरच अवलंबून असतं. पुण्यात दूरदूरच्या ठिकाणचे लोक येतात आणि ओळखी मात्र करून घ्याव्या. चहाबिहा द्यायला कधीच कचरू नये. हे काही आपलं सांगवी नाही. आता हा माझा मित्र. ह्याचे आजोबा म्हणजे संस्कृतचे पंडित म्हणून सुप्रसिद्ध. ह्याचे वडील ते अमुक कादंबरीकार आहेत ना ते. आता अशा माणसाशी ओळख पुण्यात नाही तर कुठे होईल? शिवाय पुणं हे महाराष्ट्राचं सांस्कृतिक व ऐतिहासिक केंद्र आहे. इथून जवळच पिंपरीचा कारखाना आहे. मला तिन्ही वर्षांत हा कारखाना पाहून येणं जमलं नाही. तू जरूर पाहून ये. तिथे सगळं यंत्रानीच होतं — वगैरे बरंच. हे कॉलेज येईपर्यंत.

माझं कॉलेज पाहून तर माझी दडपून गेलेली छाती म्हणायला लागली, आपला इथे काही पत्ता लागायचा नाही. शिवाय थोर लोक आणि राजकारणी आणि साहित्यिक इत्यादी ह्या कॉलेजातून फार होऊन गेले. म्हणजे एकंदर परंपरा उज्ज्वल. तेव्हा आपल्याला पण थोर होण्याची संधी आहे. इथे आपण जीवननौकेसाठी लागणारी सर्व सामग्री मिळवू.

पण रांग सरकत गेली तसतसा मी निराश होत गेलो. रांगेत सुंदरसुंदर मुली पण होत्या. आणि त्यांचे पारदर्शक कपडे वगैरे पाहून मला एकदम भीती वाटायला लागली. मला वाटलं, त्याअर्थी ह्या आपल्यापेक्षा ज्यास्त मार्क मिळवून आल्या असतील. आपले कपडे तर गावच्या नाटू शिंप्यानं शिवलेले. शिवाय आत्ताच मला घरच्या आठवणी पण यायला लागल्या.

प्रिन्सिपालसाहेब प्रत्येक मुलाशी थोडंथोडं बोलायचे. माझ्याशी ते, आर्ट्‌सकडे का जाता, असं बोलले. मी म्हणालो, वडील म्हणाले सायन्स घे. पण मी भांडण करून आर्ट्‌स घेतलं. मला आवड आहे. ते म्हणाले, पैसे तिकडे भरायचे.

रात्री मला प्रचंड झोप यायला लागली. पण नाना (मावशीचा नवरा) घरी आल्यापासून त्यांनी मला झोपू दिलं नाही. जेवूनसुद्धा त्यांनी गावाकडच्या नाना गोष्टी विचारल्या. नंतर बऱ्याच वेळानं माझ्याबद्दल बोलणी चालली. नानांनी सरळ सांगितलं, की काहीतरी पुढे जाशील असं वाग. ध्येय धरून शीक. हे मला पटलं. मी म्हणालो, होय.

नुसतं हो नाही. त्यासाठी प्रयत्न पण केले पाह्यजेत. मी पुन्हा होय म्हणालो.

अशा झोपेच्या प्रसंगीच कुणीतरी आपल्याला उच्च विचार सांगतो. तरी मी बराच आज्ञाधारक ताठ बसून लक्ष देऊ पहात होतो. म्हणजे आपल्या सबंध आयुष्याला एक वळण लागतं आहे. आणि आपल्या ध्येयाबद्दल वगैरे चाललं असतांना आपल्याला झोप यावी?

इंटरपर्यंत कसं वागावं हे स्वानुभवानंच मी सांगतो आहे, असं सांगून झाल्यावर मावशीनं चहा पण केला. म्हणजे काल रात्रभर जागरण होतं. ह्याचं कुणालाच काही नाही. आमच्या बरोबरचे गृहस्थ हुशार, म्हणून सिनेमाला एकटेच गेले होते.

चहानंतर सुमारे कितीवेळ गप्पा मारल्या म्हणजे ते शिष्टाचाराला धरून होईल ह्याचा मी विचार करत असतांना नाना म्हणाले, बी.ए.ला काय घ्यायचं ठरवलं आहेस?

मी म्हणालो, अजून ठरवलं नाही. पण भाषा मला आवडतात.

ते म्हणाले, हे तर आधीच ठरवायला पाह्यजे. पण तू माझं ऐक. तू इतिहास घे. नंतर पुढे एम्.ए.ला पण इतिहासच घे. कारण इतर विषयांच्या प्रोफेसरांना फार अभ्यास करावा लागतो. भाषा तर मुळीच घेऊ नये. तू प्रोफेसर झालास तर दरवर्षी नवनवी पुस्तकं वाचून शिकवावी लागतात. पण इतिहास एकदा केला की जन्मभर पुरतो. इतिहासात काय बदलणार?

मला हे एक आणखी उद्‌बोधक वाटलं.

शेवटी मावशी म्हणाली, आता पुरे बघू. झोपू दे त्याला.

पण मी नाही नाही, मला झोप येत नाही म्हणालो.

पण आणखी थोडा वेळ रेटल्यावर मी लक्ष दिलं. तेव्हा नाना म्हणत होते, आता झोप.

मग मी झोपलो.

दुसऱ्या दिवशी आम्हाला खूप कामं उरकायची होती. खूप कामं असली की मला सकाळपासून शेवटपर्यंत उत्साह असतो. आमचा गृहस्थ आणि मी घरून जेवून निघालो. आता खरं मी पुणं जवळून पाह्यलं. साहित्यपरिषदेच्या दाराशी एक तुमान घातलेले गृहस्थ दिसले. हे कुणीतरी थोर साहित्यिक असणारच. रिक्शातून पहात होतो.

होस्टेलवर येऊन खोली ताब्यात घेतली.

नंतर आमचे गृहस्थ आणि मी सगळीकडे हिंडून गादी, चादरी, उशा, आरसा, तेलाची बाटली, पॉलिश, पावडर, स्नो, बूट, गरम कापड, सदरे,

स्टोव्ह, गाळणं, पातेली, कपबशी, सुईदोरा, ब्रश, दाढीचं सामान इत्यादी हजार वस्तू घेतल्या. आमचे गृहस्थ मला काही एक न विचारता फक्त खरेदी करत होते. त्यांना हे सगळं माहीत होतं. पण त्यांनी सगळीच तयारी करून विल्यानं पुढे बोलक गतीने मला काहीच खरेदी करायला वाव ठेवला नाही. शिवाय त्यांनी बॅडमिंटनची रॅकेट पण माझ्याकरता घेतली. ते म्हणाले, कॉलेजात नुसता अभ्यास नसतो. व्यक्तिमत्त्व मिळवावं लागतं.

ह्याशिवाय त्यांनी स्वतःकरता सुद्धा खूप खरेदी केली. मला तर वाटलं, की आपला बंदोबस्त हे केवळ निमित्त घडून हे स्वतःकरता डुलणारा घोडा, छत्र्या, टिळकांचा फोटो वगैरे घ्यायला आले आहेत.

संध्याकाळी त्यांचं सामान पाहून नाना म्हणाले, अरे, तुम्ही टिळकांचा फोटो कशाला विकत घेतला? आमच्याकडे मासिकात हाच फोटो पडला आहे. त्याला फ्रेम करून घेतली असती.

मग त्यांनी मावशीकडून ते मासिक मागवलं. त्यात तोच फोटो होता.

नाना म्हणाले, आहे की नाही?

हे टिळकांचं चित्र त्यांनी मला देऊन टाकलं.

खोलीत लाव. पण एफ्.वाय्.लाच ड्रॉप घेऊ नको म्हणजे झालं — असं म्हणाले. नंतर उरलेली व्यवस्था मावशी करेलच, असं म्हणून आमचे गृहस्थ गेले. त्यांना घरी वडलांची शाबासकी मिळाली असेल.

कॉलेज सुरू होईपर्यंत मी मावशीकडेच राह्यलो. रोज खोलीवर एखादी फेरी मात्र मारून आपण पुण्यात काय काय मिळवू, ह्याचं चिंतन करून मी परत यायचो.

आमचं कॉलेज आमच्या गावाएवढं पसरलेलं. होस्टेल तर भलतचं मोठ्ठं. आणि एकेकाला स्वतंत्र खोली होती. त्यामुळे मला सुख झालं.

ह्या होस्टेलपासून जरा जवळ टेकड्यांच्या रांगा सुरू होतात. पुढे तर डोंगराएवढं जंगल लागतं. होस्टेलच्या मागे जेवणाच्या मेसी. आजूबाजूला काही म्हाताऱ्या आणि विद्वान प्रोफेसरांचे शांत बंगले. एका बंगल्यावर प्रो. जे. के. शहा अशी पाटी होती. दुसऱ्यात परांजपे नावाचे आमचे वॉर्डन रहात होते. आणखी टेकड्यांच्या बाजूला वाढत्या शांत वातावरणात ज्यास्त विद्वान प्रोफेसरांचे बंगले. तिकडेच प्रिन्सिपालसाहेब रहात होते. तिथे एक मोठ्ठा कुत्रा दिसला.

एका बंगल्यावर नाव नव्हतं. म्हणून तिथे उभ्या असलेल्या एका इसमाला मी विचारलं, इथे कोण रहातं? तर तो म्हणाला, मीच. त्यामुळे नाव कळलं नाही. होस्टेलपासून पाच मिनटांच्या अंतरावर कॉलेज. आणि तिथेच कँटीन पण. तिथे मी गावी मिळत नसलेले नवेनवे मद्रासी पदार्थ रोज एक ह्याप्रमाणे खाऊन त्यांची नावं लक्षात ठेवली. आमलेट खाऊन झाल्यावर हे शाकाहारी नाही असं कळलं.

होस्टेलच्या बाजूला मोठं क्रीडांगण. शिवाय कॉलेजच्या आवारात नाना तऱ्हेची झाडंझुडं वगैरे होती.

शेवटी एकदाचं कॉलेज सुरू झालं.

लगेचच पहिल्याच दिवशी सकाळी आंघोळ करून आल्याबरोबर माझी तेलाची बाटली हातातून निसटली. फुटली. बुडाच्या थोड्याशा भागातच फक्त तेल वाचलं. बाकीचं फरशीवरच सांडलं. मी अगोदरच बुडाचा तुकडा नीट उचलून बाजूला ठेवला. उरलेलं तेल दोन्ही हात बुडवून–बुडवून डोईला भरपूर चोपडलं. तरी पण बरंच तेल वाया गेलंच. शिवाय घरी जमिनीत तेल मुरतं, तर इथे फरशी. माझ्या मनावर त्यामुळेच ज्यास्त परिणाम झाला. हातापायांना पण लावलं. तरीसुद्धा बरंच तेल वाया गेलं. निघतांना आई म्हणालीच होती, की बाळकोबा, तुझं कसं होईल?

मग मी मद्रास हॉटेलमध्ये जाऊन खाल्लं. पण डोक्यावरून भरमसाट तेल निथळतं आहे, ह्याकडे लक्ष होतंच. दिवसभर तसाच कॉलेजमधे वावरलो. संध्याकाळी मी उगीच खिन्न होऊन वर्तमानपत्र उशीवर ठेवून पडलो होतो. इतक्यात खोलीवर टकटक झालं. कपाळावरचं तेल नीट पुसून मी दार उघडलं. हा इसम तर वर्गातलाच कुणीतरी.

तो म्हणाला, तुम्ही कोण?

पांडुरंग सांगवीकर.

मी सुरेश बापट. आपण एकाच वर्गातले.

हो.

मी आलो ते उगीच. म्हटलं ओळख करून घ्यावी.

बरोबर. चहा घेणार काय?

घेऊ की.

तुम्ही कुठल्या गावचे?

बेळगाव, माझे वडील मॅजिस्ट्रेट आहेत.

तुम्हांला किती भाऊ?

आम्ही सहा भाऊ.

आणि बहिणी?

तीन बहिणी. तुमची जात कुठली?

जातीबितीच्या भानगडीत लक्ष देऊ नये.

माझा जातीबितीवर विश्वास नाहीच. उगीच विचारलं.

जे म्हणतात की मी जात मानत नाही, ते स्वतःकडे तसं क्रेडिट घेतात.

ते खरं आहे.

पण सुरेश सारखा सारखा माझ्या डोक्याकडे पहात होता. शेवटी तो म्हणाला, तुमची बाटली फुटली वाटतं?

हे थोरच आहे.

मग आमची दोस्ती झाली.

सकाळी उठल्यावर दोनदोन तास पडून रहाणं हे निश्चित भावनाप्रधान आहे. आमचं घर ही मला भयंकर गोष्ट वाटत राह्यली. आमचं घर म्हणजे प्रचंड गडबड, एकमेकांवर खेकसणं, धावपळ, गड्यांची ये-जा, चूल नेहमी पेटलेली, धुमाकूळ घालणारे मोठमोठ्ठे उंदीर, गच्चीवरची पांढरी, काळी, काळीपांढरी गलेगठ्ठ तांबड्या डोळ्यांची कबुतरं, वगैरे वगैरे.

शिवाय इकडे यायच्या आधी शेवटीशेवटी आईनं माझ्याबद्दल फार भलत्यासलत्या कल्पना बोलून दाखवलेल्या. लहानपणापासून वाटायचं, की मी शिकून खूप मोठ्ठा होईन. हे जे आहे हे खेड्यातल्या सुखवस्तू घरात फार आहे. प्रत्येक आईला वाटतं, हे पोरगं मोठ्ठंच व्हावं. मोठ्ठं म्हणजे काय, हे मात्र नीट माहीत नाही.

तसं मला पण बऱ्याचदा मोठ्ठं व्हावंसं वाटत होतं. म्हणजे लहानपणी वाटायचं की, भीमासारखं गदायुद्ध करून सगळ्या शत्रूंना मारावं. नंतर थॉमस आल्वा एडिसनसारखे शोध लावावे. नंतर गडकऱ्यांसारखे विनोद करावे. शाळेत मास्तर व्हावं, तर हायस्कुलात सर व्हावं, असं वाटायचं. पण माझं

मोठं होणं म्हणजे काहीच नाही, हे मला होस्टेलवर दोघातिघांशी ओळख झाल्यावर कळून चुकलं.

एक तांबे नावाचा मित्र म्हणाला, माझ्या आईला मी कवितेतून पत्र पाठवतो.

त्याच्याबद्दल मला अगोदर काहीच आदर वाटत नव्हता. पण हे कळल्यावर माझा आदर द्विगुणित झाला. त्याचं ध्येय नोबेल प्राइझ मिळवणं हे होतं. त्यानं नाटक पण लिहायला सुरुवात केली. सकाळी त्याला उठायला उशीर झाला, की तो दात घासत माझ्याकडे यायचा. आणि मधूनमधून खिडकीतून थुंकत — काल एक प्रवेश पुरा केला म्हणून उशिरा उठलो — असं सांगून निघून जायचा.

उशीर बऱ्याच लोकांना होतो. पण त्यानं उशिरा उठणं थोरच.

त्याची लेखनाची वही मी मुद्दाम वाचायला कधीच मागितली नाही. म्हणून त्याला मी आवडायला लागलो. तो म्हणायचा, सांगवीकर, तुम्हीच खरे रसिक. बाकीचे माझी फक्त स्तुती करतात. मी त्याला चहा बऱ्याचदा द्यायचो.

त्याची लेखनाची पद्धत अशी, की रात्री कच्चं लिहायचं आणि दिवसभर ते पक्क्या वहीत फेरफार करून उतरून काढायचं. अशानं मी नापास होईन, असं तो म्हणायचा. मी म्हणायचो, कोण थोर लेखक बी. ए. झाले आहेत? गडकरी, खांडेकर?

त्याच्या नाटकाचा एक प्रवेश असा होता —

प्रभाकर : (मागे सरून) सुधा, याचं उत्तर दे.

सुधा : अरे पण प्रभा, वेड्या, माझे वडील माझ्याबरोबर होते, आणि तू हाक मारलीस.

प्रभाकर : (पुढे येत) असं होय? मला वाटलं तू मला माकड म्हणालीस ते मनापासूनच.

शेक्सपिअरचा देखील एखादा प्रवेश इतक्याच तळमळीनं लिहिलेला असेल. पुढे तांबे मोठा झाला असता. पण रात्रंदिवस इतक्या आत्मनिष्ठेनं वगैरे लिहिणं हे निःसंशय थोर आहे.

त्याच्या खोलीत Arise, awake, and stop not till the aim is reached ही ओळ उठता-उठता वाचता यावी, अशी समोरच्या भिंतीवर त्यानं लिहून ठेवली होती.

ह्या तांबेपुढे माझं ध्येय आणि त्यासाठी कष्ट करणं म्हणजे काहीच नाही.

पण दुसरा मधुकर देशमुख हा तांबेपेक्षा माझा मित्र होता. हा पहिल्यांदा होस्टेलवर माझ्या शेजारच्या खोलीतच आला. तेव्हा आठवडाभर ह्याचं सामान आणलं तसं बांधूनच पडलेलं होतं. मी विचारलं, खोली सोडून जायचं आहे का? तर खरं कारण वेगळंच निघालं.

त्याचे वडील म्हणाले होते, सायन्स घे. आणि नाव पण सायन्समध्येच घातलं होतं. पण ह्याला आर्ट्स घ्यायचं होतं.

तो म्हणाला, अजून विचार करतोय्.

मग ह्यानं ठरवून टाकलं, काही झालं तरी आर्ट्सच घ्यायचं. आणि मग त्यानं पेटी वगैरे उघडून खोली नीट लावली.

काही निश्चित असं ठरेपर्यंत टांगल्यासारखं त्याला वाटायचं. मी त्याला तुझं ध्येय काय म्हणून विचारलं तर हा म्हणाला, असे प्रश्न विचारायचे नसतात. आपण टेकडीवर फिरायला जाऊ तेव्हा सांगेन.

ह्याचं ध्येय म्हणजे ऐकल्याबरोबरच, मी किती क्षुद्र आहे हे मला कळलं. सर्व जगात समता प्रस्थापित करणं. हे असलं ध्येय आखणारा माणूसच प्रचंड पाह्यजे. तिथे टेकडीवरच त्यानं माझं ध्येय विचारलं, तेव्हा मी उडवाउडवी करून काही अजून ठरवलं नाही असं सांगितलं.

ह्यानंतर मी सुद्धा ठरवून टाकलं, की आपलं ध्येय काही का असेना, ते सांगायचं नाही.

आपण सांगावं, मला आमचं घर पाडून टाकून नवं बांधायचं आहे. आणि वर एक टॉवरचं घड्याळ लावायचं म्हणजे गावातल्या सर्वांना किती वाजले हे केव्हाही खिडकीबाहेर डोकावून दिसेल — असं आपलं ध्येय ऐकून हे आपली टिंगल करणार नाहीत तर काय?

मधू देशमुख मात्र मला त्याच्या सगळ्या खाजगी गोष्टी सांगायचा. व्हायोलिन शिकून मुलींना जिंकू, असं तो मला सरळ सांगून टाकायचा. त्यासाठी तो रोज व्हायोलिनच्या क्लासला जात होता. मधू माझा खास मित्र होता. त्यानं खुल्या दिलानं कित्येक गोष्टी सांगितल्या.

एकदा दुपारी तो बाहेरून आला, त्याचं दार उघडून पुन्हा आतून खूप जोरानं बंद झालं. त्याची पुस्तकं फेकलेलीही मी माझ्या खोलीतून ऐकली. मग तो धाडकन खाटेवर पडला. तेव्हा सगळी खोली हादरली. पुन्हापुन्हा

असे धडाधड पडायचे आवाज येऊन मी घाबरून गेलो. बाहेर येऊन मी म्हणालो, मध्या, दार उघड.

मग त्यानं दार उघडलं.

काय चालवलं आहेस?

मग त्यानं जे सांगितलं, ते थोर आहे. तो म्हणाला, मला दुःख झालं आहे. मी अंथरुणावर मनासारखं धाडकन पडू पहातो आहे. पण जमत नाही.

मावशीकडे प्रथमप्रथम मी वारंवार जायचो. मग ते कमी व्हायला लागलं. मावशी भयंकर नट्टापट्टा करायची. पुण्यात स्त्री–पुरुष सगळेच नटतात. पण आपल्या मावशीनं नटणं आणि मिरवणं हे इतकं बरं नाही. मावशी नटून रोज फिरायला जाते. चार मुलं असून देखील. हे फार वाईट आहे. हे मी नानांना एकदा चुकतमाकत सांगितलं. तेव्हापासून मावशीचे आणि माझे संबंध बिघडले. नाना म्हणाले, तू इथे आल्यावर तुला जेवण मिळतं ना? मग पुरे झालं.

त्यानंतर मी कधीकधी फक्त जेवायला जायला लागलो. मी पुण्यात नवीन होतो. असं म्हणणारच. पहिल्याच दिवशी जेव्हा मी पुण्यातल्या चांगल्या भागात फिरायला गेलो तेव्हा म्हणालो, पुण्यात वेश्या खूपच दिसतात. पण इतकं करूनही प्रत्येकीचा नवरा जर तिला बायकोच म्हणतो, तर आपण कशाला बोला?

माझ्यावर एक आपत्ती वरचेवर यायची. आईची वारंवार पत्रं यायची. ती लिहायची, तुझी फार आठवण येते. शिवाय चाऱ्ही बहिणींना पण फारच येते. पण त्यातल्या त्यात मला फारच. मग मी पण एखादं लांब पत्र टाकून द्यायचो.

पण खरं तर आईची आठवण हळूहळू येईनाशी झाली. इकडे नव्यानव्या गोष्टी घडतात. तेव्हा जुन्या गोष्टींच्याकडे दुर्लक्ष होणारच. पण एखादं लांब पत्र लिहून झाल्यावर मी फारच उदास व्हायचो. मग पत्र टाकून जवळच्या मद्रास हॉटेलमधे खूप काहीबाही खाऊन यायचो.

पुढेपुढे सिगारेटीही ओढायला लागलो. सुरेश बापटच्या संगतीनंच हे व्यसन लागलं असं नाही. पूर्वी पण बऱ्याचदा पीत होतो. आता वाढलं

एवढचं. लहानपणी एकदा काडी पेटवून ती सिगरेटसारखी प्यायला लागलो. तेव्हा वडलांनी मला मारलं. तेव्हा रडतरडत मी म्हणालो, मी खोटी सिगरेट पीत असतांना देखील तुम्ही मला मारता. मग मी नक्कीच केव्हातरी खरी सिगरेट पिईनच. नंतर जरा मोठ्ठा झाल्यावर डाकूंच्या टोळीत सापडलेला एक नायक ऐटीत सिगरेट पितो, हे पाहून आपण पण डाकूंना सापडलो तर सिगरेट नीट पिता आली पाहिजे, म्हणून एका बैठकीत एकनाथ आणि मी दोघांनी एक पाकीट फस्त केलं. कारण दोन तीन पिऊन झाल्यावर हे कोण घरी नेणार, त्यापेक्षा पिऊन मोकळे होऊ— म्हणून प्यालो.

इकडे खरी सिगरेटची आवश्यकता लागली, वडलांनी मला एक खडसावून पत्र लिहिलं तेव्हा. त्याआधी सुरेशबरोबर गंमत म्हणून प्यायचो. वडलांनी लिहिलं, तुला तीन महिन्यांत हजार रुपये होत आले. तेव्हा खर्च काय काय करतोस ते कळव.

त्यानंतर त्यांची मनीऑर्डर आली. त्यात लिहिलं होतं, तुझ्या सांगण्याप्रमाणे दोनशे रुपये पाठवीत आहे, तरी अभ्यास चांगला असू दे.

हे मला फारच लागलं. पण मी पूर्वीच्या मनीऑर्डरींचे तुकडे पाह्यले, त्यांत पण असाच मजकूर होता— तरी अभ्यास जोरात कर.

म्हणजे आपण अभ्यास करावा एवढ्याचसाठी हे पैसे.

खरं म्हणजे पैशांनी अभ्यास कसा करता येईल? पैशांची उधळपट्टी आपण फारशी करत नाही. तरी इतरांच्या मानानं आपला खर्च फार होतो, हे खरं आहे. एकतर पैसे मिळाल्याबरोबर आपण खानभैय्याला चहा देतो. नंतर त्यादिवशी जितके भिकारी भेटतील त्यांना प्रत्येकी एकएक आणा देतो. ह्या दिवशी सुरेश बापट बरोबर असायचाच. कारण आपण सुरेशला खाऊपिऊ घालतो. आपण भिकाऱ्यांना पैसे देत सुटलो की सुरेश म्हणतो, लेकाचा भिकाऱ्यासारखे पैसे वाटतोय. ह्या भिकाऱ्यांबद्दल तुला काहीच वाटत नाही? असं आपण विचारलं तर तो म्हणतो, वाईट वाटतंच. पण एम.ए., पीएच्.डी. होईपर्यंत आपण ह्या गोष्टीकडे लक्ष देणार नाही. तोपर्यंत बापाचा पैसा. नंतर आपला.

नंतर आपण जुन्या बाजारातून विकत काही आणतो. नंतर पुढे पुढे जुनी पुस्तकं चांगल्या परिस्थितीची असून स्वस्त मिळतात, म्हणून ती विकत घ्यायला लागलो. नंतर पुढे पुढे सिगरेटींना रोज आठ दहा आणे.

पण अगदी सुरुवातीला बाबगा खर्च आपण केला नाही. एक भिकाऱ्यांचा म्हटल्यास तसा होता. पण महिन्याला दोनचार रुपये काही जास्त नव्हते. तसे

मित्रांना चहा वगैरेला किती तरी लागायचे. त्या मानानं भिकाऱ्यांना आणखी द्यायला पाह्यजे. म्हणजे तशी प्रत्येक भिकाऱ्याची कीव येतेच असं नाही. पण आपल्या खिशात नेहमी पाचदहा रुपये सहज असू द्यावेत म्हणून टाकून आपण रस्त्यावर हिंडतो. तेव्हा कुणीही गरीब माणूस एक पैसा मागत असला, तर त्याला एक आणासुद्धा देऊ नये काय?

नाहीतरी रेगे, जोग, चव्हाण हे आपल्याकडून चहा वगैरे उकळतातच. हे दोघंतिघं पुण्याचे. खुद्द पुणेकर. आपल्या बाकावर नियमित पाठीमागे बसणारे. म्हणून ते चांगले. ह्यापलीकडे आपल्याला त्यांच्यात चहा देण्यासारखं काही आढळलं नाही. उलट ते पुणेकरच. नागपूरचे गुंडच काय पण मुंबईचे मवालीही परवडले, पण पुण्याचे भामटे— त्यांचं काय ते जपून ऐस— असं घरून निघतांना पेन्शनरकाका म्हणाले होतेच. गुंड आणि मवाली हे क्वचित गाठतील. पण भामटे हे समाजातलेच. म्हणून आपल्या नेहमीच्या ओळखीतही सापडतात. हे पेन्शनरकाकांचं बरोबरच.

रेगे, चव्हाण वगैरे तुझे केस सुंदर आहेत असं म्हणायचे. शिवाय तू परीक्षेत वर्गात पहिला येणार, असंसुद्धा म्हणायचे. पण हे सगळं चहा पाह्यजे, म्हणूनच नाही. आपल्यासमोरच असं नाही. तर दुसऱ्यांच्याजवळ देखील ते असंच सांगायचे. पुढे आपण बासरी चांगली वाजवतो, हे त्यांनीच सर्वत्र पसरवलं. ते आपल्या खोलीत येऊन साखर, ओव्हलटीन, दूध, बिस्किटं इत्यादी आपल्या देखत खायचे. एका नवीन संस्कृतीशी आपली जवळून ओळख होते आहे, का बोला? म्हणून आपण काही बोललो नाही. म्हणालो, घरी मिळत नसेल. खाऊ द्या. बिचारे कपडे मात्र भारी वापरतात. जोग तर बऱ्याचदा आपल्याकडून पैसे मागून घ्यायचा.

पण एकदा त्यानं आपल्याला व्यवस्थित फसवलं. तू परवा दहा रुपये देऊन माझं फार महत्त्वाचं काम केलसं. चल, तुला खाऊ घालतो— म्हणून आपल्याला हॉटेलात नेलं. आणि बिल भरून झाल्यावर म्हणाला, बिलाचे वजा करून हे घे उरलेले.

तेव्हा म्हणालो, आता आपण पुन्हा दिडकी देतो का पहा. तर म्हणे, नका देऊ. दुसरे कित्येक असे मिळतील.

तेव्हापासून आपण जोगावर या–ना–त्या कारणावरून उखडायला लागलो. मॅट्रिकला पहिल्या तिसात आला म्हणून काय झालं? आम्हीसुद्धा पहिल्या पाचशेत असूच. किंवा तांबे पहिल्या पाच हजारांत असेलच. ह्या जोगाची

स्टाईल फार चांगली आहे, असं जो-तो गाढव म्हणतो. खुद्द मराठीच्या प्रोफेसरानं त्याचा निबंध एकदा वर्गात वाचून दाखवला होता. त्यावरच आपण भांडण केलं. म्हणालो, जोग, तुझे निबंध भिकार असतात. तू बोलतोस ते पण घाणेरडंच. तुला नीट बोलताच येत नाही. सदान्‌कदा तुझं बोलणं तुकारामाच्या भंपक *मेणाहुनि मऊ* वगैरे अशा ओळींनी आणि सुभाषितांनी शिवलेलं.

हे त्याला फार लागलं. तसा तो गर्विष्ठ होता. एखाद्या दिवशी संध्याकाळीच आपल्याकडे यायचा. सुंदर हवा पडलेली. उन्हं कोवळी. हवा तर काय सुंदर. आता अशावेळी कुणाला फिरावंसं वाटेल? पण जोग म्हणायचा, नाही येत? ठीक आहे. जातो एकटाच. *आपुलाच वाद आपणाशी.* किंवा नेहमीनेहमी, *काय म्हणावे अशा स्थितीला, सत्य हाच प्रकाश समज* — अशा ओळी कुणी बोलायला लागला, आणि तो जर हाच असला, तर संताप येणार नाही?

एकदा तो म्हणाला, तू रेस्टॉरंट असं म्हणतोस हे चुकीचं आहे. खरा मूळ उच्चार रेस्तराँ असा आहे.

च्यायला. हे तिघं भामटेच. त्यांना भामटेच म्हणावं. मात्र आपण त्यांच्याकडे प्रत्येकी एक रविवार म्हणून जेवायला जायला लागल्यावर ते आपल्याकडे फिरकेनासे झाले.

हे असे सटरफटर मित्र हळूहळू बंद झाल्यावर नेमके मधू देशमुख, तांबे, सुरेश बापट आणि आणखी एक इचलकरंजीकर — हे मात्र कायम राहिले. कारण हे सगळेच चांगले होते. कुणीही भिकारडा नव्हता.

सुरेशची आणि माझी दोस्ती म्हणजे संध्याकाळी माणसं खायला गर्दीत फिरायला न जाता टेकडीवर जायची.

पण इचलकरंजीकर म्हणजे अत्यंत हलकट पण चांगला. हा पिढ्यान्‌पिढ्या शहरात राहून नागरी आचारविचारांत अत्यंत तरबेज. तो मला जंगली पण चांगला असं म्हणायचा. इचलकरंजीकरची आणि माझी दोस्ती तरीदेखील का टिकली कळत नाही.

आमची ओळख फार चांगली झाली. अगोदर हा गावात राह्यचा. मूळ मुंबईचा.

तर एकदा वर्गात प्रोफेसर गेल्यावेळी शिकवलेलं फ्रेंच राज्यक्रांतीचे परिणाम पुन्हा शिकवायला लागले. तेव्हा तो उठून म्हणाला, की सर, तर हे झालं आहे. पुढचं शिकवा.

मी ह्याच्या मागेच झोपलेलो.

तेव्हा सर संतापून म्हणाले, नो. हे आजच सुरू करतोय.

हा म्हणाला, तर माझ्या गेल्यावेळच्या नोट्स पहा. तेव्हा प्रोफेसर संबंध वर्गाकडे एका क्षणात संतापानं डोळे फिरवून म्हणाले. आणखी कोण म्हणतो झालं आहे म्हणून?

वर्ग बराचसा झोपलेलाच. तेव्हा कुणाच्या लक्षात येईना — हे काय चाललं आहे. पण माझ्या लक्षात आलं. मी बाकावर डोकं टेकलेलंच ठेवून ओरडलो, होय, हे शिकवलं आहे.

मला उगीच त्याची कीव आली होती. म्हणजे तो पुढे धष्टपुष्ट बसलेला, म्हणून तर मी आरामात डोकं टेकून होतो.

पण मला धास्ती वाटली, की आता प्रोफेसर आपल्याला नोट्स बघू म्हणून विचारणार. आणि आपण आज तरी कशाला म्हणून इतिहासाची वही आणली नाही. पण शेवटी त्यांनी दुसऱ्याच कोणत्या तरी मुलाला नाव विचारलं आणि शिकवायला सुरुवात केली — गेल्यावेळी मी ओझरतं सांगितलं होतं, आता नीट फोड करून सांगतो आहे.

तेव्हा हा मागे वळून मला म्हणाला, तर तुम्ही झोपा.

मी म्हणालो, मग ती भंकस कोण ऐकणार?

तो म्हणाला, साला तयारी करून येत नाही.

मग मी बाकावर नीट बसलो.

तो म्हणाला, तर तुमचं आडनाव काय?

मी म्हणालो, पांडुरंग.

तो हसून म्हणाला, तर माझं मधुमिलिंद

तेव्हा मी जोरानंच हसलो.

तो म्हणाला, तर काय झालं?

मी म्हणालो, तर काही नाही.

ह्याचं नाव म्हणजे भलतंच मृदू वगैरे.

मग तो म्हणाला, राह्यला कुठे?

मी म्हणालो, होस्टेल.

तर मीसुद्धा पुढल्या टर्ममध्ये होस्टेलवर येतोय्.

मग तास संपला. आम्ही आणखी थोडं बोललो. त्याचं नाव इचलकरंजीकर होतं.

तर हा एकूण गुलहौशीच. कुठे केव्हा करमलं नाही की ह्याचा उद्योग म्हणजे माझ्याकडे खोलीवर येऊन वाट्टेल ते वादविवाद करायचे. मुंबईची एक गोष्ट त्यानं सांगायची. मी सांगवीची एक सांगून परतफेड करायची. शेवटी मीच कंटाळून म्हणायचो, आता पळा. नातेवाइकांकडे तो बऱ्याच लांबवर राह्यचा. पण तरी मुद्दाम माझ्याकडे एक चक्कर टाकून जायचा.

सुरेशच्या खोलीत गेलो. तर कॉटच्या वरतीच भिंतीवर एक नवीन कॅलेंडर. त्यात नागवी बाई. ओढ्यापाशी बसलेली. आणि मांडीवर राजहंस. वगैरे.

मी म्हणालो, अशी उत्तेजक चित्रं खोलीत लावू नयेत.

तो म्हणाला, कपड्याखाली सगळेच लोक नागवे असतात. खोलीत चित्रं लावून काहीच फरक पडत नाही.

मी म्हणालो, खरं आहे.

तो म्हणाला, आणि तू? तू तर बाथरूममध्ये देखील आतली चड्डी काढत नाहीस. तू घाणेरडा आहेस.

सुरेशच्या खोलीत त्याच्या आईवडलांचा एक फोटो होता. मी म्हणालो, असा फोटो अश्लील दिसतो.

आईबाप नसते तर आपणही नसतो.

मग चांगलंच झालं असतं. आपल्या चक्राला जबाबदार तेच. आपण त्यांनाच जबाबदार धरू कशाबद्दलही.

हे तुझं मत तुझ्याजवळच ठेव. माझ्या खोलीत मी वाट्टेल ते लावीन.

हे इथेच थांबलं. मी भयंकर रागावलो. पण काही दिवसांनी फोटो फुटल्याचं निमित्त करून त्यानं तो पेटीत ठेवून दिला. दिवाळीसाठी घरी जायला पेटी तयारच होती.

सुट्टीत मी घरी आलो.

वडलांना हिशेब दिला. त्यांचं ऐकून घेतलं.

दिवाळी झाली.

मग मी पुण्याला निघालो.

होस्टेलवर आलो तर इचलकरंजीकर होस्टेलवर आलेलाच. मग ह्यानं माझा पिच्छा सोडला नाही.

तो सदरा, पँट, बूट सगळं स्वच्छ पांढरं वापरून आपलं वैशिष्ट्य दाखवायचा. त्याच्याकडे वयाच्या दहाव्या वर्षापासून दर महिन्याची वजनाची कार्ड पद्धतशीर ओवून ठेवलेली.

त्याची खोली पण नवलाचीच. खाटेवर तो चहाचं सामान — स्टोव्ह, दूध वगैरे ठेवायचा आणि वरच्या मच्छरदाणीत पुस्तकं, वह्या वगैरे. ही मच्छरदाणी एखाद्या वेळी वजनानं इतकी खाली यायची की, स्टोव्हच्या जाळानं जळेल. टेबलावर त्यानं आजपर्यंत मिळवलेले शाळेपासूनचे कप, ढाली, बिल्ले वगैरे. खुर्चीवर मोठ्ठा टेबललँप, आणि गादी मात्र पेशवाई थाटात जमिनीवर. त्यामुळे वर्गात कुणी लोकल मुलगा कडक पँटीत आला, की आम्ही त्याला त्याच्या खोलीत नेऊन गादीवर बसवायचो.

तसा इचलकरंजीकर समाजात अत्यंत सभ्य. म्हणून त्यानं केलेल्या गमती पण जुळून यायच्या. त्याची आणखी युक्ती म्हणजे कुणाही मुलाला खोलीवर बोलावून त्याच्यासमोर फक्त एक कप चहा करून त्याच्याशी बोलत-बोलत एकट्यानं पिऊन टाकायचा. मग हा मुलगा अपमान झाल्याप्रमाणे इचलकरंजीकरच्या असंस्कृत वागण्याबद्दल आमच्या कुणाहीजवळ ह्या प्रकाराबद्दल वैतागून चर्चा करायला लागला, की आम्ही अतोनात खूष होऊन पुन्हा इचलकरंजीकरला हे सांगायचो.

पण त्यालादेखील चक्रपाणी नावाचा महान मनुष्य भेटलाच. इचलकरंजीकरनं फक्त एकच कप चहा करून ओतल्याबरोबर चक्रपाणी आश्चर्यानं म्हणाला, म्हणजे मी चहा पीत नाही हे तुला माहीत आहे वाटतं?

आपली जिरल्याचं इचलकरंजीकरकडूनच आम्हांला समजलं.

त्यानं आणखी एक गंमत केली.

होस्टेलवर एक युगांडाचा आफ्रिकन विद्यार्थी होता. तो आम्हांला नेहमी शिव्या द्यायचा, की इंडियन लोक कपडे घालून झोपतात हे हायजिनिक नाही.

हे वाईट आहे. कपडे काढून झोपावं. निदान तुम्ही सुशिक्षित इंडियन तरी असं वागू नका.

उन्हाळ्यात तर तो लंगोटदेखील काढून झोपायचा. एकदा खूप रात्री इचलकरंजीकर आणि चारपाचजण — सुरेश वगैरे — माझ्याकडे आले. ते म्हणाले, की आम्ही सगळ्यांनी आफ्रिकनाला पाह्यलं. तो पालथा झोपलेला आहे. काय मजेदार दिसतो.

मी त्याच्या खोलीच्या दारावरचे गज धरून डोकावून पाह्यलं. तर आत बेडलँपच्या सुंदर उजेडात आफ्रिकन उताणा झोपलेला. आपल्याला फसवलं म्हणून मी सगळ्यांशी बुक्काबुक्की केली. तेव्हा सगळे म्हणाले, आम्हाला इचलकरंजीकरानं असंच फसवलं. आणखी बऱ्याच जणांना आम्ही तेच दृश्य दाखवून फसवलं. शेवटी सुरेश डोकावून म्हणाला, अरे द्या टाळी. आता त्यानं कूस बदलली. तेव्हा इचलकरंजीकरनं आणि मी एकदम गजांवर लोंबकळून पाह्यलं. तेव्हा देखील तो उताणाच होता. मग आम्ही सुरेशला पिटायला सुरुवात केली.

तेव्हा बराच दंगा होऊन आफ्रिकन जागा झाल्याचं कळलं. पण तो ताबडतोब बाहेर येणं अशक्य होतं. तेवढ्यात सगळेजण पळतपळत आपापल्या खोल्यांत जाऊन झोपी गेले.

सकाळी तो मनुष्य मला म्हणाला, काल माझ्या खोलीसमोर बराच वेळ काय दंगल होती?

मग मी त्याला सगळा खरा प्रकार सांगितल्यावर हसून तो म्हणाला, इंडियन दुसरं काय बघणार?

प्रधान नावाच्या मुलाला तर इचलकरंजीकर आणि आम्ही सगळे छळायचो. हा अतिशय बावळट. एकदा रात्री मी बटण वर करून याचा दिवा विझवला. तेवढ्यात अंधारात इचलकरंजीकरनं त्याचा बल्ब काढून खिशात टाकला.

प्रधान म्हणाला, सांगवीकर, दिवा लाव.

मी बटण वरखाली करीत म्हणालो, कुठाय? दिवा लागत नाही. तुझा फ्यूज़ गेला असेल.

तरी प्रधानला बल्ब काढल्याची शंका आलीच. अंधारात चाचपडत त्यानं बल्ब शोधून पाह्यला. तर त्याला शॉक बसला.

पण संध्याकाळी ह्याच्या होल्डरमध्ये पैसा घालून पुन्हा बल्ब नीट बसवून द्यायचा, हे तर नेहमीच जो-तो करायचा. अंधार पडल्यावर हा बटण दाबायचा, तर दिवा नाही. मग हा बल्ब काढून पाह्यचा, तर त्यातून पैसा.

मग हा आम्हाला शिव्या देत आमच्या खोलीत यायचा. पण आम्ही ह्याला खोलीतून हाकलून लावायचो. मग वायरमन येईपर्यंत हा एकटा खोलीत अंधारात बसायचा. फ्यूज जोडला की पुन्हा आम्ही सगळे याच्या खोलीत धुमाकूळ घालायला तयार.

ह्याला घरून लाडूबिडू आले, की आम्ही सगळे ते ताबडतोब फस्त करायचो. मग हा डबा लपवून ठेवायला लागला. एकदा लाडू आल्याचं आम्हाला कळलं. पण खोलीत सहजासहजी कुठेच डबा दिसेना. तेव्हा आम्ही याच्या कुलपाला लागणारी किल्ली मिळवली. हा एकदा बाहेर गेला, तेव्हा किल्ली चालवून सगळी खोली धुंडाळली. तेव्हा डबा लपवून ठेवला होता कुठे? तर वर्तमानपत्रांच्या रद्दीखाली. वर जुने कपडे, बूट असं ठेवून. डबा तेव्हाच फस्त झाला. पुन्हा होतं तसंच रचून आम्ही कुलूप लावून गप्प राह्यलो. आम्हाला वाटलं, आज-ना-उद्या प्रधान आमच्या नावानं बोंबलणार. पण प्रधान जणू काही काहीच घडलं नाही असं दाखवून गप्पच राह्यला.

आम्ही सगळे मित्र झाडून एफ.वाय.चे होतो. वरच्या वर्गातले लोक बरेचसे पुस्तकी किडे. शिवाय ते आम्हाला गंभीर गोष्टी सांगायचे. त्यामुळे त्यांच्याशी आम्ही सभ्यतेनं वागायचो.

मात्र त्यांतले काहीजण बरे होते. ते आम्हाला विचारायचे, इंग्रजीचा अमुक धडा सुरू झाला का? मग ते सांगायचे, ह्या धड्याकडे लक्ष ठेवा. पटवर्धन त्या वेळी केव्हातरी *विल यू मेक टी* च्या ऐवजी *विल यू टेक मी* चा विनोद करतील. तेव्हा मुद्दाम मोठमोठ्यानं हसा. आम्हाला असंच आमच्या आधीच्या पोरांनी सांगून ठेवलं होतं.

त्यानंतर आम्ही हे सगळ्या वर्गात करून टाकलं. आणि त्या धड्याच्या वेळी नियमित लक्ष देऊन ऐकायला लागलो. नेमक्या त्या विनोदाच्या वेळी सर्वांनी वर्ग दणाणून सोडला. सरांच्या पण ते बहुतेक लक्षात आलंच. पण आम्ही इंटरला असतांना पुन्हा एफ.वाय.च्या मुलांनी असंच केल्यावर वाटलं, आपली मेहनत फुकट गेली.

पण इतक्या लोकांनी एकदम हसणं मला मुळीच मान्य नाही. असं मिळून हसणं मिळून रडण्याइतकंच भयानक आहे.

कॉलेजात हटकून विनोदी नाटकं होतात. आणि सगळं थिएटर हसतं. आपणही नाटक पहातांना हे फारसं वाटत नाही. पण एकदा सुरेश आणि मी कंटाळून नाटक सोडून बाहेर आलो. आणि बाहेरच्या स्टॉलवर चहा पीत उभे राह्यलो. बाहेर फारच शांत होतं. स्टॉलवरची माणसं सोडली, तर बाहेर पाखरूसुद्धा नव्हतं. अशा वेळी आतून थोड्या थोड्या वेळानं नटाचा किंवा नटीचा बारीकसा आवाज झाल्याबरोबर सगळं थिएटर मोठ्यानं हॉ हॉ हॉ खो हो हो हो खो हो हो करत हसायचं. हे आम्हा दोघांना पण भयानक वाटलं.

सुरेशचं आणि माझं आणखी एका बाबतीत प्रचंड जुळायचं. समोरून मुली आल्या, की तो आणि मी एकतर कुठल्यातरी दुकानात शिरून काही भाव विचारायचो किंवा वेळप्रसंगी पाव वगैरे विकतसुद्धा घ्यायचो.

एकदा तो न्हाव्याकडे जाऊन गुळगुळीत चंपी करून आला. म्हणाला, तू केसांना तेल लावत नाहीस. म्हणून भयानक दिसतोस. तर मी आता केस नाहीत म्हणून कसा दिसतो? एकूण मुली माझ्यापासून देखील लांबच.

पण सुरेशचं एक होतंच. संध्याकाळी कधी रस्त्यानं फिरत गेलो, की लालभडक टोमॅटो तोंडात दाबावा, आणि मुलींच्याकडे पहात-पहात खात रहावं — एकामागून एक.

मग मुलंमुली एकत्र सहलीला वगैरे गेलो की, सुरेश आणि मी आपोआप बाजूला पडायचो. खरं तर तो आणि मी उशिरा झोपायच्या सवयीनं आणि पाय खूप दुखवून घ्यावे म्हणजे झोप लवकर येते, ह्या तत्त्वानंच मित्र बनलो. रात्री बारानंतर हॉटेलं बंद व्हायची. चहा घ्यायला म्हणून लांब स्टेशनवर पायी जाऊन परत येणं, हे त्याला आणि मलाच जमलं.

पण मुली असल्या तरी सहलीला आम्ही जायचो. ह्या निमित्तानं काही सृष्टिसौंदर्य वगैरे पाहून व्हायचं. सहलीत जरा नीट लक्षं दिलं, तर मुलींच्यापासून आपलं संरक्षण होतं.

म्हणजे एका मुलीनं फारशी ओळख नसताना सहलीत मला विचारलं, की तुम्ही म्युझिक क्लासला जाता ते का? तर मी म्हणालो, मी तबला शिकतो. तबला. मग ही मुलगी कशाला पुन्हा बोलेल?

सुरेश आणि मी मिळून काही मुलींना मजेदार नावं देऊन सहलभर करमणूक करून घ्यायचो. एक मुलगी आम्ही निरा पिऊन आल्याबरोबर पोटात गारगार वाटत असतांना बाहेर दिसलेली, म्हणून ती *निराळी*. एकीचं शरीर आळसावलेलं, म्हणून ती *जांभई*. एक मुलगी नाजूक चालते, म्हणून *चालचलाऊ*. आणखी एक अगदीच लालबुंद, म्हणून *बुंदी*. दुसरी केसांची बट पुढे सोडते, म्हणून *छेलबटाऊ* वगैरे.

पण नुसती अशी करमणूक किती वेळ? म्हणून कंटाळून सगळ्यांची हळूच नजर चुकवून आम्ही कार्ल्याच्या लेण्यांच्या थेट वर सरळ चढून गेलो. लेण्यांच्या तिकडे काय आहे हे पाह्यला. पण वर प्रचंड कुरण होतं. तिथे कुणीच नव्हतं. उंच गवत. मग आम्ही धावत धावत गेलो. आणि निसरडं असल्यामुळे हातात हात घेऊन तोल आवरता-आवरता दोघंही लांबवर घसरत जाऊन मग गडबडा लोळत शेवटी अशा पाणथळ जागेत रुतून बसलो, की अगोदर चपलांचा पत्ता लागला नाही. एकमेकांना हाका मारूनच समजेल इतकं उंच गवत. बेडकांची असंख्य पिल्लं. कसेतरी पुन्हा कुरणाच्या माथ्यावर आलो.

परत आल्यावर सर्वांना आम्ही रोमँटिक वाटलो. कुणी फिशपाँड दिला की डोंगरे बालामृत कमी उतरलं आहे. पण परत येतांना आमच्या पायांत खूप काटे गेले.

होस्टेलवर आल्यावर रात्री इचलकरंज्या नेहमीप्रमाणे खोलीत आला. सहलीचं सगळं आमच्याकडून काढून घेतलं अन् म्हणाला, तर तुला आणखी एक फिशपाँड देतो. साल्या, तूं तर फिशपाँडुरंग.

ह्याच्याबद्दल त्यानंच आम्हाला चहा पाजला.

दोस्ती वगैरे झाली. तरी पण पोहतांना सूर कसा मारावा, हे सुरेशनं मला शिकवलं नाही. सांगवीला फक्त डुंबणं माहीत होतं. मी वरून उडी मारायचो. आणि थाडकन सरळचा सरळ पाण्यावर आपटायचो. छाती, कपाळ, मांड्या लाल होऊन आग व्हायची.

सुरेश म्हणायचा, आपण कुणाला कोणतीच गोष्ट शिकवणार नाही. असंच आठदहा दिवस चालू दे. मग तुला आपोआप जमेल.

एक दिवस स्टेशनवर रात्री इकडेतिकडे बरंच केल्यावर बंडवर गेलो. तिथे नदीचा प्रचंड आवाज ऐकून सकाळ झाली. नदीला पूर खूपच. तरी तो

म्हणाला, आपण नदीतच आंघोळ करू. त्याला शहरात राहून राहून आता अशा गोष्टींचं फारच वेड. इथे कमी पाणी असेल, तिथे कमी असेल असं पहात-पहात नदीनदीनं आम्ही खूप खाली गेलो. नदी खूप मोठ्ठी झाली, तेव्हा पाणी कमी दिसलं. मग त्यानं मला एकाएकी कपड्यांसकट आत ढकलून दिलं. आणि स्वतः मात्र कपडे काढून पोहायला लागला. पाणी गरम होतं. मी पुन्हा वर येऊन कपडे पिळून खडकावर झोपलो.

मी उठलो, तेव्हा बऱ्याच लांब सुरेश पण खुशाल झोपी गेला होता. पण दुपार झालेली होती. मला वाटलं, हा काय प्रकार आहे? आपण इथे कुठे आलो? मग मी हळूहळू त्याच्याकडे गेलो. पठ्ठ्या झोपलेला. तो सुद्धा अशा खडकावर, की जरा इकडेतिकडे गडबडला तर नदीत पडेल. मग मी एकदम त्याचे हात पकडून त्याला नदीत लोटून दिलं. पडतापडताच तो जागा होऊन ओरडला. ते मला अत्यंत विनोदी वाटलं.

पण उघड्या तोंडानिशी आणि कपड्यांसकट हा पाण्याखालून वर आला, तो भरपूर पाणी पिऊनच, आणि गटांगळ्या खात. खोकलत, पाणी ओकत आणि भलताच संतापून तो माझ्या रोखानं पाण्याबाहेर पडला. मग मी पुढे आणि तो मागे असे बंडपर्यंत. अगदी थकून गेलो, तरी पळतच होतो. मी थांबलो की तो मात्र हळूहळू पळायचा. मी जोरात पळणंही अशक्यच होतं. असे आम्ही भलतेच कोलमडत-धडपडत होस्टेलपर्यंत आलो.

पण आपण पाण्यात पडलो तेव्हा आपल्या किल्ल्या देखील हरवल्या, असं सुरेश म्हणाला. खरं म्हणजे अगोदरसुद्धा कुठे तरी हरवल्या असतील. मग तो आणि मी माझ्याच खोलीत झोपलो.

दिवसभर, रात्रभर, पुन्हा दुसऱ्या दिवशी दुपारपर्यंत. जाग दोघांना बरोबरच आली. तो म्हणाला, असंच पंधरा-पंधरा दिवस झोपता आलं पाह्यजे.

पण त्यासाठी पंधरा-पंधरा दिवस अजिबात झोपायला नको.

शेवटी जागं रहावं हे लागणारच.

हे वर्ष एकंदरीत आम्ही सगळ्यांनी असल्याच गोष्टींत घालवलं नाही. आम्ही सगळेजण अभ्यास करून पास होतच गेलो. इचलकरंजीकरनं एन्.सी.सी.त आणि खेळांत अतिशय पराक्रम केले. त्याचा फोटो पण कॉलेजच्या मॅगझीनमध्ये आला. तांबेची एक कविता देखील आली. तिच्यात

असा भाव होता, की मी हे शब्द जुळवतो, पण हे माझे नाहीत. हे मला जरा आवडलंच. पण सगळ्यांत प्रचंड म्हणजे ह्या कवितेचा शेवट— हे वाचका, तू जरी ही कविता वाचली नसतीस, तरी माझे फारसे बिघडले नसते. शार्दूलविक्रीडितातलं हे थोर होतं. तांबे हा थोरच मनुष्य. मी त्याला नाटकं लिहिण्याबद्दल उत्तेजन द्यायला लागलो.

शिवाय ह्या वर्षी मधू देशमुखानं इतक्या उलाढाली केल्या, की परीक्षा आठ दिवसांवर आली तेव्हाच तो ठिकाणावर आला. म्हणजे पुण्याची निवडणूक आली असतांना तो आठ दिवस प्रचार करत होता. शिवाय व्हायोलिनचा क्लास बंद झाला. तरी घरी प्रॅक्टिस चालू होतीच.

शिवाय त्यानं सर्वांत आधी प्रेम केलं, कारण त्याचं बोलणं-चालणं धीट होतं. हे प्रेम मोडल्यावर परीक्षेची तयारी पण त्यानं आमच्यापेक्षा चांगली केली. पण तो एक-दोन विषयांत कसाबसा ढकलला गेला. आणि त्याचे वडील म्हणाले, स्वतःच्या आवडीनं तू आर्ट्स घेतलंस, तर ही ढकलाढकली. तर तू पुन्हा सायन्स घे. पण ह्यानं इतर काय काय मिळवलं, हे वडलांना सांगण्यासारखं नव्हतं. म्हणून हा फक्त म्हणाला, नाही. मी पुढल्या वर्षी अभ्यास करून चांगले मार्क मिळवून दाखवतो.

त्याला ह्या वर्षीच टक्कल पडायला लागलं होतं त्यामुळे तो वडलांना म्हणायचा, की काही दिवसांनी तुम्ही माझ्या केसालाही धक्का लावू शकणार नाही.

पण एकूण मधू देशमुख चक्कर मनुष्यच. अगोदर प्रेम करून बसल्यानं हा पुढे प्रेम करायला लागलेल्या कुणालाही धाक दाखवायला लागला— आता प्रेम चालू दे लेका. पुढे माझ्यासारखं टक्कल पडेल तेव्हा समजेल.

पण हा माझ्याकडून उसने पैसे घेऊन प्रेम करायचा, हे वाईट होतं. घरून वडील सूड म्हणून फार कमी पैसे पाठवायचे. पण प्रेयसीबरोबर कँटीनमध्ये गप्पा करतांना भरपूर खायला लागणारच. म्हणून त्याने माझ्याकडून एकंदर उसने घेत-घेत पन्नासेकपर्यंत हिशेब आणला. पण मित्र म्हणून मी परीक्षा होऊन घरी जायला निघेपर्यंत हयगय केली. शेवटी मला घरी जायलासुद्धा पैसे उरले नाहीत. तेव्हा दोन-तीन दिवस भजी खायची पाळी आली.

मग मी त्याला भरपूर सतावलं. तो म्हणाला, असं करणार होतास तर आधी दिलेसच कशाला?

मी म्हणालो, तुझ्या प्रेमापायी हे सगळं झालं.

केवळ त्यानं मला आपल्या प्रेमाच्या सर्व इत्थंभूत भानगडी— नाजूक वगैरे सर्व — सांगितल्यामुळे मी भजी खात दिवस काढले. त्या मुलीची आणि ह्याची ओळख, सूरगाठ, संघर्ष, उकल सर्व ठरल्याप्रमाणे झालं. पण एकदा हॉटेलात जेवायचं बिल भरतांना ती त्याला म्हणाली, आज मी भरणार बिल. तुम्ही मला कधीच भरू देत नाही. त्यावर खरं म्हणजे, पांडुरंग सांगवीकर तुला माहीत आहे ना, त्याच्याकडून मी पैसे उसने आणतो आणि बिल भरतो, असं म्हणायचं आणि तिलाच पैसे भरू द्यायचे की नाही? तर मधुकर चिंतामण देशमुख उत्तरले, अगं, पुढे तुला जन्मभरच सैंपाक करून मला जेवायला घालावं लागेल.—असं कॉलेजच्या एखाद्या भंपक मुलीला काय आवडणार? तिच्या अंगावर शहारे वगैरे येऊन ती म्हणाली, मीच भरते.

तेव्हापासून मधू देशमुख आता परीक्षा पण आलीच आहे, जे होतं ते बऱ्यासाठी होतं आणि शिवाय प्रेम अमर आहे, असं मला सांगून अभ्यासाला लागला. हे मला सगळंच विनोदी वाटायचं. पण मुलींच्याबद्दल ह्या आणि अशा गोष्टी ऐकून मला त्यांच्याबद्दल प्रचंड आदर वाटायला लागला.

म्हणजे मुलींना निसर्गतः तेजस्वी अशी शक्ती प्राप्त झालेली असते. ह्या उलट पुरुष. स्त्रीबद्दल आपल्याला धास्ती वाटते. कारण एकतर कोणत्याही स्त्रीला पुरुषाकडे खाऊ की गिळू असं रोखून पाहता येतं. ह्या उलट पुरुष. तेव्हा परीक्षा चालू असतांनाच मला वर्गातल्या मुलींच्याबद्दल काही करुण विचार सुचले. ह्या साठसत्तर मुली. ह्या पुढे काय होतील? कुणी कुठे, कुणी कुठे. ह्यांची लग्नं होऊन ह्यांना चित्रविचित्र नवरे मिळतील. आता किती नाजूक दिसतात. ह्यांची बाळंतपणं होतील. यांना लहानलहान मुलं होतील. आपल्याला काहीच होणार नाही. सर्व आयांनी जर आपापल्या मुलांना लहानपणीच योग्य शिकवण दिली, तर जगात युद्धं कशाला होतील? सर्व संस्कृती आयांच्याच हातात नसते काय?

पण आयांनी मुलांवर ज्यादा प्रेम करू नये.

शेवटी मधू देशमुख म्हणाला, माझं व्हायोलिन कुणी नगद घेत असला तर पहात रहा.

घरी गेतो-गेतो म्हणून पत्र पाठवत काही दिवस घालवल्यावर मधूनं पन्नास रुपये दिले आणि मी घरी निघालो.

कॉलेजातून घरी येणं आणि सुट्टी संपल्यावर कॉलेजला येणं, हे अगोदर मला फार रोमँटिक वाटायचं. पण आमच्या मावशीनं आयुष्यात ज्या ठरलेल्या गोष्टी पार पाडल्या, त्यांतली एक म्हणजे घरी जायच्या अगोदर माझी जायची गाडी विचारून नेमकं स्टेशनवर हजर रहाणं, आणि घरी काही खाऊ वगैरे देणं. घरी काय करावं, हाही तिला प्रश्न असतोच. मला रेल्वेत बसवून प्लॅटफॉर्मवरून आठ-दहा पावलं चालत हात देणं, हे तिलाच रोमँटिक वाटायचं. त्यामुळे घरी निघतांना मला लहान मुलासारखं वाटायचं. शिवाय घरी पोचल्यावर वडील परीक्षेबद्दल, आयते पैसे खर्च करून होस्टेलमधे अभ्यास करणाराला स्कॉलरशिप वगैरे का मिळत नाही, वगैरे विचारायला गेल्याबरोबर तयारच. शिवाय निरनिराळे पदार्थ करून आई खायला घालून प्रेम व्यक्त करते. ते निराळंच.

खरं म्हणजे दरवेळी हे होतंच राह्यलं. म्हणून ह्या गोष्टीतला रस गेला. निरनिराळ्या शहरांत शिकणाऱ्या गावातल्या मित्रमंडळीतही सगळाच वेळ जायचा नाही. मग मी शेतावर जाऊन उगीचच निसर्गशोभा वगैरे पाह्यचो. मग हळूहळू वाचनाची सवय पण लावून घेतली. सटरफटर पुस्तकं न वाचता एकदम मोट्ठे ग्रंथ वाचायला सुरुवात केली. हे म्हणजे मोठ्या नेटानं. शिवाय माझा कार्यक्रम म्हणजे गेल्या वर्षी आपण काय काय मिळवलं आणि आपली उन्नती कसकशी झाली, ह्याचा हिशेब करणं, आणि वडलांशी बोलाबोली झाली, की मी जरी फार अभ्यास केला नाही तरी हे-हे मिळवलं आहे — म्हणजे बासरी चांगली वाजवायला शिकलो वगैरे. शिवाय येत्या वर्षी साधारण काय काय असं मिळवायचं, हे पण मी ठरवून ठेवायचो.

घरून निघायच्या आधी पहिल्यापहिल्यांदा मी आईच्या— आणि वडील ह्याच वेळी समोर असले तर त्यांच्या — पाया पडून निघायचो. पुढेपुढे हे चुकवायला लागलो. पण ह्या वेळी निघतांना मात्र हे आटपूनच निघालो होतो.

ह्या वर्षी काही सखोल वाचन करावं, असा निश्चय करून मी निघालो. तर गाडीत नाशकाचे एक गृहस्थ चढले. त्यांच्यामुळे माझ्या निश्चयाला दुजोरा मिळाला.

हे गृहस्थ मला थोर वाटले. हे कोणतीही गोष्ट ठामपणे मांडायचे. तेव्हा मला वाटलं, की हे मास्तर असावेत. पण आम्ही खाजगी चौकशा प्रवासभर केल्या नाहीत. आम्ही अनेक गोष्टींचा ऊहापोह केला.

त्यांनी एका बाबतीत मात्र मला त्रास दिला. कोणतीही गोष्ट ठामपणे मांडल्यावर त्याची कारणं विचारली तर ते म्हणायचे, कारण ते तसंच आहे.

ते म्हणाले, इकडेही एक विद्यापीठ निघणं आवश्यक आहे. कारण? तशी आवश्यकता आहे.

ते म्हणाले, आणि विद्यापीठ नाशकासच निघावे.

मी म्हणालो, तुम्ही नाशकाचे म्हणूनच ना?

तर ते म्हणाले, नाही. खरं कारण असं, की नाशिक सर्व दृष्टींनी सोयीचं व मध्यवर्ती आहे.

मी म्हणालो, मग तसंच मनमाडही आहे.

ते म्हणाले, मनमाडही आहे. पण नाशिकच सर्व दृष्टींनी योग्य आहे.

नंतर सुट्टीत न. चिं. केळकरांचं *टिळकचरित्र* वाचून संपवल्यामुळे मी टिळकांचा विषय काढला. तर त्यांनी पण *टिळकचरित्र* वाचलेलंच होतं. म्हणून मला जास्त बोलता येईना.

ते म्हणाले, आगरकरच श्रेष्ठ.

मी आगरकरांचं ह्या वर्षी वाचायचा निश्चय केला; पण तरी मी वाद घालत राह्यलोच.

ते म्हणाले, समाज व्यक्तींनीच बनलेला असतो. कारण व्यक्तीव्यक्तींनीच समाज बनतो. साधं उदाहरण घ्या — महाराष्ट्रात आगरकरांसारखा थोर पुरुष कुठे झाला आहे? साधं उदाहरण घ्या — टिळकांनी इतकी वर्षं कैदेत राहून काय लिहिलं? तर *गीतारहस्य*. हे पुस्तक वाचू-वाचू म्हणता-म्हणता मला एक वर्षं लागलं. हे म्हातारपणात माझ्यासारख्यांनी वाचायचं, हे मात्र खरं नाही. पण इतकी वर्षं घालवून टिळकांनी लिहिलं *गीतारहस्य*, तर आगरकरांनी शेक्सपिअरचं भाषांतर केलं. तुम्ही *गीतारहस्य* वाचलं नसेलच, पण *विकारविलसित* वाचलं असेलच, म्हणूनच मी ही तुलना केली.

आपण दोन्हीही वाचलेली नाहीत. हे मला फार लागलं. मी निश्चय केला, की गेल्यावर वाचनाला सुरुवात ह्या दोन्ही पुस्तकांनीच करायची.

राकाळी गधेच कुठेतरी उतरतांना हे गृहस्थ म्हणाले, तुम्ही बाकी मला चांगलाच त्रास दिला. मधे एक बर्थ रिकामा झाला होता. तेव्हा मला वाटत

होतं, तो पटकवावा आणि सकाळपर्यंत झोपावं. पण तुम्ही ऐकायला उत्सुक होता — म्हटलं —

पुण्याला आल्यावर वाचनाला सुरुवात केली. पण असे अडथळे आले की ह्या वर्षी वाचन तर सोडाच, पण अभ्यासही नीट झाला नाही. तरी व्यक्तिमत्त्व बरंच कमावलं.

मधुमिलिंद इचलकरंजीकरसाहेब ह्यांनी ह्या वर्षी माझ्या शेजारचीच खोली मिळवली. मग एक सोडून सगळे नाद आम्हाला लागणारच.

त्याच्या नादाला लागून मी अधूनमधून सिनेमाला जायला लागलो. तो तर प्रत्येक हिंदी सिनेमाला जायचाच. तो म्हणायचा, की ज्याप्रमाणे शेक्सपिअरचा काळ म्हणजे नाटकांचा काळ, लहानमोठ्या सर्वांच्यावर नाटकाची पकड होती, तसा आता हिंदी सिनेमाचा काळ. त्या काळात जसे किड आणि मार्लो आणि शेक्सपिअर आणि जॉन्सन आणि ब्यूमाफ्लेचर आणि बर्बेज वगैरे कोणकोण— परवा सर सांगत बसले नव्हते का — तसे आता नौशाद आणि बर्मन आणि मधुबाला आणि वहिदा रेहमान आणि बिमल रॉय आणि लता मंगेशकर आणि किशोर कुमार वगैरे वगैरे.

हे एका दृष्टीनं बरोबर होतं. कारण आमच्या गावात पण थिएटर नसून देखील सिनेमाचं वेड फार आहे. आणि वडील पण सिलोन बऱ्याचदा लावतातच. आता आमचे डोळेच बिघडलेले, तर आम्ही डॉक्टरांच्या सांगण्यावरून फार सिनेमे पाहू नयेत. तरी हे सिनेमाचंच युग आहे हे पटवून घेऊन बऱ्याचदा इचलकरंजीकरबरोबर सिनेमाला जायला लागलो.

तसा इचलकरंजीकर हा जितका सभ्य, तितकाच गुंड गृहस्थ. पण त्याला मी मित्र वाटायचो. म्हणून मी पण त्याला सोडलं नाही. खेळण्यापासून तर डिटेक्टिव्ह कादंबऱ्या वाचण्यापर्यंत त्यानं हजार गोष्टी केल्या. शिवाय सकाळी पाच वाजता उठून हा सहा वाजताच्या शिकवणीला गावात जाऊन आठ वाजेपर्यंत पुन्हा होस्टेलवर यायचा, मग जेवणापर्यंत टेनिस खेळून जेवून कॉलेजवर, संध्याकाळी एन्.सी.सी. किंवा सिनेमा आणि रात्री त्याला झोप येईपर्यंत माझ्याकडे गप्पा मारून, मी त्याला हाकून लावायच्या आत निघून जाऊन, दहा-अकरापर्यंत हा झोपलेला. शिवाय

रविवारी तर नातेवाइकांच्याकडे जायचं सोडलं, तर दिवसभर मला तो सतावून सोडायचा.

उगीच करमणूक म्हणून हा मुद्दाम विरुद्ध मत मांडून वादविवाद करायचा. शिवाजीपेक्षा औरंगजेब श्रेष्ठ. कारण औरंगजेब झाला नसता, तर शिवाजीला किंमतच काय आली असती? किंवा, डॉ. आंबेडकरांनी धर्मांतराची लाट सुरू केली हे वाईट केलं असं मी म्हटलं, तर हा म्हणायला तयार— की आंबेडकरांना राजकारणात चांगलाच गोंधळ घालता आला असता आणि वरच्या वर्गाविरुद्ध खालचा वर्ग असा तंटा उभारून कम्युनिझम पसरून देता आला असता तर तुम्ही काय केलं असतं?— असं तासन्तास चालल्यावर कुणाला कंटाळा येणार नाही?

पण एकंदर तो गुंडच. रस्त्यानं कुणी प्रेमी प्राणी हातात हात घालून लाडिवाळपणे चालत असले, तर इचलकरंज्या मला घाईघाईनं ओढत त्यांच्यापुढे न्यायचा. आणि मग माझा हात आपल्या हातात घेऊन तसंच लाडिवाळपणे चालत मागे त्यांच्याकडे पाह्यचा. मग त्यांनी हात सोडले, की आपणही सोडून द्यायचा. मी इतका उंच आणि तो इतका ठेंगणा, त्यामुळे हा प्रकार भलताच कसातरी.

हॉटेलात आम्ही मोठ्ठमोठ्ठ्यानं भंकस चर्चा करत बसलो, आणि ऐकायला म्हणून किंवा दुसरीकडे जागा नाही म्हणून कुणी आमच्या टेबलाशी बसलं, तर त्याला आधी उठवून मग पुन्हा इचलकरंज्याची भंकस चर्चा सुरू. त्यासाठी त्याच्याजवळ नाना युक्त्या होत्या. इथून उठा, तुमचा वास येतोय— असं माझ्याकडे बघत त्याला सांगून, किंवा त्या इसमानं काही खायला मागितलं की मला — पांडोबा, सकाळी काही केलं तरी हगायला होईना. मग मी काय केलं ठाऊक आहे— असं सांगायला सुरुवात करून हरप्रकारे तो त्याला उठवून लावायचा. खाणारे इसम स्वतः प्लेट उचलून दुसऱ्या टेबलावर जायचे.

एकंदरीत शहरी रीतिरिवाजांत कुठेकुठे भोकं आहेत हे सगळंच त्याला माहीत. त्यामुळेच मला वाटलं की इचलकरंजीकर आपल्याला जे करून दाखवतो, ते शिकलं की बाकीच्या कित्येक गोष्टी शिकायचा आटापिटा पडणार नाही. आपण ह्याचं सगळं ऐकू.

लहानपणी आमच्या गल्लीत एकदा एक भयानक प्रकार घडला होता. तेव्हापासून पोरींशी फार संबंध ठेवू नये, हे मी शिकलो. रामा नावाच्या

मुलानं एकदा भलत्याच पोरसवदा मुलीला तुला गंमत दाखवतो, म्हणून गोठ्याच्या आत नेलं. तिथे एकाएकी ही मुलगी आरडाओरडा करायला लागली. खूप बायकांमुळं जमली. तिच्या आईनं रामाला वहाणांनी मारलं. तो आठपंधरा दिवस घरात लपून बसला.

खेड्यात एक बरं की काहीही केलं, की ते पहाणारे असतातच. शहरात पहाणारे आपल्याला ओळखत नाहीत.

हे एकंदरीनं इचलकरंजीकरसारख्यांना फायदेशीर ठरतं.

खरं तर मुलींची मनं कुणाच्याही कल्पनेतून सहज निसटतात. पण इचलकरंजीकर म्हणाला, की मुलींना भक्कम आवाज आवडतो. पण अनेक मुलींशी या–ना–त्या कारणानं संबंध येऊन देखील मला अशी काही खूण सांगता आली नाही. इचलकरंजीकरचे ह्या बाबतीतले अनुभव प्रचंड आहेत. ह्या भानगडी तो फक्त मलाच सांगायचा.

मी त्याला म्हणायचो, दरमहा दर मुलीमागे किती खर्च येत असेल साधारण?

तर उलट काही मुली आपलाच खर्च चालवतात.

म्हणजे फुकटात? सगळं काही फुकट होतं?

तू गाढव आहेस रे पांड्या. लेका, असं बघ की तर काही पोरींना पोरं ही हवी असणारच.

हा एक मुद्दा बरा होता.

शिवाय कोणती मुलगी चालू आहे, हे तो नुस्तं पाहून ओळखायचा. तो म्हणायचा ते सगळंच बहुदा खोटं असेल. कारण अशा भानगडी खऱ्या कोण सांगेल?

एकदा हा एका मुलीच्या मागे लागला, तेव्हा ती पहिल्यांदा म्हणाली, चावट.

मग हा म्हणाला, ही तर भलतीच कोरी मुलगी.

पुढे ह्यानं त्या मुलीला भर रस्त्यात गाठून म्हटलं, मला तुम्ही चावट म्हणालात ते का?

ती म्हणाली, मी उद्या प्रिन्सिपालांना कंप्लेंट करते. मवाली कुठचे.

मी विचारलं, इचलकरंज्या, पण समज, तिनं खरंच कंप्लेंट केली असती तर?

तो म्हणाला, मग काय? फार तर फाशी दिलं असतं प्रिन्सिपालांनी. दुसरं काय?

नंतर ह्या मुलीला रस्त्यात धक्का दिला. तेव्हा तिनं थांबून ह्याला रानटी वगैरे म्हटलं.

हा म्हणाला, आम्ही तुमच्यासाठी इतकं करतो वगैरे.

मग त्यांचं जुळलं.

मी म्हणालो, पण समजा की ती तुझ्याशी बोललीच नसती तर? समजा की ती मुकाट्यानं निघून गेली असती तर?

तर दुसऱ्या असतात रे. भलतंसलतं विचारू नकोस. तू गाढवासारखा टेकड्यांवर फिरायला जातोस. त्यापेक्षा इकडे रस्त्यावर फिरत जा. म्हणजे तुला सगळं कळेल.

एकदा तर त्यानं माझ्याकडून एक चाकू नेला. हा चाकू मी पहिल्यांदा पुण्यात आलो तेव्हा प्रवासात असू द्यावा म्हणून आणलेला. मी विचारलं, चाकू कशाला?

तो म्हणाला, आंबे कापायला.

पण खरं तर हा चाकू एका मुलीला दाखवून त्यानं तिला बळजबरीनं सिनेमाला नेलं.

तो म्हणाला, तर पुण्यात च्यायला अगोदरच खूप धडपड करायला लागते. मुंबईला तर एका दिवसात काम होतं.

मात्र इचलकरंज्याची गोष्ट आम्हाला एकदा व्यवस्थित कळली. ह्याच्या प्रतापानं एका मुलीला दिवस गेले, हे खरंच होतं. तेव्हा त्यानं माझ्यावर अशी कामगिरी सोपवली, की आम्ही काश्मीरच्या सहलीवर जाणार आहोत हे त्याच्या वडलांना मी सांगायचं.

ते काही कामासाठी पुण्यात आले, तेव्हा मी हे सांगितलं.

त्याचे वडील म्हणाले, विद्यार्थीदशेतच काश्मीर वगैरे पाहून होतं. तुम्ही जाच.

मग त्यांनी चारशे रुपये दिले.

ही मुलगी मात्र अलीकडे त्याच्या खोलीवर रोज यायची. इचलकरंजीकर म्हणायचा, तर साली कटकट पाठीशी लागते ती अशी.

मग कुठून तरी ह्या मुलीचं ऑपरेशन झाल्यावर तो तिला म्हणाला, तुम्ही आम्हाला खूप भेटलात.

मी विचारलं, खोलीभर एफेलचा सुळसुळाट असतांना देखील असं का झालं?

तर हा म्हणाला, ते तुला कळायचं नाही.

नंतर ह्याच मुलीचं लग्न झालं, तेव्हा तिनं इचलकरंजीकरला पण बोलावलंच.

मी म्हणालो, लग्नात तू पण तिथे. तेव्हा तिला काय वाटलं असेल?

तर तो म्हणाला, भडव्या, तिला काय वाटणार? मलाच काय लाज आली ते विचार.

म्हटलं, सालं मुलींचं बरं दिसतंय. आपणही पहावं.

पण एकदा मी वर्गात एकटा काही ट्युटोरियल लिहीत असतांना एका मुलीनं बाहेरून दरवाजा बंद करून टाकला. हे मी समक्ष पाह्यलं.

नंतर ही मुलगी काचेतून दिसेल अशी मुद्दाम पाठमोरी उभी राह्यली.

आता ह्या भंपक मुलीला कोण दरवाजा उघडा म्हणेल. सालं इचल्याचं ठीक आहे. शिवाय ट्युटोरियल तर लिहून झालं. मग काय करणार? शिवाय हा वर्ग वरच्या मजल्यावर.

मग लगट करून हिलाच उघडा वगैरे म्हणण्यापेक्षा ह्या खिडकीतून दुसऱ्या वर्गाच्या खिडकीतून उतरावं, म्हणून मी जपून पावलं टाकत मधूनच खाली ओरडणाऱ्या दोघातिघा मुलांच्याकडे पहात पुढच्या वर्गाच्या खिडकीकडे सरकत सरकत आलो.

ह्या वर्गातून बाहेर पडता येईल. पण त्या खिडकीत उभा राहताच आत वर्ग चालू होता.

प्रोफेसरांचं लक्ष नव्हतं म्हणून बरं. मग मी तिथल्या एका बाकावर केमिस्ट्रीचं व्याख्यान ऐकत बसलो.

पण त्या मुलीला शरण गेलो नाही. ट्युटोरियल पी.जीं.ना देऊन खोलीवर आलो. तर सुरेश-बिरेश कुणीच नव्हतं. बोलायचं कुणाशी? तर लिहून काढलं—

मुलींच्यामुळे उच्च शिक्षणाचा प्रसार थोडासा वाढला आहे. आणि एकूण हे युनिव्हर्सिटीच्या भरभराटाला योग्यच आहे. एकूण कॉलेजात प्रेम जुळवायला पोषक असंच वातावरण असतं. म्हणजे कॉलेजात बागबगीचा, फुलझाडं इत्यादी उन्मादक वस्तूंनी पार्श्वभूमी केलेली असते. शिवाय गावापासून दूर. शिवाय पहिल्या आणि दुसऱ्या वर्षाला नेमलेली पुस्तकं

पण शाकुंतल, शेली, कीटस् वगैरे. पण वैताग हा की प्रेम कसं करावं हे प्रत्येक मुलानं आणि मुलीनं आधीच ठरवून टाकलेलं असतं. सिनेमात-कादंबरीत जसं प्रेम असतं, तसंच हेही प्रत्यक्षात होतं. हे भयानक आहे. प्रेमात नावीन्य नाही.

आता हे लिहून काढलं ते ठीकच आहे. पण इचल्या आल्यावर आपला प्रताप त्याला सांगायला पाह्यजे.

पण इचलकरंजीकरला आणखी एका गोष्टीचा उत्साह होता — कुणालाही चळवळ करायला लावावं, ॲक्टिव्ह करावं. त्यानं सुरेशला एन्.सी.सी.त बळजबरीनं दाखल करून घेतलं. म्हणाला, पुढे लष्करी गरज फार वाढेल. पण युद्ध होणं अशक्य आहे. तेव्हा तुला शिक्षण-नोकरी-बायको ह्या भानगडींची काळजी कमी करायची असली, तर पुढे आर्मीत जा. मग दोनेक दिवस माझ्याच खोलीत सुरेश आणि इचलकरंजीकराचा वाद होऊन सुरेश एन्.सी.सी.त गेला. मलाही उद्देशून हा वादविवाद होता. पण मी म्हणालो, माझे आई-वडील आता म्हातारे झाले आहेत आणि मी एकुलता आहे.

पण त्यानं मला भलत्याच भानगडीत पडायला प्रोत्साहन दिलं.

ह्या वर्षी सुरुवातीपासूनच त्यानं उलाढाली करायला सुरुवात केली. मुलींच्या तर त्यानं शेकडो भानगडी केल्या असतील. त्याच्या खिशातून माझ्याकडून नेलेला चाकू, एका मवाल्याने दिलेले अश्लील फोटो, नाना तऱ्हेच्या चिठ्ठ्या, नोटिसा, पैसे, बिलं, कार्यक्रम अशा हजार भानगडी बाहेर पडायच्या. रात्री झोपायच्या अगोदर तो ह्या गोष्टी नीट लावून ठेवायचा. म्हणजे मुलींच्या चिठ्ठ्या फाडून जाळणं, सगळी नाणी एकत्र जुळवणं, नोटा पाकिटात भरणं, बिलं फेकून देणं वगैरे. तो असं करत असतांना फार गंभीर होऊन एकाग्र व्हायचा. ह्या वेळी कुणी खोलीत असलेलं त्याला चालायचं नाही. मला तो अर्थात हे पाहू द्यायचा. पण बोलणं ह्या वेळी बंद.

एकदा कुणातरी मुलीची चिठ्ठी फाडून टाकल्यावर त्याला आगपेटी सापडेना. मी म्हणालो, माझ्या खोलीतली आण. तो गेला. तेवढ्यात मी फाटलेली चिटकुरं घाईघाईत वाचली—*सायकल—नाना—हरवून टाकलं म्हणून काय—पंचा—हातोडी*—तेवढ्यात इचलकरंजीकर आला. आणि त्यानं माझी मानगूट धरून मला बाहेर ढकललं. त्यानंतर त्यानं मला ह्या वेळी खोलीत कधीच घेतलं नाही.

मी असं सहसा करत नाही. पण मुली साधारण काय लिहीत असाव्या, ह्याचं मला एकाएकी जबरदस्त आकर्षण वाटायला लागलं. म्हणून चोरून चिटकुरं वाचली. मुली काहीतरी तलम, सुंदर, निळं, लाडक्या असं लिहीत असाव्यात, अशी माझी कल्पना खरी करून पहावी म्हणून पाह्यलं.

इचलकरंजीकरनं एक मोठ्ठा कार्यक्रम आखला. त्याला स्वतःला होस्टेलचा जनरल सेक्रेटरी व्हायचं होतं. म्हणून त्याच्या बाजूचे कमीत कमी पाचसहाजण निवडणुकीत निवडून यायला पाह्यजे होते. पण फक्त ह्यासाठीच तो मला उभं रहा म्हणाला, असं नाही. कारण कॉलेजचा डिबेट सेक्रेटरी तू हो, असं त्याला फायदा नसतांना त्यानं म्हटलंच. त्यासाठीही त्यानं बरीच खटपट केली.

आमच्या मेसचा सेक्रेटरी म्हणून मला विरोध करणाऱ्याला त्यानं दम देऊन आणि नंतर चहा देऊन माघार घ्यायला लावली. मग मी विनाविरोध मेसचा सेक्रेटरी झालो. तो पण दुसऱ्या एका मेसचा सेक्रेटरी झाला. आम्ही बहुमतानं त्याला होस्टेलचा जनरल सेक्रेटरी केलं.

कॉलेजच्या निवडणुकीत मात्र तो पडला असता. म्हणून त्यानं होस्टेलपुरत्याच भानगडी केल्या.

स्वतः जनरल सेक्रेटरी आमचा मित्र. म्हणून मी मागेन ते खातं त्यानं मला दिलं. करमणुकीचे कार्यक्रम ऊर्फ व्हरायटी. होस्टेलच्या गॅदरिंगचा सेक्रेटरी इत्यादी मी.

तो म्हणाला, पहा पांड्या, सांभाळून जे जमेल ते घे.

पण आपण चमकू म्हणून माझ्यात उत्साह आलेला. मी सगळं ओझं अंगावर घेतलं. सुरेश हुशार, तो ह्यात पडलाच नाही. हिशेब कोण तपासत बसणार? मधू म्हणाला, मी उभा राह्यलो तर पडणारच.

कॉलेजच्या वक्तृत्वाच्या जागेसाठी मी आपण होऊन उभा राह्यलो. कारण मला सभेत बोलणं शिकायचं होतं. नुसतं बोलायला जाणं तर गेल्या वर्षभर मला जमलं नाही.

एकदा तर मी तयारी करून गेलो. आणि बोलणार म्हणून नाव देखील दिलं होतं. पण ऐनवेळी माझ्या नावाचा पुकारा झाला आणि मी उठलो नाही.

मग अध्यक्ष म्हणाले, नाव देऊन हा गृहस्थ पळून गेला काय?

तर मीच म्हणालो, हो.

यंदा आपण वक्तृत्वाचे सेक्रेटरीच. तेव्हा काही अधिकार येऊन आपण आत्मविश्वासानं सभेत बोलायला शिकू, असा मी विचार केला. ही निवडणूक मीच जिंकलो. कारण कॉलेजात आमच्या जिल्ह्यातले लोक अनेक. शिवाय इचलकरंजीकराकडून मुलींची बरीच मतं पडली. शिवाय होस्टेलच्या चारशे मुलांची जवळजवळ सगळीच मतं पडली. शिवाय गेल्या वर्षी गॅदरिंगला मी बासरीवर भूप राग वाजवला, तेव्हा मुलांनी गर्दी केली होती. तरी मी लगेच *बातबातमे रूठोना* नावचं गाणंही वाजवलं, त्याला वन्स मोर मिळाला होता. एकूण परिणाम हाच झाला की मला विरोध करणारे दोघं होते, त्यापैकी एकाला वीस, दुसऱ्याला दोनशे आणि मला सातशे मतं पडली.

मी निवडून आल्यावर काही मुलींनी मला चहा वगैरे मागितला. तेव्हा मी इचलकरंजीकरजवळ पाच रुपये देऊन त्या सर्व मुलींना कँटीनमधे न्यायला सांगितलं.

तो म्हणाला, तू सुद्धा येच. मग मीही गेलो.

एकूण गेल्या वर्षी काही लोक मला बावळट म्हणत होते. ही व्ही. पी. कुठल्या गावाहून आली म्हणायचे. माझा अपमान करायचे. त्यांना मी माझी चमक दाखवून दिली. कुणी असा अपमान केला, की मी मद्रासमधे जाऊन खात-खात विचार करायचो. आपल्याला सभेत बोलता का येत नाही? आपण वक्तृत्वाला किंमत देत नाही म्हणूनच. किंवा एखाद्या वेळी वाटायचं, साले काय एकएक कॉलेजात चमकतात. आपल्याला हे चमकण्याचं शिक्षणच लहानपणापासून नाही. नाटकात काम केलं फक्त एकदाच. शाळा तर दरिद्रीच होती. आपण खेडवळ घराचे वारसदार. तेव्हा यंदा म्हटलं, काही तरी करावंच.

शिवाय गेल्या वर्षी मला एखाद्या वेळी प्रचंड न्यूनगंड व्हायचा. म्हणजे पुण्यातल्या कोणत्याही मित्राचं पहावं, तर त्याचा एकतरी थोर नातेवाईक असतोच. कुणाचा मामा ससून हॉस्पिटलात. तर कुणाची बहीण अमुक बँकेच्या मॅनेजरची बायको. आमच्या वर्गातल्या किती तरी मुलींच्या आया किंवा बाप कवी, थोर लेखक किंवा कवयित्र्या, प्रोफेसर वगैरे होते. किंबहुना ज्यांची नावं पुस्तकांत किंवा चोहोबाजूंनी ऐकू येतात, असे थोर लोक पुण्यात पुष्कळ. त्यामुळे त्यांची मुलं, भाऊ, भाचे, पुतणे वगैरे देखील भरपूर असणारच. आणि हे सर्व आपण पुण्यात राहतो म्हणून भेटणारच. तेव्हा आपला कुणीच थोर नातेनाईक नाही हे शल्य मला बोचलं. कधीकधी मी सांगायला लागलो, की बाळशास्त्री जांभेकर हे आमच्या घराण्यातलेच.

पण झालं. मी ह्या वर्षी बासरी आणखीन शिकू म्हटलं होतं, तर जे पाचदहा राग गेल्या वर्षी शिकलो होतो ते पण विसरून गेलो. हा फारच तोटा झाला. वाचन करू म्हटलं होतं, तर *गीतारहस्य* फक्त एकदा लायब्रीत पाहून आलो होतो. शिवाय तांबे, देशपांडे, मधू देशमुख हे माझे चांगले-चांगले मित्र दुरावले. ते मलाच भंपक समजायला लागले. मात्र सुरेश म्हणायचा, की कॉलेजात नुस्तं जेवून अभ्यास करणाऱ्या किड्यांच्यापेक्षा हेही एकदा करून पहावचं. मात्र ह्या गडबडीत आपलं भटकायला जायचं विसरत जाऊ नकोस. आणि आपल्याला पास देत जा कार्यक्रमाचे.

मधू देशमुख यंदा अजिबात आदर्श होऊन अभ्यास करायला लागला. वडील जितके पैसे पाठवतील तितक्यातच भागवून दाखवायचं त्यानं ठरवलं. तो हातानं कपडे धुवायला लागला. म्हणाला, च्यायला इस्त्रीचे कपडे आपण पण घातले आहेत. घातले की त्या दिवशी अवघडल्यासारखं होतं. पण हुरूप येतो. तरी ते मळल्यावर मन खिन्न राहतं. म्हणून रोज धुतलेले कपडे बरे — नेहमी नॉर्मल मन.

पण मधू मला अनेक गोष्टींत मदत करायचा. म्हणजे कॉलेजवर लावायच्या नोटिसा सुंदर अक्षरात लिहणं, दर महिन्याअखेरला मेसचे हिशेब तपासून बिलं तयार करून सर्व जेवणाऱ्यांना ती वाटून येणं, मेसच्या पैशांचे हिशेब सांभाळणं वगैरे. ह्याबद्दल मी त्याला नेहमी — केव्हाही — कँटीनमध्ये खाऊपिऊ घालायचो. शिवाय मेसचं बिल प्रत्येकी पस्तीस रुपये तीन आणे आठ पै असं आलं, की मी त्याला म्हणायचो, च्यायला, ही काय कटकट. पस्तीस रुपये चार आणे करून टाक. चारचार पै तू काम केल्याबद्दल घेच. मग तो पस्तीस रुपये चार आणे बिल काढायचा.

शिवाय तो निराळ्या अक्षरात माझी ट्युटोरियलं लिहून परभारे वर्गात नेऊन टाकायचा. आणि नंतर मला सांगायचा. एकदा तर त्यानं माझं ट्युटोरियल लिहून दिलं. आणि आपण देखील जरा अभ्यास पाह्यला पाह्यजे, म्हणून मीही तेच लिहून सरांकडे दिलं. तेव्हा सरांनी पांडुरंग सांगवीकर कोण आहे, म्हणून महिनाभर चौकशी केली. पण मी वर्गात नव्हतोच. तर माझी काय फजिती होणार?

त्या वेळी आमचं गॅदरिंग चालू होतं. अभ्यास जानेवारीनंतरच सुरू करू, असं ठरवून टाकल्यानं वर्गात फारसं लक्ष पण नसायचं. आणि कधी गेलोच तर आदल्या आठवडाभर फिरकलोच नसल्यानं, काय चाललं आहे याची साखळी जुळायची नाही. शिवाय जे महिन्याभरात घरात वाचून येईल, ते

वर्षभर ऐकून घ्या कशाला? तसं पाह्यलं तर आम्ही अभ्यासासाठी पुण्यात वर्षभर राहतोच ते का? हा मुद्दा ज्यास्ती मूलभूत. पण प्रेझेंटीसाठी बसणं जरूर होतं. तरी कंटाळा प्रचंड यायचाच.

म्हणून मी एक युक्ती शोधून काढली. ती चव्हाण, भारंबे, भंडारदरे, देशपांडे ह्या मागे बसणाऱ्या आम्हा सर्वांनाच आवडली. एखाद्या प्रसिद्ध कवितेच्या ओळी एका कागदावर लिहून तो सगळीकडे फिरवायचा. त्यांचं विडंबन जो सगळ्यांत चांगलं करेल, त्याला मी चहा द्यायचो.

त्यामुळे बरेच लोकल विद्यार्थी मागे बसून आटोकाट प्रयत्न करून विडंबन करायचे. तांबे, मधू वगैरे पुढे बसायचे. पण आश्चर्य म्हणजे ते वगळून देखील नुसते मागे बसणारेच घेतले, तरी बहुतेकजण विडंबनात वाकबगार दिसले. उदाहरणार्थ *एक तुतारी द्या मज आणुनि* ह्या कवितेचं विडंबन देशपांड्यानं एक *मुतारी देईन आणुन फुंकशील जी* — वगैरे असं केल्यावर चहा त्यालाच मिळणार. *पिपांत मेले ओल्या उंदिर* ह्या ओळींचं विडंबन खरं तर मीच चांगलं केलं होतं. पण स्वतःला चहा कसा देणार? म्हणून मी चहा दिला भंडारदऱ्यालाच. त्यानं लिहिलं होतं, *उंदीर ओल्या पिंपात मेले* हे मला बेहद्द आवडलं. असं बरंच.

पण एकदा ही गडबड जास्त झाली. सरांनी आम्हाला बाहेर जायला सांगितलं. तेव्हा मी मागच्यामागे खिडकीतून बाहेर उडी टाकून गेलो. नंतर मला कळलं, की सर मला हाका मारून — तो जाण्याचा मार्ग नव्हे, इकडून दारावाटे जा — म्हणून सांगत होते. उडी उंच होती. मला नंतर वाईट वाटलं.

खरं तर प्रोफेसरांच्या विद्वत्तेबद्दलच्या माझ्या पूर्वी ज्या कल्पना असायच्या, त्या एकदोघांच्यापुरत्याच खऱ्या ठरल्या.

एक विद्वान प्रोफेसर संस्कृतचे श्लोक आधी चालीवर वाचून दाखवायचे आणि म्हणायचे, हा श्लोक सुंदर आहे, पुढचा सोपा आहे. आणि एकदम पुढे जायचे. हे चांगले होते. खरा विद्वान कशाला श्लोक फोडून सांगेल.

दुसरे एक विद्वान प्रोफेसर मराठीचे होते. ते अतिशय अशक्त. त्यांना शिकवण्यात काहीच उत्साह नव्हता. ते म्हणायचे. तुम्ही इंटरला आला रे. आता ह्या कवितेत काय शिकवण्यासारखं आहे रे. वगैरे. शिकवणारा मनुष्य जेव्हा शिकवण्याबद्दलच बोलायला लागतो, तेव्हा तो नक्कीच थोर असतो.

नाही तर सगळ्यांत दुष्ट म्हणजे तर्कशास्त्र शिकवणारे सद्गृहस्थ. हे इतक्या मोठमोठ्ठ्यानं शिकवायचे की झोपणं देखील अशक्य.

दुसरे एक प्रोफेसर पूर्वी मास्तर होते. ते बाहेरून परीक्षा देत-देत पुढे येत गेले. आणि हळूहळू चढत-चढत ह्या बहुमानापर्यंत येऊन थांबले. कारण त्यांचं वय होत आलं. नाही तर हे नक्कीच चढत-चढत यूनोचे अध्यक्ष झाले असते. हे इतके पद्धतशीर की आपण सांगतो ते मुलं लिहून घेत आहेत की नाहीत, हे पाहायला जातीनं विद्यार्थ्यांच्या मधून वर्गभर हिंडायचे. कुणाचा पेन नाही, ह्या सबबीवर आपलं स्वतःचं पेन द्यायचे. एकानं एकदा त्यांचं पेन परत दिलंच नाही. तेव्हा त्यांनी घिरट्या घालून दुसऱ्याच विद्यार्थ्याचं तसंच पेन हस्तगत केलं.

पण कुणी प्रोफेसर कसा का असेना, वर्गात जोपर्यंत जोगासारखा एक तरी विद्यार्थी आहे, तोपर्यंत कुणीही दंगा करू नये. म्हणून मी कान पिळून ठेवला.

दुर्दैवानं मला असं आढळून आलं की आपण जे होस्टेलच्या विविध करमणुकीच्या कार्यक्रमांचं ऊर्फ व्हरायटीचं मनात घेतलं आहे, त्यात दर आठवड्याला काही-ना-काही बौद्धिक कार्यक्रम करावाच लागतो. आमचे वॉर्डन मला म्हणाले, की व्हरायटी म्हणजे काही नाचगाणं नव्हे. वर्षातून क्वचित ते तुम्ही करा. पण नेहमी व्याख्यानं झाली पाह्यजेत.

व्हरायटीच्या गडबडीत मी वक्तृत्वमंडळाकडे दुर्लक्ष केलं. कारण निदान पहिल्या उद्‌घाटनाच्या सभेत तरी आपल्याला चार वाक्यं नीट बोलता आली पाह्यजेत. तेव्हा प्रिन्सिपाल पण हजर राहतात. त्यांना वाटलं असतं, हा प्राणी वक्तृत्वाचा सेक्रेटरी आणि धड आभार मानता येत नाहीत. तर आभार वगैरे मानण्याच्या भानगडी आपण व्हरायटीच्या प्रकारातच शिकून घेऊ. मग सावकाश वक्तृत्वाचं उद्‌घाटन. कुणी तरी थोर पुरुष आणू आणि अस्खलित बोलू. म्हणजे उशिरा सुरू केलं म्हणून कुणी बोलणार नाही. मात्र बोलणं आधी यायला पाह्यजे. नाही तर आपण ज्यांना निवडणुकीत पाडलं, ते आपल्याला हसून खातील.

म्हणून मी व्हरायटीकडे ज्यास्त नेटानं लक्ष दिलं. तरी मेसचं मधू सांभाळायचा म्हणून बरं. नाही तर सगळ्या भानगडींचा राजीनामाच द्यावा लागला असता.

करमणुकीच्या कार्यक्रमांचं म्हणजे व्याख्यानांचं काम खरं म्हणजे मी आणि मुलींच्यातर्फे साठे नावाच्या एक मुलीनं करायचं. पण ही मुलगी फक्त कार्यक्रमालाच तेवढी हजर राह्यची आणि आभार मानायची. बऱ्याचदा ही

कार्यक्रमाला पण येईना. तेव्हा मी मधूला किंवा इचलकरंजीकरला आभार मानायला सांगायला लागलो.

हळूहळू मी शिकत होतो. एक तर मला पुणेरी भाषेचे खटके जमायला लागले होते. तरी एखाद्या वेळी गावाकडचे खटके चुकून यायचेच आणि मला वाईट वाटायचं. पण मग मी निर्धार केला, की आभार आपणच मानू. होईल ते होऊन जाऊ द्या. जरा खटके चुकले तरी काय होईल? सभेत गावाकडची काय किंवा पुणेरी काय — मराठी भाषाच जिथे आपल्याला ऐन वेळी सुचत नाही, तिथे गावाकडची सुचेलच कशाला? म्हणून हिय्या करून मी निदान चार वाक्यं फटाफट म्हणून हारतुरे-गुच्छ द्यायला लागलोच. ही वाक्यं मी पाठ करूनच जायचो. त्यामुळे हा वक्तृत्वमंडळाचा सेक्रेटरी उगीचच झाला नाही, असं जमलेल्या सर्वांना वाटलं.

त्यांनी खरी स्तुती केल्यावर मला वाटलं, आता वक्तृत्वमंडळाचं उद्घाटन करायला हरकत नाही.

मग मी पुण्यातल्या एका थोर समाजशास्त्रज्ञ बाईंना उद्घाटन करायला म्हणून ठरवून आलो. त्या आमच्या वर्गातल्या देशपांडेची आत्याच. म्हणून हे जमलं. *समाजशिक्षण आणि स्त्री* असा विषय असून देखील त्या चांगलं बोलल्या. शिवाय इतकी प्रसिद्ध लेखिका म्हणून सगळा हॉल भरून गेला होता. म्हणून दोन तासभर पाठ केलेलं भाषण मी पाच मिनिटांत विसरलो.

पण ही थोर लेखिका तरी भाषण असं कुठे करते आहे? तिनं एक निबंध लिहून आणलेला. तोच ती वाचून दाखवते आहे. शिवाय हातात पेन घेऊन ती वाचता-वाचता अधूनमधून निबंधात दुरुस्त्या पण करत गेली. ह्याचं कारण पण तिनं सांगून टाकलं, की हा लेख उद्याच अमुक प्रसिद्ध मासिकाकडे जाणार आहे.

मग टाळ्या थांबल्या नाहीत, तोच धडपडत आम्ही स्टेजवर. आता काय म्हणावं ह्या स्थितीला? मी बराच वेळ उभा होतो. पण नशीब बलवत्तर म्हणून लोकांना हा विनोद वाटला. कारण अजून मागे काही लोक टाळ्या वाजवत होतेच. त्यामुळे मी स्वतःला सावरून बोलायला लागलो.

मध्यंतरी फुकट म्हणून मला आईची आठवण येऊन मी गडबडलो.

बाकी बोललो असं—

प्रत्येक स्त्री जर आजच्या पाहुण्यांनी सांगितल्याप्रमाणे वागू लागली, तर जगात युद्धे कशाला होतील?

तेव्हा सगळेजण हसले. हे पाहून मला हुरूप आला.

मला असे म्हणावयाचे आहे की ठरलेल्या आभारप्रदर्शनापेक्षा ज्यास्त असे मला मानावयाचे आहे, म्हणून मी त्यांचे आभार मानतो.

हे मी खरं तर लटपटून गुंडाळलं आणि पाठ केलेल्या व्याख्यानातल्या आठवल्या त्या ओळी वाचूनच दाखवल्या म्हटलं तरी चालेल. तर सगळेजण ह्याला पण हसले. ह्यावर मी पण हसून विनोद केला असं दाखवायचं की नाही? तर उलट मी खजील होऊन आणखीच घसरून — नंतर आपले अध्यक्ष आले म्हणून त्यांचेही आभार मानावे लागतील — असं म्हणून पार वाया गेलो. अध्यक्ष प्रिन्सिपालसाहेब होते.

तेव्हा ठरलं की केव्हाही बोलतांना अवसान जाऊ द्यायचं नाही. एवढं संभाळलं की पुरे आहे. ह्यानंतर वक्तृत्वमंडळाचं काम मी लेले ह्या मदतनीस मुलीवर सोपवून महिनाभर तिकडे गेलोच नाही. कारण या उद्‌घाटनानंतर लेले पाहुण्यांच्या समोरच मला म्हणाली, तुमचा पहिलाच प्रसंग काय? त्यामानानं बरं बोललात.

हे मला फार लागलं. का म्हणून हिनं सर्वांच्यासमोर असं म्हणावं? हिचं वक्तृत्व कसं असेल कुणास ठाऊक? पण चांगलं नसेलच. कारण ही सुद्धा सेक्रेटरी झाली आहे. पण समजा चांगलं असलं, तरी असं का म्हणून? हिला लहानपणापासून असं शिक्षण मिळालं आहे आणि आपल्याला मिळालं नाही एवढंच. आपण नेटानं शिकून हिची जिरवूच. तरच नावाचे पांडुरंग.

असा महिनाभर विचार केल्यावर केवळ हिच्यापेक्षा चांगलं बोलून दाखवू, ह्या सूडानंच मी पुन्हा जायला लागलो. मध्यंतरी तिनं वादविवादाच्या दोनेक सभा घेतल्या होत्या. एका सभेला मी पण गेलो. पण बरं नाही असं सांगून भाग घेतला नाही. त्या वेळी मला तिचं वक्तृत्त्व दिसलं. ती चांगलीच बोलली. तरी पढीक. बडबडल्यासारखंच.

नंतर प्रिन्सिपालांच्या सूचनेनुसार एका गांधीवादी थोर पुढाऱ्याचा कार्यक्रम त्यांच्याच ओळखीनं ठरवला. ह्या वेळी देखील प्रचंड श्रोते आलेले. तेव्हा पाठ केलेलं भाषण मी पुन्हा विसरूनच गेलो. पण अवसान धरून ठेवलं.

गर्वात येऊन लेले सुरुवातीलाच ओळख करून द्यायला गेली, तेव्हा एक प्रचंड गंमत झाली. ती पण ह्या थोर गांधीवादी पुढाऱ्यामुळेच. प्रिन्सिपालांच्या

सूचनेनुसार त्याला शोभेल अशी भारतीय बिछायत केली होती. नेहमीचा स्टेजवरचा टेबलखुर्च्यांच्या शिरस्ता आता नाही, तेव्हा लेले घसरणारच. तिला पण पुढाऱ्यांजवळ खाली लावून ठेवलेल्या माइकसमोर बसून बोलावं लागलं. तर गंमत ह्यामुळेच. तिनं सुरुवात केली, आज एका तळमळीनं कार्य करणाऱ्या पुढाऱ्याची ओळख करून द्यायला मी उभी आहे.

आणि पठ्ठी तर बसलेली.

तेव्हा तिचा हशा झाला. मी तर प्रचंड हसलो.

हे का हसले हे तिच्या जरा वेळानं लक्षात आल्यावर ती फार खजील झाली. आणि तळमळीचे गांधीवादी पुढारी पण हसले, हे लक्षात आल्यावर तर तिचा ओळख करून द्यायचा गर्व संपला. बिचारी लाल होऊन खाली आली. माझं हेही एक बरं, की मी लाल पडत नाही इतका काळा आहे.

मग मुख्य भाषण चालू असतांनाच मी माझं आभाराचं भाषण तयार करून ठेवलं. लेलीनं केलेली चूक नीट लक्षात ठेवून मी म्हणालो, आता मी आभार मानायला बसलो आहे.

ह्याचाही हशा उडाला.

आभार मानायला बसणं हे काही मराठी नाही. पण कित्येकांना वाटलं, की ही लेलीवरची कोटी आहे. तेव्हा मला आनंद झाला. वा व्वा.

आनंदाच्या भरात मी तिला म्हणालो, तुम्ही भाषण असं तयार केलं होतं ना? ह्या अर्थी तुम्ही माईक हातात घेऊन उभं राहूनच बोलायला हवं होतं.

तर ती म्हणाली, नॉन्सेन्स.

ह्यानंतरच्या वादविवादाच्या प्रत्येक सभेला मी हजर रहात गेलो.

तेव्हा युनिव्हर्सिटीकडून एक नोटीस आली. हिंदी मातृभाषा नसलेल्यांकरता एक हिंदी वक्तृत्वस्पर्धा दिल्लीला होणार होती. प्रत्येक कॉलेजातून एक मुलगा आणि एक मुलगी अशी नावं युनिव्हर्सिटीला कळवायची होती. त्यांची पुन्हा निवड होऊन युनिव्हर्सिटीतर्फे एक मुलगा आणि एक मुलगी असे दोघंच दिल्लीत पाठवायचे होते.

प्रिन्सिपाल म्हणाले, आपल्या कॉलेजातून दोघंही नीट निवडा.

मुलगा मिळाला. पण मुलगी नीट मिळेना.

शेवटी साठेनं होस्टेलवरच्या एका मुलीचं नाव सुचवलं. म्हणाली, जबलपूरची आहे. हिंदी चांगलं येतं.

गेलो.

म्हणालो, तुम्ही जबलपूरकडच्या ना?

होय.

मग युनिव्हर्सिटीला हिंदी मातृभाषा नसलेल्या लोकांच्या हिंदी वक्तृत्वस्पर्धेसाठी एक मुलगी आपल्या कॉलेजातून निवडायची आहे. तुम्ही हिंदीतून नीट बोलणार काय?

क्यों?

मतलब की कॉलेजतर्फे कुणीतरी पाठवायचं आहे.

तिनं शाळेनंतर ह्या वक्तृत्त्व वगैरे भानगडी केल्याच नव्हत्या.

पण मी म्हणालो, तुम्ही नाव द्याच. बोला.

ती म्हणाली, बरं.

मग मला आठवलं. ही तर रमी.

पावसाचे दिवस. कुठल्यातरी किल्ल्यावर सहल. ही खूप मागे. कुठल्यातरी पायरीवर उभी. पायऱ्या हजारो. आसपास गवत. खाली नुस्ती झाडं. म्हणजे दऱ्या. हिच्या चपला हातात. चिखलानं भरून जड झालेल्या. ही वर्गात पण शांत असायची. कधी भंकस नाही. ही चांगलीच. मी मागे रेंगाळलो. ती पुढे. तिची पावलं चालून-चालून लालबुंद झालेली. पण चालणं अत्यंत हळू. नंतर किल्ल्यावर नेहमीचं हिंडणं. खेळ, जेवण वगैरे.

एक कार्यक्रमाला एक थोर गृहस्थ येऊन बसले. मुलं थोडीशीच जमली. मुली तर कुणीच नाहीत.

मी मुलं गोळा करायला होस्टेलवर हिंडलो. साठेला मुलींच्या होस्टेलवर पाठवलं.

थोर गृहस्थ म्हणाले, जमू द्या मंडळी.

साठे गेली ती गेलीच.

मी मुलींच्याकडे फेरी मारली. साठे पाचदहा मुलींना जमवून येतच होती.

मी म्हणालो, सेक्रेटरींना वैताग आहे, जमत कुणीच नाही.

रमी म्हणाली, ह्यात सेक्रेटरीला इतकं काय वाटायला पाह्यजे?

हे मला आवडलं.

नंतर म्हणाली, वर्गात आठवडाभरात तुमचा पुकारा होतोय, तुम्ही येत का नाही?

साठे म्हणाली, ह्यांचा ह्याच भानगडीत वेळ जातो.

रमी म्हणाली, मागे कसला गोंधळ असतो नेहमी? तुम्ही असता तेव्हाच असतो.

मी म्हणालो, आम्ही मुलींच्यावर वाईटसाईट विडंबनं लिहून एकमेकांना दाखवतो. ते काय आजचं आहे?

वादविवादाला बोलणाऱ्यांच्यांत मीच काही सर्वांत गिचमिड नव्हतो. माझ्यापेक्षा अस्सल लोक होते. अल्पसंख्यांकाचा प्रश्न ह्या विषयाच्या वेळी तर एकजण स्टेजवर येऊन एवढंच बोलला, की आज मी तयारी करून आलो नाही — ह्याच्यासारखा जातिवंत वक्ता मी दुसरा पाह्यला नाही.

पण मी बोलायला उठलो, की एक संताप आणणारी गोष्ट व्हायची. माझी नालायक मदतनीस आणि ज्याला निवडणुकीत मी पाडलं होतं तो — त्यांचं प्रेम होतं. त्यांना दोघांना मिळून खरं म्हणजे सेक्रेटरी-सेक्रेटरीण व्हायचं होतं. पण मी हे जुळू दिलं नाही. म्हणून हे दोघं मागे बसून माझी टिंगल करायचे. त्यामुळे ह्यांनी आणलेले इतर टारगट लोक जोरानं हसून मला खचवायचे.

तेव्हा माझ्या लक्षात आलं, की कॉलेजच्या वक्तृत्वमंडळाचे आपणच सेक्रेटरी आहोत. आणि ह्यात सुधारणा घडवून आणणं आपल्याच हातात आहे. म्हणून मी लगेच एका सकाळी उठून प्रिन्सिपालांना त्यांच्या घरी भेटून माझे विचार त्यांच्यापुढे मांडले—

कॉलेजात वक्तृत्व वाढवणं हे आपल्या मंडळाचं काम आहे. म्हणून जमलेल्या सर्वांनी नुसतं न ऐकता काही तरी बोललंच पाह्यजे. ह्यामुळे जमलले लोकही हळूहळू तयार होतील. शिवाय काही गंमत करणारे आणि संध्याकाळी कॉलेजवर निव्वळ फिरायला म्हणून येणारे लोक ह्यामुळे कमी होऊन बोलणारांना धास्ती वाटणार नाही. ही कल्पना तुम्हाला कशी काय वाटते?

ते म्हणाले, हे तुमचं तुम्ही ठरवा. पण यंदा वक्तृत्वमंडळ नीट चालत नाही असं मी ऐकतो.

नंतर चहा देऊन ते म्हणाले, अभ्यास कसा काय?

प्रत्येक जमणाराने बोललेच पाहिजे अशी नोटीस लावल्यावर मला हसणारे कमी झाले. पण जमलेले पंधरावीसजण बोलायचेच. शिवाय हळूहळू

वक्तृत्वाची खास आवड असलेले लोकच तेवढे यायला लागले. ह्यानंतर लेलीही मला मानायला लागली.

पण एकदा एक भयानक गोष्ट घडली. त्या वेळी माझ्यासुद्धा सर्वांना काय झालं कुणास ठाऊक.

युद्ध आणि जागतिक शांती ह्या विषयावर बोलायला आठदहाजण जमले. अध्यक्ष म्हणून प्रो. शहा होते. त्यांनी सुरुवात करून ह्या विषयाचे मुद्दे पुढे मांडले. आणि ह्या मुद्यांना धरून बोललेलं वक्तृत्वाच्या दृष्टीनं उपयुक्त आहे, असं सांगून प्रथम त्यांनी मलाच बोलायला बोलावलं.

मी बोलायला लागलो. पण कुठून तरी— का माझ्यापासूनच— ही लाट उसळली.

एक वाक्य झालं, की मी हसायचो. किंवा सगळेच जण हसायला लागले.

ह्याचं कारण प्रो. शहांना पण शोधता येईना. बोलणारा वेडंवाकडं तोंड तर करत नाही ना, म्हणून त्यांनी बाजूला खुर्ची टाकून पाह्यलं. पण सगळे जण बोलणारे कसं असं करतील?

उदाहरणार्थ, मी सुरुवात केली— सध्या जग एका भयंकर परिस्थितीत सापडलं आहे.

काय भंपक वाक्य आपण बोलून गेलो, म्हणून मी उगाच मनाशी हसलो. पण सगळेच जण कसे मनात हसतील?

नंतर मी बोललो, उपनिषदांत सर्व ज्ञानाचा अर्क साठवला आहे.

हशा.

त्यांत सर्वेऽत्र सुखिनः सन्तु म्हटलेलं आहे.

हशा.

देशादेशांत भावनात्मक संबंध वाढवल्याशिवाय मानवजातीला तरणोपाय नाही.

हशा.

देशभक्ती हे पाप आहे.

हशा.

सगळ्या वाक्यांना माझ्यासुद्धा सगळे हसले. नंतर चार-पाचजण बोलले, तरी प्रत्येकाच्या वाक्या-दोन-वाक्यांगणिक बोलणारा पण हसायचा आणि ऐकणारे तर हसायच्या तयारीतच. बोलणारा दोन वाक्यांत थांबायचा,

ते हसण्यासाठीच. आणि तो थांबल्यावर समोरचे लोक हा आपल्याला हसायला वेळ मिळावा म्हणून थांबला आहे, ह्या हिशेबानंच हसायला लागलो.

जगात रशिया व अमेरिका ही दोन सामर्थ्यशाली राष्ट्रं आहेत. गांधीजींनी जो थोर वारसा... गौतम बुद्धाचंच पहा... माणसालाच फक्त विचार करण्याची शक्ती दिली आहे— आता जर मूडच असा आला की बोलणाऱ्या प्रत्येकाच्या विधानाला विनोदी समजण्यापलीकडे ऐकणाऱ्यानं आणि स्वतः बोलणाऱ्यानंही दुजोराच देऊ नये, तर तिथे कुणाचा काय इलाज?

कोणतंही विधान विनोदी वाटावं आणि वक्तृत्व म्हणजे अशीच कृत्रिम विधानं (फक्त मधेअधे आम्ही थांबायचो हाच दोष) मिळून बनतं, असं सगळ्यांच्या ध्यानात आलं असावं की काय, कुणास ठाऊक.

तर अध्यक्षांनी जोरानं खुर्ची सारून— अशासाठीच जर तुम्ही जमत असला तर त्यापेक्षा हे मंडळच बंद करावं असं मी प्रिन्सिपालना सुचवेन, असं म्हटलं.

मी तिथेच त्यांना पटवून द्यायला लागलो, की हे आम्ही ठरवून तर काही केलं नाही. आज बोलायला आलेला प्रत्येकजण कदाचित आपण स्वतःवर बळजबरी करून बोलतो, हे ध्यानात येऊन विनोदाच्या पातळीवर आला असेल आणि असं सगळ्यांचंच झालं, म्हणून भावना जुळली असेल. वगैरे वगैरे.

पण प्रिन्सिपालांनी मला झाडल्यानंतर मी म्हणालो, म्हणजे वर्षभर आपण इतकी खटपट केली ती फुकट गेली.

नंतर मी लेलीवर हे मंडळ सोपवून फक्त शेवटच्या कार्यक्रमाला एकदा गेलो.

फक्त एकदा रमीला हिंदी स्पर्धेसाठी युनिव्हर्सिटीवर घेऊन जावं लागलं. तिथे सगळ्या कॉलेजांच्या मुलांतसुद्धा रमी सणसणीत बोलली.

ते संपल्यावर मी म्हणालो, टॅक्सी बघू.

ती म्हणाली, संध्याकाळचं फिरणंही होईल, चालतच जाऊ.

मग चालत.

टॅक्सीला किती खर्च आला असता?

दोनेक रुपये. पैसे कॉलेज देतं.

मग आपण तितके पैसे शेतकी कॉलेजात काही खाऊन खर्च करू.

तिनं फक्त द्राक्षं खाल्ली. मग उसाचा रस. बर्फ घालून आणलेला रस तिनं परत केला.

ती निवडून आली. म्हणजे दिल्लीला जाणार.

ती म्हणाली, दिल्लीपर्यंतचा खर्च व्हाया नागपूर पाह्यजे.

मी युनिव्हर्सिटीला हे कळवलं. युनिव्हर्सिटीनं मान्य केलं नाही. ती गेली नाही.

मी म्हणालो, पण नागपूरकडनंच का?

ती म्हणाली, उगीच.

मग मी साठेकडून माहिती काढली. तिला काही फुप्फुसाचा विकार आहे. अटॅक आला की स्वतःच्या हातानं खोलीत इंजेक्शन घेते. तासन्‌तास पडून राहते. इकडून दिल्लीला जातांना वाळवंटातून जायचं म्हणजे फुप्फुसं — ते वाईटच.

तर वक्तृत्वाचं सगळंच इथे संपलं.

तरी तासांना अधूनमधूनच, कारण होस्टेलची व्हरायटी होतीच. म्हणजे करमणुकीचे विविध कार्यक्रम वगैरे.

एकदा तास झाला नाही. सगळे इकडेतिकडे पांगून पुढल्या तासापर्यंत कॉलेजात भंकस करायला निघून गेले. मी ट्युटोरियल लिहीत बसलो. पाच-दहा मुली वर्गातच बसून गोंधळ करत होत्या.

मी रमीला म्हणालो, त्यापेक्षा गाणं म्हणा.

मग कुणीतरी मराठी गाणं म्हटलं.

शेजारच्या वर्गावरचे प्रोफेसर दरवाजात येऊन म्हणाले, स्टॉप दॅट.

मग आम्ही सगळे वर्गाबाहेर.

रमी म्हणाली, नाही तरी गाणंही तसंच होतं.

हे मला आवडलं.

होस्टेलच्या कार्यक्रमात मात्र मी चुकूनही हयगय केली नाही.

मात्र इथेही एक फार त्रासाचं काम होतं. व्याख्याते येऊन बसले तरी सभेला कुणीच नाही, असं एखादेवेळी व्हायचं. आणि मग हळूहळू एकएक जण जमून सभा व्हायची. मग मुली जमवून आणणं माझ्याकडे. होस्टेलवर

सारख्या फेऱ्या मारून—चला, चला, असं कसं, तुमच्याशिवाय कसं होणार, असं म्हणावं लागायचं.

आठ-दहा लोक असले तरी काही व्याख्याते तळमळीनं बोलायचे.

पण पुण्यातल्या बहुसंख्य थोर लेखकांना व पुढाऱ्यांना निदान बरेच लोक आल्याशिवाय थोर विचार मांडवत नाहीत. सुदैवानं पुण्यात इतक्या मोठमोठ्या व्यक्ती की वॉर्डनच्या आदर्शाला आणि आमच्या मेहनतीला ते पुरून उरले. आमच्या दर आठवड्याच्या किंवा पंधरवड्याच्या कार्यक्रमाला दर वेळी नवनवीन थोर मनुष्य मिळतच होता. ह्या निमित्तानं मला बऱ्याच थोर व्यक्तींची जवळून माहिती झाली. त्यांच्याशी चार शब्द बोलता आले. ज्या थोर गृहस्थांची नावं मी फक्त पुस्तकातच वाचत होतो, त्यांच्या घराची माहिती झाली. त्यांची पुस्तकांची कपाटं आणि भिंतीवरची चित्रंही जवळून पाहता आली.

ह्या सर्वांचंच बोलणंचालणं विनयशील. दिवस फार भर्रकन गेले. खरे तर हे दिवस सर्वांचेच प्रचंड भारावून जाण्याचे. साधं झेंडावंदन असलं तरी कुणी तरी प्रसिद्ध पुरुष काही तरी संदेश द्यायचा आणि आम्ही भारावून जायचो. हा देश तुमच्यासारख्या उच्च शिक्षित लोकांकडे अपेक्षेने पहात आहे, असं कुण्या व्याख्यात्यानं म्हटलं की आम्ही समजून चालायचो, की म्हणजे बी.ए. झाल्यावर कारकुनीसाठी धडपड करावी लागते हे एकंदरीत खोटं आहे.

पण पुण्यात मोठ्या व्यक्तींना तोटा नाही. संदेश घेणारा मात्र पाह्यजे.

ह्या सभा, हिंडणं, ह्यांच्यात्यांच्याशी सारखे संबंध वगैरे गोष्टींनी मी पूर्वीचं माझं गाढवासारखं खोलीत कोंडून घरचे किंवा पुढचे विचार करणं ह्या गोष्टींना पार विसरून गेलो. नाही म्हणायला रात्री उशिरा झोपायचं कायम राह्यलं. तशात ह्याच वेळी आमचे खोलीतले रात्रीचे वादविवाद रंगायला लागले. आणि टेकड्या हिंडणं चालूच होतं. बऱ्याचदा रात्र सगळी ह्यात जायची. आणि सकाळी आम्ही थेट पी.टी.साठी ग्राउंडवरच जायचो.

रात्रीच्या जागरणानं आणि मग ह्या व्यायामानं थकून सकाळी नऊ-दहा वाजताच झोपून दुपारी मेस बंद व्हायच्या आत मी कसाबसा उठत होतो. एखाद्या रात्री दोन-तीन वाजताच बोलणी संपली पण रात्र संपली नाही, अशी करुण परिस्थिती प्राप्त होऊन दोन-तीन तास फक्त झोप घेऊन सकाळी पी.टी.साठी उठणं जिवावर यायचं. अशा वेळी मी रात्रीच दात वगैरे घासून आणि पी.टी.चा पोशाख करून झोपी जायचो. आणि सकाळी नेमक्या वेळी उठून फक्त बूट घालून एका मिनिटांत ग्राउंडवर.

पण चळवळी करायला मात्र हुरूप वगैरे राह्यला. पुढेपुढे तर ह्या भानगडींना सीमाच राह्यली नाही.

मग गॅदरिंग आलं. तशात आमच्याकडे करमणूक. तेवढ्यातच प्रिलिम. तिमाहीला बसलोच नव्हतो. तेव्हा घरी कॉलेजचं पत्र गेल्यावर घरून पत्र आलं, त्याला आजारपणाची सबब चालली होती. सहामाहीला जितक्या विषयांना बसलो तितके मात्र पास झालो. ह्याचंही कार्ड घरी जाईल म्हणून मी अगोदरच घरी लिहिलं, की माझं इंग्रजी माध्यम असल्यानं व बाळासाहेब खेरांच्यामुळे मी एवढेच विषय नीट केले होते. उरलेले पुढे. आता प्रिलिमला काय सबब सांगावी? की त्यापेक्षा अभ्यासच करून पास होऊन परीक्षेचा फॉर्म मिळवावा? ह्याचा विचार देखील ह्याच दिवसांत सुरू झाला.

रात्री वादविवाद, टेकड्या, गप्पा, नोटिसा लिहून ठेवणं, मेसचं थोडंसं पहाणं तर दिवसा ह्याला भेट, त्याला भेट, मुलींच्या होस्टेलवर जाऊन कोणकोण गाणं वगैरे म्हणतं, कुणाला नीट नाच येतो ते पहा, त्यांना भेटून कार्यक्रमासाठी तयार कर, अमुक थोर लेखकाला भेट नंतर त्याच्या कार्यक्रमाची वेळ वगैरे ठरव, मग साठेला — ती भेटली तर — हे सांग, आणि त्याला आणायला जा, परत पोचव, रिक्शा कर, टॅक्सी कर, सायकल मार, नमस्कार देणं-घेणं कर, रोज काहीतरी नोटिसा टाइप करून घे, टायपिस्टशी गप्पा मार, त्याला चहा दे, नोटिसा मेसमध्ये लाव, होस्टेलच्या बोर्डवर लाव, कॉलेजच्या बोर्डवर लावण्यासाठी प्रिन्सिपालांना भेट, त्यांच्याशी चार शब्द बोल, किराणाचं बिल नेऊन दे, येतांना शिवाजीचा पुतळा पहा, मेस मध्ये उद्या काय भाजी ते सांग, आचार्याचे हिशेब पहा, मेसची बिलं कुणी दिली नाहीत ते पहा, त्यांना कडक सूचना दे, पैसे, कँटीन — हजारो भानगडी.

कुणाला वाटलं असेल की आमच्या बापानं आम्हाला पुण्याला कॉलेजात पाठवलं, ते असं व्यक्तिमत्त्व वगैरे मिळवायलाच. इचलकरंजीकर म्हणाला, तुझ्यानं इतकं सगळं आणि पुन्हा हसतखेळत कसं होतं, ह्याचंच मला आश्चर्य वाटतं. नाहीतर गेल्या वर्षी वडारासारखा खोलीत पडलेला असायचास. सुरेश म्हणायचा, हा दिवसभर इथेतिथे चरत असतो, चहा कॉफी मारत असतो, म्हणून ह्याची ताकद टिकते.

मला सहसा आता पूर्वीसारखा आत्मचिंतनाला वगैरे वेळ मिळत नव्हता. पण क्वचित वेळ सापडला तर मी चिंतन करून घ्यायचो. तेव्हा वाटायचं,

आता आपण करतो आहोत ते आपल्याला जमेल, असं कधी वाटलं होतं? आपण झिंदाबाद. आपल्यात जितकी उमेद आहे तितकी फार थोड्यांत असेल. इंटरलाच आपण इतके चमकतोय, तर पुढे किती?

म्हणजे आपण काही कमी नाही.

आमच्या गॅदरिंगच्या एका कार्यक्रमासाठी एक महत्त्वाची सूचना द्यायला म्हणून दोन मुली खोलीवर आल्या. मी खोलीत अर्धी चड्डी आणि बनियन घालून बसलो होतो. दार बंद होतं. दार वाजल्याबरोबर मी ओरडलो, इचल्या, सुर्शा, काय ताप देता रे साल्यांनो.

आणि गप्प बसलो.

पुन्हा टकटक झाल्यावर दार उघडत मी म्हणालो, या भडव्यांनो.

आणि इतका खलास झालो की त्या दोन मुलींना जेमतेम या एवढंच म्हणणं जमलं. पण सगळ्यांत कठीण हे, की त्या खाटेवर बसल्या आणि मी खुर्चीत तसाच अर्ध्या चड्डीवर बसलो. शरमून काहीतरी बोलत पुन्हा-पुन्हा पायांत पहात.

त्यांना कॉलेजवर लावायची नोटीस दिली. त्या गेल्या. मग मी खाटेवरची पँट चढवून मद्रासमधे काही खाऊन आलो.

म्हणालो, हे होस्टेल वैताग आहे. इथे कपडे बदलायची सोय नाही. पण आपणच— जरा थांबा हं— असं नाजूकपणे म्हणून किंवा काहीतरी करून पँट का घेतली नाही? खाटेमागे ह्यापुढे कपडे ठेवू नयेत. आपला हा असा उघडा देह पाहून त्यांना काय वाटलं असेल?

पण इचल्या म्हणाला, तर आजपासून त्या तुझ्यावर खूष.

पण दुसऱ्या दिवशी कॉलेजवर गेलो, तेव्हा नोटीस लावली असं सांगतांना देखील त्यांतली एकजण हसत होती.

असं गॅदरिंग आटपलं.

तर हे पहा पांड्या, तू गाढव आहेस. मी तुला आधीच सांगितलं होतं, की झेपेल ते करावं. ती *पूर्तज* एकांकिका ज्यास्त खर्चाची, ती रद्द का केली नाही? इतक्या रेकॉर्ड्सची काय जरूर होती? सगळ्या रेकॉर्ड्सची रोज

प्रॅक्टीस करत होता काय? रोज एकएक आणली असती आणि लगेच परत केली असती, तर भाडं तीस रुपये कशाला झालं असतं? आणि कँटीनचे एकदम पन्नास रुपये?

मी घाबरून गेलो. गॅदरिंगचं आमचं बजेट होतं सातशे रुपये. आणि मी खर्च केला होता आठशेच्यावर.

एकजण म्हणाला, सांगवीकरनं पैसे खाल्ले.

तेव्हा इचलकरंजीकरनं त्याला एक गुद्दा ठेवून दिला. साल्या दोन–दोन शास्त्रीय संगीताचे कार्यक्रम केले. दोन नाटकं पाहिली. कार्यक्रम इतके ग्रॅन्ड झाले. आणि वर्षभर व्याख्यानं चालू होती. आणि असं म्हणतोस?

एका गुद्यानं ही कटकट वाचली.

मी इचलकरंजीकरला म्हणालो, आता काय होईल?

तो म्हणाला, तू प्रो. परांजप्यांना भेट. सगळं सांग.

मी सगळे हिशेब पक्के करून परांजप्यांच्याकडे गेलो. ते उघडेबंब होते.

मी म्हणालो, तुमच्याशी एक काम आहे.

एकदोन मिनटांत होत असेल तर सांग.

ज्यास्त नाही. दहापंधरा मिनटांत होईल.

अहो, माझं आंघोळीचं पाणी आधीच निवलं आहे.

नाही तर तुम्ही आंघोळ करून घ्या. मी इथे थांबतो.

नंतर लगेच मला तास आहे. पण काय काम?

माझं बजेट—बिलं—

मग उद्यापरवा या. घाई काय?

अहो, परवा तर मीटिंग आहे.

मग ते माझ्याकडे पाठ करून म्हणाले, संध्याकाळी या.

मी तडफडत खोलीवर गेलो. दिवसभर मी सगळे आकडे पुन्हा पुन्हा तपासत होतो. एखाद्या वेळी चूक होऊन बेरीज कमी आली, की आनंद व्हायचा. पण चूक शोधली की सापडायचीच.

मला सगळ्यांत चीड आली ती इचलकरंजीकरची, मधुमिलिंद इचलकरंजीकर. आता त्याचं वजन दीडशे पौंड. साल्यानं मला खर्चाची कधीच कल्पना दिली नाही. आणि आज एका पोरीबरोबर हसतांना दिसला. आणि मी असा कात्रीत बसलो आहे.

शंभर रुपये ज्यास्त — पुन्हा खाल्ल्याचा आरोप. खरं म्हणजे माझेच वीसपंचवीस रुपये ह्या गॅदरिंगमध्ये खर्च होऊन गेले. पुन्हा वरून शंभर रुपये भरावे लागले, की घरी काय कळवणार? शिवाय साली ती मारूबिहाग-का-काय राग म्हणणारी हरामखोर गायिका. गाता येतं साधंसुधंच. पण अडीचशे रुपयांच्या खाली आली नाही. आणि पुढे ठेवलेली सगळी बिस्किटं खाऊन टाकणारा दिग्दर्शक. ठेवलेली सगळीच बिस्किटं खावी लागतात, असं त्याला वाटायचं की काय कुणास ठाऊक.

आपली चुकी तशी कुठेकुठे आहेच. तसा देशपांडेनं ऑर्केस्ट्रा चांगला बसवला होता. तरी सगळ्यांना रोज दोनदोनदा कॉफी काय म्हणून? ते असो. पण ती साली. तिनं प्रॅक्टीसकरता घरी ग्रामफोन नेला आणि तीन रेकॉर्डी फोडून आणल्याच. साले सगळीकडे बुडवणारे लोक.

संध्याकाळी मी गरीब कपडे करून परांजप्यांच्याकडे गेलो. ते आत होते. मी बुटाची लेस सोडायला लागलो. इतक्यात ते म्हणाले, आत्ताच मी बाहेर निघालोय. रात्री वगैरे या.

मी बुटाची लेस तशीच सोडलेली ठेवून पायऱ्या उतरलो. एका बुटाची लेस दुसऱ्याखाली सापडून मी जवळजवळ दहा फुटांची उडी घेऊन तोल सांभाळला. तशात बाहेरच्या दारापाशी आलो.

परांजपे मागून म्हणाले, ते दार लावून घ्या.

मी दार बंद केलं, तेव्हा त्यांनी आतलं दार पण बंद केलं.

पुन्हा रात्रीपर्यंत मी मद्रासमध्ये सिगरेटी ओढत बसलो. पुन्हा पुन्हा खर्च पहात होतो. शास्त्रोक्त गायन चारशे. नाटकं वगैरे दोनशे, व्हरायटी शंभर, कँटीन पन्नास, टॅक्सी वगैरे पंचवीस, पुन्हा किरकोळ खर्च वेगळाच. तिथेच खाऊन आठएक वाजता मी बाहेर पडलो. वाटेत होस्टेलची मुलंमुली. त्यांत थोडा वेळ प्रॅक्टीस झाली, की कॉफी मागवणारी ही मुलगी. हिच्यामुळेच बिल वाढलं. आणि गाणं कोणतं बसवलं, तर *मधु मागशी माझ्या सख्या परी.* वगैरे. मधुघट. च्यायला.

मी परांजप्यांच्याकडे गेलो.

त्यांना सगळे हिशेब दाखवले.

ते म्हणाले, असंच मागे एकदा— केव्हा पहा— हां. एकोणीसशे अडतीस साली झालं होतं.

ते माझं जन्मवर्ष.

कोण होता पहा त्या वेळचा सेक्रेटरी? आता परवाच भेटला होता हो.

नंतर त्यांनी बराच वेळ त्याचं नाव आठवून पाह्यलं. मला वाटलं, हा गृहस्थ त्याचं नाव का आठवून पहातोय? त्या वेळच्या सेक्रेटरीनं पण भरमसाट खर्च केला होता. तेव्हा मी त्याच्याशी दोस्ती करावी, म्हणून तर हा नाव आठवून मला सांगत नाही?

शेवटी ते म्हणाले, हां तो केसकर.

ह्यापुढे केव्हाही कुणी केसकर नावाचा माणूस भेटला की मला वाटायचं, त्याला म्हणावं, तुम्ही कधी ह्या कॉलेजात होता काय? गॅदरिंगचं कायकाय झालं होतं?

शेवटी मुद्यावर येऊन ते म्हणाले, त्या वेळी केसकरनं वरचे ज्यादा पैसे भरले होते.

मी म्हणालो, पण मी काही भरणार नाही. अगोदरच माझे स्वतःचे पंचवीसेक रुपये गॅदरिंगकरता खर्च झाले आहेत.

तुमचे स्वतःचे पैसे? आणि गॅदरिंगकरता? तुम्ही ते काय म्हणून खर्च करावे? हे पहा सांगवीकर, असं वेड्यासारखं माझ्यापुढे बोललात म्हणून ठीक आहे. मी वेगळ्या प्रकारचा माणूस आहे. पुन्हा दुसऱ्यासमोर जर बोललात, तर ह्यात जरूर काही तरी गडबड आहे असं तो म्हणेल. पण मी तसं म्हणत नाही.

मग ते आत गेले. आणि मूठभर ओल्या भाजलेल्या शेंगा आणून माझ्यापुढे टाकून म्हणाले, घ्या घ्या.

त्यानंतर मी हिशेब पुढे केले. त्यांनी ते नीट तपासून पाह्यले.

नाटकांचे शंभर रुपये काय? हे कसे? पु. ल. देशपांडे दहा रुपये. एका एकांकिकेचे? फुकट का नाही? बरं, रिसीट कुठाय? हं. दुसरं नाटक तीस रुपये? साठ्यांचं? बरं, रिसीट? ताबडतोब आणा. पाह्यजेच. टॅक्सी एकूण तीस रुपये? कुणाकरता? टॅक्सीतून का हिंडला? तो काय फार मोठ्ठा दिग्दर्शक आहे? बसनंसुद्धा जाता आलं असतं. बरं, नाटकाचा इतर खर्च — बिलं कुठे आहेत? ड्रेपरी पन्नास? हे पहा सांगवीकर, बजेट ठीकठाक असतं, तर प्रश्न नाही. पण इतकं वाढल्यावर बसची तिकिटंसुद्धा इथे जोडायलाच पाह्यजेत.

असं सगळं पाहून झाल्यावर त्यावर शेंगा खात टीका करून ते म्हणाले, पांडुरंग सांगवीकर, हे सगळं ठीक आहे. पण तुम्ही अगदीच अव्यवहारी आहात, असंच मी म्हणेन. इंटरलाच हे उपद्व्याप करायला कुणी सांगितलं होतं? बघू मीटिंगमध्ये काय होतं ते. मी काही तरी करीन मात्र.

थँक्यू.

आतापर्यंत मी वळण म्हणून पाच-सहाच शेंगा खाल्ल्या होत्या. पण सगळी टरफलं गोळा करून म्हणालो, ही कुठे टाकू?

ते हसून म्हणाले, ठेवा तिथेच.

मी ती पुन्हा टेबलावरच काळजीपूर्वक ठेवली.

खोलीवर येऊन इचलकरंजीकरची वाट पहात बसलो. पण ते आज नक्कीच उशिरा येणार. तोपर्यंत सुरेश, तांबे, मधू सगळ्यांच्याकडे मी वेळ घालवायला गेलो. सगळेजण अभ्यासात गर्क होते.

मधू म्हणाला, कालपासून कसली नवी भानगड?

काही नाही. सालं बजेट वाढलं. वैताग आलाय. हे परवा आटपलं की आपण अभ्यासाला. माझा चेहरा वगैरे पाहून मधू प्रचंड हसायला लागला. म्हणाला, बाबारे, शहाणा असशील तर हिंडाहिंडी बंद कर. स्वतः शंभर रुपये भर. आणि शांत चित्तानं अभ्यासाला सुरुवात कर. उरलेत फक्त दोनेकच महिने.

मग आमचा कडाक्याचा वाद झाला. तो म्हणाला, स्टेजवर फक्त हलकी माणसं पुढे येतात. कचऱ्यासारखी वरवर जातात. पुढे आपोआप धुरळ्यासारखी खाली बसतात. तू देखील थर्ड क्लासच माणूस. म्हणूनच तू ह्या वर्षी सतरा भानगडीत पडलास.

मी म्हणालो, तुम्हाला बावळटांना हे जमतच नाही. तर तुम्ही काय चमकणार?

तुला असं वाटतं काय, की तुला सगळं जमतं? तुझं नाव चार लोकांना कळलं. ह्यापलीकडे तू काय मिळवलंस?

मी काय काय मिळवलंय, हे तुला काय कळणार?

अबे, असे कित्येक सेक्रेटरी आजपर्यंत होऊन गेले. उदाहरणार्थ, दहा वर्षांपूर्वी जे कोणी सेक्रेटरी चमकले, त्यांचा आता तुलासुद्धा पत्ता नसेल.

एकोणीसशे अडतीस साली केसकर नावाचा सेक्रेटरी होता. डॉ. परांजपे त्याला अजून ओळखतात.

केसकर असो की फेसकर असो. तुझं बजेट अगोदर ठीक कर.

मी स्वतःचे शंभर भरीन. तेवढी ताकद आहे.

तसं केलंस तर आम्ही म्हणू, तुम्ही काळाबाजार केला.

पण हा आवाज इतका वाढला, की शेजारचे दोन-तीन विद्यार्थी त्रास होतो म्हणून जमले.

मधू म्हणाला, आजपासून तुझे मेसचे हिशेब तूच सांभाळ. तुझी ट्युटोरियल्स मी लिहिणार नाही. वगैरे.

शेवटी दोघातिघांनी आम्हाला गप्प करायचा प्रयत्न केला. कडाक्याचं भांडण झालं. शेजारच्या पैलवान जगदाळेनं मला अक्षरशः माझ्या खोलीत उचलून नेलं. मी सोड-सोड म्हणत होतो. साल्या लाडीनं माझं मुस्काट दाबून धरलं. पन्नाससाठ अभ्यास करणारे विद्यार्थी भराभर खोल्यांबाहेर आले. मला माझा अपमान वाटला. मी म्हणालो, मी पण पैलवान होऊन मग तुम्हाला पुढच्या वर्षी दाखवीन.

मला खोलीत टाकून बाहेरून कडी घालून ते निघून गेले.

नंतर मी ओरडत होतो— माझे हिशेब मध्याच्या खोलीत राह्यलेत. ते महत्त्वाचे आहेत. माझी कडी काढा.

थोड्या वेळानं दरवाजाखालून पटपट हिशेबाचे कागद कुणीतरी सरकवले. मेसचं मधू पाह्यचा ते रजिस्टरही लगेच आलं.

मी म्हणालो, मधू, मधू, दार उघड.

जगदाळेचा आवाज, मी मधू नाही.

मग बाहेर काही बोलणं-चालणं ऐकू आलं. हळूहळू एकेक खोली बंद झाल्याचं ऐकलं. मग सगळं शांत.

सगळे कागदबिगद ठेवून देऊन एकाएकी मी ओरडायला लागलो— माझ्या सिगरेटी मधूकडे आहेत. मध्याकडे. मध्या देशमूऽऽख, सिगरेट आणून दे.

पण कुणीच माझं ऐकलं नाही. कोपऱ्यातली लांबलांब थोटकं ओढत मी पडून राह्यलो. मग ड्रॉवरमधे एक लांब सिगरेट सापडली. ती मी शेवटी म्हणून ठेवून दिली.

बारा वाजता इचलकरंजीकरची खोली वाजली. मग मी लांब सिगरेट पेटवून खिडकीकडून त्याला हाक मारली— इचल्या, माझी खोली उघड.

त्यानं ताबडतोब माझी खोली उघडली. मग मी माझे हिशेब घेऊन त्याच्या खोलीत शिरलो. आज घडलं ते सगळं— परांजप्यांचं वगैरे मी सांगायला लागलो.

तो पँट काढून नुसत्या लंगोटावरच पँटला ब्रश करत होता. पुन्हा मळलेली पँट घालून खिशातला गोंधळ नीट करेपर्यंत तो काहीच बोलला नाही.

मग बर्कले पेटवून तो म्हणाला, हं, काय झालं?

म्हणजे इतका वेळ मी बोललो त्याचं काय?

पुन्हा सांग.

पुन्हा एकदा थोडक्यात सांगितलं.

तो म्हणाला, म्हणजे परांजप्यांनी काहीच केलं नाही. बघू म्हणजे काय? बघू. च्यायला उद्या प्रिन्सिपालांना भेट.

तू पण येशील माझ्याबरोबर?

मी का येऊ? आपण येणार नाही.

हे सगळं तुझ्यामुळे झालं. तूच टॅक्सी करून शास्त्रोक्त गायकांना आणायला हिंडलास. तू जनरल सेक्रेटरी. तू बजेटची कल्पना मला द्यायला हवी होतीस.

तेव्हा इचलकरंज्यानं मला खोलीबाहेर ढकलून सांगितलं, तू गाढव आहेस. आता झोप.

दुसऱ्या दिवशी दुपारी लवकर उठलो. इचलकरंज्याशी दिवसभर बोलणं टाळलं. पण तोच माझ्याकडे संध्याकाळी येऊन म्हणाला, व्हाइसप्रिन्सिपालांना मी भेटलोय. सगळं सांगितलं. ते म्हणाले, ठीक आहे. फक्त रिस्पेक्ट म्हणून तू त्यांना आज रात्री भेटून ये. काय बेटा?

माझ्या पोटावर हात फिरवून म्हणाला, एवढं घाबरून काही होत नाही भोसडीच्या.

त्या रात्री मी व्हाइसप्रिन्सिपालांच्या घरी गेलो. त्यांचा मोठ्ठा अल्सेशियन कुत्रा बाहेरच बसला होता. मी लांब उभा राहून विचार करायला लागलो. कुत्रा माझ्याजवळ येऊन हसत उभा राहिला. हसणारा अल्सेशियन किती भयानक असतो. मग त्यानं जरा पाठ फिरवली, तेव्हा मी घंटा वाजवली. मग कुत्रा पुन्हा फिरून माझ्या अंगावर हसत-हसत आला. सर आतून पहात असावेत. कारण कुत्र्यानं एक पंजा माझ्या कमरेवर ठेवला. तेव्हाच ते

ओरडले, जॉनी, जॉनी. म्हणजे ह्याचं नाव जॉनी. मग अल्सेशियन गुपचूप कोपऱ्यातल्या जागेवर बसून पुन्हा माझ्याकडे हसत पाहायला लागला.

सर आतूनच म्हणाले, बसा.

थोड्या वेळानं त्यांची बायको आणि ते असे बाहेर आले. त्यांची बायको माझ्याकडे सहानुभूतीनं पहात होती. म्हणजे माझ्या बजेटचं हिला कळलं असणार. इचलकरंजीकरनं बडबड केली असेल. शिवाय हिचं दुर्लक्ष झालं, की चुकून राह्यलेलं बटण लावून घ्यायला पाह्यजे. सर हिशेब पहाताहेत तोपर्यंत तरी.

हे हिशेबाचं पुडकं कालपासून इतकं घाण करून टाकलं होतं, की मला वाईट वाटलं. त्यांनी सगळं काही परांजप्यांच्याप्रमाणे तपासून पाह्यलं नाही.

ते म्हणाले, तुम्ही अजून इंटरलाच आणि ह्या भानगडी करता? हे तुमच्या दृष्टीनंच धोक्याचं आहे.

मी पूर्ण पश्चात्तापदग्धपणा वगैरे दाखवून —ह्यापुढे आपण कशात भाग घेणार नाही, असं सांगितलं.

ते बायकोला म्हणाले, हा इंटरला आहे. कॉलेजचं डिबेट ह्याच्याकडेच आहे. शिवाय आपलं गॅदरिंग ह्यानंच केलं. गॅदरिंग ठीकच केलं. आणि तुम्ही मेसचे सेक्रेटरीही आहात ना?

बायको हं हं करत होती.

ते म्हणाले, किती लोक जातात पहा आमच्या पुढून. काहींना नीट आभारही मानता येत नाहीत. ते पुढे फर्डे वक्ते होऊन जातांना आम्ही पहातो. काही कायमची धास्ती घेऊन नंतर स्टेजवर येतच नाहीत. कुठे जातात काही पत्ता लागत नाही. ह्या गोष्टी गेली वीस वर्षे मी पहातो आहे— सारखं दर वर्षी गॅदरिंग, कार्यक्रम, खेळ, नवेनवे चमकणारे. कंटाळा आलाय. पण गंमत अशी की, मलाही प्रिन्सिपॉलपद सोडावंसं वाटत नाही. बरं, पण तुमचा अभ्यास कसा काय? इंटरचा रिझल्ट फार कडक असतो. माहीत आहे ना?

मी म्हणालो, मी अभ्यासाकडे कधीच दुर्लक्ष केलं नाही. मी रोज रात्री अभ्यास करतो.

पण खरं म्हणजे पुढे परीक्षेचा फॉर्म मिळावा, म्हणून मला त्यांना भेटावं लागलंच होतं.

मी मुद्द्यावर येऊन हिशेबांचं पुडकं पुन्हा त्यांना दाखवायला लागलो. तेव्हा ते म्हणाले. हे असं चालणारच पहा. ही बिलं तुम्ही अशी नेमकी जुळवून ठेवणारच. नाही म्हणू नका. हे असतंच. त्यांत तपासायचं काय?

असं दरवर्षी काहीतरी होतंच. उद्या आपण वरचे रुपये ऑफिसकडून ग्रँट करून घ्यायचे काय, ते बघू.

बघू. पुन्हा बघू. मग मी हिशेबाच्या सुरळीकडे मीटिंग भरेपर्यंत काहीच लक्ष दिलं नाही.

मीटिंगपर्यंत इचलकरंजीकरशी बोलणंही मी टाळलं. साला नालायक आहे. पण तरी माझ्या बाजूनं फक्त तोच भांडला. त्यामुळे उलट माझा तोटाच झाला. कारण त्याचे शत्रू कमिटीत फार. मी घाबरण्यापलीकडे काहीच केलं नाही. असं ठरलं की पैसे सेक्रेटरीनं भरावे. बजेटबाहेर खर्च करायचा सांगवीकरला काय अधिकार होता?

नंतर प्रोफेसर परांजपे, व्हाइसप्रिन्सिपॉल वगैरे मधे पडून म्हणाले, आपण असं करू या. प्रत्येक विद्यार्थ्याकडून करमणूक म्हणून आपण तीन रुपये घेतो. दरवर्षी काही सगळे हजारबाराशे खर्च होत नाहीत. कॉलेजकडून शंभर रुपये ज्यादा पास करून घ्यायला काय हरकत आहे?

लिमये भयानक कडाडून म्हणाला, ह्यामुळे होईल काय, की ह्यापुढे दरवर्षी गॅदरिंगचे सेक्रेटरी बिल वाढवत जातील आणि बजेटबाहेर खर्च करायची पद्धतच पडून जाईल.

इचलकरंज्या म्हणाला, असं कसं होईल? ह्यापुढे पांडुरंग सांगवीकरसारखा सेक्रेटरी होईलच कशाला?

हा विनोद सगळ्यांना आवडला. विशेषतः साठेला. ती म्हशीसारखी हसली. पण एकूण नंतर मीटिंगमधे सहानुभूतीपूर्ण वातावरण निर्माण झालं. मला वैताग आला.

चौधरीनं अशी सूचना केली, की सांगवीकरकडेच कॉलेजचं डिबेट आहे. तिकडचा खर्च कमी झाला असेल. कारण त्यानं यंदा डिबेट चालवलंच नाही. तर तिकडचं बजेट इकडे वापरावं.

हाही सर्वांना विनोद वाटला.

व्हाइसप्रिन्सिपॉल म्हणाले, असं करता येत नाही.

भोसले म्हणाला, मेस एक दिवस बंद ठेवून दीडेकशे रुपये गोळा करता येतील. ते वापरता येतील.

गुप्ते हा तर माझा शत्रूच. तो म्हणाला, होस्टेलच्या प्रत्येक विद्यार्थ्याकडून चारचार आणे जमा करावे. विद्यार्थी एकूण किती?

चारशे अकरा.

आणि पोरी?

साठे म्हणाली, नक्की आकडा — सुमारे —

एक समजा सगळे मिळून पाचेकशे. तर पाचशे गुणिले चार म्हणजे किती आणे?

इचलकरंजीकर म्हणाला, छट्. असे चारचार आणे गोळा कोण करणार?

अर्थात सांगवीकर.

मला वैताग आला. त्यापेक्षा ही भानगड थांबवावी. शिल्लक साठसत्तर आहेतच. चाळीसेक घरून ज्यादा मागवावे. आणि स्वतः भरून मोकळं व्हावं. इतका अपमान कोणी सांगितलाय.

शेवटी व्हाइसप्रिन्सिपॉल आणि प्रो. परांजपे एकमेकांच्या जवळ कानतोंड नेऊन काही बोलले. बराच वेळ झाला होता. इतर सगळे खर्च मंजूर करायचे होते. व्हाइसप्रिन्सिपॉलांनी सगळ्यांना गप्प करून दडपण आणलं.

पांडुरंग सांगवीकरांचा खर्च मी मंजूर करतो. बजेटबाहेरचे पैसे असे भरावेत — कमिटीच्या प्रत्येक मेंबरनं चारचार रुपये भरावे. हे अर्थात ज्याच्या-त्याच्या इच्छेवर अवलंबून आहे. उरलेले पैसे कॉलेज भरेल. आहे कबूल? चला.

पण लिमये म्हणाला, समजा, की मला चार रुपये भरणं शक्य नसलं तर?

इचलकरंजीकर संतापून म्हणाला, ऐकलं नाहीस का? उरलेले पैसे कॉलेज भरेल. खाली बैस. तेव्हा सगळेजण — मी सोडून — हसले. मी भयानक अस्वस्थ झालो होतो. वाटत होतं, हे थांबवावं.

लिमये म्हणाला, मी म्हणजे— मी तर भरणारच. पैशांचा प्रश्न नाही हो, पण— वगैरे.

पुढची बिलं आणा चटाचट. खूप झालं. इचलकरंजीकर— तुमचं. रेडिओ, कॅरम, गडी, ठीक आहे. पुढे? लिमये, मिस्टर लिमये, क्विक प्लीज. हं, फराळ आणि जेवण. हं चला. व्हरायटी? सांगवीकर, तुम्ही व्हरायटी मात्र ग्रेट केली हं. सगळ्यांना असंच वाटेल. बजेट? बरोबर? बजेटपेक्षा वीस रुपये कमी. वा, छान. झालं?

व्हरायटीचं बिल मी पदरचे वीस रुपये घालून कमी करून ठेवलं होतं. इथे तरी बजेट बरोबर जुळवलं. इतकंच काय पण सांगवीकर प्रामाणिक आहे, असं वाटावं, म्हणून असं करणं भागच होतं. इतरांचा खर्च मात्र बजेटबरहुकूम तंतोतंत झालेला. साले पैसे खातात आणि आकडे बरोबर आणतात. भडवे हुशार आहेत. म्हणजे लबाड.

भराभर सगळी बिलं क्लार्कनं सह्या घेऊन गोळा केली. तो प्रो. परांजप्यांना म्हणाला, सर, घरी जरा मुलगा आजारी आहे. मला खरं म्हणजे लवकर जायचं होतं. पण आता ही बिलं मी ऑफिसवर न ठेवता घरी घेऊन जातो. हिशेब उद्या करून परवा कॉलेजकडे पाठवतो. फक्त सांगवीकरांचे पैसे कॉलेजकडून काढायचे आहेत. ते परवा केलं तर चालेल?

प्रो. परांजपे म्हणाले, ठीक आहे. तुम्ही जा. हे पैसे मात्र लगेच ग्रँट करून सांगवीकरांना द्या. त्यांना बिलं चुकती करायची असतील.

मग मीटिंग संपली. इचलकरंजीकर ज्याच्यात्याच्याशी भांडायला लागला. मी मुकाट्यानं अंधारातून कॉलेजबाहेर निसटलो. जेवायला पण परतलो नाही. इकडे तिकडे हिंडून बाहेरच जेवलो. मद्रासमधे सिगरेटीमागून सिगरेटी पीत बसलो.

सालं आपण असे धंदे करायचेच नाहीत. आपल्याला ते जमत नाही म्हणून म्हणा, की नकोच म्हणून म्हणा. भलत्यासलत्या क्षुद्र लोकांशी संबंध येतो. त्यांना मान द्यावा लागतो. कुणी भंपक मुलगी असली की तिला तुम्ही गाणं म्हटलंच पाह्यजे म्हणून तिला चहा पाजा, तिचे मुरके ऐकून घ्या, तिची स्तुती करा, गाढव मुलांना हाताशी धरून त्यांचा कँटीनचा खर्च करा. त्या मानानं तो देवी नावाचा मुलगा बरा— ऑर्केस्ट्राकरता तीन बासरीवाले हवे होते. तर हा म्हणाला, मीही येतो. वाजवता मात्र काहीच येत नव्हतं. नुस्ता स्टेजवर बासरी तोंडात धरून न वाजवता बसला. शोभा आली.

ऑर्केस्ट्रा झाल्यावर चहासाठी कँटीनमधे हे सगळेजण गेले. तेव्हा इचलकरंजीकर देवीला म्हणाला, साल्या देवी, तू नुसताच बसला होतास ना? सगळ्यांना केक्स् आणि चहा, तुला फक्तच चहा.

पण सालं अशा गमती एन्जॉय करायला इचलकरंजीकर आणि मी मात्र स्टेजमागे सगळं सुरळीत करण्यासाठी कार्यक्रमाची सुरळी घेऊन धडपडत होतो.

पण तरी ह्या वर्षी आपण व्हरायटीतून आणि नाटकं वगैरे बसवण्यातून निश्चित काही तरी मिळवलं आहे. ह्यामुळे काही ओळखीपाळखी झाल्या. रमीशी ओळख चांगलीच झाली. सभेत बोलता यायला लागलं. आणखी बरंच — ओळखीपाळखी, बोलता येणं. आणखी काय? आणखी बरंच. बारीकसारीक, मात्र यंदा नापास झालो नाही म्हणजे मिळवली.

पण हे नसतं केलं तर आपण सुरेश, तांबे, मधू यांच्याबरोबर किती तरी गमती केल्या असत्या. किती तरी हिंडलो असतो. एकटेदुकटे सहलींना गेलो

असतो. वाचनाचा बेत पार पाडला असता. *गीतारहस्य* संपवलं असतं. पण हे विचार आत्ताच कशाला? आधी परीक्षा.

त्यानंतर मी वर्गात रोज नेमानं जायला लागलो. पण बहुतेक अभ्यास संपतच आला होता. काहींनी तर शेवटचे तासच घेतले. एकदा पुढे बसलो. तर एक प्रोफेश्वर तर मला म्हणाले, तुम्ही नवीन दिसता.

तरीही माझ्यामागे मेसची कटकट उरलीच होती. सगळ्यात वैताग म्हणजे आचारी रोज संध्याकाळी हिशेबाची वही घेऊन यायचा. आणि मी ती तपासून पाह्यचोच. तो रोज असंही विचारायचा, की उद्या काय भाजी करू? मला भेंडीची भाजी आवडायची. म्हणून मी नेहमी म्हणायचो, रामप्पा, रोज भेंडीची भाजी. मुलांनी तर एकदा मेसच्या नोटीसबोर्डावर असा उखाणा चिकटवला—

भाजीत भाजी भेंडीची
पांडुरंग आमच्या प्रीतीची

पण एकदाचं मी ठरवलं, की अभ्यासात व्यत्यय नको. म्हणून मी रामप्पाला सांगितलं, की ह्यापुढं जेवतांनासुद्धा मला मेसचं काही विचारायचं नाही. सगळं काही वैद्याकडे. वैद्य हा बिचारा गरीब मुलगा. अगोदर वार लावून जेवायचा. मी त्याला रोज सकाळचं जेवण फुकट करून हिशेब सगळे सांभाळायचं काम दिलं.

मेसची कटकट तर गेली. इचलकरंजीकरशी संबंध तोडावाच लागला नाही. एकतर मीटिंग झाल्यानंतर मी त्याच्याशी फारच कमी मिसळायला लागलो. लायब्रीतच दिवसभर बसलो की, ही कटकट चुकली. इचल्याकडे आयडेंटिटी कार्डसुद्धा नाही. एका पोरीनं फोटोसाठी पळवलं. तर नंतर दुसरं केलंच नव्हतं. पोरी चांगल्याच. माझा अभ्यास झाला. पण लवकरच बंगलोरला त्याची लष्करी ऑफिसर म्हणून निवड झाली. परीक्षेच्या अगोदरच होस्टेलला रामराम करून तो नातेवाइकाकडे राह्यला गेला.

जातांना मला त्यानं त्याच्या शिकवणीच्या वह्या दिल्या. तो म्हणाला, तर पांडुरंगमहाराज, आम्ही तुम्हाला त्रास दिला आहेच. पण ह्या वह्याच फक्त वाचा. प्रश्न ह्यांतलेच येतील.

मी ह्या वह्या निष्काळजीपणानं कोपऱ्यात फेकून दिल्या. शिवाय त्यानं मला पुस्तकांचा प्रचंड ढीगही दिला. त्यांत बरीच डिटेक्टिव्ह पुस्तकं होती. ती सगळी मी रद्दीत दिली. एक नेपोलियनचं चरित्र फक्त ठेवून दिलं.

बंगलोरला जायच्या आदल्या दिवशी तो माझ्याकडे आला. मी लायब्रीत होतो, हे त्याला माहीत असेल. त्यानं बाहेरूनच पांडोबा, पांड्या, पांडू, पांडू, पांडू सांगवीकर, पांड्या सांगवीकर, ए सांगवीकर, पांडूऽऽ अशा बोंबा ठोकायला सुरुवात केली. मी खिडकीतून त्याला पाह्यलं. पण हळूच आड जाऊन दिसू दिलं नाही. गड्यानं त्याला हाकलून देईपर्यंत तो ओरडत होता. मग कंटाळून तो निघून गेला.

मी संध्याकाळी होस्टेलवर आलो, तर बाहेर त्याची चिठ्ठी—

प्रिय पांडू,

तर मी उद्या बंगलोरला. माझा पत्ता तिथे गेल्यावर कळवीन. पण तू आज मला आमच्या नातेवाइकांकडे भेट. किंवा उद्या सकाळी कॉफी हाऊसमधे मी काही मित्रांना पार्टी देणार आहे. तर तू येशील काय?

तिथे बऱ्याच मुली येतील. म्हणून तू येणार नसशील. तर आज रात्री ९पर्यंत तुझी वाट पहातोच. तर जेवायला जरूर ये.

तुझा

मधुमिलिंद

मी ती चिठ्ठी फाडून टाकली. मला वाटलं. मिलटरी ही चांगली गोष्ट आहे. नाही तर सिव्हिल लाइफमधे इचलकरंजीकरसारख्यांचं काय करणार?

दुसऱ्या दिवशी दुपारी मी जेवून परत येत होतो. तेव्हा माझ्या खोलीसमोर कुणी तरी पाठमोरं उभं होतं. तो इचलकरंजीकरच. गॅलरीच्या कठड्याला टेकून माझ्या खोलीकडे तोंड करून तो उभा होता. मी ताबडतोब पळत जाऊन झाडाच्या आडून-आडून रस्ता धरून लांबच्या रस्त्यानं कॉलेजबाहेर आलो. नाइट-पायजमा, खिशात पैसे नाहीत. अशा स्थितीत मी तासभर कुठे घालवू? मद्रासमधे बिनापैशानं लस्सी, सिगरेटी वगैरे घेता आलं असतं. पण इचलकरंज्या तिथं मला नक्की पहाणार. म्हणून मी मद्रासच्या नारायणप्पाकडून रुपया उसना घेतला. आणि पुढच्या हॉटेलात वर्तमानपत्र वाचत वेळ काढला. *वीकली*तले सगळे विनोद वाचले. दोनदा लस्सी घेतली. सिगरेटी घेऊन रुपया संपवला. *फिल्मफेअर* चाळलं. अजूनही इचलकरंज्या गेला नसेल, म्हणून मी दबकत-दबकत होस्टेलपर्यंत चाललो. येऊन पहातो तर इचलकरंज्या नव्हता. तेवढ्यात मेसचा ज्ञानू गडी येऊन सांगून

गेला, एक साहेब तुम्हाला पाह्यला आला होता असं सांगून द्यायला सांगितलंय.

मग मी लायब्रीत गेलो. अभ्यास मात्र झाला नाही.

परीक्षा महिन्यावर आली. पण माझी अजून काही नेमलेली पुस्तकंच अपुरी होती. ती मी इतकी भराभर संपवली की सगळी संपल्यावर तांब्यांच्या नेमक्या कवितेत काय आहे, किंवा कार्डिनल न्यूमनला युनिव्हर्सिटीबद्दल नेमकं काय म्हणायचं आहे— ते मला आठवेना. मग मी अतिशय घाबरून गेलो. तेव्हा मधू, सुरेश, तांबे वगैरेंच्या बरोबर मी परीक्षेवर बोलत बसलो. आम्ही हिशेब केला, की सत्तावीस दिवस आणि आठ पेपर म्हणजे एकेक पेपर तीन-तीन दिवसांत कायम बाद झाला पाह्यजे. तरच काही जगण्यात अर्थ आहे.

मग मी घरी आल्यावर तीन वाजेपर्यंत जागून एक मोठ्ठं टाईमटेबल केलं. मध्यंतरी सुरेश चहासाठी आला. तो म्हणाला, त्यापेक्षा शेक्सपिअर संपवता आला असता एवढ्यात. मी आत्ताच संपवला.

मी त्याला विचारलं. माझे दिवस ॲक्टिव्हिटीत गेले. पण तुझा अभ्यास कसा झाला नाही?

तो म्हणाला, म्हणजे मी काहीच करत नव्हतो म्हणून अभ्यासच केला पाह्यजे, असं तुला वाटतं काय? अभ्यास नाही तर स्टेज एवढंच करता येतं काय?

तो गेल्यावर मी सकाळपर्यंत जागून आणखी दर पेपराचं एक असं तारीखवार टाईमटेबल केलं. तारीख एक ते तीन लॉजिक. चार ते सहा दुसरं लॉजिक. सात ते नऊ इंग्रजी. वगैरे असं.

तेव्हाच मनीऑर्डर आली. वडलांनी लिहिलं होतं, तुझी परीक्षा केव्हा आहे? तुला शेवटचे अडीचशे पाठवत आहे. तरी अभ्यास नीट चालू दे.

मी घाबरून गेलो. शेकड्यामागून शेकडे खर्च आणि परीक्षेची खात्री नाही.

तेव्हा महिनाअखेर आली होती. एकदोन दिवस आरामात काढून मग गाढवासारखा अभ्यास करायचा. मग मी वीसपंचवीस रुपयांचं महिनाभर लागेल एवढं डोक्याचं तेल, घासलेट, साखर, चहा, साबण इत्यादी आणून एकदोन दिवस मजेत घालवले. टाईमटेबल सुरू झाल्याबरोबर सपाटून अभ्यास सुरू झाला.

मी कधीकधी तीनचार तासच झोप घ्यायचो. पुस्तकं फारच पाल्हाळिक वाटली. म्हणून मी गाईड्स विकत आणून पाठ केली. इंग्रजीच्या इचलकरंज्याच्या वह्या मी एकदा चाळल्या. तेव्हा वाटलं, की पुस्तकंबिस्तकं बंद. त्या वह्यांनीच खरं म्हणजे माझे दोन पेपर नीट झाले. नाहीतर खलास. इचलकरंजीकर दि ग्रेट. मला एकदम आत्मविश्वास आला.

ते दिवस भयकंर होते. तेव्हा मला शेजारच्या एका मुलाबद्दल थोर जवळीक वाटली. हे जोशी. इंटरलाच होते. पण ह्यांचं फ्रेंच होतं. त्यामुळे मला आदर वाटायला लागला. वर्षभर ह्यांनी टिपटाप अभ्यास केला होता. शिवाय लॉजिकऐवजी ह्यांचं गणित होतं. कोणताही कठीण शब्द खोलीतून विचारला, तरी हे माझ्या खोलीत येऊन उत्तर द्यायचे. हे दर संध्याकाळी सहा वाजता साबणानं स्वच्छ आंघोळ करून मला विचारायचे, काय कुठपर्यंत आलं *गॅदरिंग*? मी बकाबका अभ्यास करून *गॅदर* करतो, असं ते म्हणायचे. नंतर ते सहा वाजता मोठ्ठ्यानं स्टोव्ह पेटवून माझ्या खोलीसमोर यायचे. मग म्हणायचे, तुम्हाला शेली आवडतो की कीट्स?

मी म्हणायचो, अजून ठरवलं नाही. वाचायचं आहे.

मग ते शेलीवर बोलायला लागायचे. आणि इतक्यात— अरे, च्यायला दूध वर आलं असेल, असं म्हणून घाईघाईनं जायचे.

मी जरा पुस्तकात लक्ष घालतो, तोच हे कपात चहा ओतून पीतपीत माझ्या खोलीत यायचे. म्हणायचे, आता नोट्स अशाच काढा, की परीक्षेच्या रात्री वाचता येतील.

कधी म्हणायचे, ही नाटकं आणि गॅदरिंग म्हणजे कॉलेज लाइफचा शाप आहे.

किंवा, बी.ए.ला काय घेणार?

तेवढ्यात चहा पिऊन झाल्यावर प्रसन्न मनानं माझ्या खोलीसमोर येऊन म्हणायचे, फिरून येतो.

एखाद्या वेळी कट्‌कट् म्हणून मी दार बंद करून वाचायचो. तर हे टक्‌टक् करून उघडायला लावायचे. मग म्हणायचे, इतकं उकडतं आहे आणि दरवाजा बंद? अभ्यासाला शुद्ध हवा पाह्यजे. दोन आणे?

मग फिरायला जायचे हे. आणि येतांना मला पण दोन आणेताला पान घेऊन यायचे.

आम्ही बरोबर जेवायला जायचो. तिथे पण ह्यांचे मोजके प्रश्न. म्हणजे — काल तुम्ही चार वाजता उठवलं. मग म्हटलं, जरा वेळानं उठावं, पण झोपच लागली. असे. रोज.

हे अकरापर्यंतच अभ्यास करायचे. झोपायच्या आधी माझ्याकडे एक फेरी असायचीच. मी धडपडत हे पान केव्हा संपेल, हा उतारा केव्हा लिहून होईल, हे उद्या केल्यापेक्षा आत्ताच संपवावं, आधी चहा घ्यावा की आधी व्हायोलाचं पात्र पहावं — अशा धडपडीत मग्न. तर हे विचारायचे, काय, केव्हा झोपणार? किंवा एखादी बातमी संबंध नसतांना सांगायचे — प्रो. परांजपे फ्लूनं आजारी आहेत. किंवा, तो अमुक अमुक तुमची चौकशी करत होता. किंवा रमी भेटली. ती म्हणाली, सांगवीकर अलीकडे कुठेच कसे दिसत नाहीत? पण त्यांना झोपतांना माझ्याकडे एकच काम — केव्हा झोपणार? झोपतांना मला उठवा बरं का.

सकाळी तांबडेलाल डोळे घेऊन मी त्यांना उठवायचो. तेव्हा ते म्हणायचे, किती वाजले?

हा प्रश्न मात्र फारच वैताग. कारण मी सांगितलं की पाच वाजले, तरी ते उठून उशाखालचं घड्याळ पाहून म्हणायचे, पाच का? थँक्यू. चार वाजलेले असले की घड्याळात पाहून — चार का? थँक्यू.

कधी कधी मी त्यांच्याबरोबर ग्राउंडवर एक फेरी मारून पुन्हा सकाळपर्यंत अभ्यासाला बसायचो. मी त्यांना एकदा चहा दिला, की ते सुद्धा मला परतफेड म्हणून एकदाच बोलवायचे. मला ह्या हिशेबाचाही वैताग आलाच होता. काल कुणी दिला होता, तेव्हा आज कोण देईल? वगैरे. पण सकाळीसकाळीच मी झोपी गेलो, की हे जेवायला म्हणून मला उठवायचे. मी त्यांच्यावर कधीच वैतागलो नाही. कारण ते चांगले होते. माझ्या बकाबका अभ्यासात असा सभ्य शांत गृहस्थ जवळ हवाच होता. शिवाय मला झोपेतून उठवतांना ते मला देवदूतासारखे गोरेपान वाटायचे. तर मी त्यांना उठवायचो, तेव्हा त्यांचे सतेज डोळे तर आईसारखे.

ते दिवस भयानक होते. एकदा संध्याकाळी अजून होस्टेलसमोरचा मर्क्यूरी दिवा लागला नव्हता. अंधार असून देखील खिडकीत बसून वाचता येत होतं. पण मी बाहेर व्हरांड्यात खांबाला टेकून उभा राह्यलो. बहुतेक खोल्या बंद होत्या. सगळेजण फिरायला. एका खोलीत दिवा होता आणि ती उघडी होती. दोघंतिघं काही तरी अभ्यासाबद्दल घूं घूं अशा आवाजात चर्चा करत

होते. तो आवाज भयानक होता. काही खोल्यांच्या झरोक्यांतून आतल्या लख्ख उजेडाचे चौकोनी तुकडे अंधारात भलतेच विचित्र दिसत होते. मी खांबाला टेकूनच गारेगार सुस्त गाढवासारखा डोळे चोळत उभा. इतकं वाचून डोळे चोळतांना फारच सुख. खांबाला खांदा लावून रेलून डोळे चोळत, हे सगळं म्हणजे भयानकच पण.

इतक्यात प्रो. शहांचा मुलगा पाठीमागच्या खिडकीचे गज धरून उभा राह्यला. आणि ओरडून म्हणाला, सांगवीकर, आमची परीक्षा संपली. आणि गज सोडून धपकन उडी मारून बंगल्याकडे पळून गेला.

मी म्हणालो, मी तरीही पास होईनच.

मग परीक्षा सुरू झाली. रमी म्हणाली, परीक्षेला तरी तुम्ही दिसताय म्हणजे.

प्रत्येक पेपर संपल्यावर डोळे दुखायचे. लिहितांना वाटायचं, त्या अमक्याअमक्या पानावर काय मुद्दा होता साला? लाल खूण चांगलीच केली होती साली. च्यायला, आठवत नाही म्हणजे काय? तेवढ्यात दुसरंच काही तरी आठवलं, की मी थोडीशी जागा सोडून पुढे जायचो. शेवटच्या दहा मिनिटांत ह्या मोकळ्या जागांत काहीही लिहून मी पेपर देऊन टाकायचो.

पेपर लिहितांना फक्त कागद आणि पेन धरलेली विचित्र पक्ष्यासारखी बोटं एवढंच अस्तित्व उरायचं. तेव्हा आपला मेंदूच जणू कागदावर हळूहळू सांडला जातो आहे की काय, अशी कल्पना मला सुचली. मी ही कल्पना इंग्रजीच्या निबंधात लिहूनही टाकली.

पेपर झाल्यावर तडक खोलीवर येऊन पुढच्या पेपराची तयारी करायची. जोशी पाव आणून द्यायचे, हे फार उत्तम.

एकदा तडक खोलीवर न जाता मी कॉलेजच्या मागून ग्राउंडवर एक फेरी मारली. वर पाह्यलं तर डोळे झपकन दुखले इतका भयानक तांबूस झगझगीत उजेड. दूरवर काळाकुट्ट होऊन गेलेला. डोळे ठीक करावे म्हणून मी पाह्यलं. तर वर एक घार शांत संथपणे उडत होती. खूप उंच. बारीकशी. डोळ्यांच्या वैतागानं बऱ्याचदा दिसेनाशीही व्हायची. म्हणून मी ज्यास्तच काळजीपूर्वक पाह्यला लागलो. खूप उंच, पंख सरळ करून ह्यांना हिंडता कसं येतं? उंचीवर थंड असतं. जो जो समुद्रसपाटीपासून वर वर जावे तो तो उष्णतामान कमी कमी होत जाते. आणि पंख ताठ करून न हलवता तरंगणं. शिवाय एकटं.

घारीला देवाचा शेजार असतो. तेव्हा मला वाटलं, की ह्यापुढे परीक्षा अशा द्यायच्या नाहीत. ह्यापुढे कशात भाग घ्यायचा नाही.

परीक्षा आटोपली. पास व्हायची जरा-जरा खात्री होती. म्हणजे निदान मधूपेक्षा मी नक्कीच खूप लिहिलं होतं.

आता जरा दोन दिवस खोलीत पडून काढतो म्हटलं, तर तेही जमलं नाहीच.

एकदोन दिवसांत मेसचे हिशेब खतम करून मेस बंद करून आम्ही घरी जाणार.

मोठ्ठ्या सकाळी दारावर धक्के ऐकून मी संतापून उठलो. आम्ही मेससाठी किराणा आणायचो, तिथला तो नोकर होता. तो म्हणाला, मी गंभीरशेटकडून आलो. मालकांनी तुम्हांला अर्जंट बोलावलं आहे.

येतो म्हणून सांगून मी झोपलो.

पुन्हा अकरा वाजता तोच नोकर खडखड करायला लागला. मी संतापून सगळं आटपून त्याच्याबरोबर गेलो.

दुकानात गंभीरशेट आरामात बसलेले. म्हणजे नेहमीसारखेच. तक्क्यापुढे मला बसवून त्यांनी वेलदोडा दिला. मग ते म्हणाले, परीक्षा कालच झाली?

हो, आणि जरा आज आराम करू म्हटलं, तर ही तुमची कटकट.

घ्या. रामप्पानं सांगितलं, की सांगवीकरसाहेब परीक्षेत आहेत. म्हणून गेले पंधरा-वीस दिवस मी थांबलो. परीक्षा म्हणजे सगळ्या वर्षाचा हंगाम. ते जाऊ द्या. हिशेब काय केव्हाही होतोच. पण आम्हाला चोख हिशेब आवडतो साहेब. दुसरे कुणी आचाऱ्याशी गट्टी करून मालात काचकूच भानगडी करतील. आपलं तसं नाही.

म्हणजे मी कधी तुमची बिलं ठेवली आहेत?

परवापर्यंत आपला व्यवहार चोख. पण गेल्या दोन महिन्यांत—

मग त्यांनी रांगतरांगत माझ्या डोक्यावरल्या डब्यावरची एक लाल कापडी खतावणी काढली. पेन्सिल घालूनच ठेवली होती.

ते म्हणाले, पहा. जानेवारीपर्यंत ठीक आहे. फेब्रुवारीची जमा फक्त शंभर. मार्चचं काही नाही. आता रोजखर्डा दाखवू काय?

मी वैतागून म्हणालो, ते मरू द्या. पैसे द्यायचे राह्यले असतील. परीक्षांची सगळीकडेच गडबड. राह्यलं असेल मागे. बरं, पण पैसे कोण आणून द्यायचं?

रामप्पा. पहिल्यापासून रामप्पाच. पण सांभाळा साहेब. आमच्याकडे नेहमी अशा भानगडी होतात. तसं तुमचं–आमचं काही नाही. पण नीट पहा.

तसं काही होणार नाही. मी हिशेब वैद्य नावाच्या एका मित्राकडे दिले होते. तोच सगळं पाहतो. त्याचीही परीक्षा येतेय. जरा काही झालं असेल. सगळं बघून उद्या पैसे आणतो. काळजी करू नका.

छे छे. आम्हाला पैसे मिळतीलच. तुम्हीच नीट काळजी घ्या. अशा भानगडी नेहमी होतात.

परत येतांना शिवाजीचा पुतळाही दिसलाच. ह्या वेळी कुठल्या तरी शाळेची पोरं त्याला नमस्कार करत होती.

कॉलेजवर आलो. थेट मेसमध्ये चुलीजवळ रामप्पाकडे गेलो. तो प्रचंड घामाघूम होऊन पोळ्या लाटत होता. मला ह्या काळ्याकुट्ट रामप्पाबद्दल नेहमीच वाईट वाटायचं. एक प्रकारचं प्रेम. ही माझी सवयच. कुठल्याही गोष्टीबद्दल प्रचंड प्रेम. आता ह्या रामप्पाच्या चेहऱ्यावरच्या सुरकुत्या मोजता येण्यासारख्या नव्हत्या. सगळ्या शरीराचा पालापाचोळा झालेला. उभं रहातांना पाय लटपटायचे. कुडतं पण वेडंवाकडंच. पण रांधतांना नेहमी काळंशार जानवं घालून धडपड करायचा. हे कुडतं कुठल्या तरी उमद्या विद्यार्थ्याच्या अंगावर मिरवून नंतर रामप्पाचं व्हायचं. ह्याच्यापाशी वर्षांचा हिशेब नाही. दिवस काय, महिने किंवा वर्ष काय — सगळं गेलं एवढंच. कॉलेजातल्या ह्या एकाच इमारतीत रामप्पाची जाणतीनेणती सगळी वर्षं गेलेली. खरकट्या ताटांनी आणि लडबड वाट्यांनी आणि चुलीसमोरच्या धुरकट भिंतींनी ह्याचं आयुष्य पिंजून टाकलेलं.

ह्या वर्षी तर रामप्पा ओंगळ दिसतो, म्हणून काढून टाकण्याचीही हुल्लड काही बादशाही विद्यार्थ्यांनी केली होती. पण मी आणि आणखी तिघाचौघांनी ह्या नालायक गोष्टीला जोरानं विरोध केला. त्यांतल्या एकाला तर मी बिल उशिरा आल्याच्या सबबीवरून काढून टाकलं. आमच्यातला एकजण

म्हणाला, रामप्पाचा शेंबूड आमटीत पडला म्हणून आज आमटी छान लागतेय. आम्हाला रामप्पा आवडतो, रामप्पाला आम्ही आवडतो.

गावातल्या एका माणसाबरोबर पोट सांभाळायला आईबापांनी हे पोर लावून दिलेलं. ते भांडी घासण्यापासून तर कर्तबगारीनं आता आचारी होऊन बसलेलं. त्याच्या वेळचं आता कुणीच शिल्लक राह्यलं नाही. कुणी लांडीलबाडी केली. कुणी मेलं. बायको मेली. हे सांगतांना त्याच्या चेहऱ्यावरची सुरकुती ढळायची नाही.

दुपारी बारा एक वाजल्यावर मेसची इमारत सुनी पडायची. सगळी गडीमाणसं उनाडक्या करायला गावात जायची. पांढरपेशा विद्यार्थ्यांच्यात गुदमरून गेलेले काही गडी एकत्र जमून अस्सल शिव्या देत मोठमोठ्ठ्यानं गप्पा मारत असायचे. रामप्पा मात्र सदासर्वदा मेसच्या खांबाला टेकून बसलेला. नेहमी मरगळलेला. ह्या थोर कॉलेजात रामप्पा भूत होऊन बसायचा. परीक्षांच्या त्रासानं कातावलेल्या विद्यार्थ्यांची बोलणी पचवायचा. मोठ्ठी चूल सांभाळायचा. अदबीनं कोपऱ्यात उभा राहून पगार मागायचा. गंभीरशेटचं बिलं दिलं, तर लगेच देऊन संध्याकाळी पावती आणून तसाच कोपऱ्यात उभा. एकेकाळी ताटाला चिकटेल इतकं तूप वाढून आता डाल्डा खाणाऱ्यांची कीव करायचा. तेव्हा दहा पोळ्या खाणारे विद्यार्थी तर आता तीन पोळ्यांच्यावर आलेले. ह्यानं अनेक सेक्रेटरी पाह्यले असतील. पन्नास रुपये बिलं आणणाऱ्यापासून पस्तीस रुपये बिल आणणाऱ्यापर्यंत सगळे. लबाड, ढोंगी, माझ्यासारखे दयाळू. पण रामप्पानं कुठे कुणाचा बोल लावून घेतला नाही. म्हणून सुखी होता.

शेकडोंनी विद्यार्थी रामप्पाच्या हाताखालून जेवून गेले. मी अशी स्वप्नं रचायचो, की आपण पुढे वीसेक वर्षांनी काही तरी होऊन रामप्पा जिवंत आहे आणि आपल्याला तो ओळखतो. ओळखता आलं नाही, तरी धोतराला हात पुसत पुसत येतो आणि थोडंसं कसं तरी ओळखतो.

रामप्पाचा पहिला मोठ्ठा फोटो मी ह्या वर्षी मेसतर्फे काढला. आणि टांगला.

हा बिचारा म्हातारा काळंकुट्ट धोतर नेसून आमच्या शंभरजणांचा सैपाक करायचा. घामाघूम होऊन. हे फार वाईट. आम्ही पैसे भरावे. पैसे. आणि त्यानं आमच्या खाण्याकरता राबावं. खाण्याकरता. हे मला सेक्रेटरी झाल्यावर पहिल्यांदा आत गेलो, तेव्हापासूनच नापसंत होतं. आचारीच काय, पण आईबद्दलही हेच वाटतं. कुणीच कुणाच्या खाण्याकरता इतकं चुलीजवळ राबू नये. खाणाऱ्यांना काय? उचलली जीभ लावली टाळ्याला.

म्हणून बऱ्याचदा आमच्या मेसचे गडी ज्ञानू-मानू माझ्याजवळ गाऱ्हाणं करायचे, तरी मी रामप्पाला एक शब्द बोलायचो नाही. ते म्हणायचे, साहेब, मानूनं स्वतः पाह्यलं. मोठ्ठी डाळीची पिशवी कोठीमागे ह्यानं लपवून ठेवली. साहेब, काल तो पातेलंभर श्रीखंड घेऊन गेला. मी नुस्तं म्हणायचो, बरं, त्याला झाडतो. नंतर-नंतर ज्ञानू-मानूही माझ्याकडे येईनासे झाले.

मी घामाघूम होऊन थेट स्वैपाकघरात शिरलो. रामप्पानं मला पाट दिला. भाजीवर झाकण ठेवून मला म्हणाला, झाली परीक्षा?

रामप्पा, किराणाचं किती बिल द्यायचंय?

कालच गंभीरशेटनं निरोप सांगितला. मी येणार होतो. पण तुम्ही परीक्षा. म्हटलं आता नंतर—

ते जाऊ दे. किराणाचं बिल किती द्यायचंय? आजपर्यंत किती दिलं?

वैद्यसाहेब द्यायचे ते-ते नेऊन देत होतो. बाकी आपल्याला काही माहीत नाही.

मग मी गड्याकडून वैद्याला बोलावून घेतलं. वैद्य साला नेहमी अर्ध्या चड्डीत आणि उगीच गरीब दिसणारा.

तो म्हणाला, फेब्रुवारीपर्यंत सगळं क्लिअर आहे. पावत्या मात्र मला मिळाल्या नाहीत. मार्चचे दोनशे दिले आहेत. माझ्याजवळ दहावीस रुपये शिल्लक आहेत.

रामप्पा आतून धावपळ करत तिथे आला.

मी म्हणालो, रामप्पा, वैद्य म्हणतो— फेब्रुवारीचे सगळे दिले आहेत.

रामप्पा म्हणाला, सगळे कुठले? फक्त शंभरच. तेवढे मी नेऊन दिले.

वैद्य धडपडून म्हणाला, हॅट्. मानूला बोलवा. मानूदेखत मी ह्याला तीनदा पैसे दिले आहेत. इथेच.

मानू गुरकून म्हणाला, साहेब, आपल्याला ह्यात कालवू नका हां. आम्ही गडीमाणसं. वीस रुपयांशी आमची गाठ.

मी विचारलं, खरं काय ते सांग. तुझ्यासमोर दिले?

पण मानू सांगेना. आता जेवायलाही काही विद्यार्थी यायला लागले होते. हा प्रकार पाहून सगळे आनंदित झाले.

वैद्यला वाटलं, सेक्रेटरीचा आपल्यावर विश्वास नाही. तो मोठमोठ्ड्यानं ओरडायला लागला. मी त्याला शांत करून म्हटलं, गृहस्था, तू गप्प बैस.

पैसे कुणी लंपास केले हे कळेलच. तू घाबरू नकोस. मानू, सांग. ज्ञानू, तुला माहीत आहे?

ज्ञानू म्हणाला, साहेब, आता वाढायला लागू की हे करू? आता वैद्यसाहेब आमच्यादेखत पैसे देत होते. पण कोणत्या बिलाचे. कोणत्या महिन्याचे हे आम्हाला काय कळणार? तुम्हीच सांगा.

म्हणजे उरला फक्त रामप्पाच. आणि वैद्यच. पण खरं पाहता शेवटी कदाचित उरणार मीच. कारण रामप्पा म्हणाला, पैसे नेले की पावती घेतल्याशिवाय मी येत नाही. वाटल्यास गंभीरशेटकडून खात्री करून घ्या. वैद्यानं दिलेल्या पैशांच्या सगळ्या पावत्या मी त्यांना नेऊन दिल्या आहेत.

वैद्य खोलीवर गेला आणि मोठ्ठी गच्च भरलेली फाईल घेऊन आला. मग फेब्रुवारीपासूनच सगळा जमाखर्च, हिशेब, बेरजा, बारीकसारीक बिलं सगळं बाजूला काढून ते तपासून घेतलं.

जानेवारीपर्यंतच्या सगळ्या पावत्या ठीक होत्या. फेब्रुवारीची फक्त एक पावती होती. मी वैद्याला म्हणालो, म्हणजे ह्यानंतर तू दोनदा मिळून चारशे रुपये दिलेस. त्याच्या पावत्या रामप्पानं आणून दिल्या नाहीत. असंच ना?

तो म्हणाला. पहिली पावती आणून द्यायला ह्याला हजारदा सांगितलं. पण हा म्हणायचा, एकदम सगळी बाकी चुकती केल्याशिवाय गंभीरशेट पावती देणार नाहीत.

मग तू स्वतः का नाही पाहून आलास?

मी? मी — माझ्याकडे मला फक्त हिशेब म्हणजे जाऊन आलो असतो. पण अभ्यास पण तेव्हाच मी तुमच्या खोलीवर आलो. तुम्ही म्हणाला, रामप्पा काही तसं करणार नाही. नंतर पुन्हा एकदा तुम्हाला खोलीत चिट्ठी टाकून गेलो होतो, की तुम्ही स्वतः दुकानात जाऊन पाहून या.

मी म्हणालो, तू भेटला होतास ते बरोबर आहे. पण चिट्ठीबिट्ठी काही मला मिळाली नाही. वैद्य, ह्याचा परिणाम वाईट होईल.

तो म्हणाला, सांगवीकर. मी मेसचा एक पैसा जर इकडेतिकडे केला असेल, तर मी तुमचं ऐकीन. एकावेळचं जेवण मिळतं, ह्यापलीकडे मी ह्या मेसचं काही लागत नाही. शेजारच्या मेसमधे संध्याकाळी जेवतो आणि तिथला हिशेब पहातो. त्या सेक्रेटरीला विचारा. इकडची पै तिकडे केली नाही. मी चिट्ठी टाकली होती. शिवाय तुम्ही रस्त्यानं भेटला तेव्हा सांगावं, तर तुम्ही माझ्या नमस्काराकडेही कधी लक्ष दिलं नाही.

हे मात्र खरं होतं. कारण वैद्य नेहमी भेटला की सारखं हिशेब, बिलं, गंभीरशेट, ह्या महिन्याचं इतकं डिपॉझिट बाकी आहे, त्या महिन्याचं तितकं बिल उद्या पाठवतो, काही मुलं बिलं माझ्याकडे देतच नाहीत, तुम्ही मागाल काय, रामप्पानं पावत्या अजून आणल्या नाहीत, किंवा आणल्या — वगैरे-वगैरे हेच असायचं.

मी वैद्याला सरळ दम दिला, की तुला पोलिसच्या ताब्यात देतो. आणि उगीच म्हणून रामप्पालाही दम दिला. बिचारा रामप्पा. तो माझ्या पाया पडायला लागला. पण मी उसना राग वगैरे आणून तिथून निघून गेलो.

संध्याकाळी मी खोलीवरच जेवण मागवलं. रामप्पानंच माझं ताट आणलं. आणि तो कोपऱ्यात घाबरत अदबीनं उभा राह्यला. त्याच्याजवळ लावायला नोटीस लिहून दिली, की ह्यापुढे थोडासाही व्यवहार वैद्याशी करायचा नाही. सेक्रेटरीजवळच सर्व बाकी वगैरे द्यावी.

तो गेल्यावर मी जानेवारीपासूनची सगळी बिलं तपासली. पण ह्याच्यापासून काहीच फायदा नव्हता. मीठ, मिरची, गहू, तांदूळ, हा मोठ्ठा किराणा सोडाच, पण शेगडी दुरुस्त करून घेतली त्याचे चार आणे, साबण, मंडईत जायचं ज्ञानूचं सायकलचं भाडं, उदबत्या, दूध — हजार भानगडी होत्या. तेवढं कोण बेरीज करून पहाणार?

दर महिन्याचा तीन-तीन हजारांचा हिशेब. त्यामुळे चुकलेले सहासातशे रुपये म्हणजे काहीच विशेष नाहीत, असं मधूनमधून वाटलं.

हे पहाता-पहाता संध्याकाळ झाली. संध्याकाळी वैद्य रजिस्टर वगैरे घेऊन आला. त्याच्याजवळचे वीस-पंचवीस रुपये आणि ज्यांच्याकडे अजून पैसे येणं आहे अशा मुलांची यादी देऊन तो म्हणाला, सांगवीकरसाहेब, मी खरंच पैसा चोरला नाही.

मी म्हणालो, गेट आऊट.

अजून जमा करायचे पैसे, चालू महिन्याचा खर्च, जमा असलेली डिपॉझिटं, डिपॉझिट वजा जाता प्रत्येकाच्या नावावरची रक्कम — ह्या भानगडी करता-करता रात्र झाली. शेवटी सकाळी मी या मुद्यावर आलो — आपल्याकडे रोख जमतील सुमारे तीन हजार रुपये. डिपॉझिटं परत करायची आहेत बत्तीसशे रुपयांची. शिवाय गंभीरशेट, तखारवाला वगैरेंची देणी. म्हणजे एकूण देणं किती?

तेव्हाच मला प्रचंड झोप आली. रात्रभर आकडे-आकडे, बेरीज-वजाबाकी, गुणाकार-भागाकार करून-करून मॅट्रिकनंतर विसरून गेलेल्या गणिताची उजळणी झाली. शिवाय सकाळ होत आली होती. मग मी झोपलो.

उठून पहातो तो सकाळचे दाहेकच वाजलेले. फक्त दोन-तीन तासच झोप. शिवाय मेंदूत आकडेआकडे होतेच. टेबलावरचा मेसचा पसारा पाहून आणखीही आकडेवारी संपलीच नाही, असे विचार मनात आले. अजून बऱ्याच भानगडी उरलेल्या. घरून पत्र आलेलं — परीक्षा कशी झाली? केव्हा येणार? सुमी, मनी, जाई आणि छोटीशी नली वाट पाहताहेत. लवकर ये.

माझं जाणं आता ह्या मेसच्या भानगडी मिटेपर्यंत लांबलं. एक तर प्रत्येक जेवणाराकडे किती पैसे बाकी आहेत याचा हिशेब, डिपॉझिटांतून प्रत्येकाचं येणं वजा करून प्रत्येकाला किती देणं आहे ह्याचा हिशेब — हे आधी व्हायला पाह्यजे. कुणी मदतीला बोलवावं, तर जो-तो घरी जायच्या तयारीत. आता आपल्यालाच उरलीसुरली कंबर कसून दिवसभर बसलं पाह्यजे. पण पैशांची लफडी अगोदर मोडून टाकावीत.

संध्याकाळी मी ह्या मुक्कामाला आलो, की सगळा गोंधळ जाऊन आपले सहाशे रुपये कुठे तरी गायब झाले आहेत. सहाशे रुपये वैद्याने खाल्ले. सहाशे.

सुरेश, लाडी, जोशी वगैरेंना हा सगळा प्रकार सांगितला. लाडी म्हणाला, शेवटी तुमची कथा मूळ बुडावर. सुरेश म्हणाला, पोलिसकडे ताबडतोब जावं. जोशी म्हणाले, पण फायदा काय? पोलिसकडे जायच्या आधी प्रिन्सिपालांची परवानगी लागेल.

लाडी म्हणाला, त्या आधी आपण साल्या वैद्याला दम देऊन पैसे काढू.

महादेवन् म्हणाला, एक तर वैद्यानं आणि रामप्पानं मिळून तरी असतील खाल्ले, किंवा रामप्पानं एकट्यानं तरी असतील खाल्ले. असं नसलं, तर मग वैद्यानं एकट्यानं खाल्ले सगळे.

लाडी म्हणाला, सालं हे मद्रासी काय बोलतंय इंग्रजीत?

सुरेश म्हणाला, त्याच्यावर लक्ष ठेवा. नाही तर भडवा लगेच वैद्याकडे जाऊन हे सांगेल.

जोशी म्हणाले, वैद्य काही इतके पैसे खाणार नाही.

मी म्हणालो, रामप्पा नक्की ह्यात नाही.

सुरेश म्हणाला, तुला तो अधूनमधून टमाटे आणून द्यायचा म्हणूनच ना?

लाडी म्हणाला, पांडोबा, तुला अक्कल नाही. पुन्हा गॅदरिंगसारखं करू नकोस. इथे दुसरा कुणी तुमचे पैसे भरणार नाही. सालं सहाशे रुपये. साधी बाब नाही. म्हणजे आमचा वर्षाचा खर्च जवळजवळ.

महादेवन् म्हणाला, गेल्या वर्षी आमच्या मेस सेक्रेटरीनं होते भरले रुपये शंभर. पण खरं म्हणजे त्यानं आधीच होते खाल्ले शेकडो. त्यामुळेच तो स्वतःच भरता झाला शंभर. हे होतं खरंच.

महादेवन्ला हाकलून देऊन आम्ही असं ठरवलं, की वैद्याला दम द्यायचा. आणि पैसे मागून घ्यायचे. त्याला खोलीत कोंडून मार द्यायचा.

मग आधी सुरेश आणि मी त्याच्या खोलीत शिरलो. दरिद्री खोली होती. तो पडल्यापडल्या मोठ्ठं अस्ताव्यस्त कागदाचं बंडल वाचत होता. आम्हीच दार बंद केलं. तो धडपडून उठला. म्हणाला, बसा.

सुरेश म्हणाला, बसायला आलो नाही बेट्या. पिटायला आलोय तुला.

मी म्हणालो, वैद्या, तुला पोलिसात द्यायच्या आधी सरळ विचारतोय, की खरं काय झालं ते सांग. तुला आम्ही काहीच करणार नाही.

वैद्य घामानं थरारून गेला. अगोदर तो काहीच बोलला नाही. हातातले कागद नीट टेबलावर ठेवून कोपऱ्यात जाऊन थरथर कापत उभा राह्यला.

पण म्हणाला, खरं सांगतो सांगवीकर. हे काम रामप्पाचंच. रामप्पानं मलाही हातोहात फसवलं. मी मुलांच्याकडून पैसे फक्त जमा करायचो. दोनेकशे आले की रामप्पाला देऊन टाकायचो. मी खरंच त्याला एकदा दोनशे आणि परवा तीनशे दिले. खूप अगोदरच्या शंभर रुपयांची पावती पण त्यानं दिली नाही. मी तुम्हाला सांगितलं होतं. तो लबाड आहे. शिवाय माझ्याकडे इतके पैसे खोलीत ठेवणं मला कसं तरी वाटायचं. उगीच चोरीबिरीला गेले—

भडव्या, तुला शेवटचं सांगतो. नाहीतरी हे पाह्यलंस?— म्हणून सुरेशनं उजवी बाही गुंडाळायला सुरुवात केली.

मला काही मारामारी करावीशी वाटेना. तेवढ्यात लाडी आणि जोशी आले. लाडीच्या हातात लांब काठीचा झाडू होता. लाडीनं झाडूकडूनच वैद्याच्या छातीवर काठी रोखून त्याला भिंतीशी दाबून धरलं.

मी म्हणालो, थांबरे लाडी. वैद्या, खरं सांग. तू किती घेतलेस, आणि रामप्पानं किती?

वैद्य पटापट रडू लागला. शेवटी मोठ्ठ्यानं ओरडून म्हणाला, तुम्ही मला मारताय? मी काही केलं नसतांना? एकत्र मिळून?

आणि एकदम छातीवरचा झाडू फेकून त्यानं दरवाजाकडे उडी घेतली.

सुरेशनं चटकन त्याची कॉलर मागून पकडली. आणि त्याच्या मुस्कटात एक ठेवून दिली— पळून जातोस काय, भोसडीच्या. पैसे काढ. काढ.

हे पाहून जोशींना भीती वाटली. ते म्हणाले, धिस इझ इनह्यूमन. त्यांनी दरवाजा उघडला. आणि ते बाहेर पडले.

आम्ही दरवाजा बंद करणार, इतक्यात सगळा जोर एकवटून वैद्यानं सुरेशला हिसका मारला. तो थेट दरवाजावर उडी घेऊन बाहेर पडला. सुरेश चवताळून त्याच्या मागोमाग. मग ह्या झटापटीनं आणि वैद्याच्या आरडाओरड्यानं आसपासचे सगळे लोक जमले. हे सगळे बी.ए.चे विद्यार्थी म्हणून वैद्याचे दोस्त.

वैद्य रडत–ओरडत म्हणाला, हे मला मारतात.

त्या सगळ्यांनी वैद्याला पाठीशी घेऊन सुरेशभोवती कोंडी केली. लाडीनं सुरेशला सोडवलं. सुरेश आणि लाडी मिळून वैद्याला पकडायला लागले. चांगलीच गुद्दागुद्दी झाली. मी पण भाग घेतला. म्हणजे आपल्यासाठी हे इतकं करतायत् आणि आपण नुसतं उभं रहावं?

वैद्य मात्र निसटला. तो पळतपळत प्रो. शहांच्या बंगल्यात शिरला. मग आम्ही पोलिसांकडे जाऊ असा दम देत तिथून निसटलो. खोलीवर पोचतो तेवढ्यात खानभैय्या आला. म्हणाला, शहासाहेब तुम्हाला सगळ्यांना बोलावतायत्.

सुरेश आणि लाडी म्हणाले, शहासाहेबाला सांग आम्ही येत नाही.

पण मला जाणं भागच होतं. सालं हे काही बरं झालं नाही. तरी बरं वैद्य साला शहांच्याकडेच गेला. प्रो. परांजप्यांच्याकडे गेला असता म्हणजे पंचाईत. शहा तसा भला गृहस्थ. एकदा वर्ग सुटून खाली येतांना डाव्या जिन्यावर मुलामुलींची गर्दी होती, म्हणून मी उजव्या जिन्यानं उतरायला लागलो. खालून प्रो. शहा येत होते. माझं कोपर धरून ते म्हणाले, वर चला. मग तसेच ते वर आले. आणि म्हणाले, तुम्ही सेन्सिबल विद्यार्थी. सांगवीकरच ना तुमचं नाव? धिस इज द वे. मी डाव्या जिन्यानंच खाली उतरलो. — तर प्रो. शहांच्या जवळ निदान बोलता येईल. परांजप्यांच्याकडे नुस्त्या शिव्या ऐकणं आणि वरून पाच रुपये दंड.

मी शहांच्याकडे गेलो. ते म्हणाले, व्हॉट इझ धिस मेस, सांगवीकर? आर यू ऑफ?

मी सगळा मेसचा इतिहास सांगितला.

ते म्हणाले, लवकर आटपा. आठ वाजता माझे ट्यूशनचे विद्यार्थी येतात.

मी म्हणालो, अजून म्हणजे अर्धा तास आहे. मुद्दा हा की मुलं वैद्याकडे पैसे द्यायचे. हे पैसे गंभीरशेटला मिळालेले नाहीत.

ते म्हणाले, मधे आचारीही आहे, हे विसरू नका. डोन्ट फरगेट दॅट. वैद्य मला पुरा माहीत आहे. आय नो हिम व्हेरी वेल, आणि त्याला पोलिसबिलीसकडे दिलं तर मी त्याच्या बाजूनं साक्ष देईन. वैद्य, यू कॅन गो नाऊ. डोन्ट वरी, आय विल सेट्ल धिस.

तरी वैद्य जाईना.

शहा म्हणाले, पोलिसची धास्ती नाही. सांगवीकर इझ नॉट सो अॅब्नॉर्मल.

मग वैद्य गेला.

नंतर शहा माझ्याशी हुज्जत घालत बसले.

ते म्हणाले, मी इथे पंधरा वर्षं काढली. अशा केसिस फ्रिक्वेन्टली होतात. पण नायन्टी परसेंट भानगडी जस्ट आचाऱ्यांच्या असतात. नाइन्टीन फॉर्टी टू ला विश्वंभर नावाच्या सेक्रेटरीची अशीच भानगड होती. आचारीच सगळं करतात. आणि तो तसा नसला तर सेक्रेटरी लबाड असतो. सेक्रेटरीच पैसे खातो. तुम्ही अभ्यासात एकदाचे बिझी झालात, की त्यांचा हात चालतो. आणि तुम्हांला ते परीक्षेनंतर कळतं. बरं, कळून काहीच गेन नसतो. कारण थोड्याफार प्रमाणात कोणताही सेक्रेटरी पैसे लांबवतोच. डोन्ट से नो. त्यानं पैसे खावेतच. नाहीतर एवढा महिन्याला दोनतीन हजारांचा व्यवहार ऑनररी राहून कोण करेल? बट दॅट अपार्ट. आता तुम्हाला किती पैसे भरायचे आहेत? वैद्यानं नेले नाहीत, हे मी तुम्हाला सांगतो. इट्स नॉट इन हिम टु डू दॅट. तो बी. ए. ला बसतोय. बिचाऱ्यानं चार वर्षं मोठ्या मेहनतीनं काढली. आता ऐनवेळी तुम्ही त्याला त्रास दिला, तर आय शॅल बी व्हेरी सॉरी. पण समजा, वैद्यानं खाल्ले असले किंवा आचाऱ्यानं खाल्ले असले, तरी आता पोलिसबिलीस कसं करणार? एकतर तुमच्याकडे काही प्रूफ नाही. पोलिसांना म्हणजे भक्कम प्रूफ पाह्यजे.

मी त्यांना थांबवून म्हणालो, प्रूफ हेच की मुलांच्याकडून ह्यानं पैसे घेतले आहेत. आणि आचाऱ्याजवळ दिले मात्र नाहीत.

ते ठीक आहे. पण तुम्ही रिसिटबुकावर आधीच दोन महिन्यांच्या सह्या करून ठेवल्या होत्या. आता तुमच्या सह्या असलेल्या पावत्या अजून काही शिल्लक असतीलच. खरं आहे ना?

हो. हे खरं आहे.

मग पोलिसांना तुम्ही काय सांगणार? वैद्य ह्यात कुठेच सापडत नाही. पण वैद्याचं मी अगोदरच सांगितलं— ही इझ अ गुड बॉय. आचाऱ्यालाही तुम्ही पकडू शकत नाही. ही माणसं असायला अस्सल मवाली असतात. उद्या रस्त्यावर तुम्हाला मारतीलही. पोलिसांच्याकरता प्रूफ नाहीच. पण कंप्लेंट केली तर तुम्हाला इथे सुट्टीत रहावं लागेल. सारख्या कटकटी. शिवाय वॉर्डनला जर हे कळलं तर ते असंच म्हणतील, की पैसे सेक्रेटरीनं खाल्ले. दर वर्षी हे असंच होतं. तेव्हा तुम्ही जर ऐकणार असाल, तर मी एक सांगतो.

म्हणजे सहाशे स्वतः भरावे हेच काय?

येस. पहा. सोपं आहे. तुमचे वडील कसे आहेत घरचे?

घरी बरं आहे. पण अशासाठी पैसे काही पाठवणार नाहीत.

पहा मग तुम्हाला काय वाटतं ते.

मी खोलीवर आलो, सुरेश, लाडी वगैरे होतेच. ते म्हणाले, ते काही नाही. आपण पोलिसकडे जाऊ. घरचे पैसे मागवायचे म्हणजे काय?

खरंच. आपण घरी काय कळवणार? आईचे एकदा दुकानातून येतांना चार आणे कुठे तरी हरवले, तर ती घरापासून दुकानापर्यंत पहात-पहात गेली होती. वडील तर आपल्या नेहमीच्या मनीऑर्डरीबद्दल देखील कुरकुर करतात. तर सहाशे रुपये काय म्हणून मागवणार?

तर सुरेश म्हणाला, चलारे, च्यायला ह्यांचं हॅम्लेट सुरू झालं. आपल्याला घरी जायची तयारी करायचीय.

मी म्हणालो, सकाळी तुम्हाला नक्की सांगतो काय करायचं ते.

सुरेश म्हणाला, म्हणजे तोपर्यंत चिंतन करणार असाल. सकाळी कोण रहातंय होस्टेलवर? आम्हाला घरी जायचंय उद्या.

मग मी मद्रासमध्ये जाऊन सगळे आकडे डोळ्यांपुढे ठेवून सिगरेटी ओढत बसलो. त्या रात्री मी हजारो विचार केले.

खोलीवर येऊन मी मेस बंद झाल्याची नोटीस लिहिली. होतं तेवढं धान्य गंभीरशेटकडे रात्रीच परत केलं. उरलेलं रामप्पाला देऊन टाकलं. क्लबात नोटीस लावली, की हे शेवटचंच जेवण. जेवणाऱ्यांनी आज रात्री माझ्याकडे सगळे हिशेब चुकते करावेत.

त्या रात्री माझ्या खोलीवर जेवणाऱ्यांची रीघ लागली. माझ्या शेजारच्या जोश्यांना ते इतकं विनोदी वाटलं, की ते माझ्या कॉटवर बसून त्यांनी अभ्यासालाही सुट्टी दिली.

एकजण यायचा, मी त्याचं बिल बघायचो. डिपॉझिटमधून ते कापून घ्यायचो आणि बाकीचे पैसे त्याला परत द्यायचो, दुसरा तेवढ्यात उभाच असायचा. तो आपलं बिल बघायचा, देऊन टाकायचा, तो डिपॉझिट घेऊन जायचा. त्या दिवशी जे आले नाहीत, त्यांना मी दुसऱ्या दिवशी भेटलो. आणि त्यांचं सगळं साफ केलं. काही अगदीच गरीब दिसले. ते म्हणाले, नंतर बिल दिलं तर चालणार नाही काय? मी म्हणालो, नाही नाही. आत्ताच पाह्यजे. काहींनी उसने घेऊन दिले. पण एकंदरीत देणंच जास्त होतं. माझ्याजवळ शिल्लक असलेले सगळे पैसे त्या दोन दिवसांत मी देऊन टाकले.

मग उरलो कफल्लक मी. आणि सहाशे रुपयांची बिलं. त्या दोन दिवसांत गंभीरशेटचा माणूस खूपदा येऊन गेला. शेवटी मी रागावून म्हणालो, तुझ्या शेटला सांग, मी मेलो तरी इथून घरी जाणार नाही. मग तो आला नाही.

एकदाची त्या क्षुद्र विद्यार्थ्यांची वर्दळ कमी झाल्यावर जेव्हा मी एकटा राह्यलो, तेव्हा मला यम आठवला. काय केलं आपण हे? आता काय करणार?

पैशाचं आपल्याला काहीच महत्त्व वाटत नाही. ड्रॉवरमधे दोनदोनशे रुपये उघडे असायचे. खोलीत वाटेल तो यायचा. नेहमी खोली उघडीच. कुणी शंभर दोनशे नेलेही असतील. पण त्या गराड्यात कळलं नाही.

आता इतके पैसे कुणाला मागावे? घरून काही झालं तरी मागवायचे नाहीतच. मग इतके तर कुणीच उसने देणार नाही. शिवाय येत्या जूनमधे इकडे आल्यावर देऊ म्हटलं, तर आपणच नापास झाल्यावर बाप पुण्याला कशाला पाठवेल?

आपण कोणतंच काही नीट केलं नाही.

मग मी ठरवलं, की आज रात्री आपण कुठेतरी पळून जायचं किंवा खरं म्हणजे आत्महत्या करायची.

हा चाकू खुपसून घ्यावा काय?

मग मी चाकू काढला. माझ्या बोटावर त्याचं पातं चाळवलं. खूप घासला तेव्हा कुठे रक्त आलं. चाकूच बोथट. आपल्याच पोटात असा बोथट चाकू कोण खुपसून घेणार? मग मी चाकू खिशात टाकून नाना चौकात आलो.

इथे मी मागे कुठल्या तरी कार्यक्रमासाठी आलो होतो. तेव्हा हे धार लावायचं यंत्र पाह्यलं होतं. त्यानं धार लावून दिली. तेव्हा मी बोटानं धार बघत म्हणालो, आणखी चांगली लावा.

इतका वेळ त्यानं माझ्याकडे पाह्यलंच नव्हतं. तो एका मोठ्ठ्या सुरीला धार लावायला लागला होता. ती मोठ्ठी सुरी नीट बघून मला वाटलं, ही सुरी छान आहे.

मग त्यानं आणखी दोनतीनदा दाबून चाकूला धार दिली. चाकू घेऊन मी परतलो.

रस्त्यावरली गर्दी मला फार आसुरी वाटली. हे सगळे गाढव आहेत. हे कापडचोपड खरेदी करतात. साले हरामखोर.

मी काल जेवलो नव्हतो. कारण माझ्याकडे एकदोन रुपयेच शिल्लक होते. उरलेले पैसे आता काय करणार? त्यापेक्षा झक्कपैकी जेवू. सकाळपासून भूक लागली आहे. हे शेवटचं जेवण म्हणून एका चांगल्या हॉटेलात आलो.

मेनू पाह्यला. दीड रुपयाचं जेवण मागवावं. पण तिथेच वर भजीही होती. भजी आणि जेवण मागवावं. भजी. कांदाभजी.

वेटर आला तेव्हा मी फक्त भजीच सांगितली. आता मरायचंच आहे तर जेवून काय फायदा? कदाचित जेवलो तर आपल्याला मरावंसं वाटणार नाही. हेच ठीक आहे. झोप दोन रात्री आलेली नाही. तरी झोप येत नाहीच. आणि खूप भूक लागूनसुद्धा हुरूप नाही.

भजी खाऊन झाली. निदान चहा तरी घ्यावाच. जरा बरं वाटेल.

मग चहा आला. वेटरला टिप दिली नाही. तिथेच चारमिनारची दोन-तीन पाकिटं घेतली आणि निघालो.

रस्त्यानं एक ओळखीची मुलगी दिसली. अतिशय हळूहळू जात होती. तिला खोलीवर घेऊन जावं. ती नक्की येईल. मला मरायचं आहे असं सांगितलं, की ती नक्की येईल. पण मी न थांबताच तिच्याकडे नुसतं नीट पाहून घेतलं आणि खोलीवर आलो.

दार नीट बंद करून घेतलं. खिडकीही बंद केली आणि चाकू उघडून टेबलावर ठेवला. सगळे कपडे काढले. आणि एक नवी सिगरेट तोंडात घेतली. नुस्ता पडून राह्यलो.

मग परत फक्त पँट चढवली. दार उघडून आसपास कुणी नाही ना, हे पाह्यलं. सगळेच घरी गेलेले. एका खोलीला फक्त कुलूप नव्हतं.

मी पुन्हा नवी सिगरेट घेतली. आणि उशी नीट मानेखाली सरकवून मग दरवाजा नीट लावून ही शेवटचीच सिगरेट म्हणून जरा रेललो.

खरं म्हणजे तेव्हा मी खूप आनंदात असायला पाह्यजे होतं. पण मला उगीच राग आला होता. ती सिगरेट संपली. पुन्हा दुसरी घेतली. आणि चाकूकडे बघत मी पुन्हा रेललो.

ती संपल्यावर आणखी एक घेतली. आणि चाकू हातात घेतला. पोटावर टोचून पाह्यला. नंतर हात लावून नेमकी जिथे धुगधुगी असते ती जागा एका हातानं पाहून तिथेच तो टोचायचा असं ठरवलं.

मग सदरा घातला. आणि चाकू पुन्हा हातात घेऊन कॉटवर आडवा झालो. इतक्यात खिडकीच्या वरच्या झडपेतून एक चिमणी आत शिरली आणि पुन्हा निघून गेली.

मग थोड्या वेळानं मी उठलो आणि चाकू फरशीवर घासघासघास इतका घासला, की त्याची धार बसली. मग चाकू मी पेटीत टाकला. आपण काही आत्महत्या करणार नाही. मग सगळ्या शिल्लक सिगरेटी ओढून टाकल्या. आणि मी घनदाट झोपलो.

जाग आली तेव्हा अंधारगुडूप होतं. ही उद्याची रात्र की परवाची? थोड्या वेळानं कॉलेजकडे एकचा ठोका पडला. साडेबारा की दीड? मग थोड्या वेळानं पुन्हा एकचाच ठोका पडला. मग मी पुन्हा झोपी गेलो.

नंतर जाग आली, तेव्हाही अंधारच होता. ही आणखी पुढची रात्र काय? पण आता झोप येईना. मी उठलो. दिवा लावला. दोनतीन पत्रं, दूधवाल्याची बिलं पडली होती. ती मी पाह्यली. घरच्या पत्रात तुझी फार वाट पहातो असं होतं.

मग मी समोरच्या एका खोलीत दिवा होता तिथून दूध आणलं. तो मुलगा अभ्यासात गर्क होता. मी त्याला तारीख आणि वार विचारला. नंतर सिगरेट मागितली. तेव्हा तो म्हणाला, आपण ओढत नाही. मग मी खोलीतली थोटकं जमा करून ती ओढली. कालची परवाची लहानमोठ्ठी थोटकं बरीच होती.

चहा घेऊन मी वडलांना मोठ्ठं पत्र लिहायला घेतलं. मेसचं सगळं लिहिलं, आणि ह्यापुढे अभ्यासाशिवाय काहीच करणार नाही, असं कबूल केलं. पण पैसे पाठवा म्हणून सहाशेचा आकडा लिहितांना पुन्हा प्रचंड राग आला. ते खोडून मी पाचशे केले. नंतर चारशे केले. राहतात फक्त दोनशे रुपये. गंभीरशेटला दोनतीन महिने थांबायला सांगता येईल. तो नाही काय त्याचा बाप थांबेल. म्हणून मी फक्त चारशे रुपये कळवले.

आणि पुन्हा सकाळ होईपर्यंत लोळत पडलो.

ह्या वेळी मी अत्यंत सभ्य विचार केले.

दुसरे सेक्रेटरी शेकडो रुपये कमावतात आणि आपण घरून सहाशे रुपये भरतो. सहाशे. आपण क्लबातल्या लोकांशी किती प्रेमानं वागत होतो. वैद्याशीही. ज्ञानू–मानू–सदाशिव सगळ्यांशी. साले सगळे चोर. सदाशिव हा भांडी घासणारा मुलगा. त्याचे पंचवीसेक रुपये पगाराचे उरले होते. पण आत्ता मी खोटं बोलून त्या बिचाऱ्याला सांगितलं, की तुझे पगारबिगाराचे पैसे मिळणार नाहीत. ते तुला अगोदरच दिले आहेत. पण अगोदर सगळ्यांशी प्रेमानं. ते दोघंजण गरीब होते. त्यांना खोलीवर एका ताटात दोघांचं जेवण देत होता. आपल्या क्लबात आपण चार जणांना वारानं जेवू देत होतो. काही जण बिल देत नव्हते. आणि घरची गरिबी वर्णन करून सांगत होते. तेव्हा त्यांचं बिल दोनदोन महिने थकलं तरी मागत नव्हतो. डिपॉझिटशिवाय बऱ्याच लोकांना जेवू देत होतो. पण साले सगळे चोर. साले सगळे मानव हरामखोर असतात. मला हे दिवस आले, तेव्हा कोणीच उपयोगी पडलं नाही. जो–तो नियम आणि कायद्यावरून आपल्याशी वागला. तो एक मुलगा तर सरळ म्हणाला, तुमचा वीकनेस म्हणून तुम्ही आम्हाला डिपॉझिटशिवाय जेवू दिलं. आत्ता माझ्याजवळ पैसे नाहीत, उद्यापरवा देतो. आणि मग संतापून कॉलर धरली, तेव्हा पेटीतून पैसे काढून दिले. आणि तू इतका हलकट असशील हे आम्हाला माहीत नव्हतं, असं म्हणाला. हलकटच.

आणि त्यातून सर्वांत कडी म्हणजे आपणच. आपण कॉलेज गाजवायला निघालो. च्यायला. ह्या वर्षी आपण कायकाय मिळवलं? त्याचा हिशेब केला. कायकाय मिळवलं? मिळवणं. च्यायला.

सकाळीच पेटीत पत्र टाकून आलो.

नंतरचं सगळंच काही सोपं गेलं नाही.

नंतर पैसे पाठवले आहेत आणि पत्र येत आहे, अशी तारही आली.

पण मधले तीन–चार दिवस अक्षरशः भुकेनं आणि सिगरेटच्या तलफीनं कावून गेलो होतो.

एकदा मावशीकडे जेवायला म्हणून गेलो. पण अगदी घराजवळ गेलो आणि वाटलं, मावशी माझी ही स्थिती पाहून काय म्हणेल? ती घरी कळवेल. म्हणून मी काही पुस्तकं विकली. एकदा जोश्यांकडून चार आणे भीक मागून चांगले मोठमोठ्ठे पाव दोन्हीवेळा खाल्ले. खोलीत थोटकं उरलीच नव्हती. बोटं भाजून–भाजून पिवळीधम्म झाली होती.

आणखी एकदा दोन आणे मागितले, तेव्हा जोशी नाही म्हणाले. मग दुसऱ्या कुणाकडे गेलो नाही.

तेवढ्यात पैसे आले.

ते सगळे मी गंभीरशेटजीला दिले. उरलेले जूनमध्ये देईन म्हटलं. तर तो म्हणाला, ठीक आहे. एवढंच.

मग मी सरपणवाल्याकडे गेलो. तेव्हा तो म्हणाला, तुमची बाकी काही नाही. परवाच रामप्पानं आणून दिले.

मला तेवढेच चाळीस रुपये खर्चाला राह्यले.

सरपणवाल्याकडून परत येतांना रस्त्याकडे लक्ष नव्हतं. वळणावर माझी सायकल एका मुलीच्या सायकलीवर आदळली. पंचाईत. बघतो तर बुंदीच. ती म्हणाली, बोलायचंच असलं तर नीट थांबवता येत नाही काय?

मी म्हणालो, लक्ष नव्हतं.

ती म्हणाली, इकडे कुठे? आणि अजून पुण्यातच?

मी म्हणालो, मेसची एक भानगड निघाली होती.

ती म्हणाली, हो नाही का, तुम्ही सेक्रेटरी होता. अच्छा.

ह्यानंतर मी ठरवलं, की मेसच्या ह्या प्रकाराबद्दल कुणालाच काही सांगायचं नाही. सुरेशलाही नाही. कारण आपण फसलो, की साऱ्यांना साल्यांना विनोद वाटतो. म्हणून मग कुणी विचारलंच तर मी सांगायला लागलो, कुठं...काही नाही. थोडा त्रास झाला.

खोली सोडतांना वॉर्डनलाही सांगून टाकलं, की माझी मावशी आजारी होती म्हणून उशीर झाला. शिवाय मेसच्या सामानाचा ताबा देतांना दोनचार

वाट्या कमी होत्या. त्या खोलीवर जेवणाऱ्या कुणाकडे राह्यल्या काय, हे मला सगळ्यांच्या खोल्यांत हिंडून पहावं लागलं.

घरी आल्यावर वडील म्हणाले, पत्र मिळालं?

मी म्हणालो, नाही. मी पैसे मिळाल्यानंतर लगेच निघालो. पत्र तिकडे गेलं असेल आणि मी इकडे आलो.

ते म्हणाले, पत्रात असं होतं की, मी तुला विकत घेतलं. चारशे रुपये देऊन.

मी मनात म्हणालो, चारशानं काय होतंय? अजून दोनशे रुपये द्यायचे आहेत.

तू मावशीकडे जातही नाहीस. तुझे नाना एवढे साहेब. महिन्याला तीनशे रुपये मिळवतात. त्यांचा सल्ला घेत नाहीस. स्वतःला शहाणा समजतोस. एकुलता असलास तरी काही असं वागू नये. तू काही कोट्याधीश नाहीस. जगात पैसा चाकाएवढा असतो. आणि तू शेकडो रुपये देऊन अनुभव शिकतोस.

हे वडलांच्या सुट्टीतल्या बडबडीचे एकूण मुद्दे.

आता एकदा माणूस फसल्यावर हे सगळं खरंच आहे. दुसरे म्हणतात ते खरं ठरतं आपण पुरेपूर फसल्यावरच. जो फसतच नाही, तो दुसऱ्याचं कशाला ऐकेल? म्हणून आपण ह्यापुढे फसणार नाही. पण ज्या अर्थी बापानं आपल्याला विकत घेतलं, त्या अर्थी हा गृहस्थ आता आपला बाप लागत नाही. हा आपला मालक. आपण ह्याच्या खानावळीत जेवतो.

तीन

नापास झालो तर काय करायचं, हा कार्यक्रम मी रिझल्टच्या अगोदरच नेमून ठेवला.

मग मी पास झालो.

हे एक बरं झालं.

परीक्षा झिंदाबाद. साले जोशीबुवा देखील नापास आणि मधू देखील. आणि जगदाळे देखील.

मग मी ज्युनियरसाठी पुण्याला निघालो.

वडील म्हणाले, नाना जे म्हणतील तेच कर. ह्या वर्षी एक हजाराच्या वर तुला मी कवडी देणार नाही. वाटल्यास हजार रुपये आत्ताच घेऊन जा. आणि सुट्टीबिट्टीत इकडे यायची गरज नाही. सुट्टीत तिकडेच. अभ्यासबिभ्यास तिकडेच करा. झालं एवढं खूप झालं.

मी हजार रुपये घेणार होतो. पण मला वाटलं. हे इतके पैसे रस्त्यात कुणी पळवले तर? म्हणून मी ते मावशीकडे पाठवायला सांगितलं. पण त्यामुळे ह्यापुढे दर महिन्याला मावशीकडे पैशांच्यासाठी जावं लागणार. म्हणून जरासा वैताग आला.

ह्या वेळी मी थेट गावापासून कन्सेशननं म्हणजे पॅसेंजरनं पुण्याला आलो. आमची गाडी सुटली तेव्हापासून बरोबर आणलेल्या पाठकोऱ्या कागदांच्यावर मी हजार रुपयांचं अंदाजपत्रक अत्यंत कसोशीनं करायला लागलो. ह्यात प्रवास जाणवला नाही. एकेक ताव खरडून झाला की, मी तो खिडकीतून फेकायचो. तो ताव झक्कपैकी गिरक्या घेत-घेत दिसेनासा झाला, की दुसरा ताव. सिगरेटी प्याव्याशा वाटल्या. पण पुण्यापर्यंत सर्व खर्च सात रुपयांच्यावर व्हायला नको, म्हणून मी घरून खिसाभर आणलेली सुपारीची खांडं खात होतो.

पैशांचा हिशेब अत्यंत काळजीपूर्वक झाला. दोनशे रुपये कर्ज. म्हणजे उरलेल्या आठशात मार्चपर्यंतचे नऊ-दहा महिने काढायचे. आठशे ह्या कोपऱ्यात. तर नेहमी कायकाय खर्च लागतो? त्याची यादी करावी. ठीक आहे. सिनेमा नाहीच. सिगरेटी बंद. हॉटेल बंद. आणखी वरकड खर्च काय? मित्रांना वगैरे चहाबिहा बंद. म्हणजे आठशात भागेल.

आमची गाडी इतकी भयानक होती, की दर स्टेशनवर माझ्याजवळ बसलेला माणूस दोन तीन स्टेशनं झाली की उतरायचा. मी जरा टेकून हातपाय लांबवून बसतो, इतक्यात कुणी तरी नवीन माणूस चढायचा. आणि तो नेमका माझ्याच बाकावर बसायचा. देहूरोडवर चढलेल्या एका माणसाला मी विचारलं सुद्धा, की तुम्ही आता पिंपरीला उतरणार असाल.

तर तो म्हणाला, छे, पिंपरीला आपलं काय आहे? मी ह्या आत्ताच्या चिंचवडला उतरतो. चिंचवडला थांबते ना?

तर एकूण यंदा नेहमीसारखे पाचदहा रुपये खिशात टाकून हिंडायचं नाही. खिशात फक्त दोन आणेच टाकून पुण्यात शिरावं. नाही तर होस्टेल आहेच. हिंडायचं कशाला? जेवणाचे तीस रुपयेच. आपण दर शनवार-रविवारी खाडे घेत जाऊ. चहा वगैरे खोलीतच. सकाळीच. चहाचे दहाच रुपये. हाच फक्त खर्च. किरकोळ अन् कधी कधी सिगरेटी. मिळून फारतर पाच रुपये. कमीच पण जास्त नाही. तर हा दर महिन्याचा खर्च आणि गुणिले नऊ. शिवाय फी. म्हणजे हे तर आठशेच होतात. आपल्याजवळ तर हजार रुपये. नाही च्यायला. गंभीरशेटचे दोनशे विसरलोच. कोपऱ्यात असलेले ताव फेकून दिले. पण ठीक आहे. आठशे. आठशेच.

नानांच्या बळजबरीनं मी इतिहास घेतला, शिवाय जोडीला समाजशास्त्र. मला वाटत होतं, भाषा घ्यावी.

नाना म्हणाले, तुझ्या वडलांनी सगळं माझ्यावर सोपवलं आहे. मला तुझ्यापेक्षा ज्यास्त अनुभव आहे. तू मुकाट्याने अभ्यास कर.

ह्यापुढे आपल्या इच्छेला काहीच किंमत राहू नये, असं आपण वागलो. तेव्हा निदान उघड आपल्याला काहीच करता येत नाही. हे फार वाईट आहे.

होस्टेलवर मी आलो, तेव्हा मला वरच्या मजल्यावर कोपऱ्यातली खोली मिळाली. ही खोली फार भयानक. हिच्यात दोन वर्षांपूर्वी एका मुलानं परीक्षेच्या आदल्या दिवशी पोटॅश खाऊन जीव दिला होता. शिवाय लाकडी खाट. म्हणून ढेकूण व्हायचे. शिवाय कोपऱ्यातली. म्हणून तिथे खारी, कबुतरं, उंदीर, मांजरी वगैरे यायचे. हे सगळं मला माहीत होतं. शिवाय इथून नळ-संडास सगळंच लांब. पण मी खोली पाह्यली, तेव्हा मला ती फार आवडली. दोन खिडक्या असून देखील भरपूर अंधार. एका खिडकीतून तर झाडाच्या फांद्यांना हात पोचायचा. दुसरीतून सुंदरपैकी टेकडी सबंध दिसायची. काळीभोर टेकडी. तिच्यावर अर्थातच निळं आकाश. खाली तुरळक झाडी.

मावशीकडून पहिला हप्ता म्हणून दोनशे रुपये आणले. म्हणालो, आता दोन महिने गरज नाही.

त्यापैकी शंभर ताबडतोब गंभीरशेटकडे देऊन आलो. बाकीचे पुढल्या महिन्यात देतो म्हणालो.

त्यांनी कुरकूर केली.

मी म्हणालो, बुडवणार नाही ना? मग झालं तर. मात्र वॉर्डनकडे कळवलंत तर वाईट होईल. केव्हातरी देईनच.

पुढल्या महिन्यात मी गेलोच नाही. नंतर मावशीकडे जाणं ऑगस्टमध्येच. तेव्हा जुलैत गंभीरशेटला काय देणार? माझ्याकडे शंभर रुपये उरले. त्यातच काटकूट करून दोन महिने भागवायचे होते.

गंभीरशेट मला राक्षसी मनुष्य वाटला. न जाणो, त्यानं वॉर्डनकडे तक्रार करावी. पण सगळी बाकी चुकली, असं केव्हा होईल? ही फेडता-फेडता मला अनेक वाईट सवयी लागल्या. त्यांपैकी एक म्हणजे पुस्तकं-वह्या-कागद ह्यांत काटकसर. दुसरी म्हणजे सकाळी इतकं जेवायचं, की संध्याकाळपर्यंत गेल्या वर्षासारखं इकडेतिकडे खायची सवय मोडली. मग पुन्हा संध्याकाळी इतकं जेवायचं, की रात्रभर भूक लागायलाच नको. त्यामुळे मला जेवायला उशीर लागायचा. मग कोड्डम् मला म्हणायचा, आणखी किती वाजेपर्यंत जेवणार?

मी म्हणायचो, माझा जेवायचा वेग कमी आहे रे.

तेव्हा तो म्हणायचा, वेग कमी असेलसुद्धा. पण आहारसुद्धा जरा कमी करा.

हा कोड्डम् त्या वर्षी नवीन आला होता. बरेच नवे मित्र आले होते. पण जुन्या मित्रांच्याशिवाय आधीआधी करमत नव्हतं. सुरेश आणि माझ्यासारखे शेवटचे पंधरा दिवस अभ्यास करणारे पास झाले. आणि वर्षभर सखोल वगैरे अभ्यास करणारे बिचारे मित्र नापास.

मधूचं एक पत्रं आलं. त्यात परीक्षापद्धतीवर वगैरे बरीच मूलभूत चर्चा होती. तो आता मुंबईला शाळेत टीचर झाला. परीक्षेसाठी मार्चमधे तुझ्याकडेच उतरतो, म्हणून त्यानं लिहिलं होतं.

तांबे नापास झाल्यावर घरीच बसला.

जोशींनी पुढे काय केलं, हे कळलंच नाही.

सुरेश, कोड्डम् आणि मी सुरुवातीपासून दोस्त झालो.

शिवाय एक पाटील नावाचा मित्र नवीनच होस्टेलवर आला. हा फक्त माझाच मित्र. बाकीच्या कुणाशीच त्याची मैत्री नव्हती. पण माझ्या खोलीत कोड्डम्, सुरेश वगैरे असले, की तो त्यांच्याशी बोलायचा.

पाटीलची आणि माझी ओळख बाथरूममध्ये झाली. आमच्या बाथरूम्स एकाला लागून एक अशा ओळीनं असायच्या. प्रत्येक बाथरूमच्या खालून थोडी मोकळी जागा होती. उभा मनुष्य वरून दिसायचाच. पण खालून त्याची पावलं फक्त दिसायची. एकदा मी आंघोळ करत असतांना शेजारच्या बाथरूममधून एक छोटासा साबण माझ्याकडे आला. नंतर एक हात धडपडत आला आणि साबण घेऊन पुन्हा तिकडे. साबण म्हणजे भलताच बारीक म्हणून निसटणारच. पुन्हा हा कपड्यांना लावायचा साबण आला आणि हातही आला. पण ह्या वेळी साबणाला हात पोचेना.

असं आमचं सगळ्यांचंच व्हायचं. पण हात घातला की तिकडला मुलगा खूपच कडक गरम पाणी हातावर टाकायचा. पण मी तसं केलं नाही. मी ती साबणाची पापडी उचलली आणि वरतून तिकडच्याला दिली.

तिकडचा मुलगा पाटील.

तो म्हणाला, हा सदरा आता संपलाच आहे. पुन्हा साबण येऊ देणार नाही. थँक्यू.

नंतर त्यानं हळूहळू साबण घासला.

पाटीलचं अर्थशास्त्र होतं. हा अत्यंत सभ्य गृहस्थ. तो चहा वगैरे कधीच घ्यायचा नाही. हे मलासुद्धा फायदेशीर ठरलं.

कोड्डुम्, पाटील, सुरेश असे आम्ही तिघंचौघं मित्र. इतके मित्र की होस्टेलच्या मुलांनी आम्हाला दोस्त राष्ट्रं असं एकदा फिशपाँड दिला. ही दोस्त राष्ट्रं एकमेकांना लंगोट वापरायला देतील, पण तिऱ्हाइताला चहाची एक बशी सोडणार नाहीत— असं हे म्हणायचे.

मला हे फारच लागलं. मी पूर्वी शेकडो लोकांना चहा पाजला आहे, हे मात्र मी सांगायचो नाही. कारण ते हसतील.

पाटीलची खोली म्हणजे नुसतीच खोली. भिंतीतल्या कपाटात फक्त कंगवा आणि तेलाची एक बाटली — एवढंच सामान. दरवाजापाशी कोल्हापुरी गावठी चपलांचा जोड. खुंटीवर दोन सदरे— एक धुवायचा आणि एक धुतलेला. एक पंचा. हा रोज धुतलेला. म्हणून नेहमी ओला असायचा. टेबलावर फक्त एक पॉकेट-डिक्शनरी आणि मोठ्ठा रफ कागदांचा पिवळा ढीग. ड्रॉवरमध्ये पत्रं, नाणी असं.

पण हे सामान पाटील खोलीत असला तरच दिसायचं. तो खोलीबाहेर पडला, की ह्यांतलं बहुतेक सगळं त्याच्या अंगावरच कॉलेजात जायचं. मात्र कायम राह्यची खाट. गादीऐवजी तो एक जाड कांबळ— जे तो हिवाळ्यात पांघरायचा, आणि चादर अंथरायचा— जी तो उन्हाळ्यात पांघरायचा, तेव्हा कांबळ अंथरलेलं असायचं.

कोड्डुम्च्या खोलीत ह्यापेक्षा अधिक काही नव्हतं. फक्त एक वस्तू मात्र होती. त्याच्या वडलांचा कोट. हा कोट सदैव त्याच्या अंगावर. हिवाळ्यात तर झोपतांनासुद्धा आणि संडासलासुद्धा आणि आंघोळीलासुद्धा.

तो म्हणायचा, माझ्या मुलाला — मुलगा होईल अशी इच्छा आहे — आणखीन हा कोट वापरायला लागू नये, म्हणून मीच हा वापरून फाडून टाकतोय.

होस्टेलची मुलं म्हणायची, पण हा कोट तुमच्या वडलांचाच की त्यांनाही तो तुमच्या आजोबांपासून मिळाला?

तर हा म्हणायचा, मला आजोबाच नव्हते.

कुणी काहीही थट्टा केली, की कोड्डम् विनोद करून स्वतःला सांभाळायचा. नेहमी स्वतःकडे पडतं घेऊन.

हे स्वतःला सांभाळून घेणं बहुधा त्याच्या कोटामुळेच त्याला जमलं. बोलतांना दोन्ही हात कोटाच्या खिशात असले की पुरे. मग कुणी काहीही थट्टा करो, कोड्डम् हा ताठच.

तो आम्हाला म्हणायचा, ज्याच्या हातात खिसा तो पारधी.

कोटात हात घातलेला कोड्डम् काहीही बोलला, तरी त्याच्या सर्व मुद्यांना काहीतरी अनुभव हा असतोच.

पण कोड्डम्ला आहे त्या परिस्थितीत व्यक्तिमत्त्व राखायची सवय होती. कॉलेजात हे प्रत्येकाला आलंच पाह्यजे. कुणी भंपक मुलगा टेनिसची रॅकेट नेहमी जवळ बाळगून आणि टेनिसचे बूट घालून आपलं व्यक्तिमत्त्व दाखवतो, कुणी हातात इंग्रजी कादंबऱ्या घेऊन, तर कुणी पांढरा पोशाख करून. पण कोड्डम्नं युक्ती करून एका कोटावर सगळं सांभाळलं.

सुरेश तसा आमच्यात वावरायचा तो माझ्यामुळेच. आणि कंजूस राह्यची सवय म्हणून देखील. पण माझ्या खोलीत पहिल्यासारखा वारंवार चहा मिळत नाही, म्हणून तो खोलीत एखादीच फेरी मारून जायचा.

उगीच म्हणून माझी मेहताशी ओळख झाली. एकदा मी पाव घेऊन परत येत होतो. इतक्यात मला कुणी तरी हाक मारली.

पांडुरंग.

मी पाह्यलं, तर आमची एक नातेवाईक मुलगी आणि तिचा नवरा.

गेल्या सुट्टीतच लग्न झालं. तेव्हा तिच्या नवऱ्याची आणि माझी ओळख झालेली. इकडे तिकडे बोलणं चाललं. पण मी मनातल्या मनात भयानक संतापलो होतो. खिशात फक्त एक आणा होता. नाही म्हणायला ह्यांना कमीत कमी चहा — तर एकूण तीन आणे तरी पाहिजेतच. आता काय करावं? छे. हे अतिशय वाईट. आपण अगोदर चहासाठी चला असं म्हणालो नाही, तर हे तर नक्कीच आपल्याला चला म्हणणार. पण पुण्यात हे खरं तर आपले पाहुणे. आता काय करावं?

इतक्यात मेहता समोरून दिसला.

मी पाहुण्यांना जरा थांबा म्हणून पळतपळत त्याला गाठलं. तशी होस्टेलवरची ओळख होती.

मी म्हणालो, माझं पाकीट खोलीवर राह्यलं. पाहुणे भेटले. प्लीज, एखादा रुपया दे. लगेच अगदी लगेच खोलीवर देतो.

मेहतानं लगेच रुपया दिला. मी अशा रीतीनं तो घेतला, की पाहुण्यांना दिसू नये.

मग मी पुन्हा पाहुण्यांच्याजवळ आलो. आता एकदम चहा घेऊ या कसं म्हणणार? म्हणून मी पाच-दहा मिनटं बोललो. मग त्यांना हॉटेलात नेलं. मेहता भेटला नसता, तर कोण फजिती.

मेहता अत्यंत श्रीमंत मुलगा. त्याच्या खोलीत आंघोळीला जायचे गाउनच तीन-चार. आणि पंधराएक लोकरी पँटी ओळीनं टांगलेल्या. माझ्याकडे गेल्या वर्षी शिवलेल्या चारच होत्या. पण मेहताचे दोन-तीन भाऊ कलेक्टर होते. बाप कोलंबोला काही तरी व्यापारी वगैरे. आई लठ्ठ. आणि बहिणी सुंदर होत्या. हे सगळं त्याच्या अॅलबमवरून कळलं. ह्याला कॅमेऱ्याचे नाना छंद. बी.ए.ला त्याचा तत्त्वज्ञान हा विषय. मेहता डॉ. राधाकृष्णन्‌ना गुरू मानायचा. कारण राधाकृष्णन् एकदा त्याच्या मामाकडे उतरले होते. तेव्हा हा मामाकडेच होता. म्हणजे अहमदाबादला. तेव्हा राधाकृष्णन् मेहताला म्हणाले होते, ह्याचं वाचन दांडगं दिसतं.

मेहता मला इंग्रजी साहित्यातल्या हजार गोष्टी सांगायचा. त्याला खरोखरच एक प्रकारचं गांभीर्य होतं. फ्राईड, डी.एच्. लॉरेन्स आणि हक्सले हे त्याच्या मते थोर साहित्यिक. ह्यावर माझं मत विचारलं. तर मी शरमलो.

खरं म्हणजे मेहताशी आपला संबंध त्याला मराठी शिकवण्यापुरताच. तोच म्हणाला, रोज संध्याकाळी आपण चहा घेऊन बसत जाऊ.

मला ही पद्धत बरी वाटली. चहाबरोबर बिस्किटं, गुजराथी पदार्थ वगैरे पण. त्याला मी दोन महिन्यांतच मराठी शिकवलं. नंतर एकदम *श्यामची आई* वाचायला सांगितलं. त्यानं ती दोन दिवस लावून नीट वाचली.

नंतर तो म्हणाला, हे पुस्तक सेन्टिमेंटल आहे.

मी म्हणालो, असेल. पण चांगलं आहे.

तो म्हणाला, चांगलं असेल, पण ग्रेट नाही.

मी म्हणालो, उदाहरणार्थ?

तो म्हणाला, आता डी. एच्. लॉरेन्स पहा. हा ग्रेट लेखक.

मग मी आठवडाभर लायब्रीत बसून लॉरेन्स वाचला. मेहता पुस्तकं विकतच घ्यायचा त्यामुळे त्याला रात्री वाचणं जमायचं. मी लायब्रीत कशाबशा दोनतीन कादंबऱ्या संपवल्या आणि एकदा ह्याच्याशी वाद घातला. मी म्हणालो, लॉरेन्स न्यू आहे असं म्हणता येईल. म्हणजे मॉडर्न आहे. पण ग्रेट काही नाही.

तो म्हणाला, छे छे. आता फोर्स्टरचंच पहा. लॉरेन्स आणि फोर्स्टर ह्यांच्यात काही फरक नाही का?

मग मी वैतागलो. म्हणजे हा नवनवी नावं घेत जाणार. आणि आपण केवळ वादाखातर आता फोर्स्टर वाचणार. तेवढ्यात ह्यानं आणखी उदाहरणार्थ हक्सलेचं नाव घ्यावं — तर हे कुठपर्यंत चालणार?

म्हणून मी गाढवासारखा वाद घालून भांडण केलं. शेवट असा झाला, की गुजराथी लोक नालायक आहेत.

तो म्हणाला, ठीक आहे.

मग मराठी शिकवणं बंद झालं. त्यामुळे त्याचे मराठीचे उच्चार पुस्तकातल्यासारखेच राह्यले.

खरं तर माझं आयुष्य मरतुकड्यासारखं झालं होतं. नीट पैसे नाहीत. रोज रात्री गंभीरशेटचे किती द्यायचे उरले आहेत, सध्या जवळ किती आहेत, मावशीकडे पुढल्या आठवड्यात जावं की त्याच्या पुढल्या, रोज खर्च नेमकाच होतो की नाही — हे माझे झोपतांनाचे विचार.

मेहता झोपतांना अरविंद घोष वाचायचा.

सुरेश-कोड्डुम् हे सरदारजीचे नवनवे विनोद सांगायचे.

हा गेल्या वर्षाचा गाढवपणा मला भोवत होता. सांगणार कुणाला? चमकणं. च्यायला. स्वतःला फिशपाँड घेऊन चारजणांत नाव करणं. डझनवारी लोकांचे संबंध राखणं. सालं. आणि काटकसरीनं राह्यची सवय नाही.

एकूण सगळाच गाढवपणा.

आमच्या इतिहासाच्या वर्गात एक वर्मा नावाचा चमकणारा मुलगा होता. तो एक नंबरचा चमकणारा. म्हणजे काही गिटार वगैरे स्टेजवर कोट घालून वाजवायचा. आणि स्पोर्ट्स वगैरेचा सेक्रेटरी होता. आणि नंबर एकचा उलफत्तू. घरून दिलेले पैसे ताबडतोब खर्च करून मग ह्याच्या-त्याच्या जवळून उसने पैसे घेऊन मुलींना हिंडवायचा.

पुण्यातल्या दरिद्री मुलींना काय? घरी काही मिळत नाही. कॉलेजची फी नुस्ती भरली की बाकी गावातल्या गावात येणंजाणं. म्हणजे जवळजवळ फुकटच शिक्षण. आणि असे वर्मासारखे गाठून त्यांना घोळायचं.

वर्मा एकंदरीत अतोनात भंपक प्राणी. तासन्तास मुलींच्याजवळ उभा राहून गूळ काढत असतांना दिसायचा.

ह्याचा आमचा संबंध तसा वर्गापुरताच. तसा तो मला कधीच त्रास द्यायचा नाही. निदान काल काय शिकवलं, मला येणं जमलं नाही — असं इतरांच्यासारखं कधी विचारायचा नाही.

पण एकदा ह्यांनी खोलीवर येऊन मला ऐटीत पाच रुपये मागितले. म्हणजे इंग्रजीत. उद्यापरवा परत करतो म्हणाला.

पण महिना उलटला, तरी पङ्ख्या पैशाचं नाव काढेना. मला असे यापूर्वी कित्येक भेटले. पण ह्यावेळी खरोखरच कुणाकडे एक आणा असला तर तो आणा आपला आहे, ह्या कल्पनेनंच मला रात्री झोप यायची नाही. शेवटी माझ्याकडे आठदहा आणेच उरले. तेव्हा मी फारच अस्वस्थ झालो.

पटवर्धन म्हणाला, आता पाच रुपये विसरा. आमचेसुद्धा पैसे वर्मावर आहेत. असे कित्येकांचे पैसे वर्मानं बुडवले आहेत.

टोनी म्हणाला, साल्या सांगवीकर, कसले पाच रुपये घेऊन बसलास? वर्मा काय माणूस आहे, तुला काय माहीत नाही? देईल केव्हातरी.

पटवर्धन म्हणाला, सालं आपल्या वर्गात टोनी एक गुंड आणि त्याचा दोस्त वर्मा. सांगवीकर, तू वर्म्याचा काळा कोट हिसकून घे.

मी वर्माला फक्त शेवटचं विचारलं.

तो म्हणाला, टुमारो. शुअर.

दोनतीन दिवसांनी आठ आणे सगळेच खर्च झाले नव्हते. एक लोकल कार्ड खरेदी केलं. पाच रुपयांच्यासाठी हा खर्च काही विशेष नाही. ऑफिसमधून वर्म्याचा पत्ता घेतला. आणि वर्म्याच्या वडलांच्या नावावर त्याला पत्र लिहिलं.

साला नालायक वर्मा,

माझे पैसे ताबडतोब परत कर. फार दिवस झाले. नाहीतर विचार करून ठेव.

दोनतीन दिवसांनी वर्मा पहिल्याच तासाला माझ्या बाकावर पाच रुपयांची नोट भिरकावून म्हणाला, फक इट्. साल्या. पाच रुपड्यांसाठी घरी पत्र पाठवतोस? इडियट. टेक इट्.

मी संतापून म्हणालो, वर्म्या, नीट माझ्या हातात दे.

टोनी म्हणाला, सांगवीकर, हे तू गाढवासारखं केलंस. परवा मला असं सांगितलं असतंस, तर मी पाच रुपये दिले असते.

पटवर्धननं खाली पडलेली नोट माझ्या खिशात ठेवली. तो म्हणाला, सांगवीकर, टोन्या काय म्हणतोय बघ. च्यायला, टोन्या आणि पाच रुपये देणार.

टोनी ओरडला, पटवर्धन, साल्या कोकण्या, भडव्या, तुला कुणी मधे बोलायला सांगितलं?

पटवर्धन तटकन उठून म्हणाला, च्यायला बाटग्याऽ, माझा मित्र आहे. मी बोलणार.

नंतर त्या दोघांनी एकमेकांच्या कॉलरी धरल्या. मी पटवर्धनला सोडवलं. वर्मानं टोनीला आवरलं. मुलींना हा प्रकार जरा मजेदार वाटला.

टोनी म्हणाला, पटवर्धन, तुला माहीत आहे? सांगवीकराचं पत्र वर्माच्या बाप्पाच्या हातात पडलं. पत्रात फक्त पैसे परत कर असं होतं. याच्या बाप्पाला वाटलं पैसे म्हणजे खूपच असतील.

वर्मा म्हणाला, नॉनसेन्स.

टोनी म्हणाला, सांगवीकरचा आणि आमचा संबंध आहे. सांगवीकरकडून आम्ही आणखी दहा रुपये घेऊ.

मग टोनी आणि पटवर्धन एकमेकांना भयानक शिव्या द्यायला लागले.

वर्मा मला म्हणाला, साले दोघंही मूर्खच. पण सांगवीकर, आता एक करा. फादरनं मला दम दिला की पैसे म्हणजे फक्त पाचच रुपये होते, एवढं ह्या मुलाकडून लिहून आण. त्याशिवाय घरी येऊ नकोस. फादर तर म्हणाले, हा मुलगा घरी येत असला, तर त्याला घेऊनच ये.

डॅम युअर फादर, मी येत नाही.

वर्मा म्हणाला, प्लीज, लिहून तरी —

आत्ता मला वेळ नाही, मधल्या सुट्टीत देतो.

मधल्या सुट्टीत मी कुठेतरी निघून गेलो. च्यायला, अशा मुलांच्यासाठी कोण थांबेल? नंतर तासाला आलो, तेव्हा वर्माच वर्गात नव्हता. पण मला कळलं, की त्याची स्पोर्ट्सची कसली तरी मीटिंग आहे. तिथे तो गेला आहे.

पण मला एकाएकी वर्माची कीव आली. पण इतकी ज्यास्त आली नाही. म्हणून मी नुस्तं खरडून चिठ्ठी सुरेशजवळ दिली — *वर्माचे फादर, तुमच्या मुलानं फक्त पाच रुपयेच घेतले होते. ते मिळाले. असो.*

सुरेश म्हणाला, वर्मा भेटला तर देईन.

एक तास झाल्यावर वर्माच भेटला. मी म्हणालो, चिठ्ठी सुरेश बापटाकडे आहे ती घे.

बापट कुठे भेटेल?

ते मला काय विचारतोस? पुन्हा आपण चिठ्ठी लिहून देणार नाही. सुरेशला गाठ.

वर्मा सुरेशला शोधायला निघून गेला.

पाच रुपये मिळाले, ह्या आनंदात तास संपल्यावर मी केस कापायला म्हणून मंडईकडे निघालो.

रस्त्यात सुरेश.

काय सुर्शा, इकडे कुठे?

सिनेमाला. अरे पण लेका ही तुझी चिठ्ठी घे. तू चिठ्ठी दिल्यानंतर लगेच सिनेमाला जावंसं वाटलं. ही घे चिठ्ठी.

सुरेशनं चिठ्ठी माझ्या अंगावर फेकली. मी ती लांब फेकून दिली.

तो म्हणाला, कुठे निघालास?

ह्या इथल्या सिनेमाला.

आता स्वस्तात केस कापून मिळतात म्हणून आम्ही मंडईकडे जातो, तर हे साले नेमके भेटून नेमकं विचारतील.

पुढे सुरेश होस्टेलवर गेला. वर्मा त्याला धुंडत होताच.

सुरेश म्हणाला, चिठ्ठी माझ्याजवळ होती. पण आत्ता येतांना सांगवीकर मला भेटला. मी चिठ्ठी त्याला देऊन टाकली. अगोदर भेटला असतास, तर दिली असती.

वर्मा म्हणाला, व्हॉट नॉनसेन्स. व्हॉट स्टुपिड. बरं पण सांगवीकर आता कुठे?

तो हिंदविजयला गेलाय. नऊपर्यंत येईल.

मी इंटरव्हलमधे भेटेन म्हणून तो टॉकीजवर आला. इंटरव्हलमधे त्यानं मला खूप शोधलं. कदाचित मी इंटरव्हलमधे बाहेर आलो नसेन, म्हणून सिनेमा सुटेपर्यंत तो तिथेच थांबला. पण मी तिथे नव्हतोच तर कुठून भेटणार?

शेवटी दहा वाजता तो होस्टेलवर आला. आणि पाच रुपये पण परत मिळाले एवढंच नाही, तर त्याला घरी जायला अकरा का वाजले, ह्याचा सगळा इतिहास मी त्याला मोठ्या आनंदानं लिहून दिला.

तो गेला तेव्हा सुरेशबरोबर भयानक हसून मी म्हणालो, साला कॉलेजमधे चमकतो.

एकदा तरी मांजरीला मारलंच पाह्यजे. ओळीनं दररोज तिन्ही दिवस दूध पिऊन जाते. खिडकीत झाडावरून उतरते. दरवाजा उघडतांना बऱ्याचदा खिडकीतून पळून जातांना दिसते.

तर एक दिवशी मी युक्ती केली. एक खिडकी अगोदरच बंद केली. दुसरी खिडकी अर्धवट बंद ठेवली. एक दोरी खिडकीच्या दाराला बांधून दरवाजातून बाहेर सोडली. नंतर दरवाजाच्या फटीतून ती केव्हा येते, हे पहात बसलो.

तिची वेळ ठरलेली. साली. आम्ही रोज अर्धापावशेर घेतो, तर तेवढं देखील हिला पाहवत नाही. डोळे मिटून पिते. आज तिला आम्ही अद्दल घडवणारच.

थोड्या वेळानं खिडकी वाजली. मांजर फांदीवरून खिडकीत उतरली. मग सावकाश खोलीत. तडक दुधाजवळ.

तेवढ्यात मी फटकन् खिडकी लावली. दरवाजा उघडून आत शिरलो. दार बंद केलं.

मांजर खिडकीवर उडी टाकून धडपडायला लागली.

मी चप्पल फेकून मारली. तिनं खाली उडी टाकली. तेवढ्यात दोरी ताणलेली ठेवून मी खिडकी पण बंद केली.

साली आता खाटेखाली शिरली. ठीक आहे.

हिला कशानं झोडपावं? कमरेचा पट्टाच ठीक. उजव्या हाताला पट्टा नीट बांधून खाटेखालची ट्रंक ओढली. फटाफट पट्ट्याचे वार मारत सुटलो.

मांजर फिसफिस करून आत-आत लपायला लागली. खाटेखाली कोपऱ्यात रद्दीचा मोठा ढीग होता. त्याच्याआड ती जाईपर्यंत मी घामाघूम

होऊन वाकवाकून पट्ट्यानं सालीला भरपूर ठोकलं. आता ती खोलीत येणार नाही इतकं.

मधूनच ती पंज्यानं पट्टा पकडायची. तसतसा मी कावलो. आणखी फटाफट सुरूच ठेवली.

एक जोराचा वार थेट डोळ्यांवर. नंतर ती घाबरली.

एकदा तर तिनं पट्टा दातांत गच्च धरून ठेवला. म्हणजे इतका भारी पट्टा वाया जाणार.

मग संतापून मी असा जोराचा झटका दिला, की ती पट्ट्याबरोबर घसरत खाटेबाहेर आली.

तेव्हा मी पायाचा जबरदस्त तडाखा तिच्या कमरेत हाणला. तिनं पट्टा सोडला. माझ्या पायावर नखं उमटली. रक्त आलं.

पण ती ओरडत थेट कोपऱ्यात रद्दीखाली जाऊन बसली. आता पट्ट्याचा काही उपयोग नाही.

मग मी एक युक्ती शोधली.

स्टोव्हवर पातेलं भरून पाणी ठेवलं. उकळतं पाणी खाटेवर चढून नेमकं कोपऱ्यात ओतलं, की साली बाहेर आलीच.

पण आता पायसुद्धा खूप जळत होता. आणि मला थकवा आलेला होता. शिवाय पाटील दार ठोठावून, काय चाललंय सांगवीकर— म्हणून गेला होता.

एवढ्यात पाणी उकळायला लागलं.

आता पाणी ओतलं, की सालीला कायम याद राहील. पण ही बाहेर पडली, की दरवाजात हिला गच्च दाबून ठेवू. म्हणजे कायम अद्दल.

मग मी दरवाजा अंमळ उघडा ठेवून फक्त मांजर जेमतेम जाईल अशीच दारं ठेवली. स्टोव्ह विझवून चांगले जाड कागद फाडून पातेलं उचललं.

मांजर स्टोव्हचा आवाज ऐकत बसली आहे. म्हणजे सालीला इतका वेळ काय वाटलं असेल? तिच्या मनात असा विचार आला असेल का, की मी तिच्यासाठी चहा करतोय्?

घे साले चहा, असं म्हणून मी खाटेवरून कोपऱ्यात पाणी उपडं केलं.

धपकन दरवाजाजवळ उडी टाकली. आता दारात हिला चेपायचं. बाहेर तोंड आणि मागे शेपूट. शिवाय मागून एक दणदणीत लाथ देऊन मग सोडून देऊ.

मांजर ओग् ओग् करत खाटेखालून बाहेर पळाली. मग तिला दरवाजा उघडा दिसला. ती झेप घेऊन दरवाजातून बाहेर जायला लागली.

मी फटकन् दरवाजा लावला. जोरानं.

मांजर पळाली. माझी बोटं मात्र दारात सापडून मी भयानक किंचाळलो.

डाव्या हाताची दोनतीन नखं निळीकाळी झाली. पुढे पंधरा दिवस भयंकर दुखत होती. सगळं उजव्या हातानंच करावं लागलं.

पाटील म्हणाला, सांगवीकर, मांजरानं गळा पकडला असता तर?

मावशी म्हणाली, दोन महिन्यांनी उगवतोयस.

मी दीडशे रुपये घेतले.

शंभर रुपये तडक गंभीरशेटला देऊन आलो. पंधरा ऑगस्टच्या दिवशी. सगळी रक्कम फेडली. आता मोकळे. पण ह्या उरलेल्या पन्नासात आणखी दीडेक महिना घालवावा लागणार. पुरणार नाहीत. पण कोड्डम्कडून वीस–पंचवीस उसने घेऊ. दीड–पावणेदोन महिन्यांनी मावशीकडे आणखी चाळीसेक मागू. बस्स. म्हणजे आणखी थोडे दिवस जिकिरीनं जगणं आलंच.

काही उत्साह नाही, हुरूप नाही. थोडं वाचन करू म्हटलं, तेवढ्यात सहामाही आली. इतिहास काही आपल्याला जमणार नाही. आपण नापासच होणार. मी नानांना हे अत्यंत काकुळतीनं सांगितलं. ते म्हणाले, तुला वाटेल तसं कर.

मी प्रिन्सिपालांना वगैरे भेटून, युनिव्हर्सिटीत चारसहा खेपा घालून, विषय बदलून घेतले.

लगेच सहामाही आली. आता मी मराठी आणि इंग्रजी हे विषय घेतले. पंधरा दिवसांत आश्चर्य वाटेल असा अभ्यास केला.

नाही तर साला इतिहास. भंपक विषय होता. अशा विषयाचं करिअर बनवणं म्हणजे मूर्खपणाच.

म्हणजे साल्यांना शिलालेख सापडले वगैरे, म्हणून अशोकाची माहिती कळली. मधले कुठले पुरावे नसले, की हे लोक वाटेल तसे ठोकताळे बांधतात. अमेरिकेचा इतिहास कुठून सुरू होतो, तर कोलंबसानंतर. म्हणजे अगोदर रेड इंडियनांचं जे काय असेल ते, आणि उत्खननात काही सापडलं, तरच इतिहास वाढतो. नाही तर आर्य हिंदुस्थानात आले तिथून सुरुवात. आणि कपडेलत्ते वगैरे भानगडींचा अंदाज येईल, पण त्या काळच्या लोकांची मनं कशी होती, हे कुठून कळणार? नाहीच उत्खननात काही सापडलं तर जेवढं आज माहीत आहे, तेवढंच खरं. एकूण इतिहास भंपकच.

सुरेशचं आधीपासून मराठी होतं. मी इतिहास सोडून पहिल्यांदा मराठीच्या तासांना बसलो, तेव्हा सुर्शानं माझा जयजयकार केला.

नानांनी हे घरी कळवलं.

घरून वडलांचं पत्र आलं, तू मूर्ख आहेस. *ज्ञानेश्वरी*च वाचायची तर कॉलेजात कशाला जायला हवं? घरी आम्ही वाचतोच की नाही?

पण मला हे बरं वाटलं. निदान बी.ए.ला मराठीचा अभ्यास म्हणजे ते ज्ञानेश्वरी तरी समजतात. जर आम्हाला अभ्यासाला केशवसुत, मर्ढेकर आणि ना. सी. फडकेसुद्धा आहेत हे त्यांना कळलं असतं, तर ते इकडे येऊन म्हणाले असते— सामान भरून घरी चला.

पण हे चुकलं.

मी सहामाहीचा अभ्यास पंधरा दिवसांतच झक्क केला.

पण एक नवीन कटकट सुर्शानं सुरू केली. कुठेही टेकडीवर फिरायला किंवा वर्गात किंवा खोलीत सुर्शाचा करमणुकीचा विषय म्हणजे माझं इतिहास सोडून देणं. मीसुद्धा त्याला हातभार लावायचोच.

आम्ही स्वतःला इसवी सनाच्या नऊ हजाराव्या शतकातले इतिहासकार समजून सध्याच्या विसाव्या शतकाबद्दल बोलायचो —

आणि तेव्हा विद्यापीठे ऊर्फ युनिव्हर्सिट्या असत. आता तुम्ही म्हणाल, की ही काय भानगड आहे? तर विद्यापीठात काही विषयांचा अभ्यास चाले. आता अभ्यास म्हणजे काय? तर अभ्यास मराठी नावाच्या भाषेचाही चाले.

त्या काळचे लोक व्यायाम करीत. व्यायाम म्हणजे काय हे थोडक्यात सांगतो. सबब व्यायाम म्हणजे ज्याने ह्या लोकांचे शरीर कणखर बने. काही माणसे तर दिवसदिवस उठबशा काढीत किंवा कारण नसतांना पळत.

शिवाय हे लोक स्वतःला हिंदू किंवा मुसलमान समजत. प्रत्येकाला आपापला बाप माहीत असे. हे लोक बंद संडासात जात. सबब कोणाला दिसू नये, अशा कित्येक गोष्टी हे करीत.

विसाव्या शतकातील लोक लग्नेही करीत. आता तुम्ही असे म्हणाल, की लग्ने म्हणजे काय? तर लग्न ही अशी वस्तू होती, की एका पुरुषाने दुसऱ्या स्त्रीशीच लग्न करावयाचे. ही लग्ने लागतांना बाजा वाजविण्यात येई. शिवाय बरीच गर्दी जमे. सबब हीच स्त्री तिच्या

लग्नाच्या पुरुषाचा स्वयंपाक करून, तो घरी केव्हा येईल ह्याची वाट पाही.

आता तुम्ही म्हणाल, की म्हणजे तो कोठे जाई? तर ह्याबद्दल संशोधन चालू आहे.

परंतु सध्या उपलब्ध माहितीनुसार महामहोपाध्याय गिरीजाशंकर मार्तंड ह्यांचे असे मत आहे, की हे लोक वर्षभर विद्यापीठात अभ्यास करीत. ते कशासाठी? तर शेवटी एक परीक्षा नावाची एकत्र जमून सर्वांनी एकाच प्रश्नपत्रिकेची उत्तरे द्यावयाची वस्तू, जी सर्व अभ्यासू गृहस्थ नीट देत.

पाच वर्षांपूर्वी महामहोपाध्यायांनी हे मत जनतेसमोर मांडले, तेव्हा सर्वांनी त्यांना वेड्यात काढले. परंतु आज त्यांचे मत सर्वमान्य झाले आहे.

महामहोपाध्याय ह्यांनी नुकतेच एक संशोधन सुरू केले आहे. ह्यावरून त्यांना असे दिसून आले आहे, की विद्यापीठात बीजगणित नावाचा एक विषय असे. ह्या विषयात काय काय भानगडी होत्या हे अजून आम्हांलाही नीट कळले नाही. तथापि अ म्हणजे ५ आणि ब म्हणजे ४ असे समजून अ-ब=१ असे काही तरी चाले. हे केवळ उदाहरण सांगितले. असे मोठमोठे आकडे टाकून काही काही आकडेमोड तर वह्या भरभरून चाले.

शिवाय हे लोक बारा वाजल्यानंतर पुढे एक वाजला असे म्हणत. किंवा जुलैचे एकतीस दिवस झाल्यावर लगेच दुसऱ्या दिवशी जुलैचा बत्तिसावा दिवस न धरता त्याला ऑगस्टचा पहिला दिवस समजत.

आता तुम्ही म्हणाला, एकतीस हे काय? बत्तीस कोण? जुलै-ऑगस्ट ही काय भानगड? तर ह्याबद्दल संशोधन चालू आहे.

पण तुम्ही म्हणाल, अमक्या आकड्याचा अर्थ तमुकच हे ते कसे समजत असत? तर ते लोक हुशार होते. ते लहानपणीच मुलांना बळजबरीने शाळेत पाठवून तीसपर्यंतचे पाढे, कोणते महिने केव्हा येतात हे शिकवून ठेवत. एकदा का हे वयाच्या आठ-दहाव्या वर्षापर्यंत चिन्हांचे शिक्षण संपले, की ही मुले आपोआप लहानलहान चिन्हांच्या योगे मोठमोठी चिन्हे शिकत.

हे पाचपन्नास लोक बसमधून एकत्र प्रवास नावाची गोष्ट करीत असत. तथापि त्यांची एकमेकांशी ओळखही होत नसे.

हे लोक कपडे घालत आणि पैसे कमावीत.

आता तुम्ही म्हणाल, पैसे म्हणजे काय? तर अशा पैसे नावाच्या वस्तू उत्खननात सापडल्या आहेत.

शिवाय हे लोक कविताही करीत. प्रत्येकास लिहिता वाचता आलेच पाहिजे अशी चाल होती. एक पुस्तक नावाची वस्तू होती. अशी लाखो पुस्तके होती. पण दररोज जगभर इतकी पुस्तके निघत, की त्या त्या भाषेतील विद्वानांनाही सगळी पुस्तके वाचणे अशक्य असे हे महामहोपाध्यायांचे मत मूर्खपणाचे आहे. इतकी पुस्तके कोण लिहील?

हे लोक जगण्यास इतके नालायक होते, की त्यांनी पांढरे वाघ, सिंह, हत्ती, देवमासे हे मोठमोठे परमेश्वराएवढे प्राणी बंदुकीने केवळ करमणूक म्हणून मारून टाकले.

आता तुम्ही म्हणाल, बंदूक म्हणजे काय? हत्ती म्हणजे काय? तर हे संग्रहालयात पहावे. परंतु देवमासा नावाचा काय प्राणी होता हे कोणालाच अजून सांगता येत नाही.

सुरेश एखादं वाक्य सुरू करायचा. मग मी दुसरं वाक्य सांगायचो. अशी ही भंकस दोघांना कंटाळा येईस्तोवर चालायची. किंवा इतर सगळ्या गोष्टींचा कंटाळा आला की सुरू व्हायची.

माझ्याजवळ पैसे आठआठ दिवस अजिबातच नसले, तर मी काही तरी नवा करमणुकीचा शोध लावायचो. काळ्या नावाचा मुलगा, हा एक असाच शोध. हा पैलवान विद्यार्थी होता. कुस्त्यांच्या हजारो गोष्टी तो सांगायचा.

परवा दूधनाथाला आमच्या साताऱ्यानं पाणी पाजलं की.

अशी सुरुवात झाली, की मग कुणी कसे पेच मारले, मग कोण कसा चीत झाला. एखाद्या वेळी उदाहरणार्थ म्हणून हा कुणाला तरी समोर उभा करून मग कोणता पेच कसा, ते सविस्तर सांगायचा.

एकदा त्यानं मला तलवार कशी फिरवावी, हे सांगायला सुरुवात केली. पण नुस्त्या हातानं त्याला सांगता येईना. म्हणून त्यानं पायातला पायजमा काढून अर्ध्या चड्डीवर पायजमा गरगर इकडून तिकडे उलटसुलट भराभर फिरवून सर्व हात दाखवले.

त्याची ठेंगणी, काळी, दणदणीत मूर्ती भलतीच विनोदी दिसायची. काळ्याला इंग्रजी अजिबात यायचं नाही. पण कुणी इंग्रजीत याच्याशी शिष्ट बोललं, की हा निवडून ठेवलेले मोठमोठे कठीण शब्द वापरून त्याची फेंफें

करायचा. मग खोलीत येऊन मला सांगायचा, साला आपल्यापुढे कोण इंग्रजी चालेल ज्यादा? साल्याचा बेडूक करून टाकला.

बेडूक केला हे खास. अमक्या सातारच्या पैलवानानं अमक्या पंजाबी मुसलमानाचा बेडूक केला. परीक्षेचा बेडूक करून टाकीन. ह्या पोरीचा बेडूक करावा. काल मेसमधे शिरा होता, शिऱ्याचा पार बेडूक केला — काळ्याचं सगळं खास.

पण नेहमीच काळ्या भेटायचा नाही. दर दिवसाच्या तीन सिगरेटी सकाळीच पिऊन टाकल्या, की दिवसभर काहीच नाही. मग लायब्रीत जाऊन एखादी कादंबरी वाचावी. सुरेशबरोबर वेताळावर जावं. कॉलेजात नियमित सगळ्या जुन्यापुराण्या नोटिसा वाचून टाकाव्या. वर्गात तर नियमितच.

म्हणजे एकदा तर कसलासा संयुक्त महाराष्ट्राचा का कसला विद्यार्थ्यांचा संप होता. तेव्हा तर वर्गात फक्त गुणे प्रोफेसर आणि मीच. मग गुणेसरांची आणि माझी हजार गोष्टींची बातचीत झाली.

ते म्हणाले, तुम्हाला संयुक्त महाराष्ट्र व्हावासा वाटतो काय?

मी म्हणालो, वाटतं तर.

पण एकूण काही-ना-काही करावंच लागायचं. पैसे नसले तरी काही तरी केलंच पाह्यजे.

त्या मानानं रमी ग्रेट. अलीकडे बऱ्याच दिवसांत बोललो नाही. तास संपले की मी झटकन् खोलीवर येतो. खोलीवर मात्र प्रचंड प्रेम. नुसतं लोळून टेकडीकडे पहात बसलो, तरी संध्याकाळ व्हायची.

पण रमी ग्रेट. वर्गात नोट्स वगैरे भानगडी नाहीत. लायब्रीत तर कधीच नसते. कुठे खेळात नाही. सभेला-बिभेला तर कधीच नाही. संध्याकाळी आपणच बाहेर पडत नाही, तर ती भेटेल कुठे?

एकदा मी भयानक निश्चय केला. मौन धरलं. आठ दिवस कुणाशीच बोललो नाही. वर्गात प्रेझेंटीच्या वेळी पण फक्त उभा राह्यचो. यस सर म्हणणं बंद. आठ दिवसांत मी खोलीत भयानक वाचलं. पुढल्या वर्षाची पुस्तकं लायब्रीतून आणून ती देखील वाचली.

पण एकदा सुरेश खोलीत आला. सर्वांची पैज लागली होती, की सांगवीकराला बोलतं करावं. हे मला नंतर कळलं. सुर्शानं सुरू केलं—

प्रत्येकास लिहिता-वाचता येई. विसाव्या शतकात सुधारलेले लोक हिंदुस्थानातलेच होते. कारण युरोपात सर्वांना लिहिता-वाचता येई, तर हिंदुस्थानात फक्त शंभरातल्या दहापंधरांनाच.

मी बोललो नाही.

सुर्शाचं चालू.

पुढे पुढे हिंदुस्थानही मागासला आणि सुशिक्षितांचे प्रमाण वाढू लागले. शिवाय माणसाला मन असते असे ते मानत. पण मन म्हणजे काय, हे ह्याच लोकांना शेवटपर्यंत सांगता आले नाही. ह्या काळात शेकडो पुस्तकं वाचून जन्म वेचणारे कित्येक लोक असत. त्यांना विद्वान असे नाव असे.

त्याबरोबर न राहवून मी म्हणालो,

पण ह्याच काळात काही चांगले लोकही होते. हे ओरिसा-बंगाल ह्या भागात अरण्यात रहात. ते दगडाची पूजा करीत.

सुर्शा म्हणाला, पैज जिंकली.

नंतर मी मौन सोडलं.

एकदा पाटील नको-नको म्हणत असतांना मी त्याला पर्वतीवर नेलं. अगोदरच पाऊस पडून गेला होता. आणखी कोसळण्याची शक्यता होती.

पाटील म्हणाला, बरं चल. पण लवकर परतायचं बरं का.

मी त्याचा हात धरून पर्वतीवर एका दमात चढून गेलो.

पाटीलला भयानक धाप लागली. पण मला उत्साह आला.

इथे थांबू या. जरा वेळ इथे बसू की— पाटील म्हणाला.

पण मी त्याला ओढत-ओढत थेट वरच्या पडक्या भिंतीपर्यंत नेलं.

मी आनंदित होऊन पडक्या भिंतीवर बसून गारेगार ओला वारा अंगावर घेत पलीकडची शोभा पहात होतो.

शेवटी अंधार पडला. पाऊस देखील थोडाथोडा सुरू झाला.

पाटील म्हणाला, आता निघू या.

उतरतांना मी मुद्दाम पायऱ्या सोडून आडवळणानं खडकांच्यावरून उड्या मारत-मारत चाललो. पाटील माझ्या मागोमाग सांभाळून चालत आला. मधेच मी थांबायचो. तो आला की मग उड्या मारत पुढे. पाऊस आता चांगला पडायला लागला. आम्ही भलत्याच रस्त्यावर उतरलो.

पाटील माझ्याबरोबर भिजलेल्या कपड्यांत कुडकुडत होता. मला भिजल्यानं भलताच उत्साह आला होता.

तो म्हणाला, बसनं जाऊ या. मला थंडी वाजतेय.

मी म्हणालो, त्यापेक्षा बसचे पैसे भेळेवर खर्च करू. आणि पायी जाऊ.

मग आम्ही भेळ खात-खात रस्त्यानं चालत चालत होस्टेलवर आलो. मी लगेच जेवायला गेलो. पाटील म्हणाला, आज मी जेवत नाही.

रात्री पाटीलला भयानक ताप आला. हे मला सकाळी कळलं.

मला फारच वाईट वाटलं. पाटीलला झेपत नसलं तर आपण इतकी बळजबरी का करावी?

दुसऱ्या दिवशी पाटीलला आणखी ताप चढला. तो दिवसभर कांबळ पांघरून पडला.

मी होस्टेलच्या डॉक्टरला आणलं. दोन दिवस त्याची शुश्रूषा केली. खोलीवरच त्याच्या जेवणाचं ताट आणून देत गेलो. त्याला माझ्या खर्चानं कॉफी पाजली. औषधासाठी नियमित डॉक्टरकडे जायचो. तो नको-नको म्हणत असतांना माझी गादी त्याच्या खाटेवर टाकली. आणि मी नुसत्या सतरंजीवर झोपलो. रात्री मी त्याच्याच खोलीत वाचत पडायचो. त्याला नियमित औषधपाणी करायचो.

तो बरा झाल्यावर मी ठरवलं, पुन्हा कुणावर अशी बळजबरी करायची नाही. असं मनसोक्त फिरणं, भिजणं, हिंडणं, वाटेल तसं वागणं, काहीही विक्षिप्त करणं— फक्त सुरेशबरोबरच. आमचं लहानपणापासून असं स्वच्छंद वागणं चालू आहे. ते एखाद्याला माहीतसुद्धा नसेल. आपण अगदी आपल्यासारखाच दुसरा वागेल, असं का समजावं? एका दगडासारखाच हुबेहूब दुसरा दगड नसतो. तर एका माणसासारखा दुसरा माणूस नसेलच. हे लक्षात घेऊनच आपलं वागणं असावं.

तसा सुरेश आणि माझ्यात तरी कुठे हुबेहूब सारखेपणा आहे? आपल्यासारखेच थेट हुबेहूब आपणच असतो. तरी पण निदान सुरेश आणि मी बरेच सारखेसारखे. आपल्याचसारखा दुसरा माणूस आहे का नाही, हे आधी पाहून घ्यावं.

म्हणून साले आमचे आजपर्यंत मुलींशी गेल्या वर्षी ॲक्टिव्हिटी वगैरेमुळे जितके संबंध आले, तितके सगळे चांगलेच ठरले. म्हणजे शेवटपर्यंत मी माझं शील हे भूषण राखलं. इतक्या मुली पाह्यल्या, पण

वाईट मार्ग कधीच नाही. पण करमणूक म्हणूनसुद्धा मुली आपल्याला एकूण वैतागच वाटल्या.

मी एवढंच म्हणालो, की एवढा आटापीटा कशाला? एकतर आपल्याला कोणतीच अस्सल मुलगी भेटली नाही. अस्सल मुली असतात, हे मात्र ऐकून आहे.

एक मुलगी मला आवडायची. एकदा सहलीच्या वेळी ती *जळतो पतंग त्याचा ज्योतीस दोष का रे* वगैरे रेकॉर्ड फोनवर पुन्हापुन्हा लावायची आणि भावनाकुल होऊन पाह्यची.

मी म्हणालो, फ्याट्.

दुसरी एक आवडली होती.

ती म्हणाली, तुम्ही बासरी छानच वाजवली.

मी म्हणालो, फ्याट्.

नंतर एक होती. ती बोललीच नाही.

मी म्हणालो, फ्याट्.

मुलींनी अगोदर सुरुवात केली पाहिजे.

एक रमीच तेवढी चांगली.

पण रमीसुद्धा तरी लांबच.

कॉलेजातले सगळेच खोट्या गोष्टी माहीत असून त्यांनाच खरं मानून चालतात. होस्टेलवर दरवर्षी रक्षाबंधनाचा कार्यक्रम मोठ्या थाटात पार पाडतात. ह्या वेळी होस्टेलच्या मुलींनी मुलांना राख्या बांधायच्या. मी गेल्या वर्षी गेलो होतो. एका हॉलमध्ये मुलंमुली जमतात. मुली मुलांना राख्या बांधतात. आणि त्या निमित्तानं प्रेमाची बोलणी पण दोन-तीन तास चालू. हे भयानकच.

रमी रस्त्यानं भेटली. आणि म्हणाली, काल तुम्ही रक्षाबंधनाला आला का नाही?

म्हणजे रमी तिथे गेली असेल. निदान हिनं तरी अशा ठिकाणी जाऊ नये. पण आपण हिच्यावर मालकी गाजवणारे कोण? एकमेकांवर मालकी कशी गाजवता येईल? पण ती केवळ मला भेटायला म्हणून तर तिथे गेली नसेल? का ती उगीच बोलायचं काही तरी म्हणून असं बोलली? सध्या आपले कपडे अस्ताव्यस्त आणि नूर एकंदर गरिबीचा. म्हणून आपल्याशी कुणीही काहीही बोलतं.

मध्यंतरी मधू देशमुख पुण्याला येऊन गेला. तो माझ्याकडेच उतरला होता. आणि परत जाईनाच.

तो म्हणाला, इथे किती छान असतं. आऽऽहा. सालं मुंबईला वैताग. मास्तरकी करत जगणं. माणसानं सगळं व्हावं, पण मास्तर होऊ नये. एकानं दुसऱ्याला शिकवणं, हे अगोदरच किती भयानक.

तो खिडकीतून पहात म्हणायचा, आऽहा. किती छान. ती टेकडी. तिथे आपण कितीदा बसायचो. हे गुलमोहराचं झाड. गेल्या वर्षाच्या किती तरी आठवणी येतात.

मग त्यानं आपल्या प्रेयसीची आठवण काढली. ती कधी भेटते का म्हणाला.

मी म्हणालो, कॉलेजात नेहमी दिसते. एकदा तू कुठे आहेस, अशी चौकशी केली होती.

मधू म्हणाला, मग काय सांगितलंस?

मी कशाला काय सांगू? आणि ती कशाला चौकशी करतेय?

मग मधू चिडून एकदाचा मुंबईला गेला.

असं कुणी पूर्वींचं भेटून गेलं, की मला अगदी करमायचं नाही. मग सिगरेटचा खर्च वाढतो. असं वाटायचं की आपण तरी ह्या जागेचे, ह्या टेकडीचे काय भाऊ लागतो? आपणसुद्धा असेच इथून जाणार. कायम. दिवसरात्र खोलीत पडून राहण्यानं, खिडकीतून नेहमीचं ऊन, नेहमीचं झाड, नेहमीचे कोन सवयीचे झाल्यानं असं होतं. ह्याच खोलीतून माझ्यासारखे किती विद्यार्थी निघून गेले असतील. कॉलेजला साठसत्तर वर्षं झाली आहेत. आणखी प्रलयकालापर्यंत शेकडो इथे राहून जातील. त्यांचा पत्ता लागणार नाही. आपला पण नाही. पण जागेला चिकटलेली मनं कायम अडकून पडतात.

असे विचार करतांना बाहेरचं उन्हासारखं पांढरंलाल चांदणं फार भेसूर लागतं. आणि सगळ्या चारशे खोल्यांत अभ्यासासाठी पेटलेले दिवे त्याहून भेसूर. अभ्यास करणारे सगळेजण तात्पुरते. कॉलेजात भुतासारखे चार वर्षं राहून जातात. आणि आपली ही बंद खोली.

मग मला कित्येक दिवसांत पडलं नव्हतं असं स्वप्न पडलं. प्रथम काळाभोर पडदा. हे आकाश. गरागरा फिरणारे ग्रहगोल. तारे. सगळे प्रचंड वेगानं

भिरभिरणारे. पण सगळं आखून दिल्यासारखं. कुणीच एकमेकांवर आपटत नाही. आपटले की मात्र सगळे फटाफट कॅरमबोर्डावर सोंगट्या फोडतात, तसे आपटून खेळ खलास. आणि एका भयानक जादुगारानं आम्हाला सगळ्यांना मंतरून एका ग्रहावर सोडलं आहे. आम्ही सगळे विद्यार्थी. सगळे प्रोफेसर. सगळे गडी. सगळं शहर. सगळेजण. आमची वेडीवाकडी भुतं बनवून. जादुगारानं. आम्हाला प्रत्येकाला. भारून मग सोडून दिलं आहे. आम्हाला. एकमेकांच्यात नीट बोलताही येऊ नये. अशा खाणाखुणा फक्त आम्हाला येतात.

पण एकाएकी ह्या जादुगाराला कुणी तरी ठार केलं. आणि फटाफट सगळी भुतं राक्षसी आकारांमधून बाहेर आली. जादुगाराचा किल्ला पण फुटला. सगळीच हवा झाली. मग आमचा ग्रह भिरभिरून भलतीकडे फिरायला लागला. आता एवढ्या अतोनात ताऱ्यांमध्ये जादुगाराच्या मंत्रातून मुक्त झालेला, काहीच काबू नसलेला ग्रह कुठे हिंडेल? इतक्या वेगानं. आणि कुठे आपटेल? किती तरी तुकडेतुकडे होतील.

बंद खोली. खिडकीतून आत आलेलं चांदणं, भेसूर. हे कायम खिडकीजवळ उभं असलेलं झाड तर साक्षात भेसूर. आणि खोल्याखोल्यांतून ऐकायला येणारे बेसूर आवाज तर विचारू नका. आपली बंद खोली. एका वर्षाच्या करारावर आपल्याला दिलेली. परीक्षा संपली, की सामान बांधून चालायला लागा. पण हे अजून ज्युनियर. म्हणजे आणखी एक वर्ष. पण दुसऱ्या खोलीत. पण नंतर तरी काय? केव्हा तरी कायम इथून जायचंच आहे. खोलीवर प्रेम असो-नसो. होस्टेलच्या इमारतीवर प्रेम असो-नसो. स्वतःवर प्रेम असलं की कुठेही — जिथे तुम्ही रहाणार तिथे — हे होणारच. सांगवी इथे नाही. लांब आहे. ती सुद्धा जागाच. गावाच्या यात्रेत लहानपणी एका वहीवाल्यानं डफावर म्हटलेलं—

क्रम संपत दोन्ही भाई भांडती हो भांडती
आत्मा कुळ्हीचा नाही कोणी सांगती हो ऽऽ सांगती ऽऽ
अन् आत्मा कुळ्हीचा नाही कोणी सांगती ऽऽ

हे तरी खोटं आहे किंवा प्रेम तरी. काही तरी एक खरं असल्याशिवाय का हा प्रश्न पडतो? मात्र असतात दोन गोष्टी. एकच खरी. नाही तर खिडक्यांना गज का लावले? ही खोली काही आपल्या बापाची नाही.

सुरेशला मी हे खोलीबद्दलचे विचार सांगितले.

तो म्हणाला, एक ज्योक सांगतो.

एकजण अचानक माझ्या खोलीवर टकटक करून बळजबरीनं आत आला. तो म्हणाला, एक्सक्यूज मी. ही माझी पूर्वीची खोली. आऽहा. हीच खोली. काय ते दिवस. हीच ती खिडकी. हेच बाहेरचं झाड. असंच माझं टेबल खिडकीशी असायचं. आऽहा. हीच कॉट. अशीच माझीही होती. हेच माझं कपाट. ह्या कपाटात मी कपडे ठेवायचो. आऽहा, आणि ह्यात ही अशीच लपून बसलेली नागडी मुलगी.

सुर्शाचे विनोद कठीण. कुठून-ना-कुठून जमा करतो.

संध्याकाळी अंधार पडायच्या अगोदरची वेळ अत्यंत भयानक. प्रचंड भयानक. काही हालचाल नाही. प्रोफेसरांची गोंधळ करणारी मुलंसुद्धा भयानकच. अंधार झटकन पडत नाही. अशा वेळी खोलीत पडून राहू नये. वेड लागेल. जरा फिरून यावं आणि अत्यंत जेवावं, हाच ह्या संध्याकाळच्या उदास होण्यावरचा तोडगा. भरपूर जेवणं हा तोडगा मी अनेक विचारांनंतर करायचो. पुढे आपलं काय होणार? हे कॉलेज सोडल्यानंतर? हे मित्र सगळे कुठे-कुठे जाणार? त्यांतला कोण मोठ्ठा होईल? कोण पुढे जाईल? आणि कोण मागे पडेल? तीन वर्षांपूर्वी आपण इथेच नेमके ह्याच खोलीत ह्याच मित्रांच्या बरोबर पृथ्वीवर नेमकं सुईनं दाखवता येईल अशा ठिकाणी नेमक्या जागेवर येऊ, राहू, हसू, वाचू, झोपू, हे कुणी आधीच ठरवलेलं असतं काय? शाळेतले छोटे छोटे मित्र एकदम मोठ्ठे झाल्यानंतर हे नवे डझनावारी लोक आपल्याजवळ येतात. बोलतात — ह्याचं कारण काय?

ह्या सगळ्या विचारांनी मी निस्तेज व्हायला लागलो. चारजणांत पहिल्यासारखं मला नीट बोलतादेखील येईना.

ह्या सगळ्या विचारांचं कारण म्हणजे एक तर पैलवान काळ्या नेहमी भेटायचा नाही. शिवाय मी नेहमीच लायब्रीत वाचत नाही. सुर्शा आणि मी दर रविवारी काही सिंहगडला जायचो नाही. शिवाय मोठ्ठं कारण म्हणजे आपल्या खोलीला भल्यामोठ्या खिडक्या दोन, शिवाय दोन्हींतून बाहेरचं दिसतं. चांदणं असलं की मग खुशाल लोळत बसा. आणि झाडावरचे पक्षी पहा. सिगरेट ओढत टेकडी पहा. ह्या झाडाला फांद्याच नुस्त्या उरतात तेव्हापासून तर फळं येतात तोपर्यंतच्या सगळ्या भानगडी आपल्याला माहीत.

खुशाल पडल्या-पडल्या त्यांच्याकडे पहात आत्मचिंतन करा. एका खिडकीतून हे झाड. तर दुसरीतून आकाश.

शिवाय ह्या जगात विषमता रहाणारच. आणि कर्ताकरविता परमेश्वर आहेच. पण थोडेथोडे पैसे प्रत्येकाजवळ असावेतच. नाही तर आम्ही हळूहळू कम्युनिस्ट होऊन जाऊ.

पाटील संध्याकाळच्या सुमाराला हळूहळू डुलत-डुलत लांब लांब पाय टाकत व्हरांड्यात उगीच इकडेतिकडे फेऱ्या मारतो.

शौनक एका सिगरेटचे दोन तुकडे करून दोनदा उपयोग करतो.

मी जेवायची वाट पहातो आणि तोपर्यंत खानभैय्याशी बोलत बसतो— खानभैय्या म्हणतो, हिंदु-मुसलमान दोन्ही धर्म अच्छेच. पण आदमी लबाड आहे, धर्म नाही.

शेखर एक वेळ कायम चहापाव खातो.

नायडू खोलीत हजारो ढेकूण झाले तरी औषध शिंपडायला पैसे नाहीत, हे कारण कुणालाच सांगत नाही. म्हणतो, ढेकूण आहेत म्हणून माझ्या खोलीत कुणी गप्पा मारायला येत नाही. हे बरं आहे. आमचा अभ्यास ठीक होतो.

कोड्डुम्च्या खोलीत भिंतीवर फक्त एक घाणेरडं कॅलेंडर टांगलं आहे. त्याच्यावर दर दिवशी काय काय खर्च झाला, हे दाटीवाटीनं लिहून ठेवतो. त्यात फक्त आणे पै. रुपयाच्या जागेवर सर्वत्र शून्य. एकजण म्हणाला, मग रुपयांचं सदर लिहिलंसच का? तर हा म्हणाला, रुपयांचा खर्च गुप्त वहीत. इन्कमटॅक्स ऑफिसर आला, तर भानगडी नकोत.

धाइंजे कुणाच्याही खोलीत स्टोव्ह वाजला, की आत शिरून गावाकडचे गप्पाविनोद सांगून चहा मिळवतो.

हे सगळं किती भयानक. पैसे कुणाजवळ असतील आणि कुणाजवळ नसतील. पण ह्या सगळ्या मित्रांचा गेली दोन्ही वर्षं मला पत्ता लागला नाही. असे पूर्वीपासून असणारच. आपल्याला माहीत मात्र झाले नाहीत. तेव्हा काय — सगळे मित्र खर्चाऊ. बडे. करमलं नाही की सिनेमा, मद्रास, रेकॉर्डी, हॉटेलं, ह्या बागेत जाऊन शेंगा खा, त्या बागेत भेळ खा. संध्याकाळी भूक नसायची. मेसमध्ये एखादी पोळी काठकाठ फेकून खा, भात उष्टाच ठेवून नुस्तं दही खाऊन ऊठ, ह्याला त्याला कँटीनमधे ने — ह्या पैशांच्या दरिद्री गोष्टीत दोन्ही वर्षं गेली आणि आता ह्या प्रचंड ढिगाऱ्यात मी फुकट घाबरून जायचो.

परवा कोड्डुम्ला त्याच्या जातीमुळे कुठली तरी स्कॉलरशिप मिळाली. मी नाव नोटीसबोर्डावर वाचलं. हा मागासलेल्या जातीचा विद्यार्थी असं सगळ्यांना कळलं. मी उगीच कशाला त्याबद्दल बोला, म्हणून कोड्डुम्शी ह्याबद्दल काहीच बोललो नाही. त्याला उगीच वाईट वाटायला नको म्हणून.

पण कोड्डुम् पंधराएक दिवसांनी गर्जना करत माझ्याकडे आला, जात झिंदाबाद. स्कॉलरशिप मिळाली. सांगवीकर, पाटील, आज पैसे मिळाले. चला, तुम्हाला पार्टी.

मद्रासमध्ये सुरेश, मी, पाटील आणि कोड्डुम् असे गेलो. तिथे मेहता बसला होता. आता मेहताला देखील काही दिलंच पाह्यजे. कोड्डुम्नं फक्त एक रुपया बजेट ठरवलं होतं. शेवटी पाचजणांना एक बटाटेवडा आणि चहा एवढं बसेल. बटाटेवडा खाऊन झाल्यावर कोड्डुम् चहा मागवणार तेवढ्यात मेहता म्हणाला, मला चहा नको आहे.

कोड्डुम् घाबरला. पण लक्षात येऊन मेहता म्हणाला, कोड्डुम्, तुझी पार्टी असली तरी मीही उगीच सगळ्यांना पार्टी देतो. बासुंदी. नंतर कोड्डुमचा चहा.

मेहताचं बिल झालं पावणेदोन रुपये. कोड्डुम्चं रुपया. कोड्डुम्चा सगळा आनंद खलास. सालं, हे असं का?

दिवाळीत यंदा घरी जायचंच नव्हतं. इकडेच काही तरी वाचायचं ठरवलं. सुट्टीत भयानक वैताग येणार, हे माहीत होतं. पण रात्रभर जागायचं, दिवसभर झोपायचं — हे ठरवून टाकलं. सहामाही संपल्याबरोबर मी हाच कार्यक्रम सुरू केला.

एकदा सकाळपर्यंत वाचून हातपाय अवघडले होते. दिवा विझवून थेट टेकडीवर गेलो.

पुढे दोघीजणी जात होत्या. रोज येत असतील. पण मी कधी नीट रस्त्यानं वर जायचो नाही. त्यांतली एक रमी.

मी तिला म्हणालो, हॅलो, सेमिरॅमिस. सकाळी टेकडीवर हिंडल्यानं व्यायाम होतो काय?

थोडा.

मी म्हणालो, पेपर कसे गेले?

बरे.

तुम्ही कुठल्या? मी विसरलोच. काही तरी — जबलपूरच ना?

जबलपूर.

सुट्टीत घरी जाणार?

होय.

केव्हा जाणार?

परवा.

च्यायला. ही एकेकच शब्द बोलते. कठीण आहे. आणि हिची नेहमीची नाजूक बोलण्याची ट्रिक. ती मात्र खास. म्हणजे जबलपूरच्या ऐवजी बलपूर. सातारा म्हणायचं तर तारा म्हणते. जोर देऊन खास न म्हणता हास म्हणते. सुंदरच.

खुद्द दिवाळीच्या दिवशी फक्त मी अस्वस्थ झालो. होस्टेलवर अक्षरशः कुणी नव्हतं. सुट्टीत काही परदेशी मुलं होती. ती सुद्धा कुठे टूरवर निघून गेली. निदान त्यांच्यात वावरल्यानं सुट्टीत माझं इंग्रजी बरंच सुधारलं. चहाच्या गाळणीला इंग्रजीत काय म्हणतात? शेंबडाला काय? असे बारीकसारीक शब्द बरेच कळले. एरवी कॉलेजशिवाय असं ज्ञान कुठे मिळेल?

सुट्टी संपल्यावर होस्टेलवरच्याच सांगवीच्या एका मुलानं भलामोठ्ठा फराळाचा डबा आणला. मी हे गुप्त ठेवलं. पुढे महिनाभर रोज सकाळी मी चहाच्या आधी फक्त एक लाडू खायचो. शेवचिवडा वगैरे बरेच दिवस पुरलं. पण एकदा हे सुरेशनं दाराच्या फटीतून पाह्यलं. मग अचानक माझ्या खोलीवर वीसेक मुलांचा हल्ला झाला. आणि उरलंसुरलं पाच मिनटांत खलास.

होस्टेलच्या मुलांचा एक भयानक प्रकार म्हणजे असं टोळीवजा वागणं. मला हा त्रास फारसा झाला नाही. पण जरा डोकं चालवलं तर हे कुणाही शहाण्या माणसाच्या लक्षात आलं असतं. चारेकशे सारख्या वयाची माणसं एका ठिकाणी वर्षवर्ष घरादाराचा संबंध तोडून आलेली. प्रत्येकजणाचा स्वभाव वेगवेगळा. तेव्हा टोळी केल्याशिवाय लूटमारीचा, हसण्याखेळण्याचा प्रकार अशक्यच. त्यांचा आवडता छंद म्हणजे एकत्र जमून उत्साहात आले, की कशाचीही पर्वा न करता वाट्टेल तसं वागणं. बावळट मुलांना हालहाल करून बनवणं.

आता महादेवन् हा सज्जन मनुष्य. तो तिकडची सवय म्हणून होस्टेलवर तरी लुंगीच वापरायचा. एकदा कुणाला तरी कळलं, की महादेवन् लुंगीखाली काहीच नेसत नाही. लंगोट तर नाहीच. मग ह्या सर्वांनी त्याची लुंगी ताणून-ताणून त्याला अतिशय त्रास दिला. आठवडाभर. एकदा तर एकानं लुंगीच सोडली. मग तो लंगोट वापरायला लागला.

असं का? एखाद्याला आवडत नसेल. एखाद्याची हजार कपडे अंगावर घालायची ऐपत नसेल.

इचलकरंजीकर त्या मानानं चांगलाच होता. तो भानगडी करायचा. पण इतक्या राक्षसी नाही. शिवाय चमकणं-बिमकणं म्हणजे इरेला पडून वगैरे नाही. तो अजगरासारखा काही तरी करत असायचा. इचल्या स्वतःसाठी सगळं करायचा. असं टोळीसाठी कधीच नाही. इचल्या द ग्रेट. पण साले हे लोक सगळे एकत्र जमतात, ते सगळ्यांच्यासाठी. एकत्र डुकरासारखे खिदळतात. दुसऱ्यांना उडवतात. सुरेश देखील त्यांच्यांतलाच.

आता सुभाष हा मेंटल हॉस्पिटलातून बरा होऊन आलेला भलताच हुशार मुलगा. हा दुसऱ्या टर्मला होस्टेलवर का आला, हे कुणी तरी तपास करून मिळवलं. याआधी तो डॉक्टरांनी सांगितल्याप्रमाणे परीक्षेला न बसता दिवाळीपर्यंत गावीच राह्यला. यंदा तो बसणार होता. त्याच्या बोलण्यातून सुद्धा त्याचे वेडसर चाळे कळून यायचे. हा चालता-चालता थुंकायचा. पाचसहा पावलं पुढे जाऊन परत फिरायचा. अगोदर कुठं थुंकला आहे, ते शोधून तिथे पुन्हा थुंकायचा. मग मात्र सरळ निघून जायचा. इतक्या सगळ्या गोष्टी निरखून पाहायला होस्टेलच्या काही मुलांना नक्कीच वेळ असतो.

हे सगळं कळल्यावर सुरेश वगैरे डांबरट लोकांनी त्याच्यावर अनेक गंमती केल्या. तो आत असतांना बाहेरून कडी घालून ठेवणं हे त्यातलंच.

एकदा तर त्याला संडासातच असं कोंडून ठेवलं. मग संतापून ह्यानं असा जोर केला की दार मोडून पडलं. पण प्रोफेसर परांजप्यांनी सुभाषलाच दहा रुपये दंड केला. बाहेरून कडी कुणी घातली, हे अर्थातच कुणाला माहीत नाही. पण ती नक्की कुणी तरी घातली.

परांजपे त्याला म्हणाले, तुमचा दंड अशाकरता, की तुम्हाला फुकट दंड भरावा लागतोय, म्हणून तुमच्या खोड्या करणाऱ्यांना तुमची कीव येऊन ते पुन्हा तुम्हाला त्रास देणार नाहीत.

पण ज्यास्त ज्यास्त चीड आणणारे प्रकार रोज रोज व्हायला लागल्यावर माझ्यासारखा सुद्धा वेडा होईल. मग अगोदरच कमकुवत असलेल्या सुभाषचं सोडाच.

मेहता, सुरेश वगैरे सगळेच हळूहळू सुभाषचे मित्र बनले. म्हणजे सुभाषच स्वतःकडे शहाणपण घेऊन त्यांच्याशी नम्रपणे वागायला लागला. सुभाष शरण आला, तरी ह्या टोळीचं भागलं नाही. लहानसहान गोष्टीत तर ते रोज सुभाषची गंमत करायचे. त्याला हॉटेलात नेऊन खूप खायचे. आणि एकेकजण उठून चालता व्हायचा. बिल सुभाषला द्यायला लागायचं. बाथरूममध्ये सुभाष शिरला, की वरून त्याचे सगळे कपडे काढून आणायचे. मग सुभाष आरडाओरडा करून निदान पायजमा तरी द्या म्हणायचा. एकदा त्यानं इतका गोंधळ घातला की प्रो. शहा बंगल्यातून रागावून आले. आणि त्यांनी सुभाषला बाहेर ये म्हटलं. सुभाष ताबडतोब गप्प झाला. मी त्या वेळी तिथेच होतो. मी बाहेर येऊन शहांना सगळं सांगितलं. शहा गुंड विद्यार्थ्यांना शिव्या देण्यापलीकडे दुसरं काय करणार? मग मी माझा टॉवेल सुभाषला गुंडाळायला दिला. सुभाष मुकाट्यानं तसा उघडा खोलीवर गेला.

सुभाष अकराच्या आत झोपायचा. पण तो डुलक्या घ्यायला लागायचा तोपर्यंत हे सुरेश वगैरे लुटारू लोक नेहमी त्याच्या खोलीत गप्पा मारत असायचे. हा ज्यास्त वैतागला, तर आम्ही चार वाजेपर्यंत बसू— असं म्हणायचे. सुभाष बिचारा काय करावं, अशा काळजीनं वाळून गेला होता.

एकदा हे सगळेजण अकरापर्यंत सुभाषच्या खोलीत बसले. मग एकदम बाहेर पडले. सुभाष ताबडतोब झोपला.

मग हे सगळेजण एकत्र जमले. सगळ्यांनी आपापल्या घड्याळात थेट पाच वाजवून ठेवले. आसपास जे जागे होते, त्यांनासुद्धा हा कट सांगून सगळ्या घड्याळांचे काटे पाचावर करून ठेवले.

मग त्यांनी सुभाषच्या खोलीवर दाणदाण लाथा मारून त्याला उठवलं. ह्यांनीच आत शिरून त्याचा दिवा लावला.

सुभाष म्हणाला, हे काय रे? तुम्ही नीट झोपूही देत नाही. हे फार झालं.

मोडक म्हणाला, किती झोपतोस साल्या. अकराला झोपलास. आता सहा –सात तास होत आले.

गोरे म्हणाला, अरे हा मेहता कोलंबोला निघतोय्. त्याच्या वडलांची तार आली. आपण त्याला मद्रासनं पोचवून येऊ.

सुभाष म्हणाला, ह्या वेळी कुठली मद्रास? आणि सहासात तास कुठे झाले. साडेबारा वाजताहेत. जा बघू खोलीतून. चेष्टा करावी, पण काही लिमिट पाह्यजे. निघा बघू.

सुरेश म्हणाला, वेडा झालास काय? पाच वाजले भडव्या. तुझं घड्याळ फेकून दे. चुन्याची डब्बी. पाच वाजून गेले, ऊठ, ऊठ.

सुभाषनं सगळ्यांची घड्याळं पाह्यली. एकात पाच वाजलेले. दुसऱ्यात पाच वाजून दहा मिनिटं. तिसऱ्यात तर साडेपाच.

हे गंमत तर करत नाहीत, म्हणून हा बाहेर दोघतिघांच्या खोल्यांत पाहून आला. खरोखरच पाच वाजलेले.

सुभाषचं एक म्हणजे आपण पूर्वी वेडे होतो हे कुणालाच कळू नये, ह्याची तो दक्षता घ्यायचा. अशा वेळी मग स्वतःवरच त्याचा विश्वास बसायचा नाही. त्याला अंधुक-अंधुक वाटून गेलं, की कदाचित पाच वाजलेही असतील.

मग ह्यांनीच त्याला ओढत-ओढत नळावर नेलं. तो म्हणाला, पण मी आलंच पाह्यजे का?

मोडक म्हणाला, म्हणजे काय? मेहताचा तू सगळ्यांत जवळचा मित्र. एकवेळ आम्ही आलो नाही तरी चालेल. पण तू पाह्यजेसच.

अशा बऱ्या बोलण्यानं सुभाष खरोखरच हुरळून जायचा. सुभाष आनंदानं तयार झाला.

मग सगळेजण मेहताकडे. मेहता इतका वेळ अभ्यास करत होता. मात्र टाय कोट वगैरे तयार.

मेहता सूटकेस घेऊन ऐटीत बाहेर पडला.

सगळेजण बाहेर पडले. एक टॅक्सी उभी होतीच. मेहता आणि सुभाष फक्त टॅक्सीतून गेले. आम्ही सायकलींनी आलोच म्हणून सगळेजण परतले. आणि कपडे काढून एकत्र गप्पाविनोद करीत बसले.

अर्ध्याएक तासानं मेहता एकटा टॅक्सीतून परत आला. तो म्हणाला, सालं मलाच तुमच्या सगळ्यांच्यापेक्षा जास्त मेहनत पुरली.

आणि सुभाष?

सुभाषला एका ठिकाणी उभं करून ठेवलं आहे. प्लॅटफार्म काढून ये म्हणून त्याला एक आणा दिला आणि तो गेल्यावर ताबडतोब टॅक्सी गाठली.

वाऽवा, मेहता. असं म्हणून सगळेजण ज्याच्या-त्याच्या खोलीत झोपले.

नंतर सुभाष एकटा होस्टेलवर आला. सगळेजण झोपलेले. मी मात्र वाचत होतो. तो थेट माझ्या खोलीत आला. म्हणाला, किती वाजले?

दोन.

मी स्टेशनापासून पायी चालत आलो. खिशात पैसे नेले असते तर बरं झालं असतं. पण हे मला असं का करतात? आता ह्यांना मी काय करू?

त्याची ही सगळी हकिकत ऐकून मी म्हणालो, माझ्याकडे एक चाकू आहे. अगोदर मोडकाला उडव. आणि चाकू त्याच्या पोटात खुपस. सगळ्यांचा खून कर. सुरेशचा पण.

सुभाष मला गाढव समजून खोलीबाहेर पडला. पण सगळ्यांच्यावर रागावूनच. त्यानं दरवाजे मोडेस्तोवर ठोकून एकेकाला उठवलं. त्यानं मोडकाला एक चापट ठेवून दिली. मोडक त्याला म्हणाला, सुभाष, तुला वेडबीड लागलंय का? तुला कुणी उठवलं? कुणी स्टेशनवर नेलं?

मग सुभाषनं मेहताची कॉलर धरली.

मेहता म्हणाला, तुला हे सगळं स्वप्नात तर दिसलं नाही? आम्ही सगळे बारालाच झोपलो.

मग सुभाष पुन्हा माझ्या खोलीत आला.

मी संतापून म्हणालो, तू माझ्याकडे वारंवार का येतोस? जा. ते तुझे मित्र. मी तुला काय सांगणार?

तो खाली पहात म्हणाला, मी उद्या घरी निघून जाऊ का?

मग मला एकाएकी त्याची कीव आली. मी त्याला घेऊन हे सगळेजण उभे होते तिथे आलो, आणि म्हणालो, मोडक्या, मेहता, तुम्ही सगळे गाढव आहात. तुम्ही ह्याचं काय करायचं ठरवलंय?

मोडक म्हणाला, तू तुझ्या खोलीत जा. साला पांडू.

मी संतापून त्याला अगोदर चार शिव्या देऊन म्हणालो, भडव्या, तुझा माज मी उद्या काढतो. तुला नाही होस्टेलमधून काढलं तर नावाचा पांडू नाही.

इतक्यात काळ्या, पाटील, सगळे उठून डोळे चोळत आले. काळ्याला आजचं प्रकरण कळल्यावर सणकन त्याचं डोकं पेटलं. तो मोडक्याला म्हणाला, मोडक्या, लई माजलास लेका. उद्यापास्नं सुभाषला जर काही केलंस, तर तुझं तंगडं मोडतो हांडग्या.

मोडक ओरडला, माहीत आहे काळ्या—

गऽऽप, काळ्या ओरडला, एक शब्द बोललास, तर इथून खाली फेकतो.

काळ्या असाच ओरडला की सगळेजण गप झाले. मग ते गुपचूप निघून गेले. सुरेश मात्र माझा मित्र म्हणून राह्यला.

मी सुरेशला म्हटलं, सुभाषसारख्याला इतकं छळणं राक्षसी नाही का?

तो म्हणाला, ते खरं आहे. पण आम्ही त्याला धट्टाकट्टा करतो. असं राहून टिकाव लागणार नाही.

ते काही असो. हे अमानुष आहे.

असेल. पण स्टेजवर चमकण्यापेक्षा हे उद्योग बरेच.

एकूण ह्या रानटी लोकांच्या रक्तातच हे भिनलेलं. ह्यांना फक्त छळायचेच अनुभव. त्याला आपला तरी काय इलाज? पण सुरेशशी तंटा करून तरी काय फायदा? त्याच्याशी आपली तरीसुद्धा दोस्ती टिकवून धरली पाह्यजे.

मग थोडे दिवस सुभाषला कुणीच त्रास दिला नाही. त्यानं चांगलाच अभ्यास केला. पण सुभाष होस्टेल सोडून गेला, ते फार वाईट झालं.

सुरेश वगैरेंनी एक नवीच गुप्त भानगड केली. सुभाष हुशार म्हणून त्याच्या वर्गातली एक मुलगी त्याच्याशी चांगली वागायची. खरं तर प्रेमबीम भानगडी सुभाषला माहीतच नव्हत्या. पण मोडक वगैरेंनी त्या मुलीच्या नावानं एक खोटं प्रेमपत्र सुभाषच्या खोलीत टाकलं. उद्या इथं संध्याकाळी सात वाजता भेटा —असं त्यात होतं.

सुभाषला हे खरं वाटलं. तो नीट कपडे करून तिथे निघाला. पण मागोमाग हे सगळेजणही निघाले. सुभाषला वाटलं, आपलं प्रेमपत्र ह्यांनी खोलीत चोरून तर वाचलं नाही?

त्या ठिकाणी सुभाषबरोबरच हे सगळेजण थांबले.

सात वाजून गेले.

हे सगळेजण सुभाषची चेष्टा करायला लागले. काय सुभाष, कुणाची वाट पहाताय? वगैरे.

सुभाष म्हणाला, तुम्ही इथून जा.

सुभाषला वाटलं, इतकेजण इथे असल्यावर ती कशाला येईल? ती परत गेली असेल. असं की काय वाटून एकाएकी त्यानं एक मोठ्ठा दगड घेऊन ठाकरेच्या डोक्यात मारला.

ठाकरे हातपाय आपटून बेशुद्ध पडला. डॉक्टर आले. सगळ्यांनी सुभाषला खूप पिटलं. ठाकरे आठेक दिवस दवाखान्यात होता.

प्रोफेसर डॉक्टर परांजपे होस्टेलवर येऊन गेले. सुभाष पूर्वी मॅड होता आणि अजूनही थोडासा मॅड आहे, असं ह्या सगळ्यांनी त्यांना सांगितलं. मी जवळ उभा होतो. पण परांजप्यांनी मला काहीच विचारलं नाही. मी पण आपण होऊन त्यांना काहीच सांगितलं नाही.

परांजप्यांनी सुभाषला होस्टेलमधून जायला सांगितलं. नंतर सुभाषचे गावातले नातेवाईक आले. मी सुभाषचं सामान बांधायला मदत केली. पाटील टॅक्सी घेऊन आला. त्याला छळणारे सगळे चोरासारखे गॅलरीत उभे राहून पहात होते.

सुभाष गेला. जाताना फक्त मला म्हणाला, अच्छा, सांगवीकर.

नंतर मी परांजप्यांना भेटलो. आणि तासभर सगळं सांगितलं. परांजपे म्हणाले, ते खरं आहे. पण होस्टेल म्हणजे काय मेंटल हॉस्पिटल आहे?

मी परांजप्यांना म्हणालो, तुम्हाला काहीच सेन्स नाही. मग होस्टेल म्हणजे काय छळून आणखी वेडं करायचं ठिकाण आहे? तुम्ही गाढव आहात.

पण हे सगळं मनातल्या मनात. पण तरी ठासून सांगण्याइतकं खरं होतंच.

मग होस्टेल म्हणजे कुणी अर्धमेला होऊन बुडत असलेला माणूस गटांगळ्या खात वर यायला पहातो, तर इथल्या साल्या चांगल्या लोकांनी त्याला पुन्हा पुन्हा पाण्याखाली बुडवावं आणि काठावर टाळ्या पिटून हसावं — असं ठिकाण आहे का?

मी त्या वेळी माणसांचे दोन गट केले. त्रास देणारे आणि त्रास सोसणारे. ह्या दोन्ही गटांत अख्ख्या त्रिभुवनातले लोक बसलेच पाह्यजेत, असा शोध मी लावला.

ख्रिसमसच्या सुट्टीतसुद्धा मी घरी जाणार नव्हतो. पण एकाएकी होस्टेलवरच आमच्या गावाची एक ट्रक आली. ड्रायव्हर माझ्या खोलीचा नंबर विचारत माझ्याकडे आला. म्हणाला, तुमची म्हैस आठवड्याभरात विणार आहे. आईनं तुला ताबडतोब खरवस खायला बोलावलं आहे. रात्री निघू.

दिवाळीत मी घरी गेलो नव्हतो. त्यामुळे आईला वाईट वाटलं. शिवाय दोनतीन वर्षांत घरचा खरवस मिळाला नव्हता. शिवाय मी पण सुट्टी कशी

घालवावी, ह्या काळजीत होतोच. मी ताबडतोब तयारी केली. ट्रकवर घरी आलो.

मी इतका वाळलो होतो, की आईला वाईट वाटलं.

मी म्हणालो, आई, मी दोनशे रुपयांचं कर्ज फेडलं. मेसचं जेवण. मधेअधे चहा देखील नाही. मग मी असा नाही होऊ तर कसा?

आई म्हणाली, तू मूर्ख आहेस, बाळकोबा. मावशीकडचे उरलेले सगळे पैसे खर्च करून टाक. मी तिला कळवीन. मी जातांना तुला माझ्याजवळचे शंभर रुपये देईन. रोज तीन पावशेर दूध प्यालंच पाह्यजे. रात्रीची जागरणं बंद कर. पण तू अव्यवहारी आहेस. खर्च करतोस तेव्हा वर्षाला तीन हजार लागतात. नाही तर चाळीस रुपयांत महिना भागवतोस. हे सगळे पैसे ताबडतोब खर्च कर. मग घरी पत्र टाक. अरे वेड्या, हे सगळं तुझंच आहे. हक्कानं पैसे मागावेत. पण तू ह्यानंतर सगळा खर्च एका वहीत लिहून ठेवत जा. सुट्टीत ह्यांच्या तोंडावर फेकायला म्हणून खोटा का होईना — पण एवढं कर.

घरून निघतांना माझ्या मनात हेच विचार होते, की कधीतरी आईला आपल्यामुळे बरं वाटेल असं आपण वागू.

पुण्याला आल्यावर मी चैन केली.

मावशीला आईची चिठ्ठी देऊन शिल्लक राह्यलेले सगळे पैसे घेतले. कपडे केले. खूप पुस्तकं घ्यायला लागलो. केस कापायला मंडईपर्यंत चालत जाणं गेलं. खोलीत भरपूर दूध. खूप खाणंपिणं. द्राक्षं रोज. उत्साहानं अभ्यास. पण आईनं सांगितलं म्हणून मी रोज काय काय खर्च केला, ते दिडकी-दिडकीपासून एका डायरीत लिहायची पक्की सवय केली. ही डायरी मी मस्तपैकी चार रुपयाला विकत आणली. पहिल्या पानावर *जननीजन्मभूमिश्च स्वर्गादपि गरीयसी* असं लिहिलं.

पण मी माझे साधेसुधे मित्र सोडून दिले नाहीत. किंवा भंपक श्रीमंत मुलांशी नव्यानं मैत्रीसुद्धा केली नाही. कोड्डम्, पाटील, धाईंजे, काळ्या हे माझे पहिल्यापेक्षा जास्त मित्र झाले. मी ह्यांना आत्ताच माझ्या निर्धनावस्थेचा इतिहास सांगून, ह्यानंतर आपण आरामात असं देखील सांगून टाकलं. हेच

खरे मित्र. कोड्डुम्नं जुलैत एका शब्दानं मला तीस रुपये उसने दिले होते — त्याला अडचण असून. पाटील मला अधूनमधून बाहेर उसाचा रस पाजायचा. मी मंडईतून पंधरा रुपयांचं नानातऱ्हेचं फळफळावळ आणलं. आम्ही चारपाचजणांनी त्याचा फडशा पाडला. आनंदी आनंद गडे.

पाच हे काही मरायचं वय नाही. पाचव्या वर्षी मरणारं मूल जन्मलंच का हा मुद्दा.

माझी पाच वर्षांची बहीण मेली, तेव्हा मला प्रचंड दुःख झालं, घरातली आजी त्या वेळी मेली असती, तर थोडे मृत्यूबद्दलचे विचार सवयीचे होऊन मग मनी मेली असती तर विशेष दुःख झालं नसतं. पण आमच्या घरात चाळीस वर्षांच्या इतिहासात आजोबांच्या नंतर मेली ती मनीच. माझ्या वीस वर्षांत घरात मेलं फक्त हे एकच माणूस. मला अतोनात दुःख झालं.

तेव्हा मी इकडे होतो. म्हणून भलतचं. इतकं की मला दुःख झालं आहे, हे माझ्या मित्रांना पण कळलं. पण मी मनी मेल्याचं कुणालाच सांगितलं नाही. तेव्हा हे म्हणायला लागले, बाबारे, दुःखाची वर्तुळं फिरत-फिरत अचानक आपल्या भोवतीच फिरू लागतात. भयानक वेगानं फिरू लागतात. ह्याला कारण असतंच असं नाही.

पण माझ्या ह्या दुःखाला कारण होतं. कारण असलेलं दुःख खरं नसतंच. पण ते मनाला झोंबतं हे खरं आहे.

मला माझ्या मागोमाग चार बहिणीच झाल्या.

बराच मोठ्ठा होईपर्यंतसुद्धा मला नवा सदरा वगैरे काही घेऊन दिलं नाही की मी हातपाय आपटत म्हणायचो, एकुलता असूनदेखील तुम्ही माझे लाड करत नाही.

तेव्हा वडील म्हणायचे, तू असं समजू नकोस, की तुझे आमच्यावर उपकार आहेत. होतील आणखी आम्हाला मुलगे.

नंतर परवापर्यंत मला बहिणीच झाल्या. मी एकुलताच राहालो.

आमच्या घरात माझ्या बहिणींना ज्या तऱ्हेनं वागवायचे, ते अस्सल हिंदू पद्धतीनं. त्यांनी जास्त हट्ट धरता कामा नये, मोठ्या बहिणींनी छोट्यांची वेणी घालावी, ढुंगणं धुवावीत, आई जे-जे काम सांगेल ते केलंच पाह्यजे. वगैरे.

आईबापांची संतती असल्यावर बहिणींनी बहिणींची कामं करावीत, भावांनी भावांना शिकवावं, मोठ्या भावांनी लहान बहिणींची लग्न करावीत — हे राक्षसी आहे. आमच्या घरात देखील असं राक्षसी बरंच. मग सुमीनं लग्नानंतर घरी येऊच नये, हे आलंच. पण मनूताई मेली, हे मला आवडलं नाही.

ती अतिशय शांत होती. कामात, बोलण्याचालण्यात, गाणं म्हणण्यात, शाळेत जाण्यात.

आई म्हणायची, हिला मेंदूच नाही. कंदिलाची काच मोरीत दुसरं कुणीही घासत असतांना फुटली की आई म्हणायची, मन्ये, थांब कारटे. मग मनी घरातून म्हणायची, मी नाही ग आई. मी झाडते आहे. कुणी दुधाचं भांडं आडवं केलं की आई घरातून म्हणायची, ही मनीच असणार.

दर वेळी मुलगीच होते, म्हणून आजी नेमकी मनीच्या वेळी बाळंतपणाला कंटाळली. घरातले सगळे व्याप संभाळून पुन्हा आईचं करायचं. ती तान्ह्या मनीचं अंग वसवसून घासायची. एकदा कडक पाण्यात थंड पाणी मिसळायचं विसरूनच तिला पायांवर पालथं घेऊन पाण्याचा चटका लागल्यावर आजी म्हणाली, आता कोण हिला परत पाळण्यात टाकेल, गार पाणी मिसळून पुन्हा घरातून हिला आणून पायावर घेईल? मग मनी किंकाळून रडली, तेव्हा आई घरातून आली. आणि पाण्यात हात घातल्यावर रडून म्हणाली, उठा मी धुते. तेव्हा आजी मनीला जमिनीवर आपटून म्हणाली, मुलींच्या आईनं एवढी मिजास करू नये.

पण आईचंसुद्धा मनीवर फार प्रेम नव्हतं. ती पोटात असतांना आईला पण वाटायचं, इजा बिजा तिजा. हा तिसरा मुलगाच होईल. पण झाली मनी. म्हणून वडलांचीसुद्धा हिच्यावर तिरपी नजर होती.

त्या वर्षी देवीची मोठी साथ आली. आमच्या गावची पन्नासेक मुलं देवीनंच मेली. त्यांत हीसुद्धा.

आमच्या मळ्यातल्या राखणदाराच्या मुलाचं ऐकून तर मी घाबरून गेलो. मुलगा इतका भयानक झाल्यावर देखील त्याची बायको, दिवसभर नाही तरी

खाटेजवळ बसूनच रहावं लागतं म्हणून, छोट्याशा मुलीवर सगळं सोपवून कामावर गेली. दुपारी त्या मुलाची इतकी आग झाली, की धडपडत त्यानं विहिरीत उडी मारली.

पण मनी खाटेवर मेली.

ह्या वेळी कार्तिकीच्या यात्रेला आजीनं तयारी केली होती. पण नेमका तेव्हाच मनीला फणफणून ताप आला.

आई आजीला म्हणाली, ह्या वर्षी गेलंच पाह्यजे का? माझ्या अंगावर ही धाकटी पिते आहे. गावात तर नाही-नाही ते सुरू आहे, तुम्ही पुढे आषाढीला जा. आत्ता हिचं पहा.

आजीनं बांधलेलं सामान फणकाऱ्यानं सोडलं आणि शेजारणीला म्हणाली, तुम्ही जा. हिच्या मुलींसाठी मी देवधर्म पण सोडून द्यायला तयार आहे. एवढासा ताप आला तर हिला वाटतं, मी हिच्या मुलीभोवती रहावं. ह्यांना कशाला येतील देवी?

आई रडत म्हणाली, तुम्हाला जायचं तर जा. पण देवीचं नाव काढू नका. माझं तान्हं मूल सांभाळून मी हे पण करीन. पण तुमची जीभ आवरा.

आजी गेली नाही. कारण तिनं टोकलं, आणि ताप खरंच देवीचा निघाला. मनी लालभडक दिसायला लागली.

आसपासची मुलंमाणसं आमच्याकडे येणं बंद झालं. घरात दोनच बायका राह्यल्या. त्यात देखील त्या एकमेकींवर रुसून न बोलणाऱ्या. मग आईनं विचारलं, की हे पाणी तापवलेलं आहे का? तर आजी बोलायची नाही. आणि आजीनं सांगितलं, की तू शेतावरच्या भाकरी रांधून ठेव. तर आई रांधायची नाही.

ह्याच वेळी आमचं जुनं घाणेरडं घर पाडून टाकून नवं बांधायची कल्पना वडलांना सुचली. त्या वेळी एकाएकी कपाशीला भाव येऊन वडलांना खूप पैसा मिळाला होता. वडील म्हणाले, की अशी इमारत बांधतो की तीनमजली आणि शिवाय चौथी गच्ची. गावात दुसरी नाही अशी.

आई म्हणाली, मनीला बरं वाटल्याशिवाय मी घर पाडू देणार नाही.

त्यामुळे वडील चिडले.

आता मजूर, गवंडी सगळे ठरवले आणि तुझं भलतंच. मनीला आठ–पंधरा दिवसांत बरं वाटायला लागेल. पण पंधरा दिवसांनी मजूर–गवंडी किती महाग होतील? गावातले आणखी दोनेकजण घरं बांधायला सुरुवात करणार आहेत. आत्ताच मजुरांना इकडे गुंतवून ठेवू.

आई म्हणाली, इथून चालते व्हा.

ह्यामुळे ते आईवर चिडले. ते फक्त रोज संध्याकाळी मनीची चौकशी करायचे. आजी आणि ते रागारागानं काही तरी बोलायचे. कधी डॉक्टरला घेऊन यायचे. बस्स.

मला इकडे वडलांची पत्रं यायची, की आपल्या कपाशीला चांगला भाव आला. निवडणूक संपली. आपलं धाबं खणून टाकलं आहे. लवकरच खालचा मजला पण पाडून मग सुरुवात होईल. तू एकुलता. तुझ्यावरच घराचं सगळं वैभव अवलंबून आहे. अमक्याअमक्याचा मुलगा जर्मनीला गेला. तू फक्त अभ्यास कर. वगैरे वगैरे.

मी पण इकडे खरोखरच अभ्यास करत होतो. आणि एकदम पत्र आलं. मनी देवीनं गेली, तू ज्यास्त लावून घेऊ नको.

मी घाबरून म्हणालो, असं कुणी कशाला मरेल?

गेल्या सुट्टीत निघतांना मला हसत–हसत कंगवा आणून देणारी मनी आता सुट्टीत जाऊ तेव्हा दिसणारसुद्धा नाही. हा काय प्रकार? मग मी कमालीचा सुन्न झालो.

नंतर लगेच आईचं मोठं पत्रं आलं. सविस्तर.

शेवटून लिहिलं होतं, हे पत्र लिहितांना मला गेले पंधरा दिवस कसकसं झालं, ते आठवून सारखं रडूं कोसळतं आहे. माझा पदर चिंब भिजला आहे. तू ज्यास्त दुःख करू नकोस. तुला आणखी तीन बहिणी आहेत.

मनीच्या अंगावरचे फोड लिंबाएवढे झाले. आजी हिसपिस करत तिची व्यवस्था पाह्यची. आई छोट्या नलीकरता मनीच्या फार जवळ जायची नाही. दुरून पाह्यची. मनी आईला पाहून, मला घे म्हणून दोन्ही हात वर करायची. पण आई घ्यायची नाही.

फोड टरारले तेव्हा मात्र आई मनीच्या खाटेजवळ फक्त बसायला लागली. घरातल्या कुणालाच तिथे येऊ देत नव्हते. फोड खाजवू नये म्हणून मनीच्या दोन्ही हातांत लहानलहान लांब पिशव्या अडकवून त्या मनगटांवर गच्च बांधून टाकल्या होत्या. पिशव्यांतून देखील ती फोड खाजवून फोडायची. म्हणून तिचे दोन्ही खांदे रक्तबंबाळ झाले होते. मग आजीनं संतापून तिचे हात खाटेच्या दोन्ही बाजूंना करकचून बांधून ठेवले.

मग ती हात सोडा म्हणाली.

तेव्हा आईनं एकदा विचारलं, मनुताई, तुला काय हवं? पाणी?

तेव्हा मनी बोललीच नाही.

आई म्हणाली, मने बोल, बोल. उद्या तुला बोलता येणार नाही. आज माझ्याशी बोल.

पण ती आईशी बोललीच नाही.

आजी म्हणाली, मनूताई, दादाला तिकडून काय आणायला सांगू?

तेव्हा ती म्हणाली, लाल साडी.

लाल साडी.

हे ती म्हणाली, तेव्हा नेमकं त्या वेळी मी इकडे काय करत असेन? खोलीत होतो की टेकडीवर? की मित्रांबरोबर हसत होतो, की खिडकीतून टेकडीकडे पहात होतो? तिला मी आठवलो असेन. लाल साडी.

हे ती मला दर सुट्टीत सांगायची. आणि मी दर वेळी म्हणायचो, पुढच्या वेळी नक्की.

मग मी साडी आणणार म्हणून ती माझी किती तरी कामं करायची. माझी पाठ खाजवून दिली नाही की मी म्हणायचो, लाल साडी हवी ना?

हळूहळू तिचा आवाज बंद होत आला. घशात पण फोडफोड असतील. डोळ्यांत तर फोड पडून बाहुल्या पांढऱ्या झाल्याच होत्या.

आई म्हणाली, मनूताई तुला काय हवंऽय

मनी म्हणाली, माझे हात सोडा. आग, आग, आई, आग ग.

मग तिचं तोंडच उघडेना. तोंडात ओतलेलं आत जाईना. डोळे तर गेलेच होते.

आई खाटेच्या तिकडच्या बाजूनं हाक मारायची, मनूऽ

आणि ती दोन्ही हात ख्रिस्तासारखे बांधलेले ठेवून पांढरे डोळे ताणताणून नेमकी तिकडे पाह्यची.

मग आई उशामागून हाक मारायची, मनूताईऽ

तेव्हा ती डोकं वर करून पाह्यची.

डोळे होते कवड्यांच्यासारखे शुभ्र.

आजी म्हणाली, अजून ऐकू येतंय.

आणि दोन दिवसांनी तिला न न्हाणता-धुता गावाबाहेर पुरून आले. आणि तिच्याबरोबर तिच्या खाटेला लागलेलं सगळं पुरून आले. तिची शाळेत जायची छोटी पिशवी, तिची चादर — सगळं.

मग दोन-तीन दिवस मी संतापून गेलो. पण कशावर संतापावं हे कळेना. कशावर?

मी म्हणालो, मी वडलांचा खून करीन. मी आजीला ठार मारीन. मग मी सगळं घर पेटवून देईन. सगळ्यांची प्रेतं त्या घरात जाळून टाकीन, आईला जिवंत. हे असं मरणं.

मनीला पुरलं पुरलं पुरलं. मी भावनांनी खरोखरच भडकून गेलो. बंडल नाही.

मी एक पिवळीजर्द लहान मुलींची साडी विकत आणली. आणि तिचे बोटबोट तुकडे केले. ते पेटवून दिले. त्या जाळात माझे हात भाजले. मग दौत जमिनीवर ओतून माझ्या हातांचे चटके थंड केले. शाईनं तळवे भिजवून भिजवून सगळीकडे माझ्या हातांचे शिक्के मारले. उशीवर, गादीवर, टेबलावर, वह्यांवर, पुस्तकांवर, दारावर, खिडक्यांवर, भिंतींवर.

मग पातेल्यातलं सगळं दूध खाली एका कुत्र्याच्या बेवारशी पिल्लाला पाजलं.

मी म्हणालो, मी याचा सूड उगवीन. दर महिन्याला शंभर रुपये खर्चीन. महिन्याला दोनशे रुपये मागवीन.

मी एकटा वेताळ टेकडीवर निघून आलो. केव्हा वेड्यासारखा धावत सुटलो. केव्हा नुसता बसून राहिलो. रात्री पुण्यातले अनेक रस्ते पायी हिंडलो. एका पोलिसानं हटकलं तेव्हा मी म्हणालो, माझी बहीण मेली.

हे मी फारच मनावर घेतलं. मावशी खोलीवर तिच्या मुलाबरोबर आली. आणि शिवाय कोण वाचायला आलंय म्हणाली. ती म्हणाली, आमच्याकडेच आठवडाभर रहा.

मी म्हणालो, आठवडाभर का? दहा वर्षं का नाही?

हिंदुस्थानात प्रत्येक घरी लहान मुलं मेलेली असतातच. तेव्हा मरणाबद्दल जास्त कुणी विचार करू नये, हे खरं. पण हे विचार सोडून देखील देववत

नाहीत. जिवंत उरलेले मरणाबद्दल निदान विचार करायला तरी बांधलेले असतात.

तरी मावशी मला बळजबरीनं तिच्याकडे राहायला घेऊन गेली.

दोनेक दिवसांनी कंटाळून मी परत खोलीवर आलो. कारण तिच्याकडे ते मला दुःख झालं आहे तेव्हा जपून वागावं, असे वागायचे. खोलीवर वाट्टेल तसं वागता येतं.

हे आपोआप झालं, कशात रस वाटेनासा झाला. मेहताबरोबर संध्याकाळी गर्दीत फिरतांना सारखे मृत्यूचे विचार यायचे. कुणी बाजूला झालं नाही, तर त्याचा मला संताप यायचा. मी खोलीबाहेर गॅलरीत उभा राह्यचो. मुलांची वर्दळ बंद झाली, की आसपास सगळं शांत व्हायचं. पुढल्या खोल्यांवर पडलेला चांदण्याचा पट्टा सरकत-सरकत सरळ खाली जमिनीवर पडायचा. मग तो पट्टा सरकत-सरकत माझ्या पायावर यायचा. मग तो पट्टा वरवर येत मला चंद्र दिसायला लागायचा. मग चंद्र पण पुढल्या खोल्यांच्या छपराखाली जायचा. आणि सगळीकडे अंधार. अशा किती तरी रात्री. कुणी तरी येऊन म्हणायचा, असा भुतासारखा उभा राहू नकोस रे रात्रभर.

ह्यानंतर आता तिन्ही बहिणी सगळ्यांना आवडायला लागल्या.

त्यात लवकरच सुमीचं लग्न होऊन उरल्या दोघीच. ह्या लग्नात घरातले सगळेजण आनंदानं नाचत होते. आईसुद्धा. तेव्हा एखाद्या वेळी आई मोठमोठ्यानं कुणाशी हसत असतांना मला वाटायचं, आईला म्हणावं— आणि मनी मेली त्याचं?

पण मनी मेल्यावर मी घरी पत्रच टाकलं नाही. आईची पत्रं वारंवार यायला लागल्यावर मी लिहिलं, तू पत्र पाठवणं बंद कर.

तर ह्याला उत्तर म्हणून आईनं उलट एक मोठ्ठं पत्र लिहिलं.

त्यानंतर कॉलेजची एक सहल अजिंठ्याला निघाली. मी म्हणालो, अजिंठा पाहून जरा बरं वाटेल. म्हणून अजिंठ्याला गेलो.

अजिंठा

हे प्रचंड कठीण दगडी अर्धवर्तुळ. समोर कायम धों धों करत कोसळणारा धबधबा. दिवसभर त्याचा आवाज मनात घुमतो आहे. आणि मी लेण्यांमागून लेणी पाहतो आहे.

एकात बुद्धाची भलीमोठ्ठी उंच मूर्ती. मांडी घालून बसलेली. बुद्ध थेट लेण्याच्या दारातून बाहेर पाहतो आहे. काय पाहतो आहे? फार फार विकल झालेला आहे. त्याच्या पापण्या अर्ध्या मिटलेल्या वाटतात. त्या अर्ध्या उघड्या मंगोल पापण्यांकडे मी टक लावून पहातो. उजव्या हाताची पाची बोटं वर करून डाव्या हाताची बोटं तो मोजतो आहे. हाताची बोटं दहा. त्या बोटांवर ह्यानं सगळ्या उत्पत्तीचा आणि संहाराचा पसारा मोजला. मी पुन्हा वर पहातो. एवढी मोठ्ठी मूर्ती सगळी एका दृष्टीच्या कोनात पहाता येत नाही. वारंवार डोळे फिरवावे लागतात. दगडी तोंडावर संथपणे लहरणारे भाव. अतिशय विकल. विकलता मोठ्ठाल्या पंखांनी झेपावत येते. आणि मला उचलून वर घेऊन जाते. खूप वर. आणि मला सोडून देते. कुठे तरी आदळणार मी. पुढे ही मूर्ती. त्याच्या तोंडावरचं हे दुःख मोजता येणार नाही. नाहीच मोजता येणार. हे स्थूल आणि सूक्ष्म दुःख चिमटीत येत नाही. घिरट्या घालणारं दुःख. दुःख प्यायलाही दुःखाची ओंजळ लागते. माझ्या कवडीएवढ्या दुःखानं हे वाळवंटाएवढं दुःख मोजवत नाही. माझी वर्तुळांकित दुःखं. ह्या एवढ्या फटीतून त्या चेहऱ्याकडे काय पहाता येणार? त्या दगडी चेहऱ्यावरच्या दुःखात मी कोसळतो. माझ्या दुःखाचा परीघ तोलता येत नाही. मी म्हणालो, माझ्यावर दया कर. ॲण्ड पिटी फ्रॉम यू मोअर डिअर दॅन दॅट फ्रॉम अनदर. पण हा बुद्ध आपली कीव करणार नाही. याची करुणा आपल्यासाठी नाही. हा ॲटमबॉम्ब सारखा पोटात आग गोठवून बसला आहे.

दुसऱ्या गुहेकडे. तशीच भली मोठ्ठी भव्य मूर्ती आत दूर मध्यभागी. तिसरीतही तशीच. दर गुहेत हेच. लहान मुलासारखं दबत-दबत जाऊन पहाणं. एक बुद्ध प्रसन्न प्रसन्न हसतो आहे. डोक्यावर कुरळ्या केसांची दगडी झुलपं बांधलेली. गोलगोल वर्तुळाकार केस. मोठ्ठं कपाळ. आणि जगातला सगळ्यांत मोठ्ठा मंत्र पुटपुटणारे ते सुंदर घाशीव ओठ. ह्या मूर्तीचा एक हात वर केला आहे. आशीर्वादासाठी. पहाणाऱ्याला आशीर्वाद. जो पाहील त्याला. खराटा फिरवून-फिरवून सगळा जन्म शिणवलेल्या भंग्यासाठी हा आशीर्वाद आहे. मातींत मरणाऱ्यासाठी आहे. मूठभर मोहऱ्यांसाठी दारोदार फिरणाऱ्या मातेसाठी आहे.

लेण्याच्या आतल्या दगडी जिन्यानं वर. वर तपःसाधनेचे मोठमोठे थंडगार विहार आहेत. सगळीकडे शांत काळाभोर अंधार. एकदा मी आगपेटी शोधत होतो. पण आगपेटी अंधारात सापडेना. मग मी ओरडून आगपेटी विचारली. सापडेल ती वस्तू फेकून देत मी सगळीकडे आगपेटी शोधली. मनी हलकेच दारातून आली. मला तिच्या पावलांचा फक्त आवाज ऐकू आला. मी म्हणालो, कोण आहे? ती म्हणाली, मी आहे. मग ती माझ्यासाठी आगपेटी शोधायला लागली. अंधारात ती एका पेटीवरून कोसळली, तेव्हा मी धावत जाऊन तिला उभी करावी म्हणून चाचपडत तिला शोधायला लागलो. पण ती तिची तीच उठून निघून गेली होती. अंधारात आपणच अंधार होऊ शकत नाही. सगळ्या वस्तू आपण सोडून नाहीशा होतात.

माझ्यासमोरच्या एका गुहेत फक्त अंधार आहे. ही गुहा चालत-चालत हजारो मैल गेलो तरी संपणार नाही. अशी खोल, अंधारानं गुडुप भरलेली आहे. मी आत इकडेतिकडे हिंडतो, तर खरंच इथे काही नाही.

पुढच्या लेण्यात साधारण असाच अंधार. पण डावीकडे लहानशा झरोक्यातून उजेड येतो आहे. आणि तिथेच पुरुषभर उंचीच्या चांगल्या लांबरुंद आडव्या दगडी पलंगावर बुद्ध निजला आहे. दगडावर, उजव्या दगडी हाताची उशी करून शांत शांत निजलेला. ही चिरनिद्रा. वर भिंतीवर, खाली पलंगाच्या आजूबाजूला अनेक देव त्याचं हे मरणाला मिठी मारण्याचं महानिर्वाण पहात आहेत. कदाचित हा ह्या पृथ्वीला कंटाळून गेला असेल. म्हणून असा स्मितमुख चालला आहे. ह्याच्या धमन्यांनी जिवंतपणी थोडी का वादळं पेलली असतील? हे मरणाचं वजन ह्याला काहीच का जड वाटत नाही? पहा कसा शांतपणे उजव्या कुशीवर डोक्याखाली उजवा हात ठेवून दुसरा हात मांडीवर सरळ सोडून निजला आहे. पण हे मरणच आहे. शेवटी हाही मरणारा माणूसच. सरपटणाऱ्या दुःखाचा मणका फक्त ह्याला माहीत झाला. बाकी मातीवर देह ठेवणं हे सर्वांसारखंच. अजिंठ्यात सर्वत्र आसन घालून बसलेली मूर्ती अशी आडवी पाहून वेदनांची नुस्ती अस्पष्टशी धार चटकन कापून जाते. तिथे टपोरे रक्ताचे थेंब टपटपू लागतात. बधीर जीभ हे थेंब चाटू लागते. आणि बुद्ध मात्र अवाढव्य शरीरानं हास्य आणि अश्रूंच्या पार जाऊन पडला आहे. ह्याच्या अहिंसेची रोपं नंतर तरारली नाहीतच. म्हणजे सगळं वाया गेलं. बाहेर येऊन पहावं

तर चांदीसारखं ऊन. आतल्या अंधारात झोपलेल्या बुद्धाला त्याचं काही नाही.

आणि बैलांची झुंज. दोन्ही बैलांच्या त्वेषानं वर केलेल्या वर्तुळाकार शेपट्या. घागरीएवढाले प्रचंड खांदे, मोठमोठ्याल्या लोंबणाऱ्या पोळ्या. कुणीही मागे सरणं शक्य नाही. आणि यशोधरेला पुन्हा भिक्षुक म्हणून भेटणारा बुद्ध. एका मध्यरात्री गौतम महाल सोडून गेला, त्यानंतरची अनेक वर्षं डोळ्यांशी भर्रदिशी चाळवून इथे उभी आहे. आज तो तिच्या दारी भिक्षा मागतो आहे. गौतम गौतमच असेल, तो बुद्ध झाला नाही, अशी स्वतःची फसवणूक करत ती दाराशी उभी आहे. आणि हा दारी भिक्षापात्र घेऊन प्रचंड उभा. फारच उंच. तिला झाडाकडे पहावं असं पहावं लागतं आहे. म्हणजे बुद्ध आता महात्मा झालेला. आणि यशोधरा एवढीशी दारात राहूलला घेऊन. स्तिमित होऊन. तिच्या डोळ्यांवर अंधुक झापड पडली आहे. कारण अतिशय उंच उभ्या असलेल्या बुद्धाच्या तोंडाभोवती प्रभा आहे. आणि आजूबाजूला निळंभोर चमचमणारं आकाश. पित्याचं हृदय पण किती परकं. पतीचं हृदय पण कसं स्थिर. हा आता कुणाचाच कुणी लागत नाही. आणि वेड्या यशोधरेच्या कपाळावरची मोत्यांची माळ किंचित खाली सरकली आहे. त्यामुळे ती भलतीच खेडवळ दिसते. कमरेत थोडी वाकून ती अशीच पहात उभी. ह्या सुरंगी भावविश्वात गुरफटून जायला सीमा नाही. इथे तर फक्त एका दिवसाचा खेळ.

आणि अजिंठ्याहून परततांना एकजण म्हणाला, ट्रिप छानच झाली. दुसरा माझ्याकडे डोळा मारून म्हणाला, पण आपल्यात काही वैताग लोक होतेच.

आणि मी म्हणत होतो, धर्माचं होतं-नव्हतं तेवढं गाठोडं बांधून ती निघून गेली. निघण्यापूर्वीच्या वेदना आमच्या स्मरणासाठी ठेवून देऊन. तिनं एवढंच तोडलं नाही— जे तिच्याआमच्यात कायम राहील. बाकीचं सगळं — सगळ्या जमिनीवरच्या रेघा पुसून टाकल्या. ती नुकतीच नेमानं शाळेत जात होती. घरून सात वाजायच्या आतच तिला ढकलून द्यायचे. ती नुकतीच बाराखडी शिकली होती. आणि तिला फक्त शिकवलेलेच धडे वाचता यायचे. तेव्हा भिंतीवर तेवढीच अक्षरं तिला दिसली असतील. खिशात सागरगोट्या होत्या. फ्रॉकचं कापड अंगाला चिकटलं होतं. हे सगळंच टाकलं. ती

सर्वत्यक्त काळोख्या लांब रात्रीची वाट चालत असेल आता. जेव्हा मीही त्या वाटेवर जाईन, तेव्हा ती किती तरी पुढे गेलेली असेल. म्हणजे सापडणारच नाही. गेलं ते गेलं, आता नवं काही— असं म्हणून. तिच्याबरोबरच तिचं इवलंस गर्भाशय गेलं. तिनं एक मोठ्ठीच खानेसुमारीची ओळ वाचवली. आता तिला हेही काहीच नाही. तिला कसलाच पार नाही. तीर नाही. किनारा आहे, जो फक्त एकदाच गाठता येईल. तिनं धर्म तरी काय बरोबर नेला असेल? तिनं येतांना फक्त कर्म आणलं. जातांना फक्त काळोखा प्रवास. तिचा प्रवास तिचाच. ती सर्वमुक्त. हेमुक्त तेमुक्त. रंगमुक्त. अंगमुक्त. मनमुक्त. संज्ञामुक्त. ती मुक्तिमुक्त. तिचं पुसट मनोबिंब फक्त माझ्याजवळ.

उरलेले दिवस असेतसे गेले. सुट्टी लागल्यावर मी घरी निघालो.

मग मी घरी आलो.

जो भेटला तो म्हणाला, तू खूप वाळलास.

मला बरं वाटलं.

आता आमच्या जुन्या घराचा मागमूस देखील नव्हता. नवी कोरी इमारत. सगळंच बदललेलं. आता हे कुठे, ते कुठे, असं सारखं विचारावं लागणार.

त्यातून ही सुट्टी सगळ्यांत मोठ्ठी. तीन महिने.

मला पाह्यल्याबरोबर आईचं मोठ्ठ्यानं रडणं.

कुणी मेलं की हे सूर काढून कवितेत रडणं. हे तसं आमच्याकडच्या उन्हाळ्यातलं वैताग वैशिष्ट्य. दर वर्षी आसपासचं कुणी तरी मरतंच. उन्हाळ्यात कामधाम नसतं. तेव्हा वर्षभरात जमलं नाही म्हणून उन्हाळ्यात नातेवाईक मेलेल्यांच्या घरी येऊन जातात. मग अगोदर मिळून रडणं. आसपासच्या बायका पण येऊन एकत्र गाऊन रडतात. एखाद्या वेळी इकडे लग्नाचा धूमधडाका, तर तिकडे पाहुणे येऊन मोठमोठ्ठ्यानं रडारड. उन्हाळा थोर आहे.

आई बराच वेळ रडली. आसपासचे लोक पण जमले. चार विचाराच्या गोष्टी झाल्या. मी पण एकदोन आसवं पुसली.

मेलेल्याचं स्मरण जुनं होत गेलं, की पुन्हा करणं वाईट आहे. मनुष्य मरतं म्हणजे नाहीसं होतं. म्हणजे आपण पण त्याला नाहीसं करावं. पण डाग पुसला जात नाही. हे खरं आहे.

आई पुढे सुट्टीभर मनीच्या आठवणी सांगत होती. पंधरा दिवसांचा मामला तिला जन्मभर पुरेल. पण आपल्याला जन्मभर वैताग. स्वतःशी काय वाटेल ते करावं. दुसऱ्याला काहीही सांगत बसणं हा दुसऱ्याला वैताग. पण सांगणाऱ्यांना सांगायची हौस. ऐकणाऱ्यांना सजा.

आमचं नवं घर मला कायम एक भयानक वस्तू वाटत राह्यली. मनी मेल्यावर तिच्या मढ्यावर वडलांनी हे बांधलं. ह्याच्यात राहून राहून मला राहून राहून वाटलं, की जुनंच बरं होतं. जुन्या घरात अंधार होता. सगळीकडे दाट सामान होतं. शेजार होता. आता किल्ल्यासारखं. लहानपणी वाढलेलं ताट घेऊन शेजारी चटकन जाता यायचं. आता मातीच्या भिंती नाहीत. खाली फरशी. रांगोळ्यांचे बहिणींचे छंद गेले.

आजी म्हणाली, माझं कंबर खाल्लं त्या घरानं. सारखं सारवणं, पोतेरं. आता तुझी आई सुखानं राहील.

आई म्हणाली, मी सुद्धा पंचवीस वर्षं काढली त्याच्यात. माझं आता संपलं. हे आता नव्याच बाईकरता.

नवी बाई. च्यायला.

वडील म्हणाले, तुझ्यासाठी वरची खोली.

मी पहिल्यांदा वरची खोली पाहून आलो. हे घर भयानक होतं. खूप उंच खोली. इथे लख्ख उजेड, खिडक्या, वारा. ही कसली खोली? तेव्हाचं घरच चांगलं. सगळेजण एकमेकांना दिसायचे. कुणी जेवतांना, कुणी झोपलेलं, कुणी मोरीत, कुणी चुलीजवळ. मात्र वर दुसऱ्या मजल्यावर कुणी येत नाही. म्हणून मला इकडे पण सिगरेटी ओढायची सोय झाली.

पण मी वाट पाह्यली, वडील केव्हा तरी सिगरेटबद्दल आपल्याला म्हणतील. बोलतील. तेव्हा उसळून त्यांना आपण वाट्टेल ते बोलू. सगळा वर्षभराचा संताप एकत्र करून उत्तर देऊ, तुम्ही कधी मराल याची वाट पाहतोय, असं म्हणू.

पण त्यांना माझ्या सिगरेटीचं कळलं, तरी ते काहीच बोलले नाहीत. म्हणजे एकदा तर माझं टेबलावर असलेलं पाकीट त्यांनी खणात ठेवून दिलं. हे मी पाह्यलं. ते फक्त एकदाच म्हणाले, जरा लांबून बोल. सिगरेटचा वास मला सहन होत नाही.

तीन महिने. सकाळ दुपार संध्याकाळ अंधार. असे तीन महिने. पण गेले. रोज संध्याकाळी गच्चीवर बसून मी एकच उद्योग करायचो. जवळच गावात नळानं पाणी न्यावं म्हणून उंच टाकी बांधत होते. खालचा मजूर एक चुन्याची घमेली भरून द्यायचा. शिडीवरचा पहिला माणूस त्याच्या वरच्या दुसऱ्याला द्यायचा. तो त्याच्या वरच्याला. असं करत-करत घमेली पंचवीस-तीस मजुरांच्या हातांतून-डोक्यावरून दुसऱ्याच्या हातांतून-डोक्यावरून अशी जायची. वरती एक घमेली जाऊन पोचते, तेवढ्यात खालून अधेमधे तीन-चार वरवर जातच राह्यच्या. शेवटी शेवटी तर मजुरांची भलतीच मोठ्ठी उभी रांग झाली. दहा-दहा घमेल्या वर-खाली जायच्या-यायच्या.

ही टाकी संपल्यावर मी कबुतरांची गंमत पाह्यचो. पण हे टाकीइतकं चांगलं नव्हतं.

मला ह्या तिन्ही महिन्यांत सुरुवातीपासूनच गावाचा वीट आला. गावात कॉलेजचे बरेच लोक होते. पण ते फार उशिरा गावात आले. तोपर्यंत गावात लालाजीसारखे सुशिक्षित म्हणवणारे अर्धवट आणि सोटम्यासारखे हमेशा तोंडात पान ठेवणारे मूर्ख लोकच अधूनमधून माझ्याकडे येऊन जायचे. ह्यांचं बोलणं पण गाढवासारखं. लखूशेटची वकिली चालली नाही, हे बरोबरच होतं. ह्याला तर मी फारच टाळायला लागलो. नंतर सगळ्यांच्या परीक्षा संपून मेच्या सुमाराला जरा मजा आली.

ह्या वेळी मी ठरवलं, की आता सिनियरचं वर्ष. खूप अभ्यास करायचा. मॅट्रिकसारखा. केवळ अभ्यास. आणि बी. ए.नंतर कुठेही नोकरी धरून हा इकडचा प्रपंच संपवायचा. सुट्टीत येणं आणि सुट्टीनंतर जाणं हे खूप झालं. वडील आपल्याकडे किती शिल्लक आहे, कुठलं शेत घेऊन कुठं काय करू, हे माझ्यापुढे आता मुद्दाम मांडायचे — तुझा पैसा घ्यायची माझी इच्छा नाही. तुझे पैसे पुरून ठेव. आम्ही तुमचं कुणी लागत नाही. म्हातारपणी सांभाळ करीन, म्हणून हा सगळा खटाटोप आहे. दुसरा भाऊ असता, तर त्यानं हा उपद्व्याप केला असता. आपण इकडे पाय ठेवणार नाही.

एकतर हे रागळे लोक स्वार्थी. ह्यांचं-आपलं पटायचं नाही. म्हणजे कसाही शेतकरी असला तरी कुठून दमडी काढता येईल, आणि रुपयाऐवजी सतरा

आणे कुठून मिळतील, ह्या नादात जन्म वेचतो. ठरलेला पगार असला की पुढच्या पंधरा वर्षांत तेवढीच आयात राहील, हे माहीत असतं. पण ह्यांचं म्हणजे यंदा सहा हजार, पुढल्या वर्षी दहा हजार. तर त्याच्या पुढल्या वर्षी ज्यास्त मेहनत घेऊन पंधरा हजार. तेव्हा अशा गोष्टीत कोण आयुष्य घालवणार?

शिवाय प्रत्येकाचं लग्न झालंच पाह्यजे. आणि एक तरी मुलगा पाह्यजेच. लहान मुलं मेली तरी काही वाटत नाही. आणि म्हातारी तर केवळ मरायला शिल्लक बाकी. मुली मेल्या तर ह्यांना एका दृष्टीनं बरंच. मुलगे मेले तर भावांना आनंद. तेवढाच शेतीवाडीतला हिस्सा कमी. शहरात इस्टेटीच्या ह्या भानगडी नाहीत. शिवाय म्हाताऱ्या पेन्शनरांचे बंगले. शिवाय मुलांच्यासाठी दवाखाने. आणि जमीनजुमला कटकट नाही. भाड्यांचं घर— अगोदरपासूनच ह्या जगात आपलं काही नाही. हे सगळं घरबीर घरमालकाचं. आपली केवळ घरातली रिकामी जागा. बाकी सगळं नश्वर. दुधासाठी म्हैसबैस भानगडी नाहीत. पैसे देऊन बाटली आणली, पिऊन टाकली.

तुम्ही हे काय करता, असं विचारणारे शहरात नसतात. तिथं आपण कुणाचे काही लागत नाही. आणि ज्या गोष्टी शहरात हळूहळू सामान्य होऊन जातात, तेव्हा नंतर त्या ह्यांना नव्या वाटतात. आता शहरातले अडाणीच फक्त चांगल्या कपड्यांना आणि एम्.ए. होण्याला किंमत देतात. तर इकडे एकजात सगळेच ह्या गोष्टींना किंमत देतात. आज मंत्री येणार आहे, असं इथे गावभर होतं. आणि एखाद्याचा मुलगा पहिल्या नंबरानं पास झाला, की ह्यांना सर्वांना आनंद होतो. आणि ते आपल्या मुलांना त्याचं उदाहरण सांगत असतात. कुणी विलायतेत गेला, की सभा भरवून सत्कार करतात. आणि सभेला सगळे जमतात. आणि त्यांना तो देवच वाटतो. कुणी आपल्या मुलाला चारशे रुपये मिळतात म्हणून बढाई मारायला लागतो. तर तो सुद्धा तुम्ही त्या अमक्या अमक्याच्या मुलाला हजार रुपये मिळतात, त्या मानानं हे काही विशेष नाही असं समजून जन्मभर कुढत असतो. हे पैशांच्या चक्रावर फिरणारे स्वार्थी लोक. आणि अमक्याची केळी दोन लाखाला गेली. पण त्याला तीस–चाळीस हजारच नफा उरला. त्या मानानं तमक्यानं कपाशीत बसल्याजागी पन्नास हजार काढले. असे ह्यांचे पराक्रमाचे विषय. शिवाय रोज सकाळी ह्यांना चहा लागणारच. आणि हे शहरातून आलं. त्याआधी हे सकाळी काय करत होते कुणास ठाऊक. शिवाय मुलांमुलींना जो शहरात शिकवायला पाठवेल, त्याचं समाजात वजन. आणि मुलींच्या लग्नात जो जितके तोळे सोनं देईल, तितकी त्याची प्रतिष्ठा. आणि हे मान देतील, तेव्हा

ढोंग असतं आणि अपमान करतील, तो बुटानं मारून. ही नालायक लोकांची वस्ती आहे. आणि इथे आपला टिकाव लागणार नाही. आणि तुम्ही गावातल्या प्रतिष्ठितांच्या बरोबर बसू-उठू लागलात, तर तुमची किंमत वाढेल. पण कुणा साध्या माणसांत वावरलात, तर ते साधे लोकच तुम्हांला मान देणार नाहीत. शिवाय शहरात आपल्याच आवडीनिवडीचे डझनभर मित्र सापडतील. आणि इथे तसा एकही सापडणार नाही. इथे कंपनी पाह्यजे असली, तर जुळवून घ्यावं लागेल.

वडलांची आणि माझी एकदा चकमक उडाली. ते म्हणाले, नीट कपडे करत जा. बरोबरीच्या मुलांच्यात मस्तपैकी भांग पाडून फिरावं, गावात हिंडावं, तुला पाहून कुणाला वाटेल, तू माझा मुलगा आहेस?

मग मी न थांबता तासभर त्यांना अरे तुरे करून बोललो. इतकं की त्यांचा चेहरा उतरला. आईनं मला दुसरीकडे ओढून नेलं तोपर्यंत. नंतर महिनाभर त्यांनी माझ्याशी बोलणं टाकलं. एकदा पाहुण्यांसमोर तरी जरा बरं दिसावं म्हणून ते मला म्हणाले, चल जेवू या. मी म्हणालो, तुम्ही तरी बसा किंवा मी तरी ह्यांच्याबरोबर बसतो.

मग जूनमध्ये मी निघायच्या वेळी आईनं मला उपदेश केला. त्यांना किती वाईट वाटतं तुझ्या वागण्यानं? तुझ्यामुळे सुट्टीभर त्यांना घर नकोसं झालं होतं.

जातांना वडलांनी भरपूर पैसे दिले. दोनअडीचशे पुरे होते, पण त्यांनी रागावून प्रेमानं ज्यास्त दिले. नीट रहात जा, असं म्हणाले — ठीक आहे. आता आम्ही एकुलते ठरलो. दुसरे भाऊ झाले असते, तर हाच बाप आपल्याला वैऱ्यासारखं वागवता. ठीक आहे.

मग मी पुण्याला निघालो.

सुरेश हा एकंदरीत गाढा मित्रच. हाच एक मित्र एकूण बरा. अशी माणसं जवळ असलेली बरी.

ह्या वर्षी पहिल्यापासून आम्ही भटकंती खूप केली. आमचे आवडते धंदे म्हणजे पावसाळ्यात सिंहगडला जाणं आणि नंतर वेताळावर जाणं. हे सिनियरला देखील चालूच होतं.

सिंहगडावर मुलामुलींच्या सहलीत तसे बऱ्याचदा गेलो होतो. पण त्याला काय सिंहगडावर जाणं म्हणतात? ह्या वर्षी सिंहगडावर इतक्यांदा गेलो. तरी दर वेळी नवनव्याच भानगडी.

पहिल्यांदा आम्ही सायकलीनं निघालो. पाव, चिवडा वगैरे बांधून. मी तर असू द्यावा म्हणून चाकू देखील घेतला. पर्वतीजवळच सुरेशची सायकल पंक्चर झाली. आणि आम्ही परत आलो.

होस्टेलवरची मुलं म्हणाली, झाला का सिंहगड पाहून?

सुरेश म्हणाला, सायकल जोडून जाता आलं असतं. पण ह्यापुढे सायकल घेणार नाही.

पुढल्या वेळी पायी निघालो. पण रस्त्यातच आम्हाला दुपार झाली. मग खडकवासल्याच्या धरणात फक्त आंघोळ करून आम्ही पायीच परत आलो. होस्टेलवर पुन्हा—झाला का सिंहगड?

पुढल्या शनवारी अर्थातच सायकली तयार.

रात्री तीनपर्यंत गप्पा मारून जरा झोप यायला लागली. तेव्हा झोपलो तर मग रविवारी उठायला दुपारच होणार. म्हणून आम्ही न झोपता चार वाजताच निघालो.

सायकलीनं सूर्य उगवायच्या आतच आम्ही गडाखाली आलो. सायकली खूप जोरात आणल्यानं आम्ही भलतेच थकून गेलो. झोप खूप आलेली अशा वेळी कोण सरळ पायऱ्यापायऱ्यांनी चढेल? आम्ही एक सरळ चढ पाहून थेट वर आलो.

सुरेश म्हणाला, आता अजून सकाळ. आता दिवसभर काय सिंहगड पहाणार? मला साली भयानक झोप आलीय.

मला पण झोप आलीच होती. पण मी म्हणालो, अगोदर हिंडून येऊ. मग लवकरच घरी परतू.

तो म्हणाला, तुझं ठीक आहे. तू आणखी पंधरा दिवस सारखा जागशील. माझी पॉवर संपली. मी इथे झोपतो.

असं म्हणून सुरेश गृहस्थानं गवतात अंग झोकून दिलं. मग मला वैताग आला. मग मी एकटा तिकडे कुठे तरी दरवाजाच्या बुरजावर बराच वेळ शोभा पहात बसलो. झऱ्यांचा आवाज थोर. निसर्ग हा एकंदरीत माणसापेक्षा थोरच.

मग मी तिथेच कुठे तरी झोपलो.

मधेच कुणी तरी मला उठवलं. किलकिले डोळे करून मी उठून बसतो, तो उठवणारे गृहस्थ म्हणाले, ठीक आहे, झोपा.

मी रागावून म्हणालो, म्हणजे काय?

हे बरेच पन्नासेक मुलंमुली सहलीला आले होते. मला उठवणारे त्यांचे प्रोफेसर असतील. एक मुलगा म्हणाला, आम्हाला वाटलं की कुणी मरून पडलंय. तुम्ही आता झोपा.

दोन-चार मुली हसल्या.

संतापून मी आणखी पडलो. झोपलो. उठून पहातो तो संध्याकाळ झालेली. पाऊस कोसळतोय. ही आजचीच संध्याकाळ असली म्हणजे मिळवली.

मी घाबरून पळत-पळत सुरेश झोपला होता तिथे आलो. पण नक्की कुठं झोपला होता, ते विसरलो. खूप हाका मारल्या. उंच गवतात सुरेश अजून पडला असेल, म्हणून मी जपून चालायला लागलो.

अंधार पडायला सुरुवात झाली होती. मला वाटलं, सुरेश मला शोधून कंटाळून खाली गेला असेल.

मग मी एकटाच खाली उतरायला लागलो. निसरडं खूप झालेलं. म्हणून हजारदा घसरून पडलो. पण झिंग अशी आली होती, की सारखं पुढे पाऊल टाकायचंच.

मध्येच एका टेकडीवर चढून मी मागे-पुढे सुरेश दिसतो का, ते पाह्यलं. तिथे एक लोखंडी खांब होता. त्याच्यावर माकडासारखा चढून बसलो. तिथून भोवतालचं सगळं जग गरगरत होतं. अंधारातून वनस्पती भलतीच हिरवी दिसली. पांढरे ओघळ तेवढे एकसारखा आवाज करत होते. सुरेश गाढवच. एकटा निघून गेला असेल. तेवढा तो गुंड आहे.

मग मी नुस्त्या अंधारात वाटेल तिथे पाय टाकत पायथ्याशी आलो. पहातो तो दोघांच्या सायकली तिथे होत्या. म्हणजे सुरेश अजून वरच. अजून झोपलं असेल सालं.

तिथे मी काही खायला मागवलं. रात्र बरीच झाली. सुर्शाला गवतात झोपेतच सापबीप तर चावला नसेल, असे विचार करत मी खाल्लं.

खाऊन झालं तरी सद्गृहस्थ आला नाही. माझ्याकडे फक्त आगपेटी होती. सिगरेटी सुरेशकडे. आणि मला कंटाळा आला. मी तिथेच झोपलो.

बऱ्याच वेळानं सुरेशनंच मला उठवलं. तो सिगरेट पीतच आला.

मी म्हणालो, आधी सिगरेट दे.

तो म्हणाला, ही शेवटचीच. गडावर एक पेटवून आणली. काड्यापेटी तुझ्याकडे म्हणून एकामागून एक लावत सगळ्या संपल्या. आता इथे मी जेवतो. तोपर्यंत तू झोप.

पण सुरेश मला कशाला झोपू देईल? तो नुकताच दिवसभर झोपून ताजातवाना होऊन आलेला. त्यानं बडबड सुरू केली—

पुढे ज्ञानसंपादन झाल्यावर हे लोक नोकऱ्या करीत.

आता तुम्ही म्हणाल, नोकऱ्या ही काय नवीच वस्तू? तर नोकरी म्हणजे आयुष्यात रोज दिवसा दहा-अकरा वाजता कुठे तरी जाऊन एकच काम करीत बसावयाचे व पाचसहा वाजता घरी जायचे. मात्र प्रत्येकजण घरीच झोपे.

हे लोक शनिवार-रविवार निसर्गाच्या सान्निध्यात जात.

आता निसर्ग म्हणजे काय? तर शहराच्या बाहेर दोन चार मैल गेल्यावर निसर्ग सुरू होई. बहुधा कवी नावाचे लोक निसर्गात हिंडत.

आता तुम्ही म्हणाल कवी हे काय?

शेवटी त्याचं जेवण आटपलं. मग आम्ही वाट्टेल तशा सायकली दामटत पुण्याला आलो. रस्त्यानं सुरेशची बडबड सुरूच. होस्टेलवर आम्ही रात्री एक वाजता पोचलो. त्यानंतर सुरेशांनी आमच्याच खोलीत तळ दिला. आणि सुरू —

हे लोक नियमित वाचन करीत. कविताही वाचीत.

आता तुम्ही म्हणाल, कविता हे काय? तर कवीच फक्त कविता करीत.

इतरांप्रमाणे लांब ओळी न लिहिता आखूड ओळींतून मांडलेली अक्षरे तीच कविता.

पण हे उपद्व्याप फारच थोडे लोक करीत. कारण एवढा वेळ कोणाला असे? म्हणून शंभरातून एखादाही कवीचा उद्योग करीत नसे.

शेवटी मी झोपलो. तो केव्हा तरी निघून गेला.

पुन्हा एकदा सिंहगडावर व्यवस्थित गेलो. खूप इकडे तिकडे केलं.

तानाजीच्या समाधीकडे पाहून सुरेश फटाफट हसला.

तो म्हणाला, साली निसर्गशोभा जाऊ दे खड्ड्यात. खरा विनोद हाच.

तिथेच आम्ही बरोबर आणलेले पाव वगैरे खाल्ले. संध्याकाळपर्यंत आम्ही बुरजावर बसून गहन चर्चा केली. उतरतांना इतक्या पायऱ्या कशा गाढवासारख्या उतरायच्या ह्याच्यावर चर्चा केली. मग असं ठरलं, की पायऱ्यांची भानगड नकोच. त्या समोरच्या वळणापासून थेट खाली जाऊ. वाटल्यास घसरत जाऊ. पण थेट खाली जाता येईल. मजा तर नक्की येईल.

आम्ही सरकत-सरकत, वेडेवाकडे उतरत बऱ्याच खाली आलो. मधेच तडाक्यानं पाऊस आला. आणि आम्ही पार भिजलो. पण त्यामुळे निसटण फार झाली. पुढे बराच वेळ आम्ही दोघं पडत-पडतच खाली उतरत होतो.

मधे एका डबक्यात खूप मोठमोठे खेकडे दिसले. सुरेशनं एकदोन पकडले. पण नंतर सोडून दिले.

आम्ही खूप खोल खड्ड्यात कोसळायचो. पण सगळीकडे गवत होतं. म्हणून लागायचं कुठेच नाही.

मधेच एका खडकावर सापाचं छोटंसं पिल्लू स्वतःभोवती उगीच गरगर फिरत होतं भलत्याच वेगानं. सुरेशनं नेम धरून त्याच्या डोक्यावर बूट ठेवला. आणि कचकन त्याला चेचलं.

सुर्शा, त्याची आईबाई येईल हं. मोठ्ठा साप अजून तू पाह्यला नाहीस.

मला एकदा नाही तरी पाह्यचाच आहे. बघू कसा असतो ते.

साप नीट दिसतो तेव्हा चावत नाही. एकदम चावल्यानंतर आपल्याला कळतं.

काय बिशाद आहे उगीच कुणाला साप चावेल? आपण त्याचं काय केलं आहे?

मग आम्ही तिथेच खूप वेळ बसलो. बरीच मजल मारली होती. नाही तर पायऱ्यांनी अजून बऱ्याच वर राह्यलो असतो. कंटाळा येतच नव्हता. तरी आम्ही उठून निघालो.

नंतर मोठमोठ्ठे खड्डे यायला लागले. खाली गवत असलं, तर आम्ही उड्याच घ्यायचो. पण उडी घेणं सोईस्कर नसलं, की आम्ही झाडांच्या मुळ्या, फांद्या, वेली धरून उतरायचो. फांद्या आणि मुळ्यांच्यावर इतकं शेवाळ होतं, की एक फांदी पकडली की ती हातातून निसटायच्या आधी दुसरी पकडायला लागायची. खाली पाय पण निसटायचे. शेवटी एकदाचा उपायच सरला आणि तोल जाऊन खड्ड्यात पडलो, की गडगडत खाली. असं चाललं होतं.

पण शेकडो पायऱ्यांच्यावरून म्हाताऱ्यासारखं तोल संभाळून धावण्यापेक्षा हे बरं.

पावसानं आणखी एकदा थोडंसं मनावर घेतलंच. आता मात्र फार थंडी वाजायला लागली. पण आत मात्र घामानं शरीर भिजलेलं.

मग एक भलताच मोठ्ठा खड्डा लागला.

सुरेश म्हणाला, मोठ्ठा खड्डा कसला? छोटी दरीच म्हण की. आपण उड्या टाकू.

पण उडी टाकायला माझी हिंमत होईना. तशात संध्याकाळ फारच झालेली. कुठे कुठे पक्षी फक्त आवाज करायचे.

सुरेश म्हणाला, आटप. पाऊस वाढला तर पंचाईत येईल. आपण अर्धे अधिक उतरून आलोच आहोत. पुढे निदान असे कडे तरी दिसत नाहीत. सरळ घसरत गेलो की पायथ्याशी जाऊ. ही बहुधा शेवटचीच दरी.

झाडांच्या फांद्या सोईस्कर नाहीत.

मी कसा उतरतो तेवढं पहा.

सुर्शा, आता पुरे. आपण परत वर जाऊन सरळ पायऱ्यांनीच उतरू. शिवाय ह्या दरीचा तळ फार लहान आहे. पुढे कडा दिसतोय. ती बघ गिधाडं वरून खाली सरळ उतरताहेत. हा ओघळ पुढे एकदम कोसळतोय. जरा जोरात उडी टाकली, की तू गडगडत कड्यावर जाणार.

मी गेलो तरी चालेल. मला बरेच भाऊ आहेत. मी उतरणार.

मग आधी तो दोन्ही पाय खाली सोडून हातांच्यावर आंग तोलून म्हणाला, खाली पाय टेकवायलासुद्धा काही दगड लागत नाही. नुस्ता शेवाळाचा खडक आहे.

सुरेश, सुर्शा आपण सरळ वर जाऊ.

पांड्या, आता वर कसा जाणार? वरचे पंधरा-वीस खड्डे कसे चढणार? मुळं धरून उतरता आलं, पण चढता येणं निव्वळ कठीण. त्यापेक्षा होईल ते होवो, आपण इकडून खाली जाऊ.

मला एक भीती वाटत होती, की सुरेशला आत्महत्या तर करायची नाही? मघापासून हा बेधडक वासरासारख्या उड्या मारून पुढे पुढे जातो आहे. घसरतो आहे. आपटतो आहे. खुशाल कड्यावरून उडी टाकून खाली कोसळतो आणि राक्षसासारखा हसून माझ्याकडे पहात हसतो आहे. पण आता काहीच इलाज नाही. आता वर जाणंसुद्धा खरोखरच कठीण. मोठमोठे चढ आणि गवत आणि साप आणि डबकी आणि खेकडे.

इथे उभा रहा. पांडू, वरची फांदी नीट धर.

मी वरची फांदी पक्की धरून राह्यलो. त्यानं माझा घोटा गच्च धरला आणि सरसर तो खाली गेला. मला वाटलं. सुर्शानं खूपच पाय ओढला तर आपण एकदम कड्यावरून खाली डोक्यावरच आदळणार. पण असं झालं तर आपण ही शेवाळलेली फांदी भक्कम धरून, एक पाय आहे तेवढ्या शक्तीनं रोवून ठेवू पण पडायचं नाही. मी ओरडलो, सुरेश, माझा पाय घसरतोय. वर फांदी पण निसटतेय.

वरून सुरेशचं फक्त डोकं आणि खांद्यावरचा भिजलेला, मातीनं घाण झालेला फाटका शर्टच दिसत होता. माझ्या पायावर सगळं शरीर तोलून त्यानं दुसरा हात वरून सोडला. मला हे भयानक वजन सहन झालं नाही. मी ओरडलो, पाय ठेवायला सापडलं का नाही?

सुरेश काहीच बोलला नाही. पण त्यानं माझा पाय सोडून दिला. आणि तो कड्याला फक्त हात लावून घसरत-घसरत खाली गेला. मध्येच कुठे तरी त्यानं उडी घेतली. आणि तो खूप खाली पाठीवर आपटला. नंतर तो गडगडत खूप खाली-खाली गेला. त्याची मुटकुळी होऊन तो खालच्या एका डोहात गडगडत गेला. मला वाटलं, हा मेलाच. पण डोहातल्या पाण्यातून ताबडतोब बाहेर येऊन तो सरळ जमिनीवर उताणा निजला. माझ्याकडे पहात तो म्हणाला, आऽहा.

इथून उतरू का तिथून?—असं करत मी वरतीच खूप वेळ घालवला. सुरेश उठून पुढच्या कड्यावर उभा राहून पुढचा रस्ता शोधत होता. मग तो चटकन माझ्याकडे येऊन म्हणाला, पुढे छान रस्ता आहे. लवकर उतर.

मला उतरायला त्याच्या दसपट वेळ लागला. मी त्याच्यासारखी उडी घेतली नाही. एका फांदीला ओढून घेतली. तिला दोन ठिकाणी पक्की धरून एक मोठा झोका घेऊन मी तरंगायला लागलो. आता पायाखाली काहीच नाही. आता नेमका कुठे झोक घ्यावा हे कळेना. पण तेवढ्यात फांदीच मोडली. आणि मी ताबडतोब दोन्ही हात सोडून एका लांबलचक उतारावर पडलो. घसरगुंडीसारखा थोडा घसरल्यावर मग एकदम पुढे उडी घेऊन मी आपटणार, तेवढ्यात सुरेश पुढे झाला. मी आपटलो सुरेशच्या अंगावर. दोघं पण खाली पडलो.

तो म्हणाला, मला खूप लागली तुझी हाडकं.

माझी पँट तर फाटलीच. आणि कोपराला जबरदस्त मार लागून बराच वेळ आपल्याला हात आहे की नाही, हेच कळेना. हात कायम बधिर झाला वाटलं. पण हळूहळू हात दुखायला लागल्यावर ठीक झालं. पण हात प्रचंड दुखायला लागला.

मग मी झऱ्याचं पाणी प्यालो. आणि बराच वेळ पडून राह्यलो. सुरेश पण पडून होता. आम्ही सारखेच धापा टाकत होतो. पण शांत पडून होतो. आता बेडूक ओरडायला लागले.

अंधार चांगलाच पडायला लागला. रातकिडे सुरू झाले.

मी म्हणालो, चला.

कुठे?

खाली.

खाली काही नाही. मोठ्ठा मैलभर उंच सुळका आहे.

तुला कसं माहीत?

मी अगोदरच पाहून आलो.

मग मला का सांगितलं नाहीस?

तसं सांगितलं असतं तर तू उतरला नसतास. मग मी एकटा इथे खाली. मी घाबरलो. आता आपण दोघं कसंही राहू शकतो.

तू हलकट आहेस — असं म्हणून मी धावत-धावत कड्यावर गेलो. वर सुरेश ओरडला, धावू नकोस. पाय घसरला तर तुकडे-तुकडे होत खाली जाशील.

मग मी भीतभीत कड्याच्या टोकावर गेलो. भयानकच जागेवर उतरलो आम्ही. कडा खाली पायाकडे तिरपा होत-होत दिसेनासा

झालेला. मग एकदम मोठ्ठा उतार. थेट खाली शेतांच्यापर्यंत. इथून खाली उडी टाकली, की कमी त्रासानं आपलं शरीर पायथ्याशी जाणार. पण कडा भयानक वाकडा होऊन खाली वाकलेला.

सुरेश शांतपणे डोक्यावर हात ठेवून पडला होता.

मी म्हणालो, आणि आता तर मघाच्या सापाची आई आली तर — तर कुठे जाशील?

मग सुरेश घाबरून उठला. तो म्हणाला, जरा जरा दिसतंय तेवढ्यात काही केलं पाह्यजे. रात्र इथे काढणं कठीणच.

ही दरी तशी विचित्रच होती. एका बाजूनं खोल कडा. दोन बाजूंनी उंच टेकड्या. आणि एका बाजूनं ओघळ. धो धो खाली कोसळायचा. कड्यावरून खाली फक्त झाडांचे शेंडेच दिसायचे. इकडे झाडं आता भुतासारखी दिसायला लागली.

मग आम्ही दोघांनी घामाघूम होऊन एक दगड लोटत-लोटत आणला. दगड प्रचंड होता. आम्ही दगड नीट बरोबर एका नीट उभ्या उताराखाली ठेवला. खूप वर एक मोठ्ठं खबदाड होतं तिथपर्यंत हात पोचले की पुरे.

मग आलो तसं परत वर जायचं.

सुरेशला अशा वेळी भयानक युक्त्या सुचायच्या. सगळ्या जगात डोकं असेल तर त्यालाच. तो म्हणाला, माझ्या मानेवर बसून खांद्याच्यावर पाय सोड. मग मी दगडावर उभा राहीन. पुढचं तूच नीट कर.

मग सुरेशच्या खांद्यावर मी. आता माझा तोल गेला, किंवा सुरेशचा पाय दगडावरून सरकला, तरी आपटून मरणार मीच. म्हणून मी फार लक्ष देऊन सगळं करायला लागलो.

सुरेश दगडावर अगोदर बसला. माझ्यासकट तो हळूहळू उभा राह्यला. मग त्यानं मोठ्या नेटानं हं म्हटलं. तेव्हा मी वर पाह्यलं. डोक्यावरच एका मोठ्ठ्या दगडाचं टोक पुढे आलं होतं. मी दोन्ही हातांनी दगड पक्का धरून अगोदर एक पाय, मग दुसरा पाय असे सुरेशच्या खांद्यावर नीट रोवून हळूहळू उभा राह्यलो.

मग दगडाच्या लांब टोकावर एक हात ठेवून वरच्या दुसऱ्या एका दगडावर दुसरा हात रोवला. वरच्या दगडाला लोंबकळून मी मधल्या एका लांब दगडावर ढुंगण ठेवलं. सुरेश खाली लटपटत होताच. त्याच्या

खांद्यावरून मी पाय काढून घेईन तर बरंच. पण त्या दगडावर नीट बसता येईना.

सुरेश एकसारखा वर पहात होता वाटतं. कारण तो म्हणायचा, जास्त हात घासू नको. माझे डोळे मातीनं भरून गेलेत. वर काही पक्कं लागतंय का?

मी म्हणालो, नाही. एक मुळी आहे. पण ती खूपच वर आहे.

तो म्हणाला, खाली उतरू या.

मी दोन्ही दगडांच्यावरचे हात सोडून घसरत-घसरत खाली आलो.

सुरेश म्हणाला, तू माझं वजन सहन करशील?

मी म्हणालो, कदाचित माझा तोल जाईल.

मग तू असं कर. आता उलटा दगडाकडे पाठ करून चढ. टोक आलेल्या दगडावर ढुंगण ठेवून तुला बसता येईल. मग वर जाणं तुला सोपं जाईल.

मग पुन्हा त्याच्या मानेवर, पण उलटा बसून मी पहिल्यासारखा दगडापर्यंत आलो. वरचा दगड हातानं चाचपून त्या दगडावर ढुंगण ठेवून बसलो.

सुरेश, आता जरा थांब. मला मुळी कुठाय् ते दिसत नाही.

तू तर बसलेलाच आहेस. तुझे पाय आधी बसलायस त्या दगडावर ठेवून मला मोकळं कर. मग मी सांगतो.

मी अगोदर एक पाय काढून ढुंगणाजवळ नीट बसवला. दुसरा पाय खालीच लोंबकळू दिला. एका हातानं एक दगड धरून ठेवला होताच.

सुरेश मोकळा झाल्याबरोबर लांब जाऊन ओरडला, आता वरती डाव्या हाताला एक खबदाड आहे. पण तुला कसं तरी उभं राह्यला लागेल. तू तर खुर्चीत बसल्यासारखा बसलायस.

मग मी दुसरा पाय वर घेऊन बसलो. पाय वर रोवले आणि चटकन डावा हात खबदाडात पक्का रोवला.

सुरेश म्हणाला, छान. तुझे बूट आता खाली टाक. नाही तर घसरशील.

मी मेटाकुटीनं एका हातानं दगडावर घासून-घासून बूट काढले आणि खाली फेकले.

सुरेशनं लगेच ते बूट वरती गवतात फेकले. नंतर त्यानं त्याचे बूट पण वरती फेकले. आमची पिशवीसुद्धा.

आता मी दगडावर उकिडवा बसून एक हात खबदाडात रोवून बसून होतो.

सुर्शा, आता काय?

आता एकदम उठून वर उजवीकडे—म्हणजे तुझ्या उजवीकडे—लांब मुळी आहे, ती पकड. पण संभाळून.

मी अगोदर वर मान करून अस्पष्टशी मुळी पाह्यली. एकदम पायांत ताकद आणून मी मुळीवर झेप घेतली. आणि उभा राहून मुळीला लोंबकळायला लागलो. आता दोन्ही पाय दगडावर आणि दोन्ही हात मुळीवर होते.

पण ती शेवाळानं सारखी निसटायची. तरी मी तिचा एक वेटोळा करून सगळा भार तिच्यावर टाकून वरच्या खबदाडात एक पाय टाकला. मग दुसरा पाय. मग एका हातानं आणखी एक मुळी. कंबर सारखी हवेत झोके घेत राह्यली. असा मी बराच वेळ होतो. मी ओरडलो, एक मुळी सोडून हे गवत धरू?

तो म्हणाला, ते मला काय विचारतोस? आता थोडं वर गेलास की संपलं.

मग मी एका हातावरच तोल संभाळून वरचं मूठभर गवत पकडलं. गवत पक्कं होतं. मग दुसरा हात सोडून पुन्हा गवत पकडलं.

मग गवत पकडत सोडत मी थेट वर आलो. हात भलतेच कापत होते. आणि मांड्या तर कामातून गेल्या. शेवटचा जोर करून मी एकदाचे पाय वर घेतले. दोनेक पावलं चालत गेलो. आणि वरच्या उंच किल्ल्याकडे पाहून मला एकएकी ग्लानी येऊन मी गवतात कोसळलो. मग सुखानं उताणा पडून मी डोळे मिटून घेतले.

सुरेश खालून ओरडत होता, पांड्या, पांडू. मी कसा येऊ?

मला प्रचंड सुन्न झालं होतं. भानावर येऊन मी त्याच्या हाका ऐकल्या—पांडू, तू आहेस का निघून गेलास?

मी चिडून उठलो. त्याला म्हणालो, मी चढलो तो रस्ता वाईट आहे. वरतून मी बघतो. दुसरा रस्ता सापडेल.

मग मी वरून इकडेतिकडे खूप फेऱ्या मारल्या. सोपा रस्ता त्यातल्या त्यात वरून ओघळ कोसळत होता तोच होता. खूप पायऱ्यापायऱ्यासारखे दगड होते. शिवाय वर झाड होतं.

सुर्शा, इथून ये. पण तुझ्या अंगावर पाणी कोसळेल.

सुरेशनं एकट्यानं मघाचा प्रचंड दगड ढकलत-ढकलत ओघळाखाली आणला. पाण्याचा मारा अंगावर घेत-घेत तो बराच वर आला. मग मी त्याला वरून सगळं सांगत गेलो तसतसा तो चढत आला. नंतर मी हात देऊन त्याला ओढून घेतलं.

तो म्हणाला, मी चढत असतांना तू काय ओरडत होतास सारखा? पाण्याच्या आवाजात मला काहीच ऐकायला आलं नाही.

तिथे गवतात आम्ही पडून राह्यलो. पिशवीतून पाव काढून आम्ही खात राह्यलो. वर कुठून जावं, हा विचार आम्ही सोडूनच दिला होता.

आता चांगलाच अंधार पडला होता. पुढचे इतके खड्डे आणि चढ कसे चढायचे, हे नुसतं मनात येऊनच आम्ही प्रचंड हसायला लागलो.

इतक्यात कोणीतरी तिघं-चौघं लांबून उंच गवतामधून होऽऽहोऽऽकरत आले. अगोदर आम्ही घाबरून गेलो. पण जवळ आल्यावर ते म्हणाले, इकडे म्हैस दिसली का?

आम्ही म्हणालो, नाही.

एकजण म्हणाला, अशा वेळी तुम्ही हितं असे? तुम्ही गडावरनं रस्ता चुकला वाट्टं?

आम्ही होय म्हणालो.

ते म्हणाले, तुम्ही और दिसता. जनजनावर — काही वेळकाळ?

मग त्यांनी आम्हाला गवतागवतातून एका पायवाटेवर सोडलं.

सरळ जा, म्हणजे पायऱ्यांना ही लागेल — असं म्हणून ते पुढे निघून गेले.

पायऱ्यांपाशी येता-येताच आम्हाला किर्र रात्र झाली. मग काहीएक न बोलता आम्ही मोठ्या कष्टानं सायकली मारतमारत पुण्याला.

लेण्या वगैरेच्या सहली सुरेशला आवडायच्या नाहीत. कार्ल्याची लेणी तर त्यानं पाच मिनटांत पाह्यली. आणि मला म्हणाला, पुरे झालं रे कौतुक ह्या दगडांचं. आपण लेण्यांच्या वर काय आहे ते बघू.

भाज्याची लेणी पहातांना मला वाईट वाटत होतं, तिथल्या लेण्यांवर वरून धों धों कोसळणारा धबधबा पाहून मी म्हणालो, सरकार काय करतं काही कळत नाही. ह्या धबधब्यानं ही सुंदर गुहा काही वर्षांनी फुटून जाईल.

तर सुरेश म्हणाला, पण पुढे आणखी काही वर्षांनी पृथ्वीच फुटून जाईल. तर सरकार त्याला काय करतंय? सरकार ठीकच आहे. उलट ही लेणीबिणी, ताजमहाल वगैरे लवकर फुटून जाईल तर बरं.

असं कसं? इतकी सुंदर लेणी आणि—

ते ठीक आहे. पण अगोदरच ह्या लेण्यांना चिरा गेल्या आहेत. डागडुजी करून तरी ही काही अनंत काळ पुरणार नाहीत. काहीही कायम करायला बघणं म्हणजे मूर्खपणा आहे. खरं म्हणजे ही लेणी खोदून पुरी झाल्याबरोबर त्याच लोकांनी ती पाडून टाकायला पाह्यजे होती. एकतर अशा वस्तू त्या-त्या काळातल्या लोकांच्यासाठीच असतात. जुनी पुस्तकं, जुन्या इमारती, जुने राग वगैरे पुराण्या गोष्टी त्या काळच्या लोकांनी त्या काळासाठीच केलेल्या असतात. आपल्यासाठी नाही. आज जे होतं, तेच खरं आपलं.

असं कसं? आज ही लेणी मला आजचीच वाटतात.

तसं वाटू दे. काही बिघडत नाही. पण गोष्टी जुन्या होऊन मरूच द्याव्या. इतका सेंटिमेंटल होऊ नकोस. तुझा आणि ह्या लेण्यांचा संबंध जास्तीत जास्त आजच्यापुरताच. ह्याआधी ही असूननसून तुला सारखीच होती.

आजच्यापुरता नाही. मी पुन्हा पुन्हा येऊन पाहीन. किंवा डोळे मिटून रोज ही लेणी जिवंत पाहू शकेन.

हे कुठपर्यंत? तू मरशील तिथपर्यंत की नाही, ज्यास्तीत ज्यास्त? मग पुढे तुझं आणि ह्यांचं काय होणार? मुख्य म्हणजे तू मेल्यावर ह्या लेण्यांचं काय होणार? किंवा जिवंत आहेस, तिथपर्यंतसुद्धा महिनेमहिने तुला ही लेणी आठवणारच नाहीत. म्हणजे ही तुझ्या दृष्टीनं अस्तित्वातच नाहीत. तर आजच्यापुरतं बरंवाईट पाहून मोकळं व्हावं. तर चल, आपण धबधब्याखाली उभे राहू.

सुरेशचं नेहमी शेवटचं टोक.

होस्टेलमागच्या टेकड्या तर आम्हाला अभ्यासाच्या पुस्तकांच्यापेक्षा पाठ होत्या. टेकड्यांच्यावरून परत आलो आणि किल्ल्या वर कुठेतरी हरवल्या, की त्या नेगक्या कुठे पडल्या असतील, हे आम्हाला दोघांनाही बरोबर समजायचं. बऱ्याचदा आम्ही एकटेदुकटेसुद्धा फिरून यायचो.

व्यायाम म्हणून. कंटाळा आल्यानंतर. पण एफ.वाय.-इंटरपर्यंत ह्या जवळच्या टेकड्यांच्यात काहीच मजा राह्यली नाही. ह्या वर्षात आम्ही आणखी आत जायला लागलो. सिनियरला तर जायचो, ते फक्त वेताळावरच. वेताळाचा डोंगर म्हणजे थोरच वस्तू. संबंध दिवस किंवा अख्खी रात्र ह्यात जायची. पण वेताळावर सुरेश आणि मी दोघंजण जायचो. एकट्याला हा डोंगर फारच भीतीदायक. शिवाय ही पुण्याच्या आसपासची सगळ्यांत उंच टेकडी.

दिवसा वेताळावर जाणं इतकं काही मजेदार वाटायचं नाही. आसपास पुणं कायम दिसायचं. म्हणजे डोंगरात हिंडायचं समाधान नाही. अंधारात आपण जमिनीच्या भलतंच वर कुठल्यातरी बेटावर आल्यासारखं वाटतं.

एकदा दुपारी मात्र एक थोर गोष्ट दिसली. फिरत-फिरत एका जागी गुंजांच्या वेली. खाली लालेलाल गुंजांचा पाथरा. आणि कडक ऊन. वाळलेलं गवत. गुंजांचा पाला भरपूर खाल्ला. खिसे भरून गुंजा आणल्या.

चांदण्या रात्री तर मजाच यायची. एकदा पौर्णिमेला इकडेच झोपायला आलो. होस्टेलवरचे आणखी पाचसहा मित्र होते. पांघरायला फक्त चादरी आणल्या होत्या. सपाट कुरणावर भरगच्च चांदण्यात मजा आली. पण पहाटे प्रचंड थंडी. सगळेजण उठले ते थंडीनंच. तशा पहाटे कुडकुडत होस्टेलवर यायला लागलं. मग येऊन कडक पाण्यानं आंघोळ.

निर्मनुष्य. तिथे दिवसाढवळ्यासुद्धा दारू गाळणारे लोक तेवढे केव्हा-केव्हा दिसायचे. पण ते आमच्याशी कधीच काही बोलायचे नाहीत.

रात्री कुठल्या तरी टेकडीवर जाळ दिसायचा. हा दारू गाळणाऱ्यांचाच जाळ असेल, असं आम्ही समजायचो. पण एकदा आगपेटी विसरलो, म्हणून सिगरेट पेटवायला आम्ही एका टेकडीच्या माथ्यावरच्या जाळाकडे चाललो. पण टेकडी चढतो, तेवढ्यात जाळ दिसेनासा झाला.

मग आम्ही ह्या जाळाच्या भानगडीकडे भलतंच लक्ष द्यायला लागलो. पुन्हा बऱ्याच दिवसांनी एकदा रात्री पुन्हा जाळ दिसला. आम्ही गुपचूप लपतछपत झाडांच्या आडून-आडून जाळाकडे चाललो. पण मध्ये एकदोन वळणं झाल्यानंतर जाळ कुठेच दिसेना.

आम्ही परत वाटेवर आलो, तेव्हा मात्र जाळ होताच.

मी म्हणालो, जाळबीळ जाऊ दे सुर्शा. काही तरी भुताटकी असेल.

तो म्हणाला, तू खेडवळच आहेस.

म्हणजे भुतंखेतं नसतात काय?

असतील किंवा नसतील. ती असतातच हे म्हणायला तरी काय पुरावा आहे?

हा जाळच बघ.

जाळ कसली भुताटकी? कुठे तरी कपारीत पेटलेला असेल. इथून ह्या गुहेचं समोरचं तोंड दिसतं, म्हणून जाळ दिसतो. आपण वर गेल्यावर तो दिसत नाही.

सुर्शा, नेहमीच काही जाळ एकाच जागी नसतो. कधी टेकडीच्या माथ्यावर तर कधी तिकडे लांब कुरणावर.

आत्ता दिसतोय ना. चल बघू. आपण सरळ जाळाकडे जाऊ. किती का उशीर होईना.

मी नको म्हणालो. नंतर बऱ्याच दिवसांनी दूरवर मशालीसारखं काहीतरी इकडे तिकडे जाताना दिसलं. अंधार गुडूप. म्हणून तो कंदील आहे की काय कळायला मार्ग नव्हता.

सुरेश म्हणाला, आपण गेलो असतो, पण अधूनमधूनच फक्त उजेड दिसतोय. नंतर कुठे नाहीसा होतो कळत नाही.

मी म्हणालो, पण आपल्याला काय करायचंय? आपण वेताळाच्या देवळावर जाऊन सरळ पुढे उतरू. कुणाचं काही का असेना.

मग बऱ्याच दिवसांत जाळ दिसलाच नाही. अंधाऱ्या रात्री आम्ही मुद्दाम जाळ पाह्यला जायचो. नेहमी वाटायचं, आत्ता दिसेल. पण खूप दिवस काहीच झालं नाही. पण आमच्या फेऱ्या नाही तरी फुकट गंमत म्हणून, जरा मनात काही ढवळाढवळ करून घ्यावी, म्हणूनच असायच्या.

एकदा अंधाऱ्या रात्री वेताळाच्या देवळावरच खूप वेळ बसून राह्यलो. थंडी कडाक्याची होती. पण उठावंसं वाटेना. शेवटी टेकडीवरून खाली आलो. आणि भल्या रात्रीच कुडकुडत रस्त्यावर उतरलो. रस्त्यात पोलिसांनी आम्हांला हटकलं.

एका पोलिसानं आम्हाला गुरकावून काही विचारलं.

सुरेश म्हणाला, शट अप.

तो पोलीस म्हणाला, आईमाईवरून शिव्या आपल्याला चालतील. पण शटअप-बिटअप आपण ऐकून घेणार नाही. तुम्ही चौकीवर चला बघू.

मी म्हणालो, अहो, आम्ही ह्या कॉलेजचे विद्यार्थी. होस्टेलवर रहातो. अभ्यासाचा कंटाळा आला, म्हणून टेकडीवर गेलो होतो.

दुसरा पोलीस म्हणाला, कॉलेजचे विद्यार्थी. च्यायला, कॉलेजचे स्टुड्यांट का असे भंगट दिसतात? असे कपडे. चला भडव्यांनो चौकीवर. सोडणार नाही.

सुरेशनं पण पोलिसाला अस्सल शिव्या दिल्या. त्यांची चांगलीच झडकली. मग आम्ही रात्रभर चौकीवर.

तिथे सुरेशनं बडबड करून पेंगणाऱ्या दोघातिघा पोलिसांना अतिशय वैताग आणला. रात्रभर आमचं आळीपाळीनं सुरू—

प्रत्येक सरकारचे पोलीसखाते असे.

आता तुम्ही म्हणाल, सरकार कोण? पोलीस हे काय?

तर पोलीस म्हणजे अर्धी चड्डी भर रस्त्यात घालून हिंडणारा व हातात दंडुके घेऊन चोर पकडून देणारा गृहस्थ.

पोलिसांना राष्ट्रात शांतता राखण्याची उपजतच गोडी असावी असे वाटते, कारण फक्त ऐंशीनव्वद रुपयांवर कोण अर्धी चड्डी घालून चोर पकडण्याचे काम करील?

आता सरकार म्हणजे काय? तर प्रत्येक देशाचे एकेक सरकार असे.

आठ-दहा म्हातारी मंडळी एकत्र जमून पगार घेऊन देशाचा जमाखर्च वगैरे पहात.

कधीकधी दोनचार सरकारांच्या मारामाऱ्या होत.

ह्याचा अर्थ असा नव्हे की ही म्हातारी मंडळी स्वतः मारामारी करीत.

अगोदर काही तरी भांडण उकरून हे म्हातारे वेगळ्याच तरुण मजबूत सैनिकांना सरहद्दीवर पाठवून आपण मात्र गच्चीवरून मजा पहात बसत.

पोलीस म्हणाले, साल्यांनी रात्रभर डोळ्याला डोळा लागू दिला असेल तर शप्पथ.

सकाळी इन्स्पेक्टर म्हणाला, हे कॉलेजचेच असावेत हे तुम्हांला तेव्हाच कळायला पाह्यजे होतं.

सकाळी पोलिसानं आम्हाला प्रिन्सिपॉलच्या बंगल्यावरच नेलं. कॉलेजातल्या बऱ्याच मुलांमुलींनी हे पाह्यलं, प्रिन्सिपॉलांनी आम्हाला वॉर्निंग देऊन पोलिसाला परत पाठवलं.

रमी म्हणाली, हे खरं?

ह्यात खरंखोटं काय असणार?

इतक्या रात्री? आणि वेताळाची टेकडी कुठाय? ती तिकडे? तीसुद्धा नाही? म्हणजे ते टोक दिसतंय ती का? बाऽऽप रे.

मग रमीनं सुरेशकडून पण खात्री करून घेतली. ती सुरेशला म्हणाली, आणि सापबीप चावला तर?

नंतर मला गाठून म्हणाली, असं मूर्खासारखं हिंडू नये.

मग तिनं मोठमोठ्ठे डोळे करून आमच्या वेताळावरच्या गमती ऐकल्या. ती म्हणाली, आम्हाला डांबून ठेवतात. मुलींचं होस्टेल म्हणजे कोंडवाडाच. एक मुलगी भिंतीवरून रात्री परत येते. पण आम्ही हे कुणालाच सांगत नाही. मी एखाद्या दिवशी तुमच्याबरोबर येऊ का? उगीच बघायला? अं? केव्हा?

तुमच्यानं जमणार नाही. खूप उंच आहे. शिवाय तुमची फुप्फुसं?

ह्यावर ती बोलली नाही.

मी चुकलो. पुन्हा फुप्फुसांच्याबद्दल कधीच बोलायचं नाही.

वेताळाचा डोंगर संपतो, तिथे चतु:शृंगीची घाणेरडी टेकडी सुरू होते. वैताग म्हणजे चतु:शृंगी चढता–चढताच धाप लागते, इतकी ही टेकडी उंच आणि भंपक आहे. पण आम्ही चढायचो चतु:शृंगीच्या बाजूनंच. आणि उतरायचो खडकवासल्याच्या बाजूनं. एकदा चतु:शृंगीवर आलो की मग मजा.

एकदा चतु:शृंगी चढतांनाच सुरेश म्हणाला, आज अमावास्या काय?

मी म्हणालो, कुणास ठाऊक. आपण संध्याकाळी वेताळावर कधीच गेलो नव्हतो. नेहमी रात्रीच येतो. आता संध्याकाळी चंद्र दिसत नाही. पण बहुतेक अमावास्याच असणार.

तो म्हणाला, मग आज आपल्याला नक्की जाळ दिसेल.

पण जाळ कुठेच दिसला नाही. अंधार मात्र चांगलाच गडद. पण अंधारातसुद्धा ताऱ्यांचा उजेड वाट दिसेल इतका. वर आकाशात खच्च तारे. दुरून वेताळाची टेकडी स्पष्ट. देऊळ देखील जरा अस्पष्ट.

पण टेकडीखालीच असतांना आम्हांला देवळात अंधुक उजेड दिसला.

वर येऊन पाहतो तो देवळात एक लामणदिवा कुणी तरी लावला आहे. हा मोठ्ठा गोलाकार दगडात कोरलेला प्रचंड लामणदिवा अगोदरपासून आम्ही

पहात होतो. पण इतकं काठोकाठ तेल टाकून कुणी हा दिवा लावत असेल, असं वाटलं नव्हतं.

मी म्हणालो, आपण नेहमी खूप रात्री येतो. तेव्हापर्यंत दिवा जळून विझत असेल. आज आपण संध्याकाळी आलो म्हणून दिसला. आज तिथे एक नारळ देखील होता. आम्ही नारळ फोडून एक तुकडा वेताळावर ठेवला आणि बाकीचं सगळं खोबरं खाल्लं. ह्यात काय वाईट आहे? वेताळ आमचाच आहे. निदान मी तरी अशा देवतांना मानतो.

नंतर जेव्हा-जेव्हा आम्ही संध्याकाळी यायचो, तेव्हा हा दिवा लागलेला असायचा. शिवाय तो नुकताच कुणीतरी लावलेला असायचा. म्हणजे तेल काठोकाठ असायचं.

पण हा दिवा लावतं कोण? की आपोआप लागतो? पण हे देवापुढचं कापलेलं लिंबू, हळद, गुलाल, कुंकू — हे कोण आणतं?

आम्ही संध्याकाळी उन्हं असतांनाच तिथे बसून राह्यचो. पण तेव्हा अंधार पडून जायचा तरी कुणी दिवा लावायला यायचं नाही. आणि दिवा आपोआप लागतो म्हणावं, तर आमच्यासमोर कधीच पेटायचा नाही.

सुरेश म्हणाला, कुणी तरी जादूटोणा करतंय.

मग आम्ही एक युक्ती काढली. सुरेश दिव्याजवळ उभा राह्यला. मी टेकडीखाली उतरून शेजारच्या लांबवरच्या टेकडीकडे पळत गेलो. ही टेकडी झाडाझुडपांनी गुडूप होती. पण सुरेश मला दिसेल अशा एका जागेवर मी उभा राह्यलो. तो हातानं खुणा करायचा. आणि तसातसा मी जरा वर, डावीकडे, आणखी जरा वर असा सरकून मी एक जागा पक्की केली. तिथे खुणेचा दगड ठेवून मी पुन्हा देवळावर आलो. मी म्हणालो, खूण केली. उद्या आपण बिनधोक तिथे लपून कोण दिवा लावतो तो बघू.

नंतर आम्ही रोज संध्याकाळी येऊन तिथे खुणेजवळ बसून दिवा कोण लावतं ते पाह्यला लागलो.

पहिलेच चारपाच दिवस आमचं तसं भुतासारखं आवाज न करता गुपचूप बसून देवळाकडे लक्ष ठेवणं फुकट गेलं. कारण एकसारखं टक लावून पहाता पहाता काहीच व्हायचं नाही. मग आम्ही जरा दुर्लक्ष करून गप्पा किंवा इतिहासाची बडबड करत रंगून जायचो. आणि दिव्याकडे नेमकं दुर्लक्ष व्हायचं. मग एकाएकी देवळात नजर लावावी, तर दिवा लागलेला. मग आम्ही आमच्या खुणेच्या जागेपासून पळत-पळत खालच्या कुरणातून

देवळाच्या टेकडीवर चढून देवळात येऊन पाह्यचो. तर दिव्यात काठोकाठ तेल आणि देवाची पूजा आणि कधी कधी नारळ — सगळं शांतपणे झालेलं. बाहेर येऊन देवळाभोवती गिरक्या मारल्या, आसपास गवतात लक्ष दिलं, खालच्या कुरणांच्यात पाह्यलं तर सगळं निर्मनुष्य. संध्याकाळचा अंधार. तशात कुणी कुठे लपून बसलं, तर काय कळणार? पण आम्ही शोधायचो मात्र कसोशीने. हा शोध तर सुरेशच्या मेंदूत वेड्यासारखा शिरला होता. मी म्हणायचो, आपल्याला कशाला हव्यात ह्या चौकशा?

एकदा आम्हाला पोचायला जरा उशीर झाला. दिवा लागलेलाच होता. नारळ खाल्ला.

देवळाखाली उतरतांना सुरेशनं वळून पाह्यलं. तो म्हणाला, पाह्यलंस? आत्ता दिवा लागलेला होता, आत्ता दिसत नाही. विझला का?

मी म्हणालो, दिसत नाही एवढंच. मध्ये झाड, गवत आहे. शिवाय आपण बरेच खाली आलो. म्हणून इथून दिसत नाही.

तो म्हणाला, पण देवळात अंधार कसा?

सुर्शानं एखादी गोष्ट मनात घेतली, की तो शिकाऱ्यासारखं डोकं फिरवून तिच्यामागे लागतो.

आणि आम्ही पुन्हा अर्धी टेकडी चढून वर आलो. दिवा खरोखरच नव्हता. वाऱ्याबिऱ्यानं विझला असेल.

पण नेहमी का नाही विझत? आगपेटी बघू?

सुरेशनं दिवा लावला. तेल बरंच होतं. वात मोठ्ठी करून त्यानं त्या दिव्यावरच सिगरेट पेटवली. मला शंका आली, की देवामागे प्रचंड अंधार आहे. तिथे कुणी लपून तर बसलं नाही? पण घाबरून मी ते सुरेशला सांगितलं नाही. हा मॅड. सांगितलं की तिथे जाऊन पाहील.

मग आम्ही उतरायला लागलो.

पुन्हा वळून पाह्यलं तर देवळात अंधार.

मी म्हणालो, वात वगैरे चांगली लांब होती ना?

सुरेश म्हणाला, अर्थात.

मग आम्ही तिथेच थांबून कुणीतरी पुन्हा दिवा लावतंय का, ते पाह्यला लागलो. पण अंधार गुडूप. तिथे कोण येतं-जातं, हे कसं कळणार?

शेवटी सुरेश पुन्हा वर जायला लागला. मी म्हणालो, नको. आपल्याला काय करायचंय? चल.

पण सुरेश ऐकायचा माणूस नाही. मी देवळाच्या बराच खाली थांबलो. तो आत शिरला. त्यानं काडी ओढली.

आणि तो किंचाळत माझ्याकडे धावत आला. मी पण पळायला लागलो—काय झालं रे सुर्शा, काय झालं?

पण तो भयानक धावायला लागला. खाली कुरणात आलो, तरी तो धावतच होता. बोलणं तर नाहीच. उजव्या हातावर डावा हात दाबून तो उभा राह्यला.

मी म्हणालो, काय झालं? चावलं का काही?

काडी ओढ. हात बघ.

मी काडी ओढून उजेडात पाह्यलं. त्याच्या हातावर दोनतीन खोल ओरखडे होते. पण रक्तबिक्त काही नाही. तो भलताच टरकून गेला. म्हणाला, मी काडी ओढून दिव्याला लावतो, तेवढ्यात माझ्या हातावर काही तरी धपकन पडलं.

त्याला वाटलं, ते वटवाघूळ असेल.

नेहमी रात्री देवळावरच्या झाडांच्यावर काय काय टांगलेलं असतं, हे आम्ही कधीच पाह्यलं नव्हतं. वर कदाचित भुतं चिकटून बसली असतील.

त्यानंतर वेताळाचा नादच आम्ही सोडला. मग चांदण्या रात्रीच लागल्या. दिवा लागणंही बंदच झालं. दोघांनाही पटलं, की हा निर्मनुष्य भाग. तशात वेळ रात्रीची. उगीच काही करता काही झालं, तर कुणी धावून यायचं नाही. पुणं खूप लांब खालच्या दरीत. कशाचा कशाला पत्ता लागायचा नाही.

ह्यानंतर कित्येक दिवस वेताळाची टेकडी फक्त आंघोळीकरता येता-जात बघायची.

सिनियरच्या सहामाहीपर्यंत नवीन-नवीन दुसरं काहीच घडलं नाही. सदोदित बुंद ढग. फुलं फुटलेले गुलमोहोर. आत्ता-आत्तापर्यंत हिरवं असलेलं गवत. परवापरवापर्यंत भरधाव पावसाळा. यंदा पाऊस देखील दणदणीत झाला. चाऱ्ही महिने खिडक्या-खिडक्यांच्यातून पावसाचे आडवे उभे धागे. आणि इतके दिवस सावली कशाचीच पडली नाही.

दिवाळीपुरता सुट्टीत घरी जाऊन आलो. पण घरीसुद्धा अभ्यास तुफान केला. आई म्हणायची, बाळकोबा, जरा अर्धापाऊण तास आमच्यात बसशील?

गुणेसर म्हणाले, सांगवीकर, तुमचे पेपर उत्कृष्ट आहेत. मी सत्तर मार्क दिलेत. पण तुम्ही निष्काळजीपणाने लिहिता. आता युनिव्हर्सिटीची परीक्षा आहे, हे लक्षात ठेवा.

तेच म्हणाले, माझ्याकडे सहज येऊन बसत चला, मी तुम्हाला मदत करेन.

गुणेसरांच्याकडे मी अधूनमधून जायला लागलो. गुणेसरांचा नावलौकिक मोठ्ठा. त्यामुळेच मी त्यांच्याशी घनिष्ठ संबंध आणले.

गुणेसरांचं एक घर मुंबईला. एक पुण्याला. ते म्हणायचे, मुंबईचा एक ब्लॉक सोडून दिला आणि पुढे दोन-चार वर्षांनी केव्हातरी सोसायटीनं मुंबईला बदली केली, तर ऐनवेळी अशी रॉयल जागा कुठे मिळेल? आणि कोण शोधाशोध करणार?

मी म्हणायचो, हल्ली शहरात जागेचा प्रॉब्लेम फारच कठीण झालाय.

त्यांच्या सगळ्या सामानाचे दोन दोन सेट होते. दोन रेडिओ, आईवडलांचे दोन फोटो, भांडीकुंडी, चुली, फर्निचर, काही पुस्तकं, स्टो — सगळं मुंबईचं मुंबईला, इथलं इथे. मुंबईला मागे ते तीन वर्षं राह्यले. तेव्हा पुण्याचं घर बंद.

सुट्टीत ते मुंबईला जाऊन टीकेची पुस्तकं वगैरे लिहायचे. पुस्तकांची दोन मजबूत खोकी मात्र ते जायचे-यायचे तेव्हा त्यांच्याबरोबर. कपडे पण असेच. पुस्तकांच्यात *हाउ टु विन फ्रेंड्स ॲण्ड इन्फ्ल्युअन्स पीपल* पासून *ज्ञानकोशा*पर्यंत सगळं काही होतं. नवीन पुस्तकं दुकानात आली, की दुकानदार गुण्यांच्याकडे ढीग पाठवून द्यायचा. एक टेबल गुण्यांना दाखवायला आणलेल्या अशा पुस्तकांचं होतं. गुणे त्यातली आवडली ती विकत घ्यायचे. दुकानदार बाकीची पुस्तकं घेऊन जायचा. गुण्यांच्यामुळे मला बरीच नवीनवी पुस्तकं पाह्यला मिळायची.

मुंबईला गुण्यांची एक विश्वासू मोलकरीण होती. तिच्याकडेच त्यांच्या तिथल्या घराची एक किल्ली असायची. केव्हाही मुक्कामाला जायचं असलं की गुणे मोलकरणीला घर झाडून वगैरे ठेवायला कळवायचे. सुट्टीत महिनाभर वगैरे तिकडेच राह्यचं असलं, तर गुणीणबाई दोनचार दिवस अगोदर मोलकरणीला तसं पत्र घालायच्या. मग ती मोलकरीण त्यांचं घर धुऊन-पुसून स्वच्छ करून ठेवायची. दुधाचं कार्ड काढून ठेवायची. घरकामासाठी एक पोऱ्या ठरवून ठेवायची. तिखट वगैरे कुटून तयार. साबण, तेल, सरपण भरून तयार. धान्यानं सगळे डबे भरलेले. फर्निचर पुसून स्वच्छ.

गुणे आणि गुणीणबाई दादरला उतरले की मोलकरीण सेकंड क्लासच्या डब्यासमोर हजर. घरी पोचले की, चूल पेटवून स्वयंपाक करता येईल, इतकं मोलकरीणबाईनं तयार ठेवलेलं असायचं.

हे सगळं गुण्यांनी जेवून झाल्यानंतर आरामखुर्चीत बसून सांगितल्यानं मला भलतंच कसंतरी वाटलं. म्हणजे हे किती सुरक्षित गृहस्थ आहेत, हे कळून चुकलं. पण त्यांना मूलबाळ नाही. आणि ते कुणालाही जेवायला घालतात. आणि साहित्यात नाही म्हणायला नावाजलेले गृहस्थ आहेत. आणि ह्यांच्याकडे आल्यागेल्यानं कॉलेजात आपला भाव वाढतो.

त्यांच्याकडे पुण्यातले बरेच थोर थोर लोक यायचे. गुणे साहित्यावरचे आपले नवनवे विचार सांगायचे. मग लोक त्यांना म्हणायचे, डॉक्टर, तुम्ही हे विचार लवकर पुस्तकरूपाने मांडा.

पण माझं आणि त्यांचं जमलं ते कदाचित मी त्यांना खूप प्रश्न विचारायचो आणि त्यांना विचार करायला लावायचो म्हणूनच. नाही म्हणायला गेल्या वर्षापासून मी कॉलेजच्या लायब्रीतला सगळा मराठी सेक्शन वाचला होता. काही पुस्तकं अर्थात तशीच होती, म्हणून नुस्ती चाळली होती. पण गुण्यांनी मला मराठीतल्या पन्नास सुप्रसिद्ध व थोर पुस्तकांची यादी दिली. ही ताबडतोब वाच म्हणाले. त्यांतली तीस मी अगोदरच वाचली होती. वीस मी आठ दिवस खपून संपवली. गुणे म्हणाले, शाब्बास.

बऱ्याचदा त्यांच्याकडे जायच्या अगोदरच मी गुण्यांच्या नेमकं विरुद्ध मत घेऊन जायचो. मग त्यांच्याशी भांडायचो. माझी मतं पुढे मांडताना मला हरतऱ्हेची उदाहरणं गोळा करायला लागायची. अनेक नवीजुनी मासिकं, सटरफटर कवी वगैरे वाचून ठेवायला लागायची. त्याच्यात माझा वेळ फारच गेला. पण खोलीतल्या खोलीत भंपक विचार करण्यापेक्षा असं राबून काही

तरी करणं बरं. अभ्यासाचं एक सोडा. परीक्षेत नाही फर्स्ट क्लास मिळाला, तरी जीवनात परीक्षा काय उपयोगाची?

एकदा ते म्हणाले, ॲरिस्टॉटलचे काव्यशास्त्र मराठीत आले हे बरे झाले.

मी त्यांच्या हातातलं पुस्तक घेऊन नाव पाह्यलं. विचारलं, हे गो. वि. करंदीकर कोण? ते बुधवारातले डॉक्टर काय? ते आमच्या मावशीकडे येतात.

ते म्हणाले, छे. छे. हा विंदा करंदीकर.

मी म्हणालो, मग कवितेत एक नाव आणि इकडे भलतंच असं का?

ते म्हणाले, कवी हा पिंडानेच लहरी माणूस. विंदा जरा स्त्रीचे नाव वाटते, लोकांना सध्या कवितावाचनाची गोडी प्राप्त करून द्यावी हे अशा नावांनी चांगले साधते. आता पहा सहृद्चंपा, आरती, ग्रेस, सरला— अशी नावे वाचून निदान लोक कविता वाचतात.

गुण्यांचं हे बरोबर होतं.

एकदा ते म्हणाले, गाडगीळ मराठीतील सगळ्यांत थोर लघुकथाकार.

मी म्हणालो, मराठीतला सगळ्यांत थोर?

ते म्हणाले, इंग्रजी कथाकारांच्याही तोडीचा आहे.

इंग्रजी काही आलं की मी वैतागायचो. पण मी बोलत राह्यलो— अगोदरच लघुकथा हा क्षुद्र वाङ्मयप्रकार.

गुणे ठासून म्हणाले, भलतेसलते बोलू नकोस. लघुकथेत जी तीव्रता, जी सूक्ष्मता असते, ती दुसऱ्या कोणत्याही प्रकारच्या साहित्यात नसते.

हे मत गुण्यांनी पूर्वीच एका पुस्तकात मांडून ठेवलं होतं.

मी म्हणालो, लघुकथा म्हणजे मासिकं चालवणारं लिखाण. ह्यापलीकडे काही विशेष नाही. लघुकथा नसल्या तर कोण मासिकं वाचेल?

गुणे म्हणाले, ही लघुकथेची थोरवीच झाली.

मी म्हणालो, बरोबर. वर्तमानपत्रात भडक बातम्या येतात. म्हणून लोक ती वाचतात. असंच.

मग त्यांनी चेकॉव्हचा दाखला दिला. म्हणून त्यांचा जय झाला. मग तासभर चेकॉव्हवर.

इंग्रजी वगैरे काही आलं, की माझी हार ठरलेली.

पण मी एकदा जिंकलो.

मी त्यांना विचारलं, तुम्ही कवितेवर अजूनपर्यंत काही महत्त्वाचं पुस्तक लिहिलं नाही? तर ते म्हणाले, मी लवकरच लिहिणार आहे.

गुण्यांकडे आणखी एक म्हणजे बरेच पुण्यामुंबईचे नामांकित लेखक-कवी वगैरे यायचे. मी तेव्हा त्यांच्याकडे असलो, की ते बोट दाखवून ओळख करून द्यायचे—माझा एक हुशार विद्यार्थी.

पण एकदा गुण्यांनी असं म्हटल्यावर एका लेखकानं माझ्याकडे नीट पाह्यलंसुद्धा नाही. हा गुण्यांचाच अपमान होता. ह्याला वाटलं असेल, की हा तर काही हुशार दिसत नाही. म्हणून मी त्या दोघांच्या बोलण्यात जोरानं भाग घ्यायचं ठरवलं.

हा लेखक म्हणत होता, हल्ली इंग्रजी कवींनी इतर भाषांतल्या कवींच्या मानानं बरीच प्रगती केली आहे.

मी लवकर चहा आटपून बसलोच होतो. मी चटकन वादात चंचुप्रवेश करीत म्हणालो, इतरांच्या मानानं म्हणजे?

तो म्हणाला, म्हणजे इतर फ्रेंच वगैरे कवींच्या मानानं.

मी म्हणालो, फ्रेंचांच्या मानानं असेल, पण जपानी किंवा चिनी कवितांच्या मानानं प्रगती केली, हे समजायला काय मार्ग आहे?

मग लेखक घाबरला. तो म्हणाला, मला येतात तेवढ्या भाषांच्याबद्दल मी बोललो.

तुम्हाला फ्रेंच येतं?

तसं नाही. पण इंग्रजीतून— आता कवितेचा अर्थ कळला की झालं.

असं कसं? एखादं गाणं दुसऱ्या भाषेत आणलं, तर काय अर्थ कळेल?

गाणं हा प्रकारच वेगळा. मी कवितेबद्दल बोलतोय. गुण्यांशी.

पण सगळ्यांत चांगली कविता गाणंच असते. कादंबरी म्हणजे फसलेलं महाकाव्य. लघुकथा म्हणजे फसलेली गोष्ट. तशी कविता म्हणजे हल्ली फसलेलं गाणंच.

हे तुमचं मत अतिरेकी आहे. कवितेत मानवी मनाचे सूक्ष्मात सूक्ष्म तरंग असतात.

हे नवकवितेबद्दल. म्हणून तुम्हा टीकाकारांना नव्या कवितेतील कवींची मनं शोधून पुस्तकामागून पुस्तकं लिहिता येतात. पूर्वीच्या कवींच्या मनावर एक तरी पुस्तक लिहिता येतं का तुम्हाला? ज्ञानेश्वराच्या मनाबद्दल तुम्हाला

काय सांगता येईल? कारण *ज्ञानेश्वरीत* कवीचं मनच नाही. म्हणून *ज्ञानेश्वरी* शिकवतांना नुसता अर्थ सांगून— हे सुंदर आहे— ह्यापलीकडे —

इतक्यात गुणेच आम्हाला ज्ञानेश्वरी शिकवतात, हे लक्षात येऊन मी चरकलो.

हे लेखक तरी बरे. पण गुणांच्याकडे येणारे लोक एकापेक्षा एक सवाई होते. गुण्यांचं इंग्रजी कवितेचं देखील वाचन होतं. त्यांच्याशी बोलणारे कित्येक साहित्यिक एझरा पाउंडने एकूण किती कँटो लिहिले, ह्याची हटकून चर्चा करायचे.

पण सगळ्यांत खास म्हणजे एक गोविंदा नावाचा प्राणी. गुण्यांच्या हाताखाली पीएच्.डी. करायचा. हा कविता करायचा आणि श्रेष्ठ वगैरे मासिकांतच फक्त त्या छापून आणायचा. पण एक साहित्याची आवड म्हणून आमची दोस्ती झाली. पण नेहमी मलाच चहा द्यायला लागायचा. शिवाय हा उंची सिगरेट ओढायचा.

एकदा आम्ही रात्री चहासाठी बाहेर गेलो. पण एकाएकी त्याच्या चपला मला दाखवून गोविंद म्हणाला, पहा सांगवीकर, एक चप्पल कुठली, तर एक चप्पल कुठली. आहे की नाही? पुढे आम्ही प्रोफेसर झाल्यावर कसं होईल?

मी म्हणालो, तू कवीच. असं चालायचंच.

लवकर कॉलेजातले एक प्रोफेसर अपघातात सापडून निकामी झाले. तेव्हा ऐनवेळी म्हणून गोविंदाची टेंपरवारी नेमणूक झाली. गुण्यांची आणि गोविंदाची वशिलेबाजी होती. गोविंदाचा कुणीतरी नातेवाईक गुण्यांचा दोस्त. तेव्हापासून गुण्यांच्याबद्दल माझं एकदम वाईट मत झालं.

गोविंदा स्वतःला जिकडे-तिकडे प्राध्यापक म्हणवून घ्यायला लागला. पण मी त्याच्याशी पहिल्यासारखाच मिसळायचो. त्याच्याबरोबर कँटीनमधे चहाला जायचो.

एकदा तो म्हणाला, कॉलेजमधे प्रोफेसर विद्यार्थ्यांशी नीट वागत नाहीत. खरं म्हणजे असं विद्यार्थ्यांबरोबर चहा घेणारा प्रोफेसर तुम्ही पाह्यला आहे का?

मी म्हणालो, असा तूच.

पण गोविंदा अपघातानं आजारी पडलेल्या प्रोफेसरांची सगळी शुश्रूषा करायचा. त्यांना जास्त झालं, की त्यांच्या घरीच झोपायचा. औषधपाणी

करायचा. संध्याकाळी त्यांना फिरायला घेऊन जायचा.

एकदा मी म्हणालो, गोविंदा, ह्या भंपक थेरड्यासाठी एवढी दगदग का करतोस? तुझी नोकरी टिकावी म्हणूनच ना?

गोविंदा संतापून म्हणाला, असं खुळ्यासारखं बोलू नका. मला त्यांच्याबद्दल किती जिव्हाळा आहे हे तुम्हाला माहीत नाही. निव्वळ प्रेमाखातर मी हे करतो.

मी म्हणालो, ठीक आहे.

प्राध्यापक गोविंद वैताग गृहस्थ होता.

शेवटी गुण्यांचं आणि माझं एकदा फाटलंच. वाद होता-होता ते न संतापता शांतपणे म्हणाले, तुझं वाचन कमी आहे आणि बडबड मात्र जास्त.

मी चिडून त्यांच्याकडून आणलेली पुस्तकं परत केली. रामराम. च्यायला हे भंपकच लोक. विद्वान डॉक्टर गुणे एम्.ए. पीएच्.डी. आणि पीएच्.डी.चा प्रबंध कोण भंकस. मराठीतल्या आजपर्यंतच्या नाटककारांची सनावळी, कुणी किती नाटकं लिहिली, कोणत्या नाटकात किती पदं आणि किती पात्रं आहेत त्यांच्या तेरजा. दहा पुस्तकं लिहिली असतील. म्हणून काय झालं?

म्हणाले, साहित्यिक इतर सामान्यजनांहून थोर असतात.

जो थोर आहे पण ज्यानं एक ओळ लिहिली नाही, असे किती तरी लोक मी स्वतः पाह्यले आहेत. शेवटी पंधरा लोकांनाच लिहितावाचता येतं, म्हणून उरलेल्यांच्यात काहीच थोरवी नाही? पण समजा, लक्ष्मीबाईंना लिहिताच येत नसतं तर त्या काय नेहरूंच्यापेक्षा हलक्या काय? दोघांनी आत्मचरित्रं लिहिलीच म्हणून कळलं.

तर गुणे म्हणाले, तू अमक्या फ्रेंच माणसाचं पुस्तक वाचलंस का?

जाऊ द्या. हे गुणे असून टीकेची पुस्तकं लिहितात, हे अगोदरच आपल्याला कळायला हवं होतं. निदान आता परीक्षेचा अभ्यास करता येईल. हे बरंच झालं.

मग अभ्यास सुरू केला. गुण्यांची कटकट गेल्यावर रोज संध्याकाळी होस्टेलमागच्या टेकडीवर जाणं सुरू झालं. अंधार पडल्यावर परतून निघायचं. मुद्दाम आडवळणानं रस्ता सोडून. ठेचा खात फेरे घेत खाली.

एकदा लायब्रीत रमी म्हणाली, *मॅक्बेथ*साठी कोणतं पुस्तकं वाचलं?

बरीच वाचली.

त्यांतलं नेमकं एखादं सांगणार?

नाही.

ठीक आहे. पण का?

सगळी वाचा.

हे तुम्हाला विचारलंय का?

पुन्हा रमी भेटली ती टेकडीवर. पण तिचं हळूहळू चालणं, हा वैताग. मी ह्यालाच कंटाळून पुढे गेलो.

म्हणालो, हा वैताग आहे. मी वर पळत जाऊन येतो. तुम्ही इथे थांबा. मग बरोबरच खाली जाऊ.

ठीक.

म्हणजे तिच्या उच्चारानं— हीक. सुंदरच. परत येऊन पाह्यलं तर ती नव्हती.

मग एकदा सकाळीच झोपायच्या ऐवजी मी सरळ टेकडीवर गेलो, तेव्हा खाली उतरतांनाच ती एका झाडाखाली बसलेली दिसली. इतक्या सकाळीदेखील इतकी थकलेली. मी उभा.

ती म्हणाली, आम्हालासुद्धा असं पळत उड्या मारत हिंडावंसं वाटतं. पण नाही. माझी फुप्फुसं. ट्रबल. रोज औषधं. कंटाळा आलाय.

हे आधीच माहीत होतं. पण हिनं सांगून टाकलं. ही थोर आहे. नाही तरी एकटीदुकटीच दिसते. तोंडावर फारसं तेज नाही. पण चेहरामोहरा चांगला आहे. शिवाय कातडी सुंदरच. आणि माझ्याएवढी उंच.

मग ती म्हणाली, माझ्याबरोबर चालायची सक्ती नाही. मी एकटी जाईन.

मी म्हणालो, सक्तीनं नाही. उगीच तुमच्याबरोबर.

ती म्हणाली, नाही जा.

मी गेलो नाही.

पण ती म्हणाली, जाच.

मी गेलो.

परत एकदा संध्याकाळी रस्त्यावर रमी भेटली.

पुस्तक कधी परत करणार?

संपत नाही. छान आहे.

ही तिची नेहमीची युक्ती. मी दिलेलं पुस्तक छान आहे म्हणून दिलेलं. तेव्हा वाचून होत नसलं तरी छानच आहे म्हणून मोकळी.

मी विचारलं, कुठे निघाला?

पाव हवाय, चला तिथपर्यंत.

रस्त्यानं मी मॅक्‌बेथच्या निमित्तानं जन्ममृत्यूवर बोलणं काढलं. ती म्हणाली, शेक्सपिअरनं एकूण इतकी नाटकं लिहिली?

मी म्हणालो, माझी लहान बहीण मेली. इतक्या लहान वयात कुणी मरू नये.

ती म्हणाली, मरायचं खरं वय हेच. आपलंच.

मग दिवस भराभर गेले. परीक्षेसाठी खास अभ्यास अजून देखील काहीच झाला नव्हता. हातात परीक्षेचं नेमलेलं पुस्तक घेववतसुद्धा नव्हतं. अशा वेळी सुरेशनं वेताळावर चल म्हटलं तर मी जाणारच.

दिवा विझवून मी त्याच्या खोलीवर गेलो. तो तयारच होता. फाटके बूट चढवतांना तो म्हणाला, हे बूट मी फेकून देणार होतो. पण बरं झालं.

बाहेर हॉटेलात काही खाल्लं. रस्त्यावरचे दिवे संपल्यानंतर अंधार गुडूप. नंतर झाडी लागली. उन्हाळ्याचे दिवस आणि अभ्यास ह्यामुळे गरम झालेले मेंदू आता ताबडतोब गार झाले. चालतांना खाली पालापाचोळा मोठ्ठ्यानं आवाज करत होता. चतुःशृंगीपर्यंत सुरेशनं अभ्यास, प्रोफेसर, हे पुस्तक, ते पुस्तक, परीक्षा ह्याची टकळी सुरूच ठेवली. पायऱ्या चुकवून आम्ही युनिव्हर्सिटीच्या बाजूनं थेट चतुःशृंगीच्या देवळावरच पहिला मुक्काम करायचं ठरवलं. मग सुरेशनं युनिव्हर्सिटीची आवश्यकता काय आहे आणि डिग्री घेतांना डोक्यावर पाटी घेऊन फोटो कसे काढून घेतात, ह्याची भंकस चालवली.

नंतर तो म्हणाला, अशा अंधारात किंवा वाऱ्यात सिगरेट पिऊन काहीच फायदा नाही. आपल्याला उजेडात धूर दिसतो, म्हणून आपण सिगरेट पितो. तुला काय वाटतं? सिगरेटचा धूर आलाच नाही, तर तू काय ओढशील?

मी म्हणालो, दिसण्यावर बरंच आहे मात्र. चहा सगळेजण पितात. कारण चहाचा मऊ तांबूस रंग. चहाचा रंग जरा पिवळा किंवा जांभळा असता, तर आपण प्यायलो नसतो.

नंतर तो म्हणाला, माझा साला पोएटिक्सचा पेपर काही झाला नाही. च्यायला. कविता एक वेळ पुरवली. पण हे सतराजणांची सत्तर भंकस कोण मनावर घेणार?

आम्ही वर चतुःशृंगीच्या देवळावर पोचलो. मग देऊळ मागे टाकून वर काळ्याभोर खडकावर धापा टाकत दोघं टेकलो. बोलणं मुष्कील होतं. पण सुरेश एकदोन एकदोन शब्द वापरून तरीसुद्धा बोलतच होता. समोर सबंध पुण्यात लखलखाट. अगदी काय कुठे, हे रस्तेरस्ते स्पष्ट दिसत होतं.

मग मी बोलत नाही हे पाहून सुरेशचं सुरू—

ह्या लोकांचे एक म्हणजे हे आपल्या शक्तीच्या जोरावर अगोदर सुधारलेल्या आदिवासींना रानटी म्हणून त्यांना पुस्तके, आरोग्यशास्त्र वगैरे शिकवीत. अमेरिका नावाचे मूळ रेड इंडियनांचे मोठे खंड होते. तेथे युरोपातील काही दरिद्री लोकांनी वसाहत करून हळूहळू सर्व रेड इंडियनांना मारून टाकून आपणच मालकी हक्क स्वतःकडे घेतले. नंतर यंत्रामागून यंत्रे शोधून ह्या नव्या अमेरिकन प्राण्यांनी सर्वत्र विचित्र गोष्टी केल्या. पण रेड इंडियन हेच खरे सुधारलेले.

आता तुम्ही म्हणाल, देश हे काय? तर देश नकाशावर असत. आता तुम्ही म्हणाल, नकाशा हा कोण? तर नकाशा म्हणजे कागद. ह्या कागदावर रेघोट्या खूप असत. एका रेघेच्या इकडच्या गावांतील लोकांना हिंदुस्थानी म्हणत, तर तिकडच्या गावांतील लोकांना पाकिस्तानी म्हणत.

मी म्हणालो, चाफ्याचा वास येतो तुला? आऽहा, ते चाफे बघ. नुस्ती गच्च फुलं आहेत झाडभर.

पण सुर्शाचं सुरू—

आता दहा ते सतरा म्हणजे सरळसरळ सात होतात. परंतु यांच्या मते दहा ते सतरा म्हणजे आठ.

मी म्हणालो, पुरे रे च्यायला.

मग सुरेशनं आणखीच भयानक विषय काढला. तो म्हणाला, उंटाचं आणि सांडणीचं कसं होतं तुला माहीत आहे?

किंवा, आमच्या शेजारची एक मुलगी एअर होस्टेस झाली तिची गोष्ट तुला मी सांगितली आहे?

मी बैतागून म्हणालो, तुझं च्यायला नेहमी तेच. अशा गोष्टी फक्त पहिल्यांदा नव्यानं ऐकायला बऱ्या वाटतात. पुन्हा पुन्हा काय?

मग त्यानं कित्येक नवे कामुक ज्योक सांगून मला प्रचंड हसवलं.

मी म्हणालो, चला आता.

आम्ही चालायला लागलो. तेव्हा मागून खालच्या रस्त्यांच्या शेकडो दिव्यांच्या उजेडानं आमच्या पुसट सावल्या समोर पडल्या. चढत-चढत आम्ही टेकडीच्या माथ्यावर येऊन दुसऱ्या बाजूच्या कातळावर उतरलो. आता मागचे पुण्यातले दिवे नाहीसे झाले. पण टेकडीच्या मागचं आकाश उजेडानं चकाकत होतं.

बोडकी तुरळक झाडं. अगदी वर चंद्राची कोर होती. ती घमेलीसारखी विनोदी. सुरेश चंद्राला नेहमी चंद्रिका म्हणायचा. पौर्णिमेच्या दिवशी देखील चंद्रिका उगवली असं म्हणायचा.

तो म्हणाला, सगळ्या गोष्टी स्त्रीलिंगी पाह्यजेत. माशी, मुंगी हे शब्द सुंदरच. पण कावळा, उंदीर हे शब्द वाईट. तुम्हाला दिसतं का, की ही कावळी आहे की उंदरीण आहे? मग कावळा असं विचार न करता का?

मग चालून-चालून थकलो, तरी कुठे बैठक मारली नाही. आता सरळ वाट सोडून आम्ही कुरण तुडवत चाललो. वाळलेलं गवत पार जमिनीसरशी लोळलं होतं. कित्येक दिवसांत इकडे फिरकलो नव्हतो. म्हणून सगळंच बदललेलं वाटलं. गवतावरून बूट घालून चालतांना स्वतःचा प्रचंड अभिमान वाटतो पण चालतांना होणार वाळक्या गवताचा आवाज अत्यंत मनोहर. इतका की सुरेशची बडबड आपोआप बंद झाली.

चंद्रिका बरीच वर आली होती. तिच्या आकाराकडे पहात आज तंतोतंत षष्ठी किंवा सप्तमी असावी, असा मी अंदाज केला.

मग गवत संपलं. मोठ्ठा कातळ लागला. इतका स्वच्छ. काळाभोर. की आम्ही आपोआपच मागे हात टेकवून तिथे हलकेच बसलो.

इथून दूरवर वेताळाची टेकडी जेमतेम दिसली. बराच वेळ आम्ही बसलो. चांदणं इतकं अस्पष्ट होतं, की अंधारात आणि चांदण्यात फारसा फरक नाही. हे अरण्यच. तमाशात अशा अरण्याचं वर्णन म्हणजे मुंगीचा थारा नाही न् माणसाचा वारा नाही असं. तमाशा म्हणजे थोर वस्तू. ही घनदाट अरण्यातली रात्र. तेव्हा बोलावंसं वाटत नाही. इतका स्वतःवरचा विश्वास उडतो. एकटाच कुणी तरी असला तरच टिकाव लागेल, अशी घनघोर शांतता. खडकावर अशा वेळी एकटा कुणीतरी बसला तर काही तरी

प्रचंड लक्षात येईल, अशी घनघोर रात्र. खडकावर दोघंजण असले, तर सगळ्या गोष्टींचा विश्वास उडतो.

एक तर दोघंजण सोडले तर सगळं एकच असतं. ते एक आणि दोघंजण त्याच्यासमोर तलवारी घेऊन उभे. इतके दोघंजण वेगळे पडतात.

एकटा असला, तर तो आपोआप त्याच्यात गुप्त होईल. दोघांना दोन मनं असतात. म्हणून ते वेगळे पडतात, असं नाही. दोघांना दोन शरीरं असतात. दोन शरीरांच्यामुळे दोघंजण आपण एकेकटे आहोत असं समजून चालतात.

डोळे उघडे ठेवून शेवटी दिसतं— बाहेरचं सगळं एकच.

तारे काही पांढरेच नसतात. काही हिरवे. निळे. काही तांबूस. एक तारा काळाभोर.

आणि चंद्रिकेचा पुसलेला भाग इथून इतक्या उंचीवरून देखील आपल्याला दिसत नाही.

सगळी पृथ्वी उचलता येईल इतकी हलकी आहे. चेंडूच. पण रंगीत चेंडू. सरड्यासारखा दर ऋतूत रंग बदलवतो.

दोघं हळूहळू माकडासारखे बसले आहेत. टुकूटुकू पहात. हे फार विनोदी लागतं.

शेवटी दोघा पुरुषांना पाह्यजे तितकं जवळजवळ येता येत नाही. एकमेकांत शिरता येत नाही. शरीरानं सगळी गोची करून ठेवली आहे.

पुरुषाच्या शरीरात नाजूक भाग कुठेच नसतो. डोक्यापासून आंगठ्याच्या नखापर्यंत सगळं कडक. मग पाठ वहाते. पोट साचतं. आणि मेंदूची हवा होते.

समोरचं हे झाड पाह्यलंस? ह्याला नीट तोल सावरून उभं राहायला, कायम गाडून घेऊन शेवटपर्यंत तस्सं जगायला कुणी शिकवलं? आईबापांची भानगड नाही.

आईनं आमच्या मोठ्या बहिणीचं पहिलं बाळंतपण केलं. हे काय? बीभत्स. झाडं तश्शी थेट पाय रोवून उभी. खरं तर वर दिसतं ते झाड नाहीच. वरचं झाड म्हणजे आतडी, फुप्फुसं असं. खरं झाड जमिनीत असतं.

माणसाचं जमिनीत काय आहे?

हे माणसानं पोटापायी घालवलं. ही पृथ्वी आम्हाला अंतर देणार नाही, असं तुला म्हणता येईल? वरून कुणी तरी आपल्याला सहज टाकून दिलं आहे. इथे भाड्यानं रहा म्हणून. हे शरीर भाड्यानं. शंभर वर्षांची पावती. काही गडबड केली, तर घर सोडावं लागेल. हे लक्षात आहे ना?

झाडाला धरित्रीची त्वचा असते. मांडीवरचा केस उपटावा, इतकं ते अवघड आहे. म्हणून तू कोणतंही रोप आडदांडपणानं उपटू नको. जपून हळूहळू वर ताण. त्याचे जमिनीशी आत रुजलेले नाजूक संबंध कसे हळूहळू सुटतात-तुटतात ते पहा.

तुझ्या पावलांना तसं काही नाही. म्हणून तू खोलीतून वेताळावर. एक एक पाऊल सहज टाकत. गवत तुडवत. मागचा पाय कोणत्याही अडथळ्याशिवाय उचलत.

इथपर्यंत येतोस.

इथून तुला कुणीही गंधर्वकिन्नरांचं विमान सहज उचलून घेऊन जाईल.

असा तू पृथ्वी फिरून आलास, तरी तुला तुझं आणि धरित्रीचं नातं सापडणार नाही. म्हणून मासे भिंगभिंग पाण्यात हिंडतात. आणि पकडून टोपलीत टाकले, की व्याकुळ होऊन पहातात. म्हणून रानपाखरांचा थवा भिरभिरून अरण्यामागून अरण्यं टाकून निघून जातो. पण पत्ता लागत नाही. घर सापडत नाही. तुमचं घर म्हणजे शरीरच. त्याच्यात रहा.

तुमच्या बिया तुम्ही धरित्रीशी संबंध येऊ न देता पेरता. आणि त्या वरच्यावर उगवतात.

तुमच्या सगळ्या इंद्रियांना अलंकार देता येतील. पण एकाला नाही. त्याला अलंकार दुसऱ्या इंद्रियाचाच. म्हणजे तुम्ही अलंकारादाखल एकमेकांना जोडून घेता.

मला आवडेल अशी मुलगीच मला आढळली नाही.

मला पण नाही.

तू जर मुलगी असतीस, तर मी तुला सोडलं नसतं.

मी पण तुला सोडलं नसतं.

माझ्या हाताचं चुंबन घे.

दे.

हा नको. उजवा हात दे.

हेच. सुरेशचं हेच दुसरं टोक. तो नेमक्यावेळी धों धों पाणी टाकून मोकळा. रिकामी झालेली स्थिती तो पुन्हा भरून टाकतो. त्याला रिकामा अर्थ जेमतेम दुरून दिसला होता. काठावरून. बाकी त्यानं स्वतःला कधीच झोकून दिलं नाही.

नीट वाटेनं चालत वेताळावर. देवळात आज जाळ होता. लख्खं उजेड. वर गेलो तरी आज जाळ गुप्त झाला नाही.

देवळाच्या आत कुणी तरी माणसांच्या आकृत्या दिसत होत्या. मी घाबरलो.

सुरेश म्हणाला, आत जाऊच नये का?

मी म्हणालो, लांबून बघू.

पण ती माणसंच काय? भुतं असली तर? पण भुतं कशाला अशी स्थिर बसतील? आणि होम कशाला पेटवतील?

पण ते मांत्रिक वगैरे असले तर? आपल्याला ते कुत्रं बनवून सोडून देतील.

मग नकोच जायला.

वळसा घेऊन पलीकडे जाऊ.

कुरणात उतरल्यावर सुरेश म्हणाला, शेवटी तू काय, मी काय, आपण काय करणार? आपल्याजवळ खास असं काहीच नाही.

मिळवून मिळवावं तर असं काही, की जन्मभर त्याच्या नादात रहाता येईल. शेवटपर्यंत.

माणसाशिवाय दुसऱ्या कुठल्याही गोष्टीशी आपल्याला बोलता आलं पाह्यजे.

कुरणात लांबवर एक वडाचं प्रचंड झाड. दिसायलाच भयानक. तिथे मुद्दाम वाट सोडून ह्यापूर्वी कधीच गेलो नव्हतो. आकार मनपसंत भयानक. लांबून पाह्यचो. खोडाशी मोठमोठ्ठे शेंदूर लावलेले दगड मात्र लांबूनसुद्धा दिसायचे.

मोठ्ठा घेर, खाली वाळलेल्या गवताचे दाट कोरडे पुंजके. कुरणभर वाळलेलं गवत आणि मोकळा लांबच लांब उतार. पण वडाचा हाच प्रचंड काळाभोर ठिपका लांबून दिसायचा.

वडाखाली काळाभोर अंधार. डोळे ताणताणून पाह्यलं, तर झुडपं वगैरे. की ते मोठमोठ्ठे दगड?

आपण ह्याच्याखाली बसू.

नको.

थोडा वेळ. इथे काय धास्ती आहे?

तर काय? इतक्या गुडूप झाडाखाली काय नसेल? काही पण असेल?

बरं. पण नुसती एक फेरी मारून येऊ. तू असं कर उजवीकडून ये. मी डावीकडून येतो. तिकडच्या बाजूला भेटू.

पण समजा. तिकडे कुठेच भेटलो नाही तर?

तू डावीकडून.

तू आधी शीर.

मी उजवीकडून गवतामधून झुडपांना चुकवत, पारंब्यांना टाळत, नेमका एका प्रचंड दगडावर कोसळलो. शेंदूर लावलेला दगड. भयानक टरकलो. पण उभा राह्यलो. तरी तोंडातून किंकाळी बाहेर पडली नाही. मग नीट सावरून हातांनी चाचपत वाकवाकून पुढे. एका जागेवर उभा राह्यलो.

तिथून वडाबाहेर पाह्यलं ते प्रचंड. चांदण्याचा कोरलेला वर्तुळाकार मंद पट्टा चाऱ्ही बाजूंना. पण सुरेश कुठाय्? सुरेश. तो जवळ आला, तरी दिसायचा नाही. त्यानं ओ दिली. तो पण उभा राहून असंच बाहेर पहात असावा.

इकडे ये.

त्याचा पांढरा सदरा लांबून कळला, तो इकडेइकडे सरकत होता.

इतक्यात आमच्या मधोमध एकदम एक घोडा धडाड्कन उठला. आणि प्रचंड खिंकाळून. वडाच्या पारंब्यांना भर्रदिशी घासून. वडाखालून. उंच गवतात टापटाप पळून. दूरवर. दिसेनासा झाला.

आणि वडाखालून सुरेश आणि मी. घामाघूम होऊन. पारंब्या तोंडावर आपटून. बाहेर. दोघं घामाघूम. भलतीकडेच पळत सुटलो. डोंगराच्या टोकावर पोचलो.

ही भलतीच बाजू. दिशा चुकली.

सारखं वाटायचं, मघाचा काळा घोडा आसपास चौखूर दौडतो आहे.

मग आम्ही विरुद्ध दिशेला वळलो. तरी पुणं दिसेना. पुणं कुठे आहे? मग तिसऱ्या बाजूनं. तेव्हाही मघाचीच रात्र. असे खूपखूप चाललो.

हा डोंगर वाटायचा तितका लहान नाही. चंद्रिका आता मोहरली. उजेड फक्त ताऱ्यांचाच. खूप हिंडलो, गवतातून. झाडांच्या खुणा लक्षात ठेवून. वेताळटेकडी देखील दिसेना. सगळीकडे सारखी सारखी चंदनाची झाडं. पुणं दिसेना. उतरायचं कुठून?

चाललो. चाललो. आणि एका ठिकाणी खूप वेळ गवतावर पडून राह्यलो. भुतासारखे. कुणीच बोलेना. दोघंही शांत झाल्यावर आपोआप उठून चालायला लागलो. आता नीट डोकं करून चालायला हवं.

मग पांढऱ्याकोरड्या गवतानं झाकलेल्या दरीतून लांब चढण चढून झाडाच्या खालचा पाचोळा तुडवत वर आलो.

पाह्यलं. तर पुण्याचे हजारो दिवे. चाऱ्ही बाजूंना. काही चकचकीत. काही मंद. लालहिरव्या उघडझाप करणाऱ्या जाहिराती. लांब स्टेशनवरचे लुकलुक करणारे दाट पुंजके, आणि सगळ्या चराचरावर आमच्यापासून शेवटपर्यंत पडलेले अंधाराचे ढीग. आता दूर अस्पष्ट दिसणारी वेताळटेकडी. आम्ही इतक्या वर. खालपर्यंत अंधारातून अंधुक उमटणारे डोंगराचे वेडेवाकडे आकार. आम्ही थेट लखलखाट दिव्यांच्या समोर.

पळत-पळत आम्ही खाली नदीवर उतरलो. पाण्यात पाय सोडून बसलो. भरपूर पाणी प्यालो. मानेपर्यंत डोकं सगळं पाण्यात भिजवलं.

मग रस्त्यावर. एका इराण्याचं दुकान नुकतंच उघडलं होतं. तिथे खिशातले सगळे पैसे खर्च केले.

भयानक अभ्यास सुरू केला. दीडेकच महिना उरला. पुस्तकामागून पुस्तकं चालली होती. पण अभ्यास आटोक्यात येईना.

माझ्या यंदाच्या खोलीतून विशेष नीट निसर्ग दिसत नव्हता. फक्त दूर टेकडीच्या अगदी पायथ्याशी झाडीचा एक दाट झुपका होता. बाकी सगळा खडक आणि पुण्याची घाणेरडी रुक्ष जमीन. पण नेमकी पायथ्याशी एकदम पन्नासेक मोठमोठ्ठी झाडं. आणि त्यांच्या मध्यभागी एक लहानसं दुमजली घर पण दिसायचं. चष्मा काढून पाह्यलं तर हे घर दिसायचं नाही. मग चष्मा लावल्यावर सुंदर घर दिसायचं. नीट पाह्यलं तर त्याची खिडकी पण उघडी दिसायची.

मला वाटलं, ह्या घरात राहणारा गृहस्थ थोर असेल. मी त्या झाडीतल्या घराचा शोध लावायचं ठरवलं. निदान कुत्रा नसला, तर घराजवळ तरी जाऊन येऊच. म्हणून ठरवलं.

एकदा त्या दिशेनं गेलो. पण नेमकी तशी दाट झाडी कुठेच दिसली नाही. म्हणून पुन्हा बऱ्याच दिवसांनी थेट खिडकीच्या खालून रोख धरून गेलो. पण मधे घरं, झोपड्या आल्या. आणि रस्ता चुकला.

मग मी आधी टेकडीवर जाऊन ते घर पाहायचं ठरवलं. टेकडीच्या माथ्यावर गेलो. तिथून आमचं होस्टेल तर दिसलं. मग दिशा नीट ठरवून खाली उतरलो. झाडं इतकी दाट नव्हती. लांबून ती तशी दिसायची. पण चालत गेल्यावर उंच झाडं लागली. हीच ती झाडं. झाडं दाटच होती. मग आत गेलो. तेव्हा एक लांबरुंद घर दिसलं. पण घराला कुलूप होतं.

हा गृहस्थ कुठे फिरायला गेला असेल, म्हणून मी तिथे बाहेरच्या कुंपणाजवळ बसलो. पण तो गृहस्थ आला नाही. मला वाटलं, ह्या गृहस्थाच्या लांब विनोदी मिशा असतील. शेवटी अंधार पडल्यावरसुद्धा काही चाहूल नाही.

मग मी परतलो.

त्यानंतर फक्त अभ्यास करतांना ह्या झाडीतल्या घराकडे नीट लक्ष देऊन पाह्यचो. पण नंतर मात्र तिकडे जाणं जमलं नाही. मग परीक्षाच जवळ आली.

दुपारी लवकर उठून जेवून लायब्रीत गेलो, की संध्याकाळी मद्रासमध्ये काही खाऊन पुन्हा रात्रीच्या जेवणापर्यंत लायब्री. रात्री जेवून पुन्हा अकरापर्यंत लायब्री. मग खोलीवर येऊन चहा घेऊन थोडं वाचन. एखाद्या वेळी मद्रास बंद व्हायच्या आत फेरी मारून थोडंसं खाऊन परत खोलीवर. मग दोनेक वाजेपर्यंत अभ्यास. पुन्हा चहा घेऊन सकाळपर्यंत अभ्यास.

उशिरा झोपणं हे गेली तीन-चार वर्षं चालूच होतं. पण यंदा त्याला सीमाच राह्यली नाही. उजाडून जायचं तेव्हा मी झोपायचो. मग उठायला बारा एक वाजायचे. कधी कधी दोन.

परीक्षा येत चालली, तसतसं अभ्यासाचं ओझं वाढलं. मागे वाचलेलं विसरून गेलो होतो. ते पुन्हा एकदा वाचून काढलं. पाह्यजे तसा कडाक्याचा अभ्यास झाला नाही. म्हणून मी चिडचिड करायचो. सुरेश म्हणाला, आपले पेपर सकाळी असतात. तू लवकर उठायची — म्हणजे लवकर झोपायची — सवय लाव.

मग मी रात्री दोनतीनदा चहा घ्यायचा बंद करून बारा एक वाजताच अंथरुणावर पडायला लागलो. पण थेट सकाळपर्यंत अंथरुणावर जागाच. झोप

येईनाच. मग एखाद्या वेळी चिडून पहाटे अंथरुणावर दाणदिशी उठून बसायचो. थेट आंघोळ करून ताबडतोब लायब्रीत जायचो. चिडून पुस्तकामागून पुस्तकं वाचायचो. अशा गरगरत्या मेंदूनं पुस्तकांतले उतारे लिहून काढणं तर अशक्यच.

आणि लक्षात काही रहाणं तर त्याहून कठीण. पाठांतराचं नाव नाही. मग अभ्यासाची पुस्तकं बाजूला ठेवून मी सटरफटर वाचायचो. ह्यात मात्र चांगला वेळ जायचा. एखाद्या वेळी डुलकी लागून तिथेच खुर्चीवर जाग आल्यावर फारच उत्साह यायचा. मग वाटायचं, आता दिवस असा काढला की रात्री खात्रीनं झोप येणार. पण त्या रात्रीसुद्धा झोपेचं नाव नाही. सकाळी झोप. मग नियमितपणे उशिरा उठणं पुढे चालू.

अशा दोनदोन रात्रीही न झोपता घालवल्या. तरी काही फायदा नाही. सकाळपासून झोप नाही. रात्री दहाअकरा वाजता जरी खाटेवर पडलो तरी झोप यायची नाही. म्हणजे फुकट रात्र जायची. फुकट मेंदूत भंपक विचार — लहान मुलांना मरता-मरता काय वाटत असेल — बी. ए. नंतर काय — गुणे काय म्हणत होते — गोविंदाकडे ती लग्न झालेली मुलगी का म्हणून येते — रात्रीसुद्धा असते — गोविंदा एम्.ए. झाला पण वाचन आपल्या मानानं काही नाही — आपण यंदा किती पुस्तकं वाचली असतील— पण परीक्षेत इतकं कुठे कुठे कोंबणार — अजून व्याकरणाला हात लावला नाही— ते तर पाठच करायला हवं — गुणे मूर्ख आहेत — गोविंदा गाढव आहे— साले शैक्षणिक क्षेत्रातले हे काळाबाजार करणारे—शिवाय गुणे टीका लिहितात आणि गोविंदा कविता करतो — परवा ज्ञानेश्वर पुण्याला आला आणि म्हणाला, कॉलेजचं जीवन म्हणजे स्वर्ग आहे, देवानं वर दिला तर आपण ह्या कॉलेजच्या होस्टेलमधली ही खोली मागून घेऊ— च्यायला — सुरेशचासुद्धा अभ्यास नीट झाला नाही आहे — पण आपण त्याच्यापेक्षा किती तरी वाचलं आहे— पण ते दोनतीन पेपर लवकर उरकले पाह्यजेत— मग ते उद्याच का सुरू करू नयेत— पण नको— आठवडाभर अजून पाच पेपर संपवून मग त्यांना ठोकू — आपलं शुद्धलेखनही सुधारलं पाह्यजे — साली एक का कटकट आहे — पुढल्या आठवड्यापर्यंत हा पेपर — सोळा तारखेपासून दुसरा — वीसपर्यंत *मॅक्बेथ*— नंतर त्याच्यावरची टीका — पण नोट्स काढणं अजून राह्यलंच आहे — ते काय शेवटच्या आठवड्यात भराभरा उरकू— तेवढ्यात आपली लवकर झोपायची सवय होईलच — लवकर उठून

धडाधड पाठांतर — परीक्षेच्या आधी पंधरा दिवस पाठांतर— बाकी परीक्षा म्हणजे दाढी—चटकन् उरकेल — पण वाजले किती— हे घड्याळ टकटक करतंय— म्हणून देखील झोप येत नाही च्यायला— हे पेटीत ठेवून द्यावं— आत्ताच उठून ठेवावं का— पण नको — उठलो की पुन्हा झोप येणार नाही— साला हा बाहेरचा मर्क्युरी दिवा उगीच आहे— खोलीवर उजेड राहतो— झोप कशी येईल— खिडकी बंद केली तर उकडतं— हिवाळ्यात बरं असतं— पांघरूण घेऊन झोपलो की आपले आपण — चार तर वाजलेच— साले लोक उठायला लागलेत— कोण कर्कश गजराची घड्याळं वाजताहेत यांची— अशा आवाजांनी काय झोप येईल—म्हणजे आता पाचपर्यंत आपण झोपणार— आणि मग उठायला बारा एक.

हे असं नेहमी चालायचं. मग पहाटे मी अंथरुणावर हातपाय आपटून आडवातिडवा होऊन उशीवर डोकं आपटून घ्यायचो.

साल्या ह्या सुरेशमुळेच ही सवय लागली. साला नालायक. आणि स्वतः मात्र उठून अभ्यासाला लागतो. पूर्वी तीन वाजले तरी माझ्या खोलीतच बडबड करत असायचा. काही मोठमोठ्ठे विषय काढून वादविवाद करायचा. आणि मी परवा नुसतं म्हटलं, की संप करणाऱ्यांना अक्कल नाही. शहरातल्या कामगारांना, पोस्टातल्या लोकांना संप करता येतो, सगळ्यांना अडवून संप यशस्वी करता येतो. पण खेड्यातल्या महारामांगांना नीट खायलासुद्धा मिळत नाही. त्यांना ज्यास्त पगार कोण देणार? पण त्यांना पगारच नसतो, तर ते कुणाकडे वाढ मागणार?

तर माझं ऐकून झाल्यावर सुर्शा म्हणतो, पांडू, हे सगळं परीक्षेनंतर.

साला सुरेश बापट. त्यानं गेल्या दोनतीन वर्षांच्या प्रश्नपत्रिका लिहून ठेवल्या. मी म्हणालो, तुझं अक्षर लागत नाही. तू वाचून दाखव. मी लिहून घेतो.

तर गाढव म्हणतो, आज रात्री मला *रुक्मिणीस्वयंवर* अर्थासकट संपवायचंय.

बरं उद्या तरी?

उद्या पण नाही. तुला वाटल्यास तू लायब्रीत लिहून आण. पण आता खूप उशीर झालाय. आता परीक्षेचा अभ्यास करतोयस की प्रश्नांचा?

दुसऱ्या कुणाला परीक्षेचं विचारलं तर म्हणतात, तुम्ही वर्षभर लायब्रीत अभ्यास करून पुन्हा आता आमच्या नादी कशाला लागता?

किंवा लेखकाच्याच काही खऱ्याखुऱ्या चुका दाखवल्या, आणि सर त्याच्याबद्दल काय म्हणाले होते म्हणून विचारलं तर म्हणतात, तू वर्गात

नुस्ता ऐकत बसायचास. नोट्स का नाही काढल्या? आता कोण धुंडेल ह्या भानगडी?

साले हे सगळे हरामखोर आहेत.

आणि लख्ख सकाळ व्हायची.

मग झोपलो तर दुपारी जाग. असं परीक्षेत झालं तर? म्हणून मग थेट उठून दात घासायला. मग दिवसभर गुंगीत. चिडचिडीत. बाकीची पोरं आता उलट उत्साहात. आणि मी आता पार गळून गेलेला. रमीसुद्धा आता लायब्रीत येऊन अभ्यास करायला लागली.

सुरेशचं आणि माझं शेवटचं कडाक्याचं भांडण झालं, ते माझ्या नाजूक झोपेवरूनच.

दोनेक रात्रीचं जागरण करून मी त्या रात्री भलताच थकून लवकर कलंडलो.

पण कशानं तरी जाग आली. पहातो तो फक्त रात्रीचे अकरा वाजलेले. वा. म्हणजे आपल्याला लवकर झोप आली. आत्ता जाग आली नसती, तर सकाळी उठलो असतो. कित्येक वर्षांनी असं लवकर उठणं झालं असतं. पण सालं हे होस्टेल वैताग आहे. बाहेर कुणी तरी दरवाज्यावर दणादण लाथा मारतोय. केवढ्या मोठ्ट्यानं. म्हणून आपली झोप मोडली.

मी चिडून खोलीबाहेर आलो. शेजारच्या मोडकाच्या दारावर सुरेश दणादण लाथा मारत होता.

मी ओरडलो, सुर्शा, मला झोप लागली होती. तू मोडलीस.

तो अरेरावीनं म्हणाला, त्याला मी काय करणार?

आता तरी खोलीत जा.

मोडकाकडून माझी डिक्शनरी घेतल्याशिवाय मी जाणार नाही. चार दिवसांपूर्वी घेतली होती. अजून परत नाही. आता इतक्यात पाह्यजे.

मोडकाच्या खोलीत चिडीचूप अंधार होता.

सुरेश पुढे म्हणाला, इतक्या लाथा मारून देखील हा दार उघडत नाही. इतका कसा झोपेल? ह्याला उठव. मी डिक्शनरी घेतो आणि जातो.

मी म्हणालो, माझी डिक्शनरी घे.

तुझी डिक्शनरी ऑक्सफर्डची आहे. तिच्यात चुकीचे अर्थ आहेत. माझी डिक्शनरी मला पाह्यजे.

मग मी चिडून खालच्या खानभैय्याला बोलावलं.

खानभैय्या म्हणजे भलताच दयाळू माणूस. तो म्हणाला, तुम्ही साहेब लोक. तुमचं तुम्हाला चूप करता येत नाही, उधर हम क्या करेंगे? आणि तो निघून गेला.

मग सुरेशशी मी काहीच बोललो नाही. आणखी बराच वेळ हे चाललं. ठोकठोक. माझी झोप तर गेलीच होती.

सकाळपर्यंत जागून आठ वाजता मी थेट परांजप्यांच्याकडे सुरेशविरुद्ध तक्रार केली.

त्यांनी सुरेशला पाच रुपये दंड केला.

सुरेश परांजप्यांच्या बंगल्यातून थेट माझ्या खोलीत आला.

तो म्हणाला, तुझ्यामुळे मला फुकट पाच रुपये भरायला लागतील. पाच रुपये उसने देतोस?

मी म्हणालो, शट अप.

तो म्हणाला, काल मी का ठोकत बसलो माहीत आहे? मोडक खोलीत एकटाच नव्हता. त्याच्या बरोबर तो विजय पण झोपला होता. एफ.वाय्.चा तो विजय. मला आधीपासून ही शंका होती. पण काल बरोबर त्यांना पकडलं, म्हणून तर मी इतका पेटलो होतो. पण हे ठीक आहे. पाच रुपये भरतो. पण तू कसा आहेस, हे शेवटी-शेवटी तरी समजलं.

मग मी सुरेशला खोलीबाहेर काढलं. आणि धाडकन् दरवाजा लावून घेतला.

सुरेशशी असं झाल्यावर मला आणखीनच कोंडल्यासारखं झालं. मित्रच उरला नाही कुणी. सगळेजण अभ्यासात आणि आपल्या पूर्वीच्या ठरलेल्या मित्रमंडळींशी फक्त संबंध ठेवून थोडा वेळ करमणूक करून परत अभ्यासात. जेवून आल्यावर सुरेशच्या खोलीत पाचदहा मिनटं हसण्यात जायची, जरा बरं वाटायचं— तेही गेलं.

पण अभ्यास शेवटपर्यंतही मनासारखा झाला नाहीच. खरं म्हणजे हे लवकर झोपायचं खूळ मी वेड्यासारखं मनावर घेतलं. नाही तर रात्रभर होईल ते होवो म्हणून जागून अभ्यास केला असता, तर काय बिशाद होती अभ्यासाची? आठ दिवसांत म्हणजे आठ रात्रींत सगळं पाठ करून फेकून दिलं असतं. परीक्षेत कसंही पेपर सुरू व्हायच्या अगोदर कुणालाही सांगून उठता आलं असतं.

पण ऐन अभ्यासाच्या गर्दीत मी झोपायचे प्रयोग करत होतो. आणि फुकट वेळ घालवत होतो. म्हणजे अभ्यास राह्यला बाजूलाच.

थंड पाण्यानं डोकं भिजवून पाह्यलं, गरम पाण्यात पाय टाकून मग लगेच पडून पाह्यलं, पडायच्या अगोदर भरपूर दूध पिऊन पाह्यलं. आंघोळ करून ओल्या अंगानं पांघरून झोपायला गेलो, दोनदोन रात्री न झोपता तिसऱ्या रात्री एकदम लवकर झोपू म्हटलं, दिवसभर इकडेतिकडे हिंडून थकून झोपू म्हणालो, डॉक्टर म्हणाले ते सगळं केलं. पण काही झालं नाही. मात्र झोपायच्या गोळ्या काही घेतल्या नाहीत. जन्मभर आपण औषधांना शिवलो नाही, आत्ताही असे भयंकर प्रकार करायचे नाहीत— असं ठरवलं. पण ह्या सगळ्या भानगडींनी चारपाच दिवस मला भयंकर ताप आला.

दवाखान्यात आठवडाभर पडून होतो. डॉक्टरनं हाती वर्तमानपत्रसुद्धा घेऊ दिलं नाही. नुस्तं पडून आढ्याकडे पहात दिवसरात्र घालवले. मात्र खूप झोपून झालं. मी इतक्या कैऱ्या खायला नको होत्या. लहानपणी ठीक होतं. आता एकदम आठ आण्यांच्या कैऱ्या खाल्ल्या म्हणजे आजारी पडणारच. ऊन दणदणीत होतं. एकाएकी रस्त्यावर हिरव्यागार आंबट ताज्या कैऱ्या पाह्यल्या. खूप खाल्ल्या.

गेली चाऱ्ही वर्षं आपण ह्या पवित्र कॉलेजात कशी काढली, ह्याचा पहिल्यांदा पुण्याला आलो तेव्हापासून थेट आराखडा काढून सगळी उजळणी करीत मी दवाखान्यामधला वेळ घालवला.

बरं वाटल्यानंतर अभ्यास सुरूच. परीक्षा पंधरा दिवसांवर आली होती. मग पुन्हा झोपेच्या भानगडीसुद्धा सुरूच. सकाळी मन संध्याकाळसारखं व्हायचं. आणि संध्याकाळी सकाळसारखं. पण संध्याकाळी आपण तरतरीत, तर सगळं जग उदास. हा एक माझ्यासारख्या माणसावर जगाचा अन्याय.

परीक्षा दोन दिवसांवर आली. तेव्हा मला कळून चुकलं, की आता ह्या झोपेच्या भानगडी पुरे झाल्या. पहिलाच पेपर मॅक्‌बेथचा. कोणती वाक्यं कुठे आहेत, ह्याचा आपल्याला अजून पत्ता नाही. हा एक भंपक प्रश्न आणि तोसुद्धा कंपल्सरी. आता जरा खरोखरच अभ्यास करावा. इतके महिने वाचलेलं विसरून परीक्षेकरता काय-ते निदान दर पेपराच्या आदल्या रात्री बघावं. पांडुरंगा, तुम्ही खूप केलीत.

सगळ्या अभ्यासाची कोंबाकोंबी सुरू झाली. ऐन झोपायच्या वेली आपल्याला झोप लागलीच नाही तर?— हे विचार करण्यापेक्षा आता

अभ्यासच करावा हे बरं. कारण दुसऱ्या दिवशी अकरा वाजता पेपर. सकाळी-सकाळी झोप यायची. नऊ वाजता खानभैय्या उठवायचा. मग दहा मिनटांत आंघोळीसुद्धा सगळं आटपून भराभर हे पुस्तक वाच, ते पान पहा, ही वही उडत-उडत वाच, काल रात्री करून ठेवलेल्या खुणा सापडतील तेवढ्या डोळ्याखालून घाल—असं करून अकराला पाच मिनटं असतांना स्वारी भणभण मेंदूनं परीक्षा लिहायला जायची.

लहानपणी परीक्षेच्या वेळी शाळेत निघतांना मी दौत, टाक, छाप वगैरे पुन्हा पुन्हा तपासून घ्यायचो. मग आई म्हणायची, बाळकोबा, डोकं फक्त बरोबर घेतलंस ना?

हे चांगलं होतं. आता उदाहरणार्थ डोकंच विसरून पेपर लिहिणं आलं.

पेपर लिहितांना मेंदूत प्रचंड चिडचिड असायची. नेमकं काहीच आठवायचं नाही. वाटायचं, आपण इतकं वाचलं, इतकं वाचलं पण प्रत्यक्ष इथे काहीच लिहिता येत नाही— हा विचार अव्याहत चालू. हा विचार भयानक. तरी मी पेपर भरगच्च लिहीत होतो.

शिवाय एका पेपरात मी इतकं स्वतंत्र लिहिलं, की तपासणारा मला खूप मार्क देणारच असं लिहिलं. कारण मी त्या दिवशी बऱ्यापैकी झोप घेतली होती. मी लिहिलं, की केतकर हे कोकणस्थ ब्राह्मण. अशा हुशार लोकांनी कलेच्या नादी लागू नये. ह्यांनी प्रबंध लिहिले असते, तरी त्यांचं कौतुक झालंच असतं. आता कादंबऱ्यांचं होतं त्याहून अधिक. शिवाय ह्या हुशारीची कादंबरीतील नेमकी उदाहरणं देखील मला बरीच आठवली. शिवाय गुण्यांच्याकडे ऐकलेल्या हेमिंग्वे वगैरे इंग्रजी कादंबरीकरांचाही अधूनमधून उपयोग केला.

मग मला बराच उत्साह आला.

मला आणखी उत्साह आला तो बाहेरून बी. ए. ला बसणाऱ्या एका मुलाशी ओळख झाल्यानं. मुलगा कसला, ह्याला मुलंबाळं होती. लग्नबिग्न करून परीक्षांचे उपद्व्याप करणारा हा गृहस्थ दिसायला भलताच जंटलमन.

एक पेपर संपल्यावर माझ्या बाकावर एक पाय ठेवून म्हणाला, तुम्ही खूपच पुरवण्या घेतल्या. बाकी मी तर एकच पुरवणी घेतल्यावर, ही कशी संपवावी ह्याचाच विचार करत बसलो.

ह्याला टक्कल होतं. हा मनुष्य खानोलकर. बाहेरून बी. ए. ला बसत होता. शिवाय ह्यानं माझी फारच करमणूक केली. दर पेपरानंतर तो मला बळजबरीनं चहा द्यायचा. पण अभ्यासाबद्दल नम्रपणे विचारायचा. तुम्ही नीट मार्गदर्शन केलं, तरच उद्या धडगत आहे असं म्हणायचा.

खानोलकर अगदी गरीब, मवाळ गृहस्थ. पण तो साधंसुधं बोलला, तरी मला ते विनोदी वाटायचं. तशात तो अभ्यासाबद्दल जे बोलायचा, त्याला मी प्रचंड हसायचो. अस्सल करमणूक. म्हणजे तो विचारायचा — माधव जूलियनांना फर्ग्युसन कॉलेजमधून काढून टाकलं, तेव्हाचा त्यांचा इंग्रजी राजीनामा मी कुठेतरी वाचला आहे.

किंवा राजकवी तांबे यांची घरी गरिबी होती का?

किंवा मॅथ्यू आर्नोल्ड ह्या प्राण्याकडे जगातील सर्व गूढ प्रश्न सोडवायचा मक्ता होता का?

किंवा जॉर्ज इलियट हा टी. एस्. इलियटचा कोण?

त्याच्या प्रत्येक प्रश्नानं माझा सगळा थकवा नाहीसा होईस्तोवर मी हसायचो. मेंदूतली चिडचिड कमी व्हायची.

तो एकदा म्हणाला, टीकेचा पेपर अजून तयार नाही. काही सांगा की. तसं मी थोडंसं वाचलंय. पण एक पुस्तक वाचावं, तर त्यासाठी आणखी दोन-तीन वाचायला लागतात. बरं तिथेसुद्धा संपतच नाही. कुणी काही म्हणतो, कुणी काही. एकूण हे रामाच्या शेपटीसारखं लांबतच चाललं. म्हणून मी तो नादच सोडला.

एकंदरीत पेपर झाल्यानंतर हा कार्यक्रम मला भलताच आवडायचा.

खानोलकर एकदा म्हणाले, काल माझ्या नोट्स आमच्या बेबीनं अस्ताव्यस्त करून टाकल्या. त्या जुळवता-जुळवता मी इतका संतापलो, की तिला सणकन ठेवून दिली. मग ती बराच वेळ रडली. तिला उगी करायचा बायकोचा आणखीनच आवाज. अभ्यास नीट झाला नाही. पण आज लिहिलंय बऱ्यापैकी.

हे फारच विनोदी. उदाहरणार्थ आपल्याभोवती मुलंबाळं खेळत आहेत. आणि बायकोही आहे. आणि आपण अभ्यास करतो— हे फारच विनोदी.

व्याकरणाबद्दल तो म्हणाला, मी फक्त विभक्ती नीट केलंय.

मी विचारलं, आणि अलंकार?

खानोलकर म्हणाले, अलंकार? ही काय नवी भानगड?

मग मी त्याला सगळे अलंकार नीट समजावून सांगितले.

तो म्हणाला, च्यायला, काय कमाल आहे? ग्राम्यता आणि अतिशयोक्ती हेसुद्धा अलंकारात जमा काय? पण तुमच्याकडून एवढ्यात एका प्रश्नाची तयारी झाली. असं सांगत चला बरं का.

एकदा वेड्यावाकड्या खुणा केलेली प्रश्नपत्रिका माझ्यापुढे धरून ते म्हणाले, पण आपल्या अभ्यासक्रमात काव्याचे प्रकार आहेत, त्यांत खंडकाव्य कुठे होतं? मग विचारलं कसं?

मी म्हणालो, खंडकाव्य म्हणजेच कथाकाव्य.

मग तो म्हणाला, आणि दीर्घकाव्य कोणतं?

खानोलकराचं अक्षर फार सुंदर होतं.

तो म्हणाला, माझं शुद्धलेखन आणि अक्षर पाहूनच आमचे हेडमास्तर मला वारंवार म्हणायचे, खानोलकर, तुम्ही बी. ए. ला बसाच. पण मराठीच घ्या. तुम्हाला चांगले मार्क पडतील. मी आढेवेढे घ्यायचो. पण ते म्हणायचे, अहो जमेल. मराठीचा कसला आलाय अभ्यास? मुलीसुद्धा पास होतात. म्हणून बसतोय. बघू काय होतं. पण तुम्ही मला फारच मदत केली. बाहेरून बसणं म्हणजे योगायोगाच्या गोष्टी. शिवाय घरच्या कटकटी. नोकरी.

परीक्षेतली दुसरी करमणूक म्हणजे रमी. पेपर देऊन टाकल्यावर ती लांबून खुणांनी विचारायची, कसा होता? मी दोन्ही हात वर करायचो. मग बाहेर आल्यावर पेपराची चर्चा केली तर ती म्हणायची, नो पोस्टमॉर्टेम. आपण चहा घेऊ.

पण माझ्याबरोबर खानोलकर गृहस्थ असायचे. म्हणून मी तिला नाही म्हणायचो. मग आम्ही तिघंजण तिथेच बोलत उभे राह्यचो.

रमीच्या हे लक्षात येऊन एकदोनदा तर तीच खानोलकरांना म्हणायची, तुम्हीही चला ना.

कँटीनमध्ये कुणाबरोबर तरी चहा घेणं रमीला अतिशय आवडायचं. मग कुणातरी मुलीबरोबर ती जायची. खानोलकर आणि मी कँटीनला

गर्दी जरा कमी झाल्यावर जायचो. तोपर्यंत कँटीनबाहेरच ठो ठो हसत उभे राह्यचो. ह्या वेळी मी तुफान हसायचो. कशालाही. ते बोलायचे आणि मी हसायला तयार. अवघडलेला मेंदू ह्यांच्यामुळे एकदम सैल व्हायचा. मग हसणारच.

म्हणून रमीपेक्षा हे गृहस्थ मला आवडणारच. कारण ते दर पेपरच्या नंतर आदल्या रात्री काय काय झालं, हे सांगायचे. आणि म्हणून नीट अभ्यास झाला नाही, तरी लिहिलंय काहीतरी असं सांगायचे. कधी प्रश्नपत्रिकेवर बोट ठेवून हे पण अभ्यासक्रमात होतं काय?— असं विचारायचे.

पण एकदा रमीनं कँटीनचा भलताच आग्रह केला. माझ्याबरोबर अर्थात खानोलकर आलेच. रमी गेल्यावर ते म्हणाले, माफ करा बरं का. मी तुमच्यात आलो नसतो. पण उद्याच्या पेपरचं थोडंसं विचारायचं होतं.

मी म्हणालो, म्हणजे काय खानोलकरसाहेब, आमच्यात यायला नको म्हणजे काय?

ते म्हणाले, म्हणजे उगीच तुम्ही दोघं—

मी म्हणालो, कठीण आहे खानोलकर. आम्ही काय प्रेमबीम करतो की काय? तसं काही नाही बरं का. तुम्ही येत जा.

एकदा त्यांनी एक गोष्ट सांगितली. त्यामुळे रमीसुद्धा खूष झाली. खानोलकर म्हणाले, काल आमच्याकडे आमचे सासूसासरे आले. आठेक दिवस मुक्काम आहे.

मी म्हणालो, म्हणजे तुमची परीक्षा आटपली.

खानोलकर म्हणाले, छे छे. अहो. मीच त्यांना परीक्षेपर्यंत ठेवून घेणार आहे. आमचे सासरेबुवा फार चांगले आहेत. ते मला रात्री पाह्यजे तेव्हा उठवतात. आमची सासू पोरांना संभाळते. आत्ताच माझा अभ्यास चांगला होतोय. आधीच आम्ही कसेबसे अकराबारापर्यंत रेटत-रेटत वाचतो. एकदा झोपल्यावर मग सकाळच. पण दोनतीन तास झोप पुरेशी आहे. मात्र आपल्याला पुरेशी झोप झाली आहे, असंच समजून उठावं आणि अभ्यासाला लागावं.

हे सुंदरच होतं. नाहीतर मी. मी झोपेच्या भानगडीतच गेला महिना घालवला.

एकदा पेपर संपल्यावर खानोलकर दिसलेच नाहीत. मी दाराशी त्यांची वाट पहात उभा होतो. पेपर लिहीत असतांना कुणी तरी मधेच उठून गेलं होतं खरं. ते खानोलकरच असतील. बिचाऱ्याचा भोपळा फुटला वाटतं. मग मला वाईट वाटलं. नोकरी, घरदार, सासूसासरे इतकं प्रचंड सांभाळून पुन्हा अभ्यासासाठी इतकी खटपट करून वाया गेलं.

इतक्यात रमी आली. म्हणाली, कुणाची वाट पहाता?

तिला वाटलं, मी रोज इथे थांबून तिचीच वाट पहातो. पण तिला वाईट वाटू नये म्हणून मी म्हणालो, दुसऱ्या कुणाची?

मग आमच्याबरोबर चहाला का नाही येत?

उगीच. आज कुठला पेपर होता?

सोशऑलजी.

कसा गेला? सगळे प्रश्न लिहिले? मला वेळच पुरत नाही. आज देखील दोन प्रश्न सुटले.

नो पोस्टमॉर्टेम. चहाला?

चला.

रमीनं दणकून पेपर लिहिले. पण मी— ह्यावर्षी सगळा बावीसशे रुपये खर्च झाला आणि मी गाढवपणा केला.

त्याचं असं झालं. रविवारी संध्याकाळी गडगडून ढग आले. उद्या सोमवारी शेवटचे दोन पेपर. परवा इथून निघायचं. पुन्हा आपल्याला ह्या जागेवर कशाला वावरायला मिळेल? शिवाय शेवटच्या-शेवटच्या दिवसांत मी ज्यास्त ज्यास्त भावनांच्या तडाक्यात सापडलो. सुंदर ढगांनी आकाश तुडुंब भरून गेलं. दिवसभर घामानं आणि उकाड्यानं आणि उद्याच्या एकदम दोन पेपरांच्या कागदांनी-पुस्तकांनी मी वैतागलो होतो. एकदम गारेगार वाटायला लागलं.

मग मी टेकडीवर जाऊन बसलो.

ढग पाहून मला वाटलं, आता गावाकडे सगळेजण बी-बियाणं तयार करत असतील. आपण बऱ्याच वर्षांत पेरणी पाह्यली नाही. पेरणीत सगळं सुंदर असतं. नाहीतर इथे पहा. शहरातला मनुष्य आपण काय खातो हे सुद्धा किड्यांसारखंच पाहून जगतो. सगळं पैशांच्या हिशेबातूनच. म्हणजे आपण रोज भातपोळी खातो, तर ती कुठून येते— तर किराणा दुकानातून गहू तांदूळ

आणून मोकळे. आता जमिनीतून गहू येणं आणि किराणा दुकानातून येणं, ह्यात केवढा फरक. ह्यांना जमीन काय ते माहीतच नाही. जमिनीचा आणि ह्यांचा संबंध नाही. हे डांबरी रस्ते करून जमीन बुजवून शिवाय वरून बूट घालून चालतात. आणि सिमेंटमध्ये राहतात.

अशा धर्तीचं चिंतन करून मंगळवारी निघावं की सावकाश बुधवारीच निघावं, ह्याचा विचार करत असतांनाच दणदणीत वावटळ सुटली. वारा तुफान. आणि मधूनमधून प्रचंड गारगार थेंब.

मग मी चिंतन तसंच टाकून पळत-पळत टेकडीखाली आलो. मला असं पळायच्या इथल्या सगळ्या वाटा माहीत. पण पाऊस दाणकन कोसळला. प्रचंड धुरळ्यानं चष्म्यावाटेसुद्धा डोळ्यात माती गेली. पानं नसलेली झाडं वाऱ्यानं तरीसुद्धा हलत होती असा वारा. त्यांच्याखाली काय उभं राहणार. निंब तर खूपच लांब होता. म्हणून मी अतिशय लांबलांब पाय टाकत होस्टेलकडे आलो. पण पाऊस इतका सणसणीत, की खाली पाणीसुद्धा वहायला लागलं होतं. मी ताबडतोब भिजलो. लोकरीची पँट असली, म्हणून इतका कायपात काही करायला नको. एकतर ती भिजणारच. सदरा तर पार भिजला. मग मी हळूहळूच जायचं ठरवलं. आधीच अंगभर चिकचिक झाली होती. म्हणून आंघोळ करणार होतोच.

पण मी होस्टेलजवळ आलो, तेव्हा एक विचित्र गोष्ट घडली. आमची बारीकबारीक खिडक्यांची प्रचंड इमारत पावसानं भलतीच अस्पष्ट दिसत होती. वाऱ्यानं पावसाच्या सरींच्या रेघा बदलायच्या, तेव्हा ती जरा स्पष्ट दिसत होती. पुन्हा आडव्या-उभ्या सरींनी, पागोळ्यांनी, छपरावरच्या थाडथाड तुषारांनी सगळं होस्टेल पुन्हा अस्पष्ट व्हायचं.

तेव्हा मला एक प्रकारचा साक्षात्कार झाला. त्या अंधारात संध्याकाळच्या भयानक वेळी मी भूत आहे, असं मला वाटलं. नाही तरी आपण भूतच. आसपास कुठे काही चाहूल ऐकू येत आहे का? नाही. ही जागा आपण चार वर्षांत किती पाठ करून ठेवली? माझ्याबरोबर होस्टेलवर आलेले फारच थोडे आत्तापर्यंत अजून इथे आहेत. इथे अंधारातून सायकलीनं नेमके दगड चुकवून आपण येतो-जातो. इतकी ही जागा पाठ झाली आहे. तेव्हाचे इतके मित्र—कुणी कुठे, कुणी कुठे. किती तरी चेहरे किती तरी. हजार नावं लागोलाग न अडखळता सांगून दाखवीत. तो हा, तो हा, तो तो. तो घाऱ्या डोळ्यांचा हा, तो काळाकुट्ट, तो उंच, तो ह्या गावचा, तो त्या वर्गातला.

हजारो प्रसंग. हजारो शरीरं. आपण अनेक भानगडी केल्या. शेकडो. एकत्र मिळून चहा करणं हीसुद्धा आता एक घटनाच वाटते. जितके दिवस, रात्री, दुपारी, संध्याकाळी— तितक्या घटना. खोलीला धडपडत कुलूप लावून कॉलेजात तासाला जाणंसुद्धा घटनाच.

ही जागा आपलीच आहे, ह्या हिशेबानं आपण वागलो. आणि आता हिला सोडून जा. काही कारण नसतांना. जन्मभर इथे का रहाता येऊ नये? करार संपतो ते का? ही लायब्री, ह्या आसपासच्या इमारती— तिकडच्या कॉलेजाच्या इमारती— ह्या इमारतींच्यात चार वर्षं नाहीशी झाली. आपली वर्षं. अशी हजारो माणसांची लाखो वर्षं इमारती पिऊन टाकतात. आपल्याजवळ काहीच रहात नाही. आठवून-आठवून ह्या जागेवरच्या घटना मनात आणल्या, तरच ही जागा आपण पितो. ही झाडं, ह्या खोल्या, ह्या खिडक्या, ह्या टेकड्या, वेताळामागची कुरणं आणि तिथल्या गुंजा — सगळ्यांचा संबंध निव्वळ ही जागा सोडली की तुटला. संबंध जुळतांना ते तुटतील, हे अगोदरपासून माहीत नसतं. ही जागा मात्र तुटू शकते. कारण आपले पाय जमिनीत रोवलेले नाहीत. म्हणून आपणच हा वर्षांचा आणि जागेचा संबंध जुळवून सांधतो. आपण पायांच्यावर हिंडतो आणि जुन्या जागेचा हिशेब ठेवतो. हे फार करुण आहे.

चिरंतन आहे शेवटी जागाच. वर्षं काय, आपण मेलो की संपलीच. पण भूत होऊन जागेवर येता येतं. ह्या पावसात आपण भिजलो आहोत. पण ह्यापलीकडे आपण कोण?

आत्ताच्या आत्ता भूकंप होऊन आपल्या शब्दानं ही सगळी जागा नाहीशी होते आहे का? ह्या सगळ्या इमारती गडप होऊन गवत उगवेल का? नाही. मग आपलं मन म्हणजे फुकट व्याप. आपलं अस्तित्व खरं नाही. आपली जरासुद्धा किंमत ह्या जागेला नाही.

मग सगळ्या आयुष्यात हेच — आपल्या कशालाच काही किंमत नाही.

नंतर मी माझ्याच खोलीत परक्यासारखा शिरलो. कोरडे कपडे घातले. थोडंथोडं पडलं होतं ते — सगळी साखर, सगळा चहा, सगळं दूध एका पातेल्यात टाकून चहा केला. आणि रात्रभर शेवटच्या पेपराचं इकडेतिकडे पाह्यलं.

शेवटच्या पेपरला दोनेक प्रश्न लिहून मग पाय लांब करून बसून राह्यलो. सगळेजण गाढवासारखे लिहीत होते. घंटा झाल्यावर बाहेर.

ही शेवटची रमी. कँटीनमध्ये.

टक्कलवाले गृहस्थ नंतर दिसलेच नाहीत. ते बसलेच नाहीत काय नंतर?

नाही.

क्लास वगैरे मारणार ना चांगलाच?

होय.

ह्यानंतर काय? एम्. ए. का?

होय.

आता कुठे जाणार?

सांगवी.

तुम्हाला काय झालंय? पेपर बरा नव्हता का? नीट लिहिलं नाही? किती प्रश्न?

पोस्टमार्टेम.

एम्. ए. नंतर काय करणार? लेक्चरर?

घरीच बसणार आहे.

हो. नाही का? तुमचं छानच. पंचाईत आमचीच. पुढे कुठे काय करणार काही पत्ता नाही.

ही खरी रमी. अतिशय पांढरीफटक. छाती जेमतेमच. स्त्रीसारखी. आत ती फुप्फुसं. मूर्तीसारखे निस्तेज ठळक फोकस नसलेले डोळे. लिहून-लिहून दमलेली, नखं साफ असलेली, दोन्ही हातांची बोटं कपावर दाबून चहा पिणारी. मी काहीच बोललो नाही.

खरंच पुढे हिचं काय होणार? तसं पुढे म्हणजे पुढे कुणाचं दुसरं काय होतं? मला प्रत्येकाचं पुढे काय होतं, माहीत झालं आहे. पण हे काय माहीत होणं आहे? अशा माहीत होण्याचा कुणाला काय फायदा? मला असं माहीत झाल्यानं रमीला काय फायदा? समजा, रमीनं आता विचारलं— आपण घर करू. तर?

तर मी निरुत्तर. आपल्या हाताशी काहीच लागत नाही. चांगलं तर काहीच नाही.

मी सामान बांधत होतो. परीक्षा झाल्यानंतरच्या सगळ्या वह्या रद्दीत देण्याचा आपला शिरस्ता. आता हा प्रचंड ढीग पुन्हा पुढच्या वर्षापर्यंत

सांभाळून ठेवायचा. ह्यासाठी मावशीकडे जावं लागेल ते वेगळंच. पण पुन्हा बी. ए.ला बसायचंच काय? नाहीतर दुसरं काय करणार?

आपण केलं ते काही बरं केलं नाही. आता वडील काय म्हणतील आणि आई? आणि गावातले लोक? पुढल्या वर्षी *मॅक्बेथ* नाही. त्या सगळ्या नोट्स फुकट करून ठेवल्या. मॅक्बेथवर कसा सुंदर प्रश्न लिहिला. मॅक्बेथप्रमाणे आपल्यालासुद्धा झोप न येण्याचा अनुभव होता. पण घाला हे सगळं रद्दीत.

तेवढ्यात सुरेश आला.

मी सामान बांधतच होतो. बोललो नाही.

तो म्हणाला, पेपर दणदणीत लिहिलेस ना तू? प्राईज मिळवणार का?

मी बोललो नाही.

च्यायला हे काय सांगवीकर? मी आज निघतोय. आज तुला सिनेमा दाखवणार. नंतर बाहेर झकास जेवण. की अगोदर जेवण मग सिनेमाला?

काही नको आहे.

आपण भांडलो. माझी चूक होती. चुकलं. काहीही मार. पण आपण आता पुन्हा कुठे भेटू? मी ह्यानंतर शिकणार-बिकणार नाही. माझ्या नातेवाइकांची एक फर्म आहे. तिथे ते—

हे सगळं तू मला कशाला सांगत बसलास?

मग सुरेश निघून गेला.

सुरेशसारखी माणसं तशी चांगलीच असतात. सुरेश जोपर्यंत आपल्याजवळ, तोपर्यंतच चांगला.

नसला तर काहीच बिघडत नाही.

मग मी घरी निघालो.

मग मी घरी आलो.

गेल्यानंतर एक चांगली गोष्ट केली. लहानपणाच्या काही आठवणी माझ्या कपाटात जपून ठेवल्या होत्या. त्या सगळ्या फेकून दिल्या. आई शेतात गेली, की मी घरभर गोट्यांचा डाव मांडायचो. कधी कवड्या खेळत बसायचो. भोवरे पण होते. मी खेळात रंगलेला असतांना आई परत येऊन

गुपचूप हे पहात पायऱ्यांच्याखाली लपून बसायची. हे सगळं मी सहज म्हणून जपून ठेवलं होतं. ते फेकून दिलं. फक्त एक दगडी गोटी आणि एक मोठ्ठी देवकवडी सहज म्हणून ठेवली. म्हटलं, राहू द्यावी.

जमिनी दिवसभर तापल्या, की संध्याकाळी पाऊस यायचाच. थोडं थोडं गवत सगळीकडे उगवायला लागलं. एखाद्या जागेवर काल संध्याकाळी काहीच नाही, पण दुसऱ्या दिवशी तिथे हिरवंगार दिसायला लागतं.

पण मी वेगळ्याच काळजीत होतो. वडील पहिल्यासारखे रागावत नाहीत, हे फार वाईट होतं. ते एकदा फक्त म्हणाले, तुझ्याएवढा मी होतो, तेव्हा मला तू झाला होतास. आणि तुझ्या संसाराचं काय होईल, ते दिसतंच आहे.

आई म्हणाली, बाळकोबा, तुला इकडेच बरं वाटत असलं, तर राहून दे शिकणं. तुझ्या जीवाला सुख असलं म्हणजे झालं.

हे आईनं बरोबर सांगितलं.

पण मला इकडेसुद्धा बरं वाटत नव्हतं. उशिरा उठण्याबद्दल रोज बोलणं ऐकावं लागायचं. दिवसभर नुस्तं पडून रहाणं. काही वाचणं. पण रेडिओ कायम ऐकणं. दिवसभर-रात्रभर मी रेडिओची बटणं फिरवत असायचो, गाणी, शास्त्रीय, भावगीतं, वनितामंडळ, सिनेमाच्या गोष्टी, इंग्रजीबिंग्रजी — जे असेल ते.

वडील म्हणाले, एवढा मुलगा घरी असणं गावात बरं दिसत नाही. तू तिकडेच जा. बाहेर खोली नाही मिळाली, तर मावशीकडे रहा.

मी म्हणालो, मी फक्त परीक्षेच्या जरा आधी जाईन.

वडील म्हणाले, नाही.

मग पंधरा दिवस मी वडलांशी बोलणं टाकलं.

माझ्या चिडचिडीला आई पण कंटाळली होती. मी साध्यासुध्या गोष्टींनी किरकिर करायचो. आई म्हणाली, तुझं माझ्याकडून होतं तेवढं करते. ज्यास्त माझ्यानं व्हायचं नाही. पण इथून जा. तू सुट्टीपुरताच्च बरा.

मग मी घरून निघालो.

चार

पहिल्यापासून रोज रात्री दिवसाचा जमाखर्च लिहायची सवय होतीच. म्हटलं, त्यापेक्षा जरा डायरीच लिहावी. जमाखर्चाची सवय निदान मोडेल. पण डायरी देखील काही रोजरोज लिहिणं व्हायचं नाही. मात्र वर्षभर ठेवली.

ह्या वर्षभर आणखी दुसरं काय-काय वगैरे केलं, हे जेमतेम माझं मलाच आत्ता आठवतं. तरी हे वर्ष तुम्हांला सांगायचं, तर उदाहरणार्थ ही डायरीच.

जुलै १

हे वर्तुळातले दिवस नको वाटतात. चौकोन हवे वाटेवर हवे कोपरे कोपरे रुमाल फडकवणारे. तासातासावर गर्जणारे फड. अंधारानं माळावरचा रस्ता होऊ दे आईसारखा. दिवसांचे काठ फक्त जूननं भिजलेले होते. पाय जणू जमिनीत पेरलेले. जून. आदोरामतपोवनादिगमनम्. सगळ्याच्या शेवटी म्.

जुलै २

निश्चय केला की काहीतरी होतंच. आज सहा वाजता उठून बसलो. पण वाटलं, आता दिवसभर काय करणार? सबंध दिवस. बंद दिवस. अख्खा दिवस. मग झोपलो.

जुलै ३

दिव्यांची ओळ. रांगभर खांब. धावतं शरीर. कोणती वेळ कोणतं गाणं स्वतःशी घोळ. काही सांगू नको, म्हण. बुडून जातं सगळं दिवसाकाठी. घटकाभर थांबून जुळवून घे आज किती गोष्टी पाह्यल्या त्यांचे आवाज.

जुलै ४

मीभर काळ कोरतो माझ्यापुरता. प्रत्येक क्षणावर शिल्पं माझ्या रूपाची. पाळण्यातून आढ्यावर कोरली तेव्हापासून. सबंध शिलालेखांच्या ओळी

क्रमानं पुसट झाल्या. असा मी म्हणत गेलो. म्हटलं त्याच्या काठ्या झाल्या. आणि स्वतःच्या पाठीत बसल्या. जिंकण्याचे लखपती दुसरेच. आम्ही खोट्याचेच धनी.

जुलै ५
शतेषु जायते शूरः ।

जुलै ६
वितांना मेलेल्या आमच्या म्हशीनं व्याकुळ होऊन माझी आठवण काढली असेल. आणून ठेवलेला सगळा चारा मी तिला टाकून द्यायचो.

जुलै ७
दुसऱ्या टोकाचं दुःख विसरून ती मला काही सांगू पहात होती. पण तिचे ओठ कधी पोचलेच नाहीत माझ्या कानापर्यंत. हे रोजचंच. म्हणून आजही माझ्यावर मात करतं.

जुलै ८
एखाद्याला जास्तीत-जास्त गोष्ट सांगता येईल शंभर वर्षांची. मग गोष्टी सांगाच कशाला?

जुलै १५
रोजरोज कोण हे लिहिणार? म्हटलं तर भंकस.

जुलै १६
दुसरी छत्रीही गेली. आठवड्याला एक छत्री लागली तर काय खरं आहे? मागची मीच विसरलो होतो. पण ही तर सरळसरळ कुणी तरी पळवली. पुण्यात भामट्यांना तोटा नाही. आता तिसरी छत्री विकत घ्यायची नाही. कुणाची तरी चोरावी.

जुलै २०
चिंब भिजून आलो. पुस्तकंही भिजली.

जुलै २२

छत्री विकत आणली. आता सेकंडहँड आणली. उगीच हरवेल म्हणून. पण ही मात्र कायम आमच्याजवळ राहील.

जुलै २५

मधूला ह्यातलं काय कळतं? आता दीडशे रुपये मिळतात. पुढे केव्हा दोनशे रुपये मिळतील, ह्या हिशेबावर तो जगतो आहे. सकाळी जातांना म्हणाला, घरून पैसे येतात म्हणून तुझे हे सगळे चाळे.

जुलै २८

मधू येऊन गेला. जातांना त्याच्याजवळ जेमतेम भाड्यापुरतेच पैसे होते. मी दहा रुपये दिले. मला कीव आली. आपण पैसे देतो, ते आपले तरी कुठे आहेत? ते वडलांचे.

जुलै २९

मी त्याला शेवटी म्हटलंच, बाबारे, तुझ्याजवळ सायकल आहेच. तेव्हा तू बसलास, की सायकल चालायला लागेल. मग तो खरोखरच सायकलवर बसून गेला.

जुलै ३०

झोपेतून उठल्यावर इतका थकवा काय म्हणून? रात्री शरीराला इतकं कोण चेपून टाकतं?

जुलै ३१

लवकर जाता यावं म्हणून रिक्शा केली. मधेच रिक्शा बंद पडली. मग मी पायीच गेलो.

ऑगस्ट १

माणसाजवळ फारच थोड्या गुप्त गोष्टी असतात. कोणताही माणूस झोपतो, खातो, पितो, जन्मतःच लघ्वी करायला सुरुवात करतो. हे कोण शिकवतं? जन्मतो त्याला आईबाप असतात, तो श्वासोच्छ्वास करतो. म्हणजे गुप्त गोष्टी फारच थोड्या उरल्या.

ऑगस्ट २
बुंदीचे लाडू. रव्याचे लाडू.

ऑगस्ट ३
तिची इंद्रियं इथरात जाळी रोवून बसली आहेत.

ऑगस्ट ४
जुने मित्र आणि जुन्या ओळखी. कुणाचं लग्न झालं आणि कुणाला नोकरी लागली. क्षणगोल उडून जातांना इथल्या खुंट्या तुटत नाहीत. गोळा होत जाणारं कातडं फेकून नुसत्या रक्तमांसहाडांनिशी ते नाहीसे होणार नाहीत, पुरून उरणार नाहीत.

ऑगस्ट ५
कावडी कितीही भरभरून टाकल्या तरी रांजण भरत नाही.

ऑगस्ट ६
बरी दिसली म्हणून बरं बोललो. नाहीतर तासभर पोरीशी काय बोलणार?

ऑगस्ट ७
एका व्हिजिटचे वीस रुपये.

ऑगस्ट ८
कितीएक संकटं कोसळली पण कधी ढालतलवार घेतली नाही विकत बाजारातून.

ऑगस्ट १०
पायावरचा प्रत्येक अवयव विसरून पोटात विष घेऊन डाग पुसून टाकीन. मनातले मांडे खाईन. स्वतःचंच कातडं पांघरून जगतो आहे. स्वतःचंच आहे सगळं. बीज मात्र बापाचं. तरीही वंश वाढवणं भाग आहे. मनातल्या मांड्या जिरवीन. दुसरे बाप निर्मीन. आणखी बाप आणखी पाप अशी बाब. भक्षणरक्षण आपल्या हाती. मरणसरण पुढचे बघतील. पूर्वजांच्याच नशिबी नपुंसकगिरी नव्हती. म्हणून हे फेरे— मर्द बापांपायी.

ऑगस्ट ११

साहित्य लिहून ह्यांना वाटतं, आपण अमर झालो. अमर सायकल मार्ट. च्यायला. म्हणजे सूर्य थंड झाल्यावर किंवा पृथ्वीचे तुकडेतुकडे झाल्यावर देखील ह्यांचं नाव अमरच रहाणार.

ऑगस्ट १५

फाटकी बाही शिवायला लागलो, तेव्हा सगळ्या जुन्या सदऱ्यांची प्रेतं दिसली. मग मी हे प्रेत खिडकीवाटे टाकून दिलं. खाली वाहती नदी.

ऑगस्ट १६

डाव्या हातावरची भाग्यरेषा उजव्या हातावर नाही.

ऑगस्ट १७

तो का भेटला उगीच? त्याला सांगितलं, मी एम्. ए.ला बसतो आहे.

ऑगस्ट २०

शेंगदाण्याइतकं सुख, शेताएवढा बांध, स्टेशनाएवढं संगीत, उपमेसारखं पुणं, जांभईएवढ्या कागदावर ऐंद्रिय श्लोक.

ऑगस्ट २२

चष्म्याचा नंबर वाढला असेल. संपूर्ण आंधळं होणं ही पूर्णावस्था. सगळ्या वस्तूंचे आकार अनाकार होणं. स्पर्शानं, श्रवणानं सोपे प्रतीत झालेले आकार इथून ढासळतात. मग तप्त सुवर्णाच्या महानदीच्या पुरात सुसरीच्या बेंबीशी खेळणं सारखंच. पूर्णतेच्या वजाबाकीखाली शिल्लक दिसली, तेव्हा फुकट चिंतांची नागमोडी गती कुठपर्यंत? तर शेवटच्या आकड्यापर्यंतच.

ऑगस्ट २५

अभ्यास सुरू केला आहे.

ऑगस्ट २६

भुजंगाची अंडी. हंसाची अंडी. गरुडाची अंडी.

ऑगस्ट ३०

अभ्यास फक्त रात्री. दिवसा लायब्रीत हे–ते वाचणं.

ऑगस्ट ३१

वाचून होतं आहे, वेळ जातो आहे.

सप्टेंबर १

ग म भ न रसातळाला गेले.

सप्टेंबर २

सूत्रपाठ : ग्रेटेस्ट.
वटबीजामध्ये साकोपसाकी पानी फळींसी आवघा वट सामावला असे :
ग्रेटर : स्वदेशसंबंधु त्याज्य : स्वग्रामसंबंधु त्याज्य : संबंधियांचा संबंधु : तो
विशेषतां त्याज्य ।।

सप्टेंबर ५

रोज झोपून गेल्यावर विसरतो बहीणभाऊ, आईबाप, मामामावश्या— सगळे.
आणि उठता-उठताच आमचं शरीर आमच्या मनावर ही सगळी वस्त्रं नेसवतं.
एरवी मनानं आम्ही नागडेच. अंधारात काही नातं नाही.

सप्टेंबर १०

कागद इतका स्वस्त म्हणून लिहिणारे लिहितात. वाचणारे वाचतात. एका
तावाची किंमत एक लाख रुपये— कोण लिहितं बोला? तरीही श्रीमंत कागद
विकत घेतीलच. पण तरीही दानशूर श्रीमंत विकतीलच. पण घेईल कोण?

सप्टेंबर ११

चिखलानंही माझ्या पायाचे आज ठसे घेतले. बरोबरच पडलेत ह्याच शरीराचे
ह्याच मनावर फासे.

सप्टेंबर १२

अगणित गर्जणारे असले, तरी एकटा ते सगळे ऐकू शकतो. मी एकटा सोडून
ते बाकीचे सगळे एक असतात.

सप्टेंबर १३

जुनी पुस्तकं बदलली. पण नवी लागलेली त्याहूनही भयानक. एकेकदा वाचून संपवलीच. आता ह्याच्यावर काय लिहिणार परीक्षेत?

सप्टेंबर १४

इतकं का सोपं आहे? नितक्या आर्द्रतेची अक्षरं वाचणं. नक्षरं पानावरून जमिनीवरून खाली-खाली पडणाऱ्या थेंबांतून? हलक्याशा काचेतून पावसाळा पहाणं. सोपं नाहे? मनावर नुमटतात सरींचे सोहळे. कधीच नसतात पुसलेले : जो-जी-जे थेंबाचं आयुष्य नाकारेल, त्याला-तिला-त्यालाच मी सांगीन— उतशील नुतशील घेतला वसा टाकून देशील। भिजशील बुडशील तळ्याखाली रुसून मरशील।।

सप्टेंबर १५

आज जरा विश्रांती घ्यावी.

सप्टेंबर २५

कोण्या द्रविडी डोळ्यांचे सबंध भुवयांचे किनारे. वारे समुद्र धुणारे. काठोकाठ ताड जमीन पिणारे.

सप्टेंबर २७

नाही तर मी कुणाशी काय मिसळायला तयार आहे? आमचे जुने मित्र निघून गेले. सगळे कुठे-ना-कुठे बाहेर गेले. आज ते असते तर वेळ कुणाबरोबर कसा घालवावा, ही चिंता नसतीच. ह्यांना खायला-प्यायला घालावं. पण हे आपल्याशी नीट मिसळत नाहीत. वैताग आहेस, म्हणतात.

सप्टेंबर ३०

ह्या परीक्षेला बसूनही काय फायदा, दाय फायका, ऑक्टोबरला? शेवटी सहा महिने घरी काढावेच लागतील. म्हणून बसूच नये हे बरं.

ऑक्टोबर ५

उमेद, उत्साह, हुरूप, तेज, जोग, ताकद, शक्ती, तरतरी— हे शब्द कुणी शोधले?

ऑक्टोबर ७

आपण आपलं वाचत बसावं. कुणाची सावली नको.

ऑक्टोबर १०

हे दोघंजण बरे दिसतात. पूर्वीही ओळख होती. पण नेहमी त्या हॉटेलात बसलेले दिसतात, तेव्हा आता-आता मी पण त्यांच्याबरोबर बसतो. दोघंही खास आहेत. एकजण शीख. तो तर अत्यंत प्रचंड.

नोव्हेंबर १०

घरीही सारखंच, इथेही सारखंच, इकडे शहरात काय, तिकडे काय— लोक साले सारखेच.

नोव्हेंबर ११

मुंबईला कामाठीपुऱ्यात भाजीचा धंदा करतो. पूर्वी मेसमध्ये होता. ओळख दिली. रोज शंभरेक रुपयांची भाजी विकतो. म्हणाला, अगोदर-अगोदर त्रास झाला. पण जम बसवला. एकदा तर एका मवाली भाजीवाल्यानं खुनाची धमकी दिली. हा म्हणाला, मी खुनाला डरत नाही. इथे माझ्या जागेवर झोपतो. करून पहा. पण खून झाला नाही. सालं पण समजा, रात्री झोपेत चाकू खुपसला असता तर? पण साले एकूण हे लोक बेडरच.

नोव्हेंबर १५

ही शेवटचीच व्हिजीट. आमचं जे काय व्हायचं ते होऊ द्या. पण तुम्हाला आम्ही दर वेळी वीस रुपये देणार नाही. त्यापेक्षा पुस्तकं घेऊ. त्यापेक्षा खाऊ.

नोव्हेंबर १६

शीर्षासनावर बसलेला एक राजा— हे खास आहे.

नोव्हेंबर १७

काय रे, कुठला सिनेमा पाह्यलास? दि ग्रेटेस्ट भंकस ऑन दि अर्थ.

नोव्हेंबर २०

अभ्यास जोरात.

नोव्हेंबर २१
अभ्यास

नोव्हेंबर २५
अभ्यास.

नोव्हेंबर २७
व्याकरण झपाट्यानं सुरू केलं आहे. मोठमोठ्यानं सगळी मात्रावृत्तं म्हणत होतो. तेव्हा मजा आली.

नोव्हेंबर २८
असा एकजण असेल की तो फक्त विभक्तिप्रत्ययच बोलेल आणि दुसरा एक जो क्रियापदांना काळ लावणार नाही.

डिसेंबर ४
पुन्हा तेच.

डिसेंबर ५
तेच.

डिसेंबर ७
तेच.

डिसेंबर १०
अजून परीक्षेला तीन–चार महिने आहेत. बघू सावकाश.

डिसेंबर १२
दहा बघावे तर एखादा बरा असतो. आणि दोन भंपक शोधावे म्हटलं तर दहा सापडतात.

डिसेंबर १४
तीन महिने झाले. वर्तमानपत्रं मन लावून वाचली. पण शेवटी हे म्हणजे पत्ते

खेळून उठल्यावर शीण वाटतो तसंच. काहीच नक्की जमा होत नाही. क्वचित कुठे युद्ध झालं. आणि मग महिने-महिने वाटघाटी, कोण काय म्हणालं, काही भंपक नेते काही तरी म्हणतात— हेच. खरं म्हणजे दर पाच-दहा वर्षांनी काय काय झालं हे कुणाकडून तरी ऐकून घ्यावं.

डिसेंबर १५

हे घोकणं काही आपल्याच्यानं होत नाही. कुणी काहीही म्हणो. पण कुणी काही म्हणणारं सुद्धा उरलं नाही. वडील पहिल्यांदा आरडाओरडा करायचे, तेच चांगलं होतं. मी मोठ्ठा होऊन चुकलो. आणि करत मात्र काहीच नाही.

डिसेंबर २०

आज बारा वाजता उठलो. नेहमीसारखा कार्यक्रम. चहा घेऊन एक सगळं मासिक जाहिरातींसकट वाचलं. मग जेवून आलो. लायब्रीत चारपर्यंत वाचत बसलो. *लीळाचरित्र* ग्रेट आहे. केळ्याच्या सालटाचा हत्ती करून श्रीचक्रधर पहात बसायचे, हे ग्रेटच. आपण पण असं कशाकडे तरी पहात बसावं. पण आपल्याला कंटाळा येईल. ह्या लोकांचं सगळं एका मागून एक वाचलं पाहिजे. काल पुण्यातली सगळी दुकानं पाह्यली. पण *लीळाचरित्र* नाही. काय भिकार धंदा करतात. चार वाजता चहा घेऊन खोलीवर आलो. सिगरेटी संपल्या तेव्हा पुन्हा खाली जाऊन आलो. ही कटकटच. एकदम चारेकशे पाकिटं आणून ठेवली पाह्यजेत. पण मग ती कदाचित एका दिवसात पिऊन टाकू. आता घसा तसा कामातून गेला आहे. सिगरेटींचा कंटाळा आला आहे. ज्या गोष्टींचा कंटाळा येतो, ती ताबडतोब बंद केली पाह्यजे. पण दुसरं करायला काहीच नाही. कुठे शाळेत वगैरे नोकरी मिळवायला पाह्यजे होती अगोदरच. वेळ तरी गेला असता. पण आपण उठतोच अकरा वाजता. शाळा काय जमणार? संध्याकाळी कँपातले सगळे रस्ते हिंडून झाल्यावर स्टेशनवर वेटिंगरूममधे इकडेतिकडे पडलेले लोक पाहून पुन्हा पायी संगमावरून जंगलीमहाराज रोडवर. दाणदाण घंटा वाजत होत्या. देवळातही उगीच शिरलो. मग जेवून त्या दोघांकडे फेरी मारली. होतेच. त्याच टेबलावर.

डिसेंबर २५

काहीच केलं नाही.

डिसेंबर २६
काहीच केलं नाही. रात्री हॉटेलात गप्पा.

डिसेंबर २८
रविवार. दिवसभर हॉटेलात रेडिओ ऐकत बसलो. आज आवडणारी बहुतेक गाणी लागली. जरा डोकं सुन्न झालं.

डिसेंबर ३०
ह्या दोघांचा एक वैताग म्हणजे हे पुस्तकांच्यावर फार बोलतात. शेवटी पुस्तकांच्याबद्दल कितीक बोलणार? पण ह्याबरोबर बाकीच्या गोष्टीही चालतात, हेच बरं आहे. आता रात्री हे पुस्तक संपवून मगच झोपावं.

डिसेंबर ३१
भंडारदरे भेटला. म्हणालो, कायरे, काही विडंबन वगैरे अजून करतोस की नाही? तो म्हणाला, आता काय आम्ही संसार थाटून बसलो. आता वाङ्मयबिङ्मय सोडा. आता *उंच छाती पाऽलथी उशाखाऽली.* भंडारदरे दि ग्रेट.

जानेवारी ५
ते दोघंही गेले आठ-दहा दिवस दिसत नाहीत. मी तिथे एकटा बसून बसून कंटाळतो. मग त्यांना शिव्या देत परत येतो.

जानेवारी ६
आजही नव्हते साले. पण असं दुसऱ्यांवर वैतागून काय होणार? कुणावर आपलं आयुष्य इतकं टांगलेलं ठेवायचं, ही आपलीच चूक. सारख्या विचारांची माणसं असली की पंचाईत, पण सारख्या आवडीनिवडीची माणसं असली की वेळ जातो. पण हे चांगलं नाही. कुणी न का भेटेना. आपणच आपलं काय ते सुधारून दिवस घालवावे.

जानेवारी ७
हेही कधी जमेल तेही कधी जमेल. ओठातर आवडती ओल जमेल रस्त्याप्रमाणे. विस्तव गिळण्याचं धाडस नाही, म्हणून कोण कुणाला

नाकारेल? सतीपती म्हणून ते कुणाला जाळायला उठतील? जगू देतात ना ते? मग कशाला कुणाला शिव्या द्या? पण हॉटेल आहे तोपर्यंत ते दोघं आहेतच आहेत.

जानेवारी ८
म्हणून मला भुताचे हात फुटतात. म्हणून मी आईला असं पत्र लिहितो.

जानेवारी १०
त्याला कसला सपाटून ताप होता. पण तरीही कुणाजवळ काही बोलणं नाही. सहज टाळी देतांना मला गरम लागलं म्हणून कळलं. बाकी बोलणंचालणं नेहमीसारखंच.

जानेवारी १२
भिकारी हवेतच. त्यांच्याशिवाय पूर्तता नाही. नुस्तं रस्त्यात भिकारी दिसणंही ह्या साल्या शौकिनांना जड होतं. नुस्तं पुढे व्हा म्हणूनही ह्यांना मोकळं होता येत नाही. भिकारी आहेत त्याहून ज्यास्त हवेत. आज आमच्याजवळ पैसे नव्हते, ही गोष्ट निराळी. पण भिकारी दिसण्याची आपल्याला लाज नाही. रात्री नियमित एकतारीवर गाणं म्हणणारा भिकारी तर ग्रेट. त्याचं कसलं गाणं? *माझी आंधळ्याची निघून गेली काठी — चुकून पडल्या ह्या दुबळ्यांच्या गाठी.* ग्रेट.

जानेवारी १३
परवापरवापर्यंत म्हणायचो, आपण परीक्षेत फसलो तरी आपण हे-हे मिळवलं आहे. मिळवणं. च्यायला. काय मिळवलं? मिळवण्याची भाषाच बंद करावी. काहीच तसं मिळवता येत नाही. मिळवलेलं सगळं शेवटी इथे पृथ्वीवर ठेवून जावं लागतं. पण हे तरी निदान मिळवणं— पैसे, नोकरी, समाजात वगैरे वजन, चार लोकांत भाव, बायको वगैरे. ह्यांतलं कधी मिळवलं असेल तर शपथ. मग मिळवलं मिळवलं काय? न मिळवणंच बरं.

जानेवारी १५
ते अदृश्य नक्षत्रांचं परिभ्रमण होतं काय? मी दिवा लावून सकाळपर्यंत घाबरून पडलो होतो. झोप दळत बसणं हे आपल्या नशिबीच.

जानेवारी २०

अ आ इ ई उ ऊ ए ऐ ओ औ अं अः

जानेवारी २२

समाज माज कमळ मळ अविनाश विनाश नाश.

जानेवारी २५

समज की तू गेल्या वर्षीच पास झाला असतास. मग काय? मग एम्. ए. मग पुढे? पुढे फारतर अशीच उच्च वगैरे पदवी. मग? मग नोकरी? मग लग्न? लग्न वगैरे मुलंबाळं? मग समाजात वजन वगैरे. पुढे? पुढे काय? पुढे काहीच नाही. त्यापेक्षा हे जगतो आहेस हेच चांगलं. निदान असं काही तरी अगोदर तुला माहीत झालं आहे. पुढे-मागे ह्या गोष्टी करणं भागच आहे. प्रत्यक्ष भगवान श्रीकृष्ण म्हणतातच. पण त्याआधी काही तरी नाही केलं की कोण प्रचंड खड्डा भोवती आहे आणि वर चढताच येत नाही, हे कळलंच पाह्यजे. त्या दृष्टीनं परवडलास.

जानेवारी २६

शेवटी गोविंदा कायम प्रोफेसर झालाच. एक प्रोफेसर परवा मेला. गुण्यांनी साहजिकच आणीबाणीची आणि बाणीची वेळ म्हणून साहजिकच गोविंदाला नेमून टाकलं. आज भेटला. तोच म्हणाला, मला इतकं वाईट वाटलं सांगवीकर, सर वारले तेव्हा. मी म्हणालो, पुरे की च्यायला. पंत मेले गोविंद चढले. बिचाऱ्याच्या जन्माचं सार्थक झालं.

फेब्रुवारी १

फेब्रुवारी आला. अभ्यास जोरात सुरू केला पाह्यजे.

फेब्रुवारी १०

अभ्यास आटपत नाही.

फेब्रुवारी १५

अभ्यास आटपत नाही. शिवाय या महिन्याचे अठ्ठावीसच दिवस.

फेब्रुवारी १६
तो लिहितो, जीवन हे जगण्यासाठी आहे. म्हणजे कोण हे जीवन हिंडण्यासाठी आहे म्हणतो, कुणी काही का लिहीना? आपण आता हे लक्षातसुद्धा घेऊ नये.

फेब्रुवारी १७
इथे खालीच तो रुपयाची नोट हरवली म्हणून शोधत होता. दोघंतिघं जमले आणि शोधायला लागले. मी पण होतो. मग एकजण म्हणाला, नीट खिशात पहा बरं. तर त्याच्या खिशात नोट होती. तो गृहस्थ भलताच प्रामाणिक दिसला. लगेच म्हणाला, आहे, खिशात आहे.

फेब्रुवारी २०
पाच नवे कवितासंग्रह विकत आणले. एखादी कविता बरी आहे. क्वचित काही ओळी मार्मिक वाटल्या. त्या टिपून घेतल्या.

फेब्रुवारी २१
शिल्लक दोनशे रुपये आहेत. तरी आणखी दोनशे रुपये पाठवून द्या, म्हणून पत्र लिहिलं.

फेब्रुवारी २२
च्यायला लघुनिबंध ऊर्फ ललित निबंध. परीक्षेत काय लिहिणार? गेल्या वर्षीच बसून टाकायला पाह्यजे होतं. यंदा एकेक पुस्तक म्हणजे शिक्षाच. पण ह्या शिक्षा साध्यासुध्याच. एक फाशीची शिक्षा दिली की सुटलो. तसंही नाही. परीक्षेत देहान्तशिक्षा नाही. सक्तमजुरीच. पुन्हा बसा. नवनवी पुस्तकं — मृत्यू नाही.

फेब्रुवारी २३
गुण्यांच्याकडे मागे ओळख झाली होती. नवी टीकाकारीण. आज माझ्याशी फुकट भानगडी बोलत बसली. फुकट मासिकात टीका लिहिते. सारखी साहित्य म्हणजे हे नव्हे, साहित्य म्हणजे ते नव्हे, साहित्यात अनुभवांशी इमान राखलं पाह्यजे. च्यायला, अनुभव खरे की खोटे, हे आपण कोण ठरवणार? आणि साहित्य ही काय भानगड आहे? ही का एक वस्तू

आहे? कादंबरी, कविता, नाटक सगळं एका पोत्यात टाकून ते सगळं साहित्य. टीकाकाराचा धंदा विलक्षण. तिनंच चहा दिला. पण ऐकून घेतलं मी.

फेब्रुवारी २८

मार्च आला. अभ्यास सुरू केलाच पाह्यजे. ह्यापुढं जर तू अभ्यास केला नाहीस, तर तू मूर्ख. हॉटेलात त्या दोघांबरोबर बाराएकपर्यंत गप्पा मारणं बंद केलं पाह्यजे. पण ते नेहमी असतातच असं नाही. फुकट वाट पाहून डोकं दुखायला येतं. चहामागून चहा, पाकिटामागून पाकिटं.

मार्च १

काहीतरी केलंच पाह्यजे. काहीतरी सणकन करून एकदा आपल्या अंगावरची राख सगळ्यांना दाखवली पाह्यजे. नाही तर आपल्याला अक्कल नाही, हे सिद्ध झालं. असं होईल.

मार्च ५

फांद्यांनी भर उन्हात नकार-होकार दिले. मी परत सगळं खरं मानणार आहे. सुरुवात, मध्य, शेवट— सगळं.

मार्च ७

प्रत्येक प्रियकरानं आपापली प्रेयसी मारून टाकून तिच्या कातड्याचा डफ करून त्यावर प्रेमगीतं म्हणावी. एरव्ही नुस्तं प्रेम हे ठीक आहे.

मार्च ८

जो-तो काहीतरी हेतू घेऊन जगतो शहरात. बस जरा उशिरा आली की साले सगळे चुळबूळ, कुरकूर, कारभाराला शिव्या— हे लोक वैताग आहेत. पुण्यात फारच. खेड्यात हे अजूनपर्यंत नाही, हे थोर आहे. मोटार दोन तास उशिरा आली, तरी बिघडत नाही. आणि हे स्नो-पावडरी लावून बसची वाट पहात आपले शिस्तीत उभे.

मार्च १०

ही काय बी.ए.ची पुस्तकं? बॅचलर ऑफ आर्ट्स.

मार्च ११
डॉ. गुणे भेटलेच. येत चला घरी म्हणाले.

मार्च १२
तू मूर्ख आहेस का? अजून मनावर घेत नाहीस. वर्ष गेलं तरी.

मार्च १३
हे मासिक बंद केलं पाह्यजे. वाट्टेल ते छापताहेत साले. ह्या वेळी तर सरळ उद्दीपन करणारी एक कथा आहे. आणि तीसुद्धा फुकट कलात्मक, तंत्रानं कठीण करून उगाच आडवळणानं लिहिली आहे. नव्या वगैरे पद्धतीनं. मग बायांची चित्रं असलेली मासिकं काय वाईट? निदान त्यांचा श्रेष्ठ दर्जाच्या साहित्याला वाहिलेले असा डिमडिम नसतो. हे साप्ताहिक मात्र चालू ठेवावं. काही नाही तरी निदान साने गुरुजींच्या फंडासाठी देणग्या देणाऱ्या लोकांची यादी तरी प्रसिद्ध होते. त्यातच सुरेश आता कुठे आहे ते कळलं. सुरेश. कुठे का असेना.

मार्च १५
कादंबरी लिहावी तर अशी. इतकी जाड आणि तितकीच पोकळ. प्रेम असलं तरी इतकी कंटाळवाणी. आणि शेवट काय तर पठ्ठा आणि पठ्ठी लग्न करतात. म्हणजे ह्याच्या पन्नास कादंबऱ्या कशा असतील? ह्याला एकदा पाह्यला पाह्यजे. रस्त्यावरच बंगला आहे. आपण परीक्षेसाठी वाचली म्हणून ठीक आहे. तरी पण सहज करमणूक म्हणून वाचणारे पण असतीलच.

मार्च १६
कविता लिहाव्या तर ह्याच सद्‌गृहस्थानं. सर्व प्रकारच्या भावनांची यादी करून लिहिल्या असतील. क्रियापदं फक्त ओळीच्या मधे कुठे तरी टाकतो. बाकी वाक्यची वाक्यच. आणि ओळी म्हणजे दणदणीत— पानाच्या ह्या बाजूपासून तर त्या बाजूपर्यंत. जणू काही कादंबरीच वाचतो आहे. वैताग. वैताग. साली यमपुरी आहे. इतकं असं पुस्तक गेल्या वर्षी नव्हतं, तर आम्ही दिवटे नीट बसलो नाही.

मार्च २०
ते दोघं खोलीवर येऊन गेले. कां, आता कां कॅफेवर येत नाहीस म्हणाले.

मी म्हणालो, आणि तुम्ही येत नाही तेव्हा आम्ही एकटे बसून वैतागतो त्याचं काय? ह्यावर त्यांनी एकमेकाला टाळी दिली. ते म्हणाले, ते विसरून जा, डू व्हिजिट अस. मी काही ह्या गोष्टी करायला आता रिकामा नाही. गेलोही असतो रोज. पण मी आपली एक स्वतःपुरती जगायची सवय करून घेतली आहे. सगळेजण आपण सोडून मेले तरी आपल्याला जगता आलं पाह्यजे. पण हे ह्या दोघांनाही काय सांगणार? आज मात्र आग्रह म्हणून अकरापर्यंत बसलो. बऱ्याच दिवसांनी अशा गप्पा. म्हणून नंतर वेळ गेला तरी वाईट वाटलं नाही. पण अशा रात्री वाया घालवायच्या नाहीत.

मार्च २५

अभ्यास आटपत आला आहे. अधूनमधून पाठांतरही करतो. पण फार होत नाही. शेजारच्या घराच्या खिडकीवर आतल्या भलभलत्या सावल्या दिसतात. पहातांना घटकाभर बरं वाटतं. पण हे बरं नाही. घरमालक म्हणतो, गेल्या महिन्यात विजेचा खर्च फार झाला. तुम्ही रात्री अभ्यास करता आणि दिवसा झोपता. त्यांचा मुलगा माझा मित्र म्हणून हे चालतं. पण हे बरं नाही.

मार्च ३०

आठ दिवसांनी परीक्षा. यंदा ही घाणेरडी परीक्षा आटपली की सुटलो. निदान एम्.ए.ला असा घाणेरडा अभ्यास नसेल.

एप्रिल १५

एखादा बी. ए. होतो म्हणजे काय? तर चार वर्षांतले परीक्षेच्या आधीआधीचे असे मिळून चारसहा महिने खरा अभ्यास करतो. बाकीचे इतके महिने म्हणजे काय? तर नुस्तं वर्गात जाऊन बसा. प्रेमं करा. नोट्स काढून ह्या परीक्षेच्या अगोदरच्या महिना–पंधरा दिवसांसाठी तयार ठेवा. सगळं थोतांड. पण फक्त चारच दिवस परीक्षेला झाले नाहीत, तेवढ्यात मी वैतागून हवा सोडून दिली हे एकंदरीत चुकलंच. आजपर्यंत पेपर काही वाईट नाहीत. पण मेंदूच फिरला आहे. काही वाचावंसं वाटत नाही. उद्या लिहितांना हातच चालणार नाही. आता झोपावं आणि उद्या उठून थेट अलकाला *सडनली लास्ट समर* पाहून यावा. ज्यादा भानगडी नकोत.

एप्रिल १६

आपण गाढवच. फुकट एक वर्षाची काळजी वाढवली. नेमलेली पुस्तकं भंपक असेनात का. ही पुस्तकं पाह्यल्याबरोबर कंटाळा यायचा हे खरं आहे, पण लेखकांच्याबद्दल प्रेम वाटलंच पाह्यजे असं कुठे आहे? काहीही वीसपंचवीस पानं खरडून यावं. ते सोपं आहे. मराठीत आणि इंग्रजीत सगळीच पुस्तकं आम्हाला आवडतील अशी कुठून असायला? गाढव. गाढव. गाढव.

एप्रिल १७

परीक्षेच्या आधी महिनाभर फक्त अभ्यासाचा मूड आणावा, तर ते नाही. हे काय— हे सहज लिहिता येईल. हा लेखक तर मूर्खच— ह्याच्यावर काय मेहनत घ्या— असंच. आणि हजार भानगडींत लक्ष. परीक्षा पंधरा दिवसांवर आली, तर गाण्याला गेलो. दुर्लभ बैठक म्हणून. दोन-तीन राग ऐकून मन झकास झालं होतं. पण सकाळी परतलो, तेव्हा नेमकं रस्ता भरभरून धुकं. ह्या वेळी कशाला पाह्यजे धुकं? पण होतं. इतकं की रस्त्यावरचे दिवेही पुसट दिसत होते. च्यायला. आणि तेव्हा वाटलं, की संगीत ही आत्म्याची भाषा आहे. आत्मा. च्यायला. आत्मा. नेमका आत्मा. पुन्हा पुन्हा मृत्यूच्या भानगडी. विशेष तर काही नाही, पण तेच-तेच ठराविक विचार. हा असा भंपक जमाखर्च आपण परीक्षेत तरी जरा बाजूला ठेवावा. परीक्षेनंतर चहा घेऊन दिवसभर मृत्यूचे विचार करता आले असते. गाढव. आणि पुण्यातल्या लोकांना ज्ञानार्जनाची हौस. जे. कृष्णमूर्तींची भाषणं नेमकी ह्याच वेळी. नेमानं आठ दिवस. अशी भाषणंही उन्हाळ्यातच होतात. परीक्षांच्या वेळी. दिवाळीची सुट्टी नुस्ती खोलीत पडून आणि इकडेतिकडे रिटोळासारखी हिंडून घालवली. पण तेव्हा काही कार्यक्रम होणार नाहीत. आपण नेमके ह्या भंपक पुण्यात आलो. आणखी किती वर्षं रहावं लागेल कुणास ठाऊक?

एप्रिल २०

आपलं असं होणार हे ठरलेलंच असणार. आता फुकट कशाला डोकेपीट? त्यापेक्षा उद्या पुन्हा *सडनली लास्ट समर*ला दुपारी आणि *लेजंड ऑफ द लॉस्ट*ला संध्याकाळी जावं. तेवढेच सहा तास गेले. उरलेला वेळ बाहेरच पुढे काय करावं, ह्याचा विचार करण्यात घालवावा. पुढे काय? पुढे म्हणजे पुढे केव्हा? पुढे काहीच नाही. पण ह्याचा विचार उद्या. नीट बसून.

एप्रिल २२

मोरोपंत—१७२९ ते १७९४

Soren Kierkegaard—१८१३ ते १८५५

Fyodor Mikhailovich Dostoyevsky—१८२१ ते १८८१

Friedrich Nietzsche—१५ ऑक्टोबर १८४४ ते २५ ऑगस्ट १९००

हरी नारायण आपटे—८ मार्च १८६४ ते ३ मार्च १९१९

आमचे आजोबा—१८६८ ते १९१८

ते दोघं—

पहिला—७ फेब्रुवारी १९३५ ते आजतागायत

दुसऱ्याचा भाऊ—५ मे १९३६ ते आजतागायत

स्वतः—५ मे १९३८ ते आजतागायत

एप्रिल २५

घरी अजून काहीच कळवलं नाही. परीक्षा अजून चालूच आहे. पण आता इथे थांबा कशाला? घरीच जावं. दुसरीकडे कुठे जाणार? शेवटी घर आपलंच आहे.

मग मी सांगवीहून मुंबईला आलो.

ह्या जगात कुणाचाही मुंबईला एखादा मित्र हवाच. शिवाय ह्या मित्राची परिस्थिती पण चांगलीच हवी. मधू पुण्याला आला की मला म्हणायचा, तू मुंबईला सहज म्हणून का येत नाहीस? मला वाटायचं की हा आपल्याकडे उतरतो, म्हणून सहज म्हणून असं म्हणतो. पण ते खरं नव्हतं.

मी सांगवीहून त्याला परिस्थिती अशी आहे म्हणून लिहिलं. त्याचं ताबडतोब पत्र आलं, की तू भाड्यापुरते पैसे जमवून भायखळ्याला उतर. उरलेलं भेटल्यावर.

मी माझ्याजवळचे होते तेवढे पैसे जमा करून सरळ भायखळ्याला उतरलो.

त्यानं लिहिलं होतं, की दहा वाजता मी तुला घड्याळाखाली भेटतो. नाहीच जमलं तर तू अशा-अशा खुणा असलेल्या शाळेत ये.

मी पोचलो तेव्हा आठच वाजले होते. सकाळी मुंबई फारच उत्साही दिसली. म्हणून मला वाईट वाटलं. पण मी ज्या बाकावर बसलो होतो, त्याच बाकावर एक हमाल माझ्याकडे पाय करून झोपला. मग मी सरकत-सरकत टोकावर येऊन बसलो. तशी त्या हमालानं सरळ पाय करून आरामात झोपायला सुरुवात केली. मग मी उठलो. तेवढ्यात हमालानं सगळा बाक पाहून पाय पसरले.

दहा वाजता मधू आलाच.

तो म्हणाला, ती लालभडक आइसफ्रुट खाणारी मुलगी पाह्यलीस? सगळी काडी तोंडात घालते. आणि पुन्हा बाहेर काढते. आऽहा.

मी म्हणालो, मला एक नोकरी शोधून दे.

तो म्हणाला, हे काय सांगवी आहे?

मधूनं त्याची शाळा दाखवली. म्हणाला, आता पाच वाजेपर्यंत तू काहीही कर.

मी म्हणालो, म्हणजे काय करू?

तो म्हणाला, काहीही.

मग मी मुंबईत इकडेतिकडे हिंडलो.

एक पानवाला त्याच्या भावाला संतापून मारत होता. — एक रुपयेमे चार आना कम? चार आना? फुकट भरती कीयी बंबईमे — आणि बेदम मारत होता.

मग मला एका पॉलिशवाल्यानं फसवलं.

म्हणून मी खजील होऊन परत शाळेत येऊन पाच वाजेपर्यंत टीचर रूममधे बसलो. तिथे मोठमोठ्ठ्या बायका एकमेकींशी गप्पागोष्टी करत होत्या : तुझ्यासारखी खट्याळ मुलगी तूच— असं एक बाई दुसरीला म्हणत होती, पण त्यांतल्या एकदोन सुंदर होत्या.

पाच वाजता मधू आणि मी महालक्ष्मीला त्याच्या खोलीवर आलो. मी म्हणालो, मधू, घरून मी पैसे घेणार नाही. पण यंदा मी परीक्षेला चांगलाच बसीन. यंदा मी मार्चपर्यंत तरी नोकरी करून अभ्यास करीन.

तो म्हणाला, अभ्यासाचं सोड. नोकरी करायचा आधी विचार कर. माझं पाह्यलंस ना? दोन वर्षं झाली इंटर सुटून. हिंदीच्या सनदेवर इथे शिकवतोय.

पण बी. ए.चं हिंदी बाहेरून काही होत नाही. तेव्हा एकतर नोकरी कर, किंवा एकतर सरळ घरून पैसे घे. आणि परीक्षा नीट कर.

हा त्याचा सल्ला चुकीचा होता. म्हणालो, तुला नोकरी शोधता आली तर बघ. बाकीचं काही नको.

नोकरी तुला मिळेल. पण मग परीक्षा तुझ्यानं होणार नाही.

परीक्षा मला जमेल. माझा अभ्यास झालेला आहे. फक्त बसलो नाही एवढंच. नोकरी तुला शोधायची आहे काय?

मग तू आणखी घरून पैसे घे. अरे, बी. ए. नापासला काही फार मिळत नाही. तू फुकट डोकं फिरवून घेऊ नकोस.

ह्या दिवशी एवढंच झालं. मग मी मधूचा नाद सोडला.

दुसऱ्या दिवशी नीट कपडे करून आमच्या एका जबरदस्त नातेवाइकाकडे गेलो. हा माझा चुलतमामा. म्हणजे सख्खा चुलतमामा. हा कुणालाही नोकऱ्या लावून देतो. तेव्हा आपल्याला नोकरी मिळणारच. फक्त नोकरी कशाकरता पाह्यजे, ह्याचा आपण विचार करून ठेवावा.

मामी घरीच होती. ती म्हणाली, इकडे का नाही उतरलास?

मी म्हणालो, तुमच्याकडेच उतरणार होतो, पण मित्रानं आग्रह केला.

मग मला वाटलं, की हिच्याकडेच नोकरीचा विषय काढावा. म्हणजे संध्याकाळी मामा आल्यावर सोपं जाईल.

मी म्हणालो, मामा केव्हा येईल?

ती म्हणाली, ते सहा वाजता येतात.

आपण नोकरीसाठी आलो, हे एवढ्यावरूनच हिला कळलं असणार. पण ती म्हणाली, त्यांच्याशी तुला काही काम आहे?

तर मी म्हणालो, काही नाही. सहज विचारलं.

दुपारी तिनं शेजारचा माझ्याएवढा मुलगा माझ्याजवळ बसायला बोलावला. ह्या मुलाचा चेहरा इतका क्रूर होता की मला वाटलं, हासुद्धा बेकारच आहे. मी म्हणालो, तुम्ही काय करता?

मी काहीच करत नाही.

मग त्यानं सबंध जगाबद्दलचं आपलं मत बोलून दाखवलं— नोकऱ्या करून आणि पैसे मिळवून समाधान मिळतंच असं नाही. त्यापेक्षा असंच

इकडेतिकडे हिंडावं. संध्याकाळी वडलांची बोलणी खावी. आणि वर्तमानपत्र वाचत सगळा दिवस घालवावा.

तो आणखी म्हणाला, मी फारसं वाचत नाही. पण जे वाचतो, ते अतिशय गहन वाचतो.

टॉलस्टॉय त्यानं सगळा वाचला होता.

मग चर्चा घडवून आणावी म्हणून मी म्हणालो, मी फक्त *वॉर अॅण्ड पीस* वाचली आहे.

तुम्ही संक्षिप्त वाचली असेल.

मग तुम्ही त्याची प्रत्येक कादंबरी संपूर्ण वाचली आहे का?

अर्थात.

ह्यानंतर मी त्यांच्याशी फार बोललो नाही. पण असं वाचायला मनुष्य एकतर बेकार पाह्यजे, किंवा एकतर फारच चिकाटीचा पाह्यजे.

संध्याकाळी मामा आला.

पण जेवण होऊन गेलं, तरी नोकरीचं कसं काढावं हे कळेना.

तेव्हा त्यांना वाटलं, हा इकडेच झोपणार असेल. म्हणून त्यांनी माझी झोपायची तयारी केली. उद्या आपण दहापर्यंतही उठणार नाही. तेव्हा ह्यांना आत्ताच मोकळं करावं, म्हणून मी घाबरून मुद्याला हात घातला.

तेव्हा सगळीच चर्चा अतिशय खालच्या सुरात झाली. आधी मामा म्हणाला, तुला आणि नोकरी? ती काय म्हणून?

मी म्हणालो, मला आयते पैसे खर्चायचा कंटाळा आला आहे. मला अनुभव घ्यायचा आहे.

हे नोबल स्पिरिट इतकं काही चांगलं नाही. हे अमेरिकेत ठीक आहे. आपल्याकडे गोरगरीब लोकांना नोकऱ्यांची मारामार. तिथे तुझ्यासारख्यानं धडपडावं? तू खरं तर आरामात पैसे खर्च करावेस. परीक्षा द्याव्यात. एकदा नाही जमलं, तर सातदा द्याव्यात. फॉरिनला जावं— तर हे काय खूळ काढलंस?

मी म्हणालो, मला नोकरी पाह्यजे आहे. येत्या एक तारखेपासून.

शेवटी तो म्हणाला, अरे पण एवढी घाई काय? तुला त्यातल्या त्यात कमी त्रासाची नोकरी मिळवून देतो. माझ्या हातात आहे सगळं. महिनाभर थांब.

मग त्यानं मला सकाळची चालेल का संध्याकाळची, गोदीतली चालेल की गोदीच्या ऑफिसातली— हे सगळं ठाकठीक विचारून घेतलं.

आणि म्हणाला, येत्या महिन्यात तुला एकदा येऊन जावं लागेल. इंटरव्ह्यू माझा असिस्टंट घेतो. मग पुढच्या महिन्यात किंवा फारतर त्याच्या पुढच्या महिन्यात तू इकडे कायमचाच ये. तू आता पुण्याला जाणार काय?

मग मी दहा वाजता तिथून मधूकडे आलो. सगळं सांगितलं. मला नोकरी मिळणार. मार्चपर्यंत नोकरी करून एप्रिलमध्ये सणसणीत परीक्षा. त्या रात्री मी ह्या हिशोबानं सगळा वर्षाचा कार्यक्रम बसविला.

मी उठलो तेव्हा मधू निघून गेला होता. हा दिवस मी पुन्हा हिंडून घालवला.

मला आणखी एक-दोन नातेवाइकांच्याकडे जाऊन यायचं होतं. पण इतक्या दुपारी कशाला जा म्हणून मी आमच्या गावच्या एका डॉक्टरला भेटायला म्हणून जे. जे. हॉस्पिटलात गेलो.

अनेक विभाग पाहून खूप दमल्यावर शेवटी मला त्याचा पत्ता लागला. त्याचं नाव सांगितल्यावर मला आत सोडलं. आत रांगेत खाटांच्यावर रोगी शांतपणे पडले होते. खूप आत गेल्यावर दुरून डॉक्टर दिसला. तो एका रोग्याला उताणा निजवून दोनतीन डॉक्टरांच्याबरोबर काहीतरी करत होता. शिवाय आत उकाडा इतका होता, की मी लगेच बाहेर आलो.

बाहेर एक बाक होता. तिथे मी मटकन पाय खूप लांब करून टेकून बसलो.

डावीकडे एक मोठ्ठी रांग होती. एकेकजण पुढे सरकून हातातली चिठ्ठी खिडकीतून आत सारायचा. आत खिडकीत कोण आहे, काय करतो आहे, हे कळायला मार्ग नव्हता. फक्त पहिला नंबर आलेला मनुष्य हातातली पिवळी चिठ्ठी आत द्यायचा. मग बऱ्याच वेळानं आतून पंधरावीस पुड्या किंवा बाटली असं काहीतरी खिडकीच्या भोकातून त्याच्या हातात दिलं जायचं. मग मागचा माणूस पुढं जायचा.

माझी नजर उजवीकडे डॉक्टरांच्या दाराकडे पण होतीच. आतून कुणी तरी यायचा. आणि दरवाजा झुलतझुलत बंद व्हायचा. पण आमचा डॉक्टर येईना.

सारखं रांगेकडे आणि शिवाय ह्या दाराकडेही आळीपाळीनं पाहून-पाहून माझे डोळे दुखून आले.

तरी बरं हा हॉल खूपच उंच होता. खूपच लांबरुंद. सारखी बारीकसारीक कुजबूज. पायांची सरकवासरकव, बुटांचे आवाज ह्यांनी तो हॉल इतका भेसूर वाटत होता की मला वाटलं, आपण कूऽक करून ओरडलो की कसं ऐकायला येईल? ह्या बथ्थड कुजबुजीनंच कदाचित आतले रोगी सगळे मरत असतील.

पण माझं लक्ष एका दहाबारा वर्षांच्या किडकिडीत शांत मुलीवर होतं. म्हणून मला निदान रांग निश्चित पुढे जाते आहे हे कळत होतं.

ही मुलगी पुढे त्या नागमोड्या वळणात दिसेनाशी झाली.

मग बराच वेळ तिचा हिरवट ढिला शाळकरी झगा फक्त दिसत होता. ह्या नंतर आठदहा माणसं गेली की तिचा नंबर लागणार. पण मागे रांग जेवढीची तेवढीच होती.

पण ही मुलगी एकटीच आली नव्हती. तिच्याजवळ तिचा बाप किंवा मामा किंवा कुणीतरी सारखा येऊन तिला दोनचार शब्द सांगून बाजूला जायचा, समोरच्या बाकावर बसायचा, नंतर इकडेतिकडे काही करायचा, भिंतीवरचे फोटो वगैरे पाह्यचा आणि पुन्हा तिच्याजवळ येऊन जायचा. हा तिचा बाप किंवा मामा किंवा कुणीतरी तिच्यासारखा काळा आणि उमदा होता. ह्या दोघांचेही कपडे अत्यंत स्वस्त. त्याच्या पायांत एक चांगलं पॉलिश केलेला जुना बूट. तर तिच्या झग्याखाली बारीक सरळ पायांखाली प्लॅस्टिकची चप्पल. ह्या माणसाच्या हातात एक मोठ्ठी रजिस्टरसारखी फाईल का काही होतं.

एकएक माणूस जात-जात नंतर नागमोड्या वळणाच्या पुढे ती मुलगी आली— तिच्या गालावर आणि मानेवर एक सलग चार बोटांचं पांढरं स्वच्छ कोड होतं. मग मी त्या मुलीवरची नजर हलवलीच नाही.

सरकत सरकत हळूहळू ती माझ्या डावीकडे अगदी दोन पावलांवर आली. सरळ उभी. लक्ष कशाकडेच नाही.

तिचा मामा का बाप आता कायम तिच्याजवळ उभा राह्यला. मी जवळून सगळं पहात राह्यलो. ती खिडकीच्या फारच जवळ आली. मग तिला ढकलून तिच्या नंबरावर तिचा बाप उभा राह्यला.

ती मुलगी अटेन्शनमध्ये रांगेच्या तिकडे उभी राह्यली.

त्यांचा नंबर लागला. खिडकीतून त्या माणसानं चिठ्ठी दिली. पण ती मुलगी खिडकीजवळसुद्धा आली नाही. ती तिकडेच उभी होती. तिनं फक्त एकदा हात वर करून नाक खाजवलं आणि पुन्हा तो हात सरसर खाली पडू दिला.

आतून मिळालेल्या पुड्या घेऊन तो माणूस माझ्याकडे उभा राह्यला. मग पुड्या रुमालात बांधून त्यानं तिकडच्या मुलीला हातानं खूण केली. ती रांग मोडून इकडे आली.

मग ते चालायला लागले.

इतक्यात त्या इसमाच्या रजिस्टरसारख्या फायलीतून एक चतकोर कागद निसटला. आणि इकडेतिकडे झोके खात खाली पडला. त्याकडे त्याचं लक्ष नाही. मी पाय एकदम जमा करून बसलो. तेवढ्यात त्या मुलीनं हळूच वाकून तो कागद त्याच्या हातात दिला. मग त्याच्या मागोमाग हॉलमधून बाहेर गेली.

ती गेल्यावर मला रांगेकडे पहावेना. सगळी रांग पहिल्यासारखीच गच्च उभी. खूण म्हणून एकही वेगळा माणूस नाही. मला इतकं गळून गेल्यासारखं झालं, की आमचा मित्र भेटला नाही तर बरं. म्हणून मी नुसतं आत जाऊन पाह्यलं तर समोरच्याच टेबलापुढे हे तिघंचौघं डॉक्टर गप्पा करत उभे. मला पाहून आमचा डॉक्टर म्हणाला, हॅलो, मीट माय् फ्रेंड्स.

मग त्यानं मला डॉक्टरांच्या स्वच्छ कँटीनमधे नेऊन भरपूर खाऊपिऊ घातलं. तो म्हणाला, ब्रँडी वगैरे घेशील तर आहे.

त्याच्यानंतर मी मधूकडे आलो. मधू आणि मी समुद्राकडे फिरायला गेलो. समुद्रात आत्महत्या करणं फार सुंदर असावं.

मधू म्हणाला, मासे खाऊन टाकत असतील.

पण मरतांना हवेऐवजी पाण्यात मरणं सुंदरच.

आम्ही बराच वेळ बसलो. नंतर मधूला एका शिकवणीला जायचं होतं. मी गाडीनं सरळ खोलीवर निघालो.

गाडीत गर्दी नव्हती. गाड्या शेजारी एक कळपट माणूस बसला होता. त्यानं पिशवीतून एक अत्तराची नवी बाटली काढली. वरचं नाव, बाटलीचा

रंग वगैरे खूप निरखून पाह्यल्यावर तो माझ्याकडे — हा काय असा बघतो आहे, अशा विचारानं रोखून बघायला लागला. नंतर त्यानं ती फोडली. मग थोडसं अत्तर आपल्या रुमालाला लावून बाटली बंद केली. रुमाल हुंगून माझ्याकडे पुन्हा पहिल्यासारखं पाह्यलं. मग पुन्हा बाटली उघडून आंगठ्यावर उपडी केली. आणि माझ्याकडे आंगठा करून माझ्या हाताच्या मागे थोडंसं चोळलं. म्हणाला, अच्छा है. नंतर तो पुढच्या स्टेशनावर उतरला.

नंतर मला दिसलं, पुढच्या अर्धी चड्डी घातलेल्या इसमाच्या पाकिटात एका नटीचा सुंदर फोटो.

मी महालक्ष्मीवर उतरलो. तेव्हा बाहेरच एक टोपी घातलेला माणूस मला म्हणाला, तुमच्याकडे पाचदहा पैसे आहेत काय? मी थोडा पुढे निघून गेल्यावर माझ्या हे लक्षात आलं. खिशातले सुट्टे पैसे मोजत मी मागे वळलो. मग चार आणे काढून त्या टोपीवाल्याला शोधायला लागलो. पण तो कुठेच दिसेना. गर्दीत कुणीच टोपीवालं नव्हतं. बाहेर येऊन पाह्यलं तर बाहेर कुणीच नव्हतं.

त्या चार आण्यांची भेळ घेतली. मग पायी खात-खात मी मधूच्या खोलीवर आलो. आणि अंथरुणावर पडून म्हणालो, आपल्या आयुष्यात काहीच राम नाही.

पैशांचं महत्त्व आपल्याला आत्ताच कळतं आहे. ह्यापूर्वी कधीच पैशानं असा कातावलो नव्हतो. पैसे असतांना विसाव्या शतकात आपण वावरलो. पण पैसे नसतांना वावरणं आपल्याकडून कधीच घडलं नाही. तर यंदा नोकरी करणारच. पण नोकरीला अजून दोनेक महिने आहेत, तोपर्यंत काय करणार? पुण्याला जावं. पण तोपर्यंत पैसे? आली पंचाईत.

दीडेकशे रुपये तरी लागतीलच. आपण मावशीकडे नक्की रहाणार नाही. दीडशे. मधूकडे तर नसतीलच. मग उद्या एका नातेवाइकाकडे जाणार आहोत, तिथे मागावे.

मधू आल्याबरोबर झोपला, तो म्हणाला, जेवलास कुठे?

मी म्हणालो, फोर्टमधे.

दुसऱ्या दिवशी खूप दुपारी उठून बसलो. काय करावं काही कळेना. आल्यापासून आंघोळ केलेली नाही. सकाळीच इथलं पाणी जातं.

मधूनं भरून ठेवलेल्या बादलीतलं पाणी वापरून तोंड वगैरे धुतलं. आणि लख्ख उन्हात मी महालक्ष्मीवर आलो. नेमकी त्याच वेळी गाडी येईना. खूप गरम होत होतं. मागे टीस्टॉलवरचा माणूस माझ्याकडे पाठ करून उभा. मी चहा संपवून पैसे बशीत टाकले, ती कपबशी पण त्यानं पाठीमागे उलटा हात करून उचलून आत ठेवली. पांगळी म्हातारी ठ्यां-ठ्यां करून पैसे मागत होती. अगदी माझ्या पायाखाली. एखाद्याला वाटावं, हा नाटकाचा प्रयोग आहे.

नंतर बऱ्याच वेळानं दुरून गाडी येतांना दिसली. मी चढायची तयारी केली. पण ती न थांबता खडाड खडाड करत निघून गेली. तिच्यातले उभे लोक ह्या पांगळीचा आणि माझा प्रवेश पहात अगदी जवळून गेले. आणि मग ती पांगळी आणि मीच पुन्हा उरलो.

ह्या नातेवाइकाकडे मी पैसे मागितले. नशिबानं म्हणून ते घरीच सापडले. मी मागणार होतो दीडशे. पण मग एकदम म्हणालो, चारशे रुपये पाह्यजेत. त्यांनी मला लगेच चारशे रुपये काढून दिले.

लगेच जेवून आलो आहे असं सांगून मी मधूकडे आलो.

वाटेत भरपूर जेवलो.

मधू अजून खोलीवर आला नव्हता. नाही तरी मधूकडे दोनतीन दिवस नुसताच झोपत होतो. रात्री तो आल्याबरोबर झोपायचा. बहुतेक मी बोलत राह्यचो आणि तो झोपून जायचा. शिवाय मधूचा मला तिरस्कार आला होता. तो म्हणाला होता, शनिवार-रविवार आपण बरेच हिंडू. पण त्याला यायला अजून एकदोन तास तरी होते. मग मी माझी पेटी भरली. मधूला काहीएक चिठ्ठी न लिहिता कुलूप लावून किल्ली आत सोडली, आणि पुण्याला निघालो.

दीड-दोन महिन्यांनी पुण्याला रामराम म्हणून आपण खूष. पुणं म्हणजे काही पॅरडाईज नाही. काही काहींना ते पॅरडाईज वाटतं. पण ह्या दोन महिन्यांत मी

खरोखर सैतानासारखा अभ्यास केला. मुंबईला एकदा नोकरीत अडकलो, की फार अभ्यास कदाचित जमणार नाही. म्हणून सगळं आताच आटपून घ्यावं. म्हणून परीक्षेचा अभ्यासक्रम विकत आणला. बदललेली सगळी पुस्तकं ताबडतोब आणली. पंधरा रात्रींत वाचून झाली. दिवसा लायब्रीत जाऊन नोट्स काढायच्या तेवढ्या भराभर काढल्या.

पण अजून मुंबईहून पत्र येईना. काळजी वाटायला लागली.

शेवटी दोन पत्रं आली.

पहिलं घरून. की तुझा हा पत्ता तरी बरोबर आहे का? तू अविचाराने घरून निघून गेलास. आमचा तुझ्यावर किती जीव आहे, हे तुला कळत नाही. गेले दोन महिने आम्हाला फार वाईट गेले. गावात कुणाला कळू नये म्हणून आम्ही गुपचूप काही न करता तुझ्या पत्राची वाट पहात होतो. मामासाहेबांचं पत्र आल्यानंतर तुझी खुशाली कळली. पण तू नोकरीसाठी त्यांच्याकडे का गेलास? तशा नोकरीची तुला काय गरज आहे? तुला पैशासाठी आम्ही कधी कुरकूर केली आहे का? तू इंगळ्यांकडून मात्र इतके पैसे न्यायला नको होते. त्यांचे चारशे रुपये आम्ही पाठवून दिले आहेत. तुला लागतील तर आणखी कळव. तुझा पत्ता हाच का? आम्ही मोठमोठ्ठी पत्रं निरनिराळ्या पत्त्यांवर पाठवून थकलो. म्हणून हे इतकं लहान लिहिलं.

मग मामाचं पत्र— की तुला नोकरी पाहून ठेवली होती. पण तुझ्या वडिलांनी आम्हालाच बोल लावून बजावलं आहे, की त्याला नोकरीबिकरीचा नाद लावू नका.

मग महिनाभर काहीच केलं नाही.

शिवाय मधे केव्हा तरी रस्त्यावर नाना आणि मावशी अचानक भेटले. त्यांनी भर रस्त्यावर माझ्यावर अक्षता टाकल्या. तू पुण्याला केव्हा आलास? कुठे रहातोस? आमच्याकडे नुस्ती फेरी मारणंही तुला का जमत नाही? आणि तुझ्या आईवडिलांनी लांब-लांब पत्रं लिहून आम्हाला सारखे दोष दिले, की आम्ही तुझ्याकडे लक्ष दिलं नाही. पुण्याला असून तुम्ही आमच्या

मुलाला नीट वळण लावलं नाही. आता तू काय लहान आहेस असं वागायला? तू मूर्ख आहेस. तू आमच्याकडे नाही आलास, म्हणून काही बिघडत नाही. येईल त्याला घर आहे, जाईल त्याला दार आहे. तू उडाणटप्पू आहेस. असा मुलगा आमच्या रक्तात छप्पन्न पिढ्या निपजला नव्हता. आणि खिशात सिगरेटीचं पाकीट ठेवून हिंडतोस.

म्हणजे एकूण नोकरीचं हवेतच राह्यलं. आपल्याला भलतं काही जमणार नाही. जिथेतिथे घर आडवं येतं. आपले पाय आपल्या घरात पुरेपूर अडकले आहेत. आपण एकुलते.

मग मी नेमाने डॉक्टरांकडे जायला लागलो. इंजेक्शनं घ्यायला लागलो. डॉक्टर म्हणाले, एका वर्षात तुम्हांला नीट करतो. मात्र ट्रीटमेंट रेग्युलर घेत चला. मी सगळी लफडी फेकून दर मंगळवारी डॉक्टरांच्याकडे जायला लागलो. औषधं रोज घ्यायला लागलो. डॉक्टरांच्याकडून उतरल्यावर खालच्या शाही हॉटेलमध्ये जाऊन काहीबाही खात रेकॉर्डी ऐकायला लागलो. वेटरांना दणदणीत टिपा द्यायला लागलो. मी म्हणालो, कसलं काय घेऊन बसलात. जीव सुखात असला की झालं.

पण हे सुखात राहून दाखवणं भलतंच विचित्र होतं. एक तर माझं उशिरा झोपणं गेलंच नाही. शिवाय हे सगळं मी दुसऱ्यासाठी करत होतो. माझ्यासाठी काय करायचं, हे खूप विचार करूनही मला सापडलं नाही.

तेव्हा दुसरं काय करणार? हा देशच भिकारी आहे. इथल्या तरुणांना करायला काहीच नाही. सगळं म्हातारं आहे. आणि इथले तरुण पण माझ्यासारखे. चटकन म्हातारे झालो तरच काही समाधानाची आशा. तरुण वगैरे भानगडीत पडलो की पंचाईत. म्हणजे आम्ही बरोबरच ह्या देशात जन्मलो.

किंबहुना ही पृथ्वीच भिकारी आहे. इथल्या तरुणांनी काही तरी केलंच पाह्यजे, असा पूर्वापार काळापासून संकेत दृढ आहे. पण करून-करून हाती म्हातारपणच येतं.

गेल्या सुट्टीत वाटत होतं, आपण आता परीक्षाबिरीक्षा बंद करणार. कोणत्याही गोष्टीतून बाहेर पडणं हे चांगलं. आत गुदमरून गेल्यावर बाहेर पडलंच पाह्यजे.

पण पुन्हा हे खुंटीवर टांगून युनिव्हर्सिटीच्या भंपक डिग्रीसाठी पुन्हा हे वर्ष.

पण मी सगळं वर्ष आरामात घालवलं. अभ्यास करायचा नाही. मनाला वाटेल ते-ते सगळं करायचं. हिंडणं, फिरणं, हॉटेलात चार-चार तास बसणं, सिनेमा हवा तेव्हा, एकटंदुकटं पैबरोबर माथेरान-महाबळेश्वर अशा सहली.

पै हा नवा मित्र. माझ्या लॉजवर शेजारीच रहातो. तीनशे रुपये कमावतो. आणि सगळे खर्च करतो. नीट कपडे, वेळेवर खाणंपिणं, गायनाचा रोज क्लास आणि माझ्याबरोबर केव्हाही सहलीला यायला तयार. ह्यात काहीच वाईट नाही. आपल्याशी मित्रासारखा वागतो ना? मग झालं. अशा माणसांचा जर सगळा समाज असला, तर एकमेकांचा त्रास कुणालाच होणार नाही.

नाही म्हणायला पैचं एक जरा खटकत होतं. तो वेश्याबाज. मी ह्याबद्दल त्याला कधीच बोललो नाही. त्याच्या खोलीचं दार बंद असतांना कधी ठोठावलं नाही. मी जिना चढत असतांना कुणीही मुलगी त्याच्याबरोबर रात्रीबेरात्री उतरत असली, तरी तिच्याकडे निरखून पाह्यलं नाही. फक्त पैला हॅलो करून थेट वर खोलीत.

पै बरोबर रोज नव्यानव्या मुली. एकदा तर पूर्वी केव्हा तरी आमच्या वर्गात असलेली चांगली सभ्य मुलगी.

पैवर मी फक्त एकदा भडकलो.

रात्री दहा वाजता मी खोलीवर आलो. दार उघडलं. इतक्यात पै जिना चढून आला. त्याच्यामागोमाग दोन मुली. दोन्ही जरा लहान. पण सुंदर होत्या. पै माझ्याकडे आला. पण त्या जिन्यावरच उभ्या राह्यल्या.

पै म्हणाला, सांगवीकर, प्लीज, एक करा. ह्यातली ती दुसरी लाल स्कर्टवाली आहे ना — ती बॉब केलेली नाही, दुसरी — तिला तुमच्या खोलीत घेऊन बसा. मी एकीला घेतो.

म्हणजे काय मिस्टर पै?

अरे ती बॉबी यायला तयार आहे. पण दुसरी म्हणते, मग तोपर्यंत मी काय करू? म्हणून तुम्ही दोघं थोडा वेळ — तुमच्या खोलीत तिला ठेवा. काहीही करा.

नो. सॉरी, पै.

आणि मी खोलीत शिरून दार बंद केलं. त्या दोघी प्रचंड कुतूहलानं आमच्याकडे पहात होत्या. मी पैची शिकार घालवली. ह्या शाळेतल्या मुली पैनं मोठ्ठ्या कष्टानं मिळवल्या होत्या. पण दोन्ही एकमेकींना सोडायला तयार नव्हत्या इतक्या बुजऱ्या.

पै नंतर रात्री म्हणाला, सांगवीकर, तुमचंही बरोबरच होतं. पण तुम्ही मात्र नग मिळालात.

बुंदी ही खऱ्या अर्थानं स्त्रीच. रंग, चेहरा, बोटं, डोळे, छाती, मान, सगळी स्त्री. पुष्कळाच.

हीच म्हणाली, मी तुम्हाला ओळखते वगैरे. आपण इथे-इथे पहिल्यांदा भेटलो होतो वगैरे. देशपांडे आता दिल्लीला आहे वगैरे. तुमच्याबद्दल तो काय काय ग्रेट बोलतो वगैरे.

मी म्हणालो, देशपांडे बावळटच.

ती म्हणाली, बरोब्बर.

तीच म्हणाली, कुठे जाताय?

मी म्हणालो, आता इतकी *ज्ञानेश्वरी* वाचून झाल्यावर चहा पाह्यजेच.

मी नुस्तं विचारताच ती माझ्याबरोबर आली.

हिचं एक की बडबड कायम. मला वाटलं हिचं ऐकून घ्यायला हिला कुणीतरी एक लागतो, म्हणूनच हिनं आपला पिच्छा पुरवला. बऱ्याचदा मी एकटा कँटीनमधे बसलो असतांना हिनं मला गाठलं. पण एरवीसुद्धा ती ज्यादाच.

एकूण, तरी हिच्यामुळे कंटाळा आला नाहीच. तिच्याजवळ नवनव्या गोष्टींचे इतके प्रचंड साठे असायचे की बस्स. परवा अमुक राजकीय पुढारी काय म्हणाले. नंतर त्यांच्या खाजगी गोष्टी. अमुक पुस्तक कुणाला कसं वाटलं. सिनेमा तर खूप. तिच्या भावाकडून तिला पास मिळायचा. कधी दोन पासी मिळाल्या, की मला चला म्हणून म्हणायची. पण आम्ही म्हणायचो, मी तर हा पाह्यला. मग लगेच मी तोच सिनेमा स्वतंत्र पाहून यायचो.

बुंदीनं एक सिनेमा छान असल्याचं सांगितलं. तुम्ही पहाच म्हणाली. एका घरातली मुलं भुतांनी पछाडलेली आणि भलतेसलते पराक्रम करणारी. त्यांची मास्तरीणबाई भुतांचा शोध लावते. गच्चीवर पहिल्यांदा तिला एक

अंधुकअंधुक भूत दिसतं. कोट घातलेलं, चौकोनी तोंडाचं. वर चिक्कार पक्षी आणि पलीकडे झगमग सूर्य, म्हणून तिचे डोळे दिपतात. भुताची आकृती अत्यंत अस्पष्ट. मग बाई पळतपळत गच्चीवर जाऊन पहाते. तो तिथे फक्त शेकडो कबुतरं आणि त्यांचे आवाजच. हा शॉट म्हणजे भलताच सुंदर. तुम्ही पहाच.

मी तो सिनेमा पाहून आलो. पण तिनं वर्णन केलेला शॉट केव्हा येतो, हेच काळजीपूर्वक पहात बसलो. आणि खरंच. तिनं सांगितलेलं वर्णन भलतंच झकास.

बुंदी नंतर भेटली. पण मागच्या सिनेमाबद्दल काही नाही. आता नवंच.

सांगवीकर, काल किनै एक गंमत झाली. म्हंजे आमच्याखाली घरमालकाचं नान्या माकड बांधलेलं असतं. मी कॉलेजला निघाले. उगीच हातातली सायकलची किल्ली सहज त्याच्यापुढे केली. तर त्यानं चटदिशी हात मारून किल्ली घेतली, आणि गिळून टाकली. मला वाटलं, आता किल्ली गेली. मग कॉलेजला कोण पायी जाणार? बाबूनं माझी सायकल उचलून किल्लीवाल्याकडे नेली. मालक बाहेरून आल्यावर आम्ही त्यांच्या नान्याबद्दल भांडण केलं. ते म्हणाले, अगोदर पाव आणा. मग त्याला पाव दाखवून ते म्हणाले, नान्या किल्ली काढ. तेव्हा नान्यानं चटकन तोंडातून खूप आतून किल्ली काढली आणि खाली ठेवली आणि पाव खाल्ला. आता आमच्याकडे सायकलच्या दोन किल्ल्या झाल्या.

अशा भलत्यासलत्या गोष्टी सांगायची बुंदीला फारच हौस.

एकदा ती म्हणाली, मी आज दोन पासी आणल्या आहेत. आज आपण मिळून जायचंच.

मी नाही म्हणालो.

ती म्हणाली, मग फिरायला लांब वगैरे?

मी नाही म्हणालो.

मानबीन तिरपी करून ती म्हणाली, आज हवा काय छान आहे.

मी म्हणालो, हो.

मग जाऊ या काय?

मी तिचे सगळे नखरे पहात होतोच. मी नवी सिगरेट पेटवली.

ती कानाशी हळूच म्हणाली, आता पुरे झालं.

मग मी सिगरेट नीट धरून तिच्या हाताला एक व्यवस्थित चटका दिला.

एका हातानं चिकटलेली राख चोळत ती म्हणाली, शूः ब्रूट.

आसपासचे सगळे हे पहात होतेच. मला वाटलं, ही आपल्याला आता मारेल. परंतु ती मुकाट्यानं टेबलावरची किल्ली घेऊन निघून गेली.

त्यानंतर मी खोलीवर आलो. सगळं अवजड झालं होतं. बुंदी चांगलीच होती. पण मी म्हणजे अतोनात हा. बुंदीच्या गोष्टी गेल्या.

जुने मित्र भेटले की त्यांना फटाफट बोलून उडवून लावणं, हा त्यातल्यात्यात ह्या वर्षातला एक छंदच. जुने मित्र सगळे भंपक. एक जुना मित्र नोकरी मिळाली म्हणून आनंदानं सांगायला लागला आणि म्हणाला, चल, तुला चहा देतो. मी म्हणालो, चहाबिहा नको. ह्याचं ऑफिसात अकरा ते सहा काय काम असेल, तर एका वहीतलं दुसऱ्या वह्यांत बरोबर नोंदून ठेवलं आहे की नाही, हे पहाणं. ते बरोबर असलं तर ठीक आहे अशी सही करून पुढचं पान असंच तपासणं. असे लोक मित्र असले म्हणून काय झालं?

एकाला मी म्हटलं, खोलीवर ये. मग बोलू. खरं म्हणजे तू यावं असं काही मला वाटत नाही, पण उगीच पद्धत म्हणून म्हटलं.

ह्यामुळे हे सगळे — आता काय करतोस— असं विचारणारे फडतूस ओळखीचे लोक भेटणं कायमचं बंद झालं. फार तर नुस्ता नमस्कार करून पुढे जाणं सहन करता येईल. बाकी नाही. एकटा पै पुरेसा मित्र आहे. कुठलं गाव, कुठली भाषा, काय शिकलास, अभ्यास करतोस की नाही, पुढे काय करशील, कशाला स्कोप आहे— ह्या भानगडी नाहीत. शहरातलं स्वीट लाईफ खरं हेच. लॉजवर शेजारी-शेजारी रहातो ना? मग मित्र असावं. बाकीच्या फुकट भानगडी कशाला?

ह्याउलट तांबे भेटला की आता पूर्वीच्या आठवणी काढून वैताग देतो. कविताही अधूनमधून दाखवतो. त्याच्या खोलीवर नेऊन वाचून दाखवतो. त्याची कोणत्याही गोष्टीला *अमर* असं विशेषण लावलेली डायरी मला वाचून दाखवतो — ती अमर संध्याकाळ, ते अमर होस्टेल आठवतं आहे, त्या तिथल्या अमर रात्री.

च्यायला. खरं म्हणजे ह्याची डायरी पाहून मी माझी डायरी बंद केली. सालं फुकट स्वतःचा चेहरा आरशात पहाणाऱ्या गुलछबूसारखं काही तरी

सुंदर शब्दांच्या ओळी जुळवणं. फुकट रोज रात्री आपण आज कायकाय केलं हे आठवून-आठवून लिहिणं.

पण मी हे सगळं सहन करतो. तांब्याचं तरी सहन केलं पाह्यजे. इतरांना उडवून लावतो तसं तांब्याला नाही. त्या मानानं सुरेश बरा. पण तो त्या मानानंच. नंतर कधी पत्र नाही. पुण्याला आला तरी भेटला नाही. हे चांगलंच. फक्त तांबेला भेटला. पण तांबेजवळ माझी एका शब्दानं विचारपूस केली नाही.

आमचं दुर्दैवच, की सारख्या वयाच्या शेकडो मुलांना कॉलेजात किंवा कुठेही एकत्र ठेवून हे मोकळे होतात. मग त्यात कुणी कसाही टिकाव धरो. मग आपल्याला एम्. ए., एल्एल्. बी. व्हायचं आहे, असं म्हणणारा तो भंपक देसाई पण आमचा मित्र म्हणून आम्हाला रस्त्यात भेटणारच. आणि पूर्वी आपल्याला जेवायला बोलावून साहित्यावर मूलभूत चर्चा करणारा देशपांडे आता पुण्यात टपकला, की पुन्हा जेवायला बोलावणारच. त्यापेक्षा ते दोघं बरेच. मित्रांच्या बाबतीत आपला पडतीचा काळ असतांना रात्री अकरा वाजेपर्यंत तरी सोबत देतात. त्यातल्या त्यात सरदारजी तर पाह्यलाच नको. कपूर झिंदाबाद.

पण हे चाललं फक्त फेब्रुवारीपर्यंतच. ह्या सगळ्या हिंडण्या-फिरण्याला अगोदरच वैतागून मी आपोआपच अभ्यासाला लागलो. मला वाटलं, हीच परीक्षा आपण कितीदा देतो आहोत. यंदा पण जमलं तर बघू. पण सगळ्या पेपरांना बसूच. परीक्षेबद्दल जास्त विचार करायचाच नाही. अशा गोष्टीबद्दल आगाऊ विचार केला, की आपण फसतो. म्हणून पूर्वीची वेळापत्रकं आणि केव्हा किती दिवस कोणता पेपर संपवायचा— हेही नको. जसं जमेल तसं पुढे ढकलायचं. दगड हातात आहेच ना? तो केव्हातरी टाकयचाच आहे. मग मागेपुढे सरकून काय फायदा— हे वडलांचं वाक्य. हेच पकडून काय ते करू.

परीक्षेच्या अगोदर केव्हा तरी रात्री एक प्रश्न पाठ केला. तेवढ्यात मला कंटाळा आला. खोलीबाहेर पडलो. बाहेर अंधारात जास्तच कंटाळा होता. हॉटेलमधे रेडिओवर एक दोन्ही बाजूंच्या रेकॉर्डचं लांबलचक गाणं लागलं होतं. आधी ती म्हणायची, *मुझे छोडके मत जाना.* की असंच काही तरी.

मग तो म्हणायचा, *मुझे छोडके मत जाना.* मग दोघं मिळून म्हणायचे, *मुझे छोडके मत जाना.* की असंच काहीतरी. मग मी लवकरच खोलीवर आलो. आणि पडून वाचायला लागलो.

आई मॅट्रिकच्या वेळी चहा करून द्यायची. ते आठवावंसं वाटायला लागलं. आईला चहा सुंदर येतो. तेव्हाचं जुनं घर म्हणजे तर छानच. रात्री अकराबारा वाजता तिची एक झोप होऊन केव्हा तरी ती जागी व्हायची. मग ती मला चहा करून द्यायला उठायची. आणि बऱ्याचदा चुलीवर चहा असतांनाच डुलक्या घ्यायची. ते फार विनोदी वाटायचं. तोपर्यंत मी पेला धुऊन तिच्यापुढे ठेवायचो. तेव्हा मॅट्रिकचा अभ्यास.

आणि इतक्यात मला घनघोर झोप आली. पुस्तकातलं बोटसुद्धा काढवेना.

दिवा रात्रभर जळत होता. तो सकाळी उठल्यावर मी मालवला. मग सकाळचं वातावरण ऐकून मी सुखानं पुन्हा झोपलो.

परीक्षेला ह्या वेळी ज्यास्त दगदग केली नाही. तीन तास काही तरी शांत चित्तानं लिहिलं. लॉजवर आल्यावर किती मार्क पडतील, हे पाह्यलं नाही. नो पोस्टमार्टेम. नो रमी. ह्या वेळी शोधून देखील खानोलकरांच्यासारखं कुणी परीक्षेत सापडलं नाही. असे गृहस्थ क्वचितच परीक्षांना बसत असतील. पण मी भाग्यवान. सुदैवानं माझा नंबर पण यंदा मध्यभागी आला होता.

ह्यापूर्वी माझे नंबर भलत्याच ठिकाणी यायचे. एकदा रांगेत कोपऱ्यात सगळ्यात पुढे नंबर. माझ्यापुढे भलीमोठ्ठी भिंतच उभी. उजवीकडेही भिंतच. मला वाटलं होतं, ह्या पुढच्या भिंतीवर काय कपाळ आपटायचं.

एकदा खिडकीजवळ आडव्या बाकावर नंबर होता. तर खिडकीतून चार वाजताच कडकडीत ऊन अंगावर पडायचं. आणि परीक्षा अर्थातच एप्रिलमधे. सगळा मेंदू तडकून जायचा. खिडकी बंद करायला सांगितली तर हवा बंद. अंगभर गरम घाम. शिवाय ह्या वेळीच माझ्या डावीकडच्या बाकावर समोरून एक चष्मावाला मुलगा सारखा माझ्याकडेच पहातो आहे, असं पेपर लिहितांना त्याच्या चकाकणाऱ्या भिंगांच्यामुळे वाटायचं. पण तो पेपर लिहिणं सोडून माझ्याकडे कशाला पाहील, असे विचार येऊन माझी उत्तरं शेवटपर्यंत नीट लिहिली नव्हती. मी मधूनच त्याच्याकडे पाह्यचो, तेव्हा तो गुपचूप पेपर लिहीत असायचा. पण एकंदरीत माझं लक्ष लागेना.

गेल्या वेळी तर माझ्यापुढेच एका लग्न झालेल्या लठ्ठ मुलीचा नंबर. परीक्षांच्या दिवसांत तिला केसबीस धुवायला वेळबीळ नसेल, किंवा तिच्या नवऱ्याच्या लक्षात हे आलं नसेल, म्हणून तिच्या भरघोस केसांतून भयंकर उग्र घामाचा केसाळ वास यायचा.

पण ह्या वेळी सरळ उभ्या तीन-चार रांगांच्या मधल्या रांगेत माझा नंबर होता. कुणाचा वास नाही की भिंत नाही. तरी उकडत भयंकर होतं. म्हणून मी चक्क सदरा काढून बनियनवर दुपारचे पेपर लिहिले.

कुणीतरी नंतर हसलं. पण आता हे नव्यानं आलेले लोक. ह्यांची आपली काय ओळख? शिवाय अजिंठ्यात पुलकेशी का कुणीतरी सम्राट दरबारात चक्क उघडाबंब बसला आहे आणि दरबारात परदेशी वकीलही आहेत. पँटीत सदरा वगैरे खोचून एप्रिल महिन्यात दुपारी तीन वाजता कोण पेपर लिहील? लिहिणारे लिहितील.

मग परीक्षा आटपल्यावर ही शेवटचीच परीक्षा, आता पास होऊ दे नाहीतर नापास होऊ दे, ही शेवटचीच. असं म्हणून आम्ही ही वर्षानुवर्षं चाललेली साडेसाती संपवली. आता आपण घरीच जन्म काढू. पुन्हा पुण्याचं नाव नको. म्हणून आम्ही पुणं सोडलं.

मग मी कायमचा घरी निघालो.

पाच

मग मी घरी आलो.

वडील सगळ्यांत छोट्या नलीला जवळ घेऊन म्हणाले, हिच्या जागी मुलगा असता तर तुझ्यासारख्या घरबुडाऊ मुलात आमचं मन कशाला अडकलं असतं.

आई म्हणाली, आपल्या घरी पंधरावीस माणसं जेवतात. पोटच्या पोराचा त्रास नाही. फक्त तुझी चिडचिड मी ऐकून घेणार नाही.

आजी म्हणाली, पांडोबा, तू किती वर्षं झाली शिकतोयस हे काही माझ्या ध्यानात येत नाही. तू काय होऊन आलास?

गडी म्हणाले, आता यंदा घरीच काय?

मी म्हणालो, आता घराकडे जितकं दुर्लक्ष करावं तितकं आपल्या फायद्याचं आहे.

गावातल्या कुणी टिंगल म्हणून विचारलं तर मी सांगायला लागलो, तिकडे रोज भात आणि पोळी असते. आपल्याला मानवते भाकरीच.

किंवा, सालं ते लोक दुसऱ्या आणि तिसऱ्या मजल्यावर सुद्धा रहातात. अशा पुण्यात कोण राहील?

मी सुन्न बसलेला पाहून आई एखाद्या वेळी म्हणायची, म्हणजे तिकडे पाहुणे एकटे बसले आहेत आणि तू इथे?

तिथे बसून तरी काय करू?

मग आई — त्यांना तिकडचं काही विचार. काही वादविवाद कर. नाहीतर नखं काढत बैस. किती वाढलीत पाह्यलंस?

तेव्हाच गावातला एक बायरगन तिकडे तारेवर चिकटून मेला. तो सद्गुणी होता. तेव्हा कॉन्ट्रॅक्टरनं त्याचं प्रेत मोटारीनं इथे सांगवीला आणून दिलं.

वडील म्हणाले, पाह्यलंस. असं पाह्यजे. तुझं कोण करणार इतकं?

ते आणखी म्हणाले, तुला बारा हजारांनी गुणलं तरी सहासात वर्षांचा गुणाकार शून्यच.

नलीचं नुकतंच शाळेत नाव घातलं होतं. आधी मोकळं राहायची सवय, त्यामुळे शाळेत जाणं तिला भयानक वाटायचं. मग ती घाबरून शाळेत जायची तयारी करायची.

शिवाय तिच्या वर्गात एकदोन दुष्ट मुली तिला त्रास पण द्यायच्या. बाई त्यांना काहीच करायच्या नाहीत.

मग पहिल्यापहिल्यांदा तिला शाळेत सोडून यायचं काम मी करायला लागलो. शाळेच्या बाहेर एक निंबाचा पार आहे. तिथे उभा राहून ती शाळेत शिरली, की मी परत यायचो.

एकदा अजून मुली जात होत्या. म्हणून ती माझ्याबरोबरच पारावर थांबली. मी उभाच होतो. ती पारावर बसली. मग तिनं पिशवीतून पाटी काढली. पुस्तक काढलं. आणि पाटीवर ठेवलं. पिशवीची खालची दोन्ही टोकं धरून पिशवी झटकली. पडलेल्या पेन्सिली पुस्तकावर ठेवल्या. आणि रिकामी पिशवी जवळ अंथरून तिच्यावर हात आपटत ती म्हणाली, आता बैस.

मी बसत म्हणालो, काय नलिनीबाई, आज काय विचार आहे?

तेवढ्यात तिनं खिशातला जरदाळू तोंडात टाकला आणि ती म्हणाली, अजून शाळा भरली नाही. तू आणि मी इथे बसू. मग घंटा झाली की तू जा. मी शाळेत जाईन.

मी म्हणालो, बहिणाबाई, पण थोडा वेळच.

मग उगीच इकडेतिकडे पहात तिनं जरदाळू संपवला. आतली बी खाली ठेवून ती लहानसा दगड शोधायला लागली. मी म्हणालो, तुला नीट फोडता येत नाही. आण इकडे.

मग मी एक दगड धपकन बीवर आपटला. तेव्हा बी कुठे उडाली काही दिसेना. मग मी बी शोधायला लागलो.

ती म्हणाली, दादा, अशी उडून गेलेली बी पुन्हा सापडत नाही. थांब, मी दुसरी देते.

मग तिनं पुन्हा इकडेतिकडे पहात खिशातून दुसरा जरदाळू काढून मोठमोठ्ठे डोळे करून चट्दिशी खाल्ला. आणि लाळेनं भरलेली बी माझ्या हातात दिली.

ह्या वेळी मी ती बी दोन बोटांनी धरून धपकन दगड मारला. पण धपका जोरात बसला. आणि आतल्या बदामाचे तुकडेतुकडे झाले.

मग तिनं बोटाबोटानं एकएक तुकडा जिभेवर ठेवून खाल्ला. मला त्यामुळे वाईट वाटलं.

मी म्हणालो, आणखी जरदाळू आहे?

ती म्हणाली, एक आहे.

मी म्हणालो, आण. आता नीट फोडून देतो.

पण ती म्हणाली, आता नको. मधल्या सुट्टीसाठी.

मग तिनं पिशवी पुन्हा नीट रचली आणि थोडी पळत, थोडी चालत ती शाळेच्या दारातून दिसेनाशी झाली.

मी म्हणालो, बाई ग, ह्यातून सुटका नाही. सवय करून घे. अजून कित्येक वर्षं ह्यातून सुटका नाही.

ही नली.

हिच्यापेक्षा मोठी जाई. ही बोलायला अतिशय फटकळ. हिचं आणि माझं थोडं देखील जमत नाही. एकदा पाऊस आला आणि मी शाळा सुटायच्या वेळेवर तिच्यासाठी एक छत्री घेऊन दरवाजाजवळ वाट पहात थांबलो. पण ती कुठेच दिसेना. मग थोड्या वेळानं मी घरी परत आलो. तेव्हा ती नुस्त्या चड्डीवर भिजलेले कपडे पिळून वाळत घालत होती. मी म्हणालो, तू कुठे होतीस बावळे?

ती म्हणाली, उगीच शिष्ट चालणं. मी तुला पाह्यलं. पण मी मुद्दाम दुरून गेले. मुली मला म्हणाल्या असत्या, आता तुझा दादा छत्र्या आणून देतो काय?

हिची नेहमीची शिवी म्हणजे, उगीच शिष्ट चालणं. मी विचारलं, शाळेत नीट लक्ष देतेस का बडबड करतेस? तर— मी उगीच शिष्ट चालतो. आई म्हणाली, दात घास आधी, की— आई उगीच शिष्ट चालते, म्हणत ही मोरीवर. आजी म्हणाली, ही फारच माजली, की आजी पण शिष्ट चालते.

हिच्यापेक्षा मोठी मनी होती.

मनीपेक्षा मोठी सुमी. हिचं लग्न होऊन आता ती नागपूरला रहाते. हिचं एक बरं की ही नंतर घरी कधीच येत नाही.

पण अधूनमधून मोठमोठ्ठी पत्रं लिहिते. मध्यंतरी तिची पत्रं म्हणजे तिकडे कामधंद्याची फार ओढाताण होते, म्हणून त्रास फार होतो, कारण तिकडे गडीच मिळत नाहीत, जो गडी मिळतो तो लबाडच निघतो.

शेवटी तिच्या यजमानांनी एकदा एक अतिशय बावळट गडी शोधून आणला. हा जवळजवळ वेडाच वाटायचा. पण हा कोणतंच काम नीट करायचा नाही. पिपातलं तेल बाटलीत टाकायचं, तर नरसाळं उलटं बाटलीवर ठेवून नळीतून तेल टाकायचा. जेवणाच्या डब्याचे खण लावतांना सगळ्यांत वरचा खण सगळ्यांत खाली ठेवायचा. एकदा तूप आणायला गेला, तर भांडं विसरला. म्हणून टोपीत तूप आणलं. मग असं होता–होता चार–पाच महिन्यांनी तो टेबलातले चारशे रुपये, घड्याळ आणि कोट घेऊन पळून गेला.

सुमीपेक्षा मोठा मीच.

माझ्या वडलांनी अलीकडे अनेक भानगडी सुरू केल्या. म्हणजे निवडणुकी वगैरे.

एकदा निवडणुकीत दुसऱ्या पक्षाचा फारच जोर होता. तेव्हा ह्यांची मित्रमंडळी ह्यांना म्हणाली, तुम्ही पण दारूचं टीप फोडा. म्हणजे पहा आपला कसा जोर होत नाही ते.

वडील म्हणाले, हे आपल्याच्यानं व्हायचं नाही. शिवाय आम्ही वारकरी.

मग मतमोजणीच्या वेळी त्यांना फारच कमी मतं पडली. डिपॉझिट तेवढं वाचलं. आणि दुसरा पक्ष प्रचंड मतांनी निवडून आला. तेव्हा तिथेच सर्वांच्यादेखत वडील म्हणाले, पहा, ते निवडून आलेच. मी म्हणालोच होतो, की डिपॉझिट वाचायला दारूचा खर्च कशाला?

त्यांचं रेडिओवर नियमित बुधवारी–रविवारी कीर्तन ऐकणं, हे सोडा. पण एकदा अहिंसेवर कीर्तन चालू असतांना मी कंटाळून म्हणालो, एवढी अहिंसा कुणाला जमतेय?

तर ते ओरडले, पण नुस्तं ऐकून घ्यायला पैसे पडतात काय?

आणि ते रेडिओ आणखी मोठ्ठा करून ऐकायला लागले.

एकदा ते म्हणाले, म्हशीची धार काढायला केव्हा शिकशील? चल, तुला शिकवतो.

मी म्हशीखाली लोणी वगैरे लावलं. पण ओढून ओढून दूध काही येईना.

शेवटी उठून मी म्हणालो, छे, फारच वुइवुइ लागतं.

ह्यावर ते— अबे, अगोदर म्हशीवरच प्रॅक्टीस करावी लागते.

एकदा आमच्या शेतातल्या एंजिनाचं सामान चोरीला गेलं.

बराच तपास केला. आणि शेवटी नवं आणून पाणी काढायला सुरुवात देखील झाली.

तेव्हा एक परका इसम आमच्या दारात येऊन म्हणाला, महाजन, तुमचं सामान मी आणून देतो. दोनशेक रुपयांत काम होईल.

वडील बराच विचार करून म्हणाले, आम्ही नवं सामान आणलं आहे. त्यालाच पाचेकशे रुपये लागले. चोरीचं सामान तुमच्याकडे ठेवा. नवं मात्र चोरून नेऊ नका म्हणजे झालं.

जा रे, ह्याला चहा पाजून ये.

मी त्या इसमाला बाहेर सुनाटच्या हॉटेलात चहा पाजला.

त्यानंतर नेहमीप्रमाणे आसपासच्या मळ्यात बऱ्याच चोऱ्या झाल्या. पण आमच्या मळ्यातलं काही गेलं नाही.

आम्ही आमच्या शेंगा एका मारवाड्याच्या मिलमधे देत होतो. ह्या मारवाड्याचं दिवाळं निघून आमच्या गावच्या बऱ्याच शेतकऱ्यांचे पैसे त्याच्याकडे अडकले. मग सर्वांनी कायदेशीररीत्या त्याच्या मिलवर आणि मिलमधल्या त्याच्या बंगल्यावर हल्ला करून तिथली सर्व चीजवस्तू आपापल्या ताब्यात घेतली.

आमच्या वडलांनी बारीकसारीक गोष्टींच्याकडे दुर्लक्ष करून तिथलं एक मोठ्ठं तिजोरीवजा कपाट ताब्यात घेतलं. आणि एक ट्रक करून घरी आणून टाकलं.

वडील खुशीत इतरांना म्हणाले, साल्यांनो, तुम्ही मिलच्या त्या चाकांचा काय उसाचा चरक बनवणार? अशी वस्तू पहावी.

ह्या कपाटाला एक मोठ्ठा आरसा होता. शिवाय आत बरेच्च खण होते. त्यांत आम्ही आमचे कपडे, दागिने वगैरे ठेवायला लागलो.

वडील म्हणायचे, हे इथे शोभतं की त्या कोपऱ्यात?

रोज ते बाहेर जायच्या आधी ह्याच्यात पाहून टोपी घालायचे. मग बाहेर जायचे.

पण हे आठेकच दिवस. कारण नंतर त्यांना वकिलाकडून गुप्त बातमी कळली, की ते कपाट मारवाड्याच्या बायकोच्या नावावर केलेलं आहे. तेव्हा समन्स यायच्या आत ते परत करा.

मग वडलांना घाईघाईनं ते रिकामं करून पुन्हा भाड्याची ट्रक करून ते कपाट रातोरात परत मारवाड्याच्या मिलमधे ठेवून यावं लागलं.

गावातल्या कोणत्याही सल्लामसलतीत जो-तो वडलांना आधी बोलावतो. कारण ते स्पष्टपणे कुणालाच काही सांगत नाहीत.

म्हणजे कुणी कुणाला फसवलं तर हे दोघांना सांगतात, बघा तुमचं तुम्हीच काय ते.

शेताच्या बांधाबांधावरून कुणाची मारामारी झाली की ते कडाडून म्हणतात, साल्यांनो, हातभर जमिनीसाठी डोकी फोडता. त्यापेक्षा डोकं चालवून आहे तेवढ्या शेतातच नीट मशागत करा आणि दुसरी शेतं विकत घ्या.

हे मला त्यातल्यात्यात आवडलं.

परवापरवापर्यंत आमच्या घरी कर्जानं पैसे घेणाऱ्यांची बरीच गर्दी असायची. पण झगडू गडी गेल्यापासून हे बंद झालं.

आज शंभर रुपये घे आणि पुढल्या महिन्यात सव्वाशे आणून दे, असा तोंडी हिशेब. पण गरजू लोक होतेच. बऱ्याचदा गरजू लोक पाया पडायचे, पण वडील द्यायचे नाहीत.

ते म्हणायचे, केवळ परोपकार म्हणून मी हे करतो.

कुणी दोन महिन्यांच्या वर वेळ लावला, तर झगडू गडी त्याची काळजी घ्यायचा.

हा गडी गेल्यावर वडलांचं फारच नुकसान झालं. इतका दुसऱ्यांशी बेरू पण मालकाशी सच्चा गडी केवळ लहर म्हणून वाया गेला.

हा एकावेळी आठ भाकरी खायचा. आई त्याच्या तोंडावरच म्हणायची, की तू माझा वैरी आहेस.

हा नुस्ता कुणाच्या दारात उभा राह्यला, की आतून पैसे मिळायचे.

पण झगडूला तशी कशातच गोडी नव्हती. एक तमाशा सोडून. आसपासच्या गावात कुठेही तमाशा असला, की झगडू सगळं सोडून तिथे जायचा.

त्याला आईबाप होते पण हा आमच्याच गोठ्यात राह्यचा.

शिवाय आमच्या बुध्या वळूचा सगळा बंदोबस्त त्याच्याकडे होता— पण परवानगी मात्र वडलांच्याकडून.

बऱ्याचदा लोक गायी घेऊन यायचे. आणि त्यांना दारात खांबाला बांधून वडलांना म्हणायचे, हिला दाखवायचं आहे.

मला आईबहिणी वगैरेंच्यासमोर हे लहानपणी तर अत्यंत अश्लील वाटायचं.

गायीवाल्यांकडून दर सराची दोन शेर ज्वारी आणि शिवाय दर महिन्याला तीस रुपये वडलांच्याकडून. हे झगडूचं उत्पन्न. पण तिशी रुपये तो सट्ट्यात लावायचा. आणि वळूवर चरितार्थ चालवायचा.

पण अचानक त्याला एका आकड्यात दीड हजार रुपये मिळाले. मग वडील म्हणाले, तुला आजपर्यंत मी काही म्हटलं आहे का? पण हे दीड हजार रुपये परत लावायचे नाहीत. ह्यातले फक्त शंभर घे. उरलेले मी कर्जानं देतो. दोनेक वर्षांनी जितके होतील, तितके तुला सगळे देतो.

हे शंभर रुपये झगडू सट्ट्यात परत हरला.

नंतर उरलेल्याचे चारेक हजार रुपये झाल्यावर वडील म्हणाले, डोंगराच्या पायथ्याशी असलं म्हणून काय झालं? आमची पण शेतं तिथपर्यंत आहेतच. बाजरी तर होईल.

मग हे शेत झगडूनं चांगलंच कसलं. त्याचं गावात नाव झालं. सहा बिघ्यांचा जमीनदार म्हणून त्याला एक बायको पण चालून आली. लग्न झालं. मूल पण झालं. आणि एकाएकी झगडू कुठेतरी नाहीसा झाला.

कुणी म्हणालं, तो झेलीफुलीच्या गमतीत गवळणी म्हणतो. कुणी म्हणालं, तो मला जेजुरीच्या यात्रेत भेटला.

मग उरलं शेत. त्याचे आईबाप वडलांना म्हणाले, हे शेत आमच्या नावी करून द्या.

वडील म्हणाले, शेत झगडूच्या बायकोचं आहे. तिची मुलगी मोठी झाल्यावर मुलीच्या नावी करू.

आईबाप म्हणाले, ही पोर झगडूची नाही.

झगडूची बायको म्हणाली, ही झगडूपासूनच.

मग वडलांनी वर्तमानपत्रात झगडूला परत येण्याची नोटीस दिली. पण तो वर्षभरातही आला नाही. तो कशाला वर्तमानपत्र वाचेल? पण शेताची त्याला काळजी नाही एवढंच.

मग वडलांनी कुळकायद्यानं हे शेत स्वतःच्या नावावर करून घेतलं.

ते म्हणाले, ह्या शेतात झगडूचे खरे तर दीड हजारेक रुपयेच आहेत. पण केव्हाही आला तर आपण त्याचे चार हजार देणं लागतो.

हे सगळं मी दुसऱ्यांदा बी. ए.ला बसलो तेव्हा केव्हातरी चाललं होतं.

नंतर परवाच आत्याकडे इंदूरला जाऊन आलो. तेव्हा ती म्हणाली, अरे आपल्याकडे तो झगडू गडी होता, तो मागे माझ्याकडे येऊन गेला. मी म्हटलं, गावशीवचा माणूस आहे, म्हणून जेवू घातलं. पण त्याचा अवतार काही बरा दिसत नव्हता. जातांना बाळकीच्या हाती खाऊला एकदम पाच रुपये देऊन गेला. मी म्हटलं, इतके कशाला? तर तो म्हणाला, बाईजी, काल मी मोठ्ठा डाव हाणला, पुन्हा तो आला नाही. मी सुद्धा त्याला पुन्हा ये म्हटलं नव्हतं.

मग मी झगडूला पहावं म्हणून देवीकडेच हिंडू लागलो. जुगाराचे सगळे डाव पाह्यले. पण झगडू कुठेच दिसेना.

माझे कपडे पाहून जो-तो आसपास विचित्र खुणा करायचा. कारण सांगवीचा कुणी झगडू नावाचा, जाडजूड, भक्कम माणूस दिसला का, म्हणून मी विचारत होतो.

एकजण म्हणाला, भाईसाब, असं कोण देवीवाला सांगेल? तुम्हांला पकडायचं असेल, तर तुमच्या तुम्ही ओळखून पकडा.

मी म्हणालो, अहो, मी पोलिसबिलीस नाही. आमच्याकडे त्याचे चार हजार रुपये पडून आहेत. ते द्यायचे आहेत.

पण झगडूचा पत्ता लागला नाही. झगडू इंदुरात आहे, असं मी गावी आल्यावर त्याच्या बायकोला सांगितलं. तर मी म्हणाली, मग माझी वहाण घेऊन गेला असतास बरोबर.

नाही म्हणायला आमच्या गावात असे कितीतरी लोक होते, की ज्यांचा आता पत्ताच लागत नाही. जे सांगवीतून गेले, ते पुन्हा सांगवीला येत नाहीत.

आणि जे सांगवीत आले, ते सांगवी सोडत नाहीत असं आमच्या गावचे लोक सांगतात.

गावाबाहेरच्या मैदानात सुनाटबाबूचं एक हॉटेल होतं. हे एकच हॉटेल इथे आहे. कारण दुसऱ्या कुणी हॉटेल उघडलं, की एकतर चालायचं नाही, किंवा चाललं तर सुनाट ते हॉटेल रातोरात फेकून द्यायची धमकी द्यायचा.

हा पस्तीस साली गावात उनाडक्या करायचा, म्हणून ह्याला सैन्यात बळजबरीनं भरती केलं. मग हा आझाद हिंद सेनेत लढला. ह्याच्याकडे पाचदहा बिल्ले अजून होते. ते हा विशेष प्रसंगी किंवा निवडणुका वगैरेच्या वेळी लावायचा.

ह्याचं हॉटेल म्हणजे केवळ दारुबाजांच्यावर आणि सट्टेबाजांच्यावर चालायचं. पण सुनाट त्यांना म्हणायचा, की दारू पण वाईट आणि सट्टा पण वाईट. दारू पिऊन आकडा लावला, तो इसम पण वाईटच. पैसा उडवावा बऱ्हाणपुरातच.

शंभरेक रुपये साचले, की सुनाट बऱ्हाणपूरला जाऊन यायचा.

मग त्याचा मुलगा राघो दहा रुपये महिना दरानं चालवायला म्हणून हे हॉटेल ताब्यात घ्यायचा. सुनाट बऱ्हाणपुराहून परत आला, की हे दहा रुपये ताबडतोब मागून घ्यायचा. मग राघो बऱ्हाणपूरला जाऊन यायचा. पण राघो निश्चित वेळी परत यायचा नाही. कारण परत येऊन देखील इकडे हॉटेल चालवायला लगेच मिळायचं नाही. कारण सुनाटचे शंभर रुपये साचण्यावरच हे अवलंबून.

ह्या दोघां बापलेकांचे संबंध तसे फार चांगले होते. म्हणजे सुनाट जायच्या आधी राघोला तात्पुरते दोन-चार रुपये उसने द्यायचा.

राघो एकदा बऱ्हाणपुरला गेला, तो सांगवीला परत आलाच नाही. इकडे शंभर रुपये साचून सुनाट इतका अधीर होऊन गेला, की आता फार तर आठेक दिवस आपण वाट पहाणार असं झालं.

पण दोनशे रुपये साचले, तरी राघो आला नाही.

मग सुनाट संतापून हॉटेलला कुलूप लावूनच गेला.

तिकडे बऱ्हाणपुरात सुनाटला कळलं, की तिथे मागे दंगा झाला तेव्हा मुसलमान म्हणून राघो मारला गेला.

सुनाट म्हणाला, साली महंमदकी अवल्याद. जाऊ दे. तसे आपण तरी नावापुरतेच हिंदू. पण हा कसा काय मुसलमान झाला?

तेव्हा त्याला कळलं, की दंग्याच्या वेळी सगळे मुसलमान एका घरात जमले होते, त्यांत राघोसुद्धा होता.

मग त्या घरात जे-जे जमले होते त्यांच्याशी दोस्ती केल्यावर सुनाटला कळलं, की राघो एका मुसलमान बाईभोवती असतांना एका हिंदू गिऱ्हाइकाशी त्याची मारामारी झाली. तेव्हा राघो म्हणाला, ये मेरी बीवी है. मग जमलेल्यांनी मारामारी मिटवून राघोचा हक्क सांगितला.

मग सुनाट ह्या बाईकडे गेला. आणि मैं भी आझाद सेनाका बच्चा हूँ, म्हणून सगळ्यांशी मारामारी करून ह्या बाईला त्यानं मोकळं केलं.

खिशातले पैसे, सांगवीची कीर्ती आणि लढाईच्या ब्रह्मदेशातल्या गोष्टी सांगून तो तिला म्हणाला, अब तू मेरी सून है. हमारे साथ चलो.

मग ह्या जैतुलला घेऊन तो आमच्या गावी आला.

सून आणि सासरा चांगले नांदले असते. पण एवढ्यात आमच्या गावी दुसऱ्याच इसमानं हॉटेल उघडलं होतं.

सुनाट म्हणाला, सून आहे म्हणून. नाही तर हे हॉटेल मारामारी करून फेकलं असतं.

दोन-दोन हॉटेल आमच्या गावात नीट चालत नाहीत. शिवाय जैतुल खरोखरच इतकी सुंदर होती, की तिच्यापायीच दारुवाल्यांचे आणि सट्टेवाल्यांचे सुनाटशी तंटे व्हायला लागले. पण सुनाट जैतुलला दाखवायचा, की आपलं गावात वजन आहे. म्हणून आता तो पहिल्यासारखा शत्रूंशी बेफाम होईनासा झाला. आणि त्याचं हॉटेल चालेनासं झालं.

मग कुणी म्हणालं, आधी जैतुल पळून गेली. कुणी म्हणालं, ते दोघेही बरोबरच गेले.

मात्र सुनाट गावाला उद्देशून एवढं म्हणून गेला, की सांगवीला माणसाची किंमत नाही.

पण गावाबाहेरच्या पटांगणात एक बरं आहे. म्हणजे इथे फक्त एकमत असतं. बहुमत आणि अल्पसंख्य ह्या भानगडी नाहीत. म्हणजे सगळे दारू पिणारे सट्टा लावत नाहीत. पण सगळेजण एकाच हॉटेलात जातील. सगळेजण पान खातील तर बाळूकडेच.

इथे ग्रामपंचायतीनं कंदील लावला आहे. तो मात्र ह्यांच्या सोयीकरता नाही, तर तो परसाकडे जायच्या रस्त्यावर म्हणून आहे, असं कुणी सरकारी मनुष्य आला तर सांगावं लागतं.

एकदा पाहायला म्हणून चार अमेरिकन शेतकरी आमच्या गावी येऊन गेले.

असे कुणी येणार असले, की इथे कुणी जमत नाही.

मग आसपासची सगळी जागा स्वच्छ करण्यात येते.

तर हे अमेरिकन आले. तेव्हा त्यांनी पण इतक्या लांब हा दिव्याचा खांब का म्हणून विचारलंच.

मी शिकलेला म्हणून मला पण ह्यांच्याबरोबरच्या गर्दीत हिंडावं लागलं. आम्ही गावातून पण हिंडलो. एका गल्लीतून जात असतांना एक दारूनं झिंगलेला माणूस मोठमोठ्यानं जोर करून एका घराचं दार उघडत होता. पण दार उघडतच नव्हतं. मग ते चौघं थांबून हा प्रकार पाह्यला लागले.

शेवटी घरातून एक बाई म्हणाली, वेड्या, बाहेर ओढायचं सोडून आत ढकलतोस?

मग दार उघडल्यावर तो आत शिरला.

एक अमेरिकन म्हणाला, तरी बरं, तुमच्या स्टेटमधे प्रोहिबिशन आहे.

ह्या चौघांना परसाकडे म्हणून आम्ही काहीजण लांब घेऊन गेलो.

जातांना त्यांच्यापैकी एकजण म्हणाला, हे काही बरं नाही.

पण येतांना उरलेले तिघंजण म्हणाले, हे हायजिनिक नाही.

मग लखूशेट म्हणाला, त्यासाठी तिकडून मदत पाठवा.

हे सगळं अर्थात इंग्रजीतून. पण मी मनातल्या-मनात मराठीत म्हणालो, हे अमेरिकन असले तरी शेतकरीच. कारण ह्यांनी नंतर पण नाना चौकश्या केल्या. काही फोटो काढले. ते म्हणाले, इथे तुम्ही इतके शिकलेले लोक पण काही ड्रामॅटिक किंवा लिटररी ॲक्टिव्हिटी नाही काय? पण आम्ही फक्त रेडिओ वगैरे सांगितलं. कारण ह्यांच्यासमोर लहानू आणि धुळक्या आणण्यात काहीच स्वारस्य नव्हतं.

धुळक्या हा नाथ. हा दिवसभर गुरं चारतो. ह्याच्याकडे एक प्रचंड रेडा आहे. हा हेला हे आपलं शेतच, असं तो म्हणतो, रेड्याशिवाय त्याला दुसरं उत्पन्न म्हणजे रोज सकाळी गावात हिंडून आरत्या म्हणत पीठ मागणं. ह्याच्याकडून गोरखनाथाच्या नवनव्या गोष्टी निघत असतात. मी सकाळी

घरात सापडलो, तर ह्याला ज्यास्त पीठ देतो. म्हणून हा मला नवनव्या गोष्टी सांगतो. म्हणजे आहानं म्हणून—

ठेंगना व्हशील दुधू पेशील,
उच्चा व्हशील माटी खाशील.

किंवा

चंद्रसूर्याला झोप गेली लागून
झोप घेतली कोठे जाऊन.

किंवा चार-सहा तास चालणारी अशी एखादी गोष्ट—

एक होता शेतकरी. त्याला मूल होईना. सगळ्या खटपटी केल्या. पण मूल झालं नाही. त्याची बायको म्हणाली, खुद्द ब्राह्मणाला जाऊन विचारा. मग तो ब्राह्मणाकडे गेला. महाराज, मला मूल होत नाही. मी काय करू? ब्राह्मण म्हणाला, उद्या दक्षिणा घेऊन ये. शास्त्र पाहून ठेवतो. मग हा परत आला. बायको म्हणाली, काय सांगितलं? शेतकरी म्हणाला, उद्या सांगणार आहे. (हे पुढे दर वेळेला) दुसऱ्या दिवशी शेतकरी ब्राह्मणाकडे गेला. दक्षिणा ठेवून म्हणाला, शास्त्रात काय आहे? ब्राह्मण म्हणाला, शास्त्र सांगतं की देऊळ बांधून पूजा करावी. मग शेतकरी घरी आला. (बायको म्हणाली वगैरे.) शेतकऱ्यानं देऊळ बांधलं आणि पूजा सुरू केली पण मूल होईना. मग बायको म्हणाली, पुन्हा ब्राह्मणाला नीट विचारून या. (हे पुढे दर वेळेला). मग शेतकरी ब्राह्मणाकडे आला (आणि म्हणाला वगैरे) ब्राह्मण म्हणाला, वेड्या, देवळात देव कोणता बसवलास? शेतकरी म्हणाला, नुस्तंच देऊळ आहे. ब्राह्मण म्हणाला, उद्या दक्षिणा घेऊन ये. शास्त्र पाहून सांगतो. (हे पुढे दर वेळेला.) मग (बायको म्हणाली वगैरे. दुसऱ्या दिवशी वगैरे.) ब्राह्मण म्हणाला, निपुत्रिकासाठी देवांत देव तुळशीच. तू देवळात तुळशी मांडून पूजा करत चल. मग शेतकऱ्यानं देवळात तुळशी मांडली आणि पूजा सुरू केली. पण मूल झालं नाही. बायको एकदा रात्री दिवा लावायला गेली तर तिला दिसलं, की एक उंदीर तुळशी कुरतडतो आहे. मग ती नवऱ्याला म्हणाली, तू नीट शास्त्र विचारून ये. मग शेतकरी पुन्हा वगैरे. ब्राह्मण दक्षिणा वगैरे. मग बायको म्हणाली वगैरे. मग दुसऱ्या दिवशी वगैरे. ब्राह्मण म्हणाला, ह्यापुढे नेहमी पहिल्याच दिवशी दक्षिणा आणत जा. म्हणजे गोष्ट लवकर संपेल. शेतकरी म्हणाला, बरं. पण शास्त्र काय सांगतं? ब्राह्मण म्हणाला, अरे देवांत देव उंदीरच. ते साक्षात श्रीविनायकाचं वाहन. तू त्यांना खाऊपिऊ घाल. मग शेतकऱ्यानं घरातलं धान्य उघडं ठेवलं. खूप उंदीर झाले. पण

एकदा एक मांजर आलं आणि उंदीर पकडून निघून गेलं. मग बायको म्हणाली वगैरे. मग शेतकरी ब्राह्मणाकडे वगैरे. मग ब्राह्मण कपाळाला हात लावून म्हणाला,वेड्या देवांत देव खरा मांजरच. अरे, मांजराला भजत जा. दूध पाजत जा. मग शेतकऱ्यानं गायीचं दूध मांजराला पाजायला सुरुवात केली. तरी मूल होईना. पण एकदा एक कुत्रा धावत आला आणि त्यानं मांजराचं मानगूट पकडलं. बायको म्हणाली, हरे देवा. अशानं आपल्याला मूल कसं होईल? तुम्ही पुन्हा जाऊन नीट शास्त्र विचारून या. मग ब्राह्मण म्हणाला, शेतकऱ्या, गोष्ट लांबत चालली, तरी तुला खरा देव अजून कळत नाही. अरे, देवांत देव खरं पाहशील तर कुत्राच. कुत्रा म्हणजे खंडेराव. तू कुत्र्याची सेवा कर. मग शेतकरी कुत्र्याला दूधदही देऊ लागला. पण एकदा काय झालं, की दुपारी शेतकऱ्याच्या बायकोनं त्याला शेतात न्यायला म्हणून भाकरी रांधून ठेवल्या. आणि त्याआधी पाणी भरून ठेवावं म्हणून ती मडकं घेऊन विहिरीवर गेली. तेवढ्यात खंडेरावांनी भाकरीचा फडशा उडवला. ती परत येईन पहाते तो भाकरी नाहीत. कुत्र्यानं खाल्ल्या. आणि नवरा शेतात भुकेला झाला असेल. पुन्हा चूल पेटवून रांधून कसं नेणार? मग संतापून तिनं पाण्याचं मडकं कुत्र्याच्या अंगावर टाकलं आणि कुत्रा ठार झाला. मग ती घाबरून रडू लागली. हे काय? आपण साक्षात देव मारून टाकला. म्हणून ती सगळे कपडे काढून कोपऱ्यात रडत बसली. इकडे शेतकरी भुकेनं संतापून काठी घेऊन घरी आला. बायको घरात नागव्यानं स्फुंदत होती. मग सगळी हकीकत वगैरे. मग पुन्हा ब्राह्मणाकडे वगैरे. ब्राह्मण म्हणाला, अरे गड्या, निपुत्रिकाला देवांत देव खरा बायकोच. तिची पूजा कर.

मग शेतकरी घरी आला. इकडे बायको तशीच नागडी लपून बसली होती. मग शेतकऱ्यानं गुलाल आणला. अभ्रंग आणलं. कापूर, उदबत्या आणल्या. अन् बायकोपाशी गेला. बायकोला आता हिंमत झाली नाही. शास्त्रात काय आहे तिनं विचारलं नाही. ती थरथर कापत तशीच बसली. मग शेतकऱ्यानं तिला तशीच झोपवली. तिच्या सगळ्या अंगाला गुलाल लावला. थेट भांगापासून कपाळापासून तर नाकात, तोंडात, बेंबीत, चिरीत, पायाच्या आंगठ्यापर्यंत सगळं आंगभरून गुलाल लावला. अभ्रंग लावला. कापूर चढवला. भोकशात उदबत्या टोचून पेटवल्या अन् हात जोडून म्हणायला लागला, हे माये, खरी देवी तूच आहेस. तू प्रसन्न होशील की मला पायजे ते मिळेल. अशी आपल्या बायकोची रोज पूजा करायला लागला. म्हणजे सरतेशेवटी बिनपोरवाल्याला खरा देव कोण ठरला?

अशी एखादी गोष्ट. शिवाय मध्यंतरी शेतकरी पुन्हा केव्हातरी दक्षिणा विसरतो. आणि बायको घडलेली हकीकत खूप वेळ लावून सांगते. आणि एखाद्या वेळी धुळक्याच म्हणतो, उरलेली गोष्ट उद्या.

लहानू भगताच्या महारवाड्यातल्या बैठकींना पण दर अमावस्येला गड्या बरोबर मी अधूनमधून जातो. ह्या वह्या रात्रभर चालतात. हे एक बरं आहे.

आकाशधरतरी न पहावे मेरुपर्वत
राईएवढें पांखरूं न मिळे एका हो क्षणांत ऽऽ
ऐका कौंडण्यपूर नगरी ऽऽ
राजा शशांगर राज्य करी ऽऽऽ होऽ हो हो ऽ जी.

मग सकाळपर्यंत शशांगर राजाची गोष्ट.

एखाद्या वेळी गोष्टीतल्या भुजावंती राणीवर तिचाच मुलगा नकळत कसा प्रेम करायला लागतो, एवढं झाल्यावर सकाळ होते आणि लहानू म्हणतो, आता पुढच्या अमावस्येला. आज बकऱ्या पहाडात न्यायच्या आहेत.

मी एखाद्या दिवशी जमलेल्या सगळ्यांना चहासाठी रुपया देतो. दहा आण्याचा गूळ, सहा आण्याची भुकटी आणि बकरीचं दूध असा चहा पिऊन वह्या गायला आणि ऐकायला खरा जोर येतो.

तनाची झोपडी हिला ठुणीचा आधार
गगनी फिरे घार तिला देवाचा शेजार

अशा वह्या माझ्यासारख्याला आवडतात. पण लहानूचं आवडतं गाणं म्हणजे कानोळदेवीचं वर्णन—

माह्या कानोळच्या ऽऽ मयात, माह्या बहिनाच्या ऽऽ मयात ऽऽ
तढी हयदीचं बन, माय, हयदीचं बन ऽऽ
याची सावली घन्नाघोर ऽ, मायचं लागलं तढी मन ऽऽ
माह्या कानोळच्या ऽऽ मयात, माह्या बहिनाच्या ऽऽ मयात ऽऽ
तढी कुंकवाचं बन, माय, कुंकवाचं बन ऽऽ
अन् याची सावली घन्नाघोर ऽऽऽ
मायचं रमलं तढी मन ऽऽऽ मायचं रमलं तढी मन.

मग अशी गुलालाची, खारकांची, बदामांची बनं.

कधी धुळक्या म्हणतो, मला येतं त्यामानानं लहानूला काहीच येत नाही. तेव्हा लहानू म्हणतो, होऊन जाऊ दे.

मग धुळक्या म्हणतो, पण आपण तुझ्या देवीला ओलांडून येणार नाही. बैठक घ्यायची तर इकडे गावात.

आणि लहानू म्हणतो, यायचं असलं तर महारवाड्यातच.

पण एकदा मंडळींनी जोर करून गावाबाहेर बैठक घेतली. तेव्हा मग धुळक्याची जिरली. धुळक्याच्या वह्या फारच शास्त्रोक्त वगैरे आहेत. मंडळीला दम वाटला लहानूमधेच. शिवाय लहानू डफावर म्हणतो. धुळक्यानं शेवटी कुठून तरी जोरदार वही काढली—

अरे मायलेकी रे नित्य भांडती सवती परमानं ऽऽ हो ऽऽ
त्या मायनं रे लेक देली काढून,
अन् जवाई ठेवला सासूनं हो ऽ हो ऽ रे ऽऽ जी

मंडळी बेहद्द खूष. पण लहानूनं सहज मारा केला—

हो ऽऽ नागेलच्या रे पानावरती कलगीचा चुना हो ऽ
बायको बायतीन नवरा ताना ऽ
हाऱ्यांत घाली नेला राना ऽ
अन लाथ मारी पाजला थाना हो ऽ हो रे जी ऽ

पण शेवटी-शेवटी हे पण जुनं होतं. नवीन काहीच येत नाही. एखाद्या वेळी वाटतं, ह्यांच्या सगळ्या गोष्टी आणि महारवाड्यातल्या सगळ्या वह्या गाऊन केव्हातरी संपतीलच. मग पुढे काय? म्हणजे पुढे रेडिओच.

पण धुळक्याच्या रेड्याची एक गोष्ट राह्यली. परवा पोळ्याला गावाबाहेर भराळी उतरले. रात्री कंदील घेऊन कांबळ पांघरून गावात हिंडणारे भराळी असं का करतात, हा मला लहानपणापासून पडलेला प्रश्न आहे. आजी म्हणायची ते चोरांचे चोर असतात. रात्रीबेरात्री खुशाल काठी आपटत पुन्हा-पुन्हा एखादीच ओळ आळवत भसाड्या सुरात हे गावाची राखण करतात की काय करतात कुणास ठाऊक.

हे ऽऽऽऽ अन् हे ऽऽऽ वंजी ऽ चे बैल परतू ऽऽ न आले ऽऽ हे ऽऽऽ

अशा ओळी आधीच भयानक. तशातून त्यांचं म्हणणं भयानक आणि कांबळ पांघरून रात्री तीनचार वाजता झोपेतून दिसणारे भराळी म्हणजे कठीणच. हल्ली-हल्ली हे अधूनमधून येतात पण लहानपणी ह्यांचा सुळसुळाट होता. ह्यांची गावं सातपुड्यात कुठेतरी. पण जवळ जवळ आठ-नऊ महिने हे हिंडतच असतात. ह्यांचा तळ म्हणजे दणदणीत बायका, काळीशार मुलं, कोंबडी, गाढवं, घोडे आणि तुफान कुत्री.

मागे एकदा ह्यांना दहा रुपये देऊन गावात भरमसाठ वाढलेली बेवारशी, पिसाळलेली, लूत लागलेली कुत्री सगळी मारून टाकली होती. ह्यांची कुत्री ओळीनं गावच्या एका बाजूनं गल्ल्यागल्ल्यांतून शिरली. पाच-दहा कुत्र्यांबरोबर लांब काठी घेतलेला एकेक भराळी. गावातली सगळी कुत्री दुसऱ्या बाजूला गावाबाहेर शेतात काढल्यावर ह्यांची कुत्री गावातल्या कुत्र्यांवर तुटून पडली. भराळ्यांची फक्त चार-पाच कुत्री मेली. त्यांच्या एका कुत्र्याला गावातल्या एका पिसाळलेल्या कुत्र्यानं पण खूप चावलं होतं. म्हणून ह्यांनी त्यांच्या कुत्र्याला पण तिथेच काठीनं झोडपून लंबं केलं.

त्यानंतर गावात काही दिवस शांत वाटत होतं. नाही तर गावात झोपणं मुश्किल झालं होतं. एक कुत्रं इकडून काही तरी भुंकायचं. मग तिकडून दोन-तीन कुत्री त्याला जबाब द्यायची. मग इकडून आठदहा जमायची. सगळी एकत्र जमायची. काही भयानक सूर घेऊन लांबलचक रडायची. कुत्री रडली की त्यांना यम प्राण घेऊन जातांना दिसतात, ह्या भयानक धास्तीनं लहानपणी ताबडतोब झोप यायची. पण मोठेपणी झोप जायची त्याचं काय?

तर ह्या भराळ्यांच्याजवळ एक लहानसा पांढऱ्या शुभ्र रंगाचा रेडा होता. ह्याचे चाऱ्ही पाय खुंट्यांना बांधलेले असायचे. ह्या भराळ्यांची आणि धुळक्याची थोडी बोलाचाली झाली. म्हणजे धुळक्या म्हणाला, ह्या भराळ्याचं हेलगं आल्यापासून माझा धंदा बसला. भराळी म्हणाला, साधीसुधी नाही. मन्सूरची खान आहे. तुझ्या गावच्या म्हशी याद करतील. मग दोघं-तिघं म्हणाले, ह्या पोळ्याला होऊन जाऊ दे. धुळक्याचा रेडा प्रचंड. आणि भराळ्याचं खरं तर बच्चू होतं. पण त्याचा तम भयानक होता. शिवाय पाय मजबूत आणि शिंगं टोकदार. कपाळावर मोठ्ठेमोठ्ठे केस.

मग पोळ्याला दवंडी पिटवली. भराळी आणि धुळक्या गावात हिंडून सगळ्यांना चला-चला म्हणाले.

धुळक्यानं आपला हत्तीसारखा चमचमीत, काळा कुळकुळीत लाल डोळ्यांचा रेडा कपाळावर गुलाल वगैरे टाकून वाजतगाजत आणला. गावचे लोक म्हणाले, भराळ्याच्या पांढऱ्या पिल्लाचं शेण गोळा करायला एकजण तयार रहा.

पण लांब नदीत उभा केलेला तो आडदांड छोटासा रेडा जेव्हा भराळ्यांनी मोकळा केला, तेव्हा हे एवढंस रेडकू देखील काहीच कमी नसेल असं वाटलं.

धुळक्यानं आज सट्टेवाल्यांना सट्टा लावू दिला नाही. सगळे पैसे इनामात ठेवायला लावले होते.

आम्ही तिघंचौघं मित्र मुद्दाम झाडावर चढून बसलो होतो. तेव्हा आमचा पोपट गडी खालून म्हणाला, काय पांडूतात्या, घाबरला काय?

पण एक दारुड्या धुळक्याच्या रेड्याजवळ जाऊन त्याच्या पाठीवर हात ठोकत म्हणाला— वा ऽ वा ऽ, तेव्हा तिघाचौघांनी— मरायचंय का, म्हणून त्याला ओढत आणलं. तरी तो पुढेपुढेच जायला लागला.

दोन्ही रेडे खुरांनी रेती उडवत जवळजवळ आले.

अगोदर बहुधा शिंगं मोडणार ह्या तयारीत आम्ही होतो.

पण धुळक्याच्या रेड्याला काय वाटलं, तर त्या छोट्या रेड्याचं कपाळ फक्त हुंगून तो ताबडतोब भिर्रऽर्र मागच्या बाजूला पळून गेला.

म्हणजे आमचं झाडावर चढून बसणं फुकट गेलं

धुळक्या रेड्यापाठोपाठ पळाला, आणि सगळेजण दिवसभर हसत होते. अशी झुंज दुसरीकडे कुणीच पाह्यली नव्हती.

पोपटनं तेव्हाच रेड्यांच्या बऱ्याच अनुभविक गोष्टी सांगितल्या. तो म्हणाला, आमची एक दुभती म्हैस घरून पळून गेली. आणि एका डोहात रुतून बसली. डोहाला पाणी फार नव्हतं. पण चिखल खूप खोल. आता सालीला कसं काढणार? कसेबसे आत शिरून दोर बांधले. पण दोर निसटले, काही तुटले, तरी म्हैस बाहेर येईना. तिचं वासरू पुढं केलं. पण कशाला येईल? तिला लगोलग काढलंच पाह्यजे. म्हणजे आम्हाला संध्याकाळच्या दुधाची काळजी हो. तेव्हा कुणीतरी एक युक्ती केली. एक जंगी रेडा डोहात सोडला. रेडा तिच्याजवळ जरा जातो, तेवढ्यात म्हैस पण आणि रेडा पण बाहेर.

मग जरा वेळानं तो म्हणाला, पण दुभती होती म्हणून बाहेर पळाली. दुभती नसती तर आली का पंचाईत?

पोपट कोणत्याही गोष्टी मूलभूत सांगतो. एकदा त्याला विचारलं, की उन्हाळ्यात दिवस मोठ्ठे आणि हिवाळ्यात लहान असं का होतं?

तर हा म्हणाला, तसं शास्त्रच आहे ते पहिल्यापास्नं.

गावात आणखी एक खास माणूस आहे. हा वेडा आहे. ह्याला जयहिंद असं नाव. ह्याच्या हातात पुढे नीट एक पानाफ़ुलांचा गुच्छ नेहमी असतो. जयहिंदचं एक घर आहे. पण हा इथेच गावाबाहेरच्या पटांगणात कुठेतरी हिंडतो.

ऐन तरुणपणी, म्हणजे साधारण माझ्याएवढा असतांना, सगळा घोटाळा झाला.

सहसा हा रात्री कुठे जायचा नाही. पण तेव्हा चावदसची रात्र आणि अंधार गुडूप. ह्याला तालुक्याच्या गावी कुठेतरी उशीर झाला. तिथले लोक रहा म्हणाले नाहीत. आणि ह्यानं पण कशाला उगीच, म्हणून त्यांना विचारलं नाही.

रात्री येता-येता ह्याला टोकऱ्या मळ्याजवळ रस्ताच दिसेनासा झाला. वर वावडीची घनदाट झाडं. रस्ता पुढे नाहीच. म्हणून हा रस्ताच शोधायला लागला.

ही जागा आधीपासून भयानक म्हणून प्रसिद्ध. मग हा रस्ता शोधत-शोधत थेट एका विहिरीवरच आला.

तिथे ह्याला एकजण दिसला. तो विहिरीच्या काठावर उभा होता.

ते भूत.

ते म्हणालं, तुझ्या बापानं माझा घोडा हिसकून घेतला होता, तो परत आणून दे.

तेव्हा हा घरी गेलाच नाही. शेतात हिंडत असतांना ह्याला शोधून घरी आणलं. तापानं फणफणला होता.

ह्यानं आईला विचारलं, की आपल्या बाबांच्याकडे एखादा घोडा होता काय?

आई म्हणाली, हो.

आणि हा कामातून गेला.

मग हा कायम रानोमाळ हिंडायला लागला. बायको किंवा आई ह्याला शोधून आणायची, जेवू घालायची आणि हा पुन्हा भटकायला जायचा.

ह्याचे पाय रक्तबंबाळ असायचे. त्यांच्याकडे पहात-पहात आई एकदा मेली.

मग एकदा आसपासच्या लोकांनी ह्याला एक घोडा विकत घेऊन दिला. त्याची पूजा करून जयहिंद घोड्याला घेऊन एकदा विहिरीवर गेला.

विहिरीवर भूत होतंच.

ते म्हणालं, हा घोडा माझा नाही. कारण तू सोडल्याबरोबर हा भरघाव पळून जाईल.

आणि खरंच तो घोडा सुटला, तो चाऱ्ही पायांनी उधळत कुठे निघून गेला.

मग जयहिंद त्याला म्हणाला, तुझा घोडा कसा मिळेल?

भूत म्हणालं, हे तुझ्या बापाला विचार.

मग हा बापाला कुठे जाळलं आहे, हे शोधायला लागला. बायको घाबरून गावातल्या ह्याला-त्याला विचारायला लागली. हा मात्र बायकोशिवाय कुणाशीच बोलायचा नाही.

कुणी सांगितलं, ह्याच्या बापाच्या अस्थी तापीत टाकल्या, त्या गेल्या.

आता ह्याचा बाप मसणवटीत जाळला कुठे, हे कुणाला माहीत?

पण शेवटी बायकोच्या नातलगांनी एक कैकाडी भगत आणवला.

हा भगत म्हणाला, मी ह्याचं सगळं बंद करतो.

मग रात्रभर बैठक करून जयहिंदला भगतानं घुमवलं. जयहिंदकडचं सगळं सोनंनाणं काबीज केलं. आणि म्हणाला, अमेच्या रात्री तुझं सगळं नीट करतो.

अमेच्या रात्री जयहिंद आणि भगत त्या विहिरीवर गेले.

भगत म्हणाला, विहिरीत उतर.

जयहिंद म्हणाला, आत भूत आहे.

भगत म्हणाला, उतर म्हणजे उतर.

मग ह्यानं उडी टाकली.

भगत म्हणाला, आत बुडी मारून आतले सात मानखडे काढ.

ह्यानं सात खडे वर फेकले.

भगत म्हणाला, मी एकेक खडा मंतरून आत टाकतो आणि जातो. भूत आलं तर त्याला सांग, हे खडे तरी खा, नाहीतर ही विहीर तरी पिऊन टाक.

मग एकेक खडा फेकून झाल्यावर भगत निघून गेला.

नंतर काय झालं, काही कळायला मार्ग नाही.

जयहिंदनं एकाला फक्त सांगितलं, की भूत आलं तेव्हा मी झोपलो होतो. दुसऱ्याला सांगितलं की मीच भुताला शिव्या देऊन बोलावलं, तेव्हा ते आलं. आणि म्हणालं, मीच तुझा बाप. मी मेल्यावर माझ्या घोड्याला तुम्ही उपासमारीनं का मरू दिलं?

पण सकाळी लोक पाह्यला आले, तेव्हा विहिरीत पाणी कमी होतं. हा तळाशी उभा होता. मग ह्याला वर काढलं.

त्यानंतर ह्यानं कुणाला त्रास दिला नाही. पण ह्याची बायको पळून गेली. घरात सध्या काही नाही. हा एखाद्या वेळी घरात शिरून उंदरांनी पोखरलेलं घर झाडून साफ करतो आणि निघून जातो.

मी गावातल्या भलत्यासलत्या लोकांच्यात उठबस करायला लागलो, हे वडलांना कुणीकुणी सांगायला लागले.

वडील म्हणाले, तो काही अडाणी नाही. त्याचं त्याला समजतं.

पण मला ते म्हणाले, तू कुणातही बैस. पण तू जरा कुठे काहीही गोंधळ केलास, की मी तुला सगळ्यांच्या देखत बेदम मार देईन.

त्यांनी गावातल्या सगळ्या बेकार लोकांना, गड्यांना आणि मी बसतो त्या लोकांना सांगून ठेवलं, की त्याला तुम्ही जरा वाईट नाद लावले की विचार करून ठेवा मी काय करीन ते.

ह्यामुळे माझ्याशी काही अस्सल लोक नीट मिसळेनासे झाले. नंतर जरा गप्पा रंगात आल्या की हे लोक म्हणायचे, शेट, हा तुमचा कंपू नाही. तुम्ही घरी जा. त्यामुळे मी वडलांच्यावर प्रचंड वैतागलो. दिवसामागून दिवस प्राण्यासारखे झपाट्यानं जात आहेत. तर आता घरात बसून काय करावं?

मला थोडा-थोडा व्यवहार शिकवावा आणि स्वतःही परमार्थ साधावा, म्हणून वडलांनी गेल्या वर्षात अनेक उपद्व्याप केले. मला नेमून दिलेली कामं आधी-आधी तरी मी नीट करत होतो. पण कायम एखादं काम चोख बजावणं, हे एकंदरीत मला येत नाही.

ह्यातली एक गोष्ट म्हणजे आमचा सल्फेटचा कोठा. वडील उन्हाळ्याच्याही आधी नागपूरला जाऊन सल्फेटच्या मोटारी भरून आणतात. माझं काम म्हणजे किती पोती आणली, किती शिल्लक आहेत हे मांडून ठेवणं. पावसाळ्यात सल्फेटची मागणी सुरू झाली, की काही दिवस तरी मला घडीचं रिकामपण नसतं. कुणाला उधार द्यायचं, कुणाला स्वस्त भावात द्यायचं, कुणाला दीडपट हे वडील सांगून ठेवतात. आसपासच्या गावातले लोक पण गाड्या घेऊन येतात. आमच्याकडून सल्फेट नेतात. माझ्याकडे जो-तो येऊन इतकी पोती पाह्यजेत, असं सांगून पैसे देऊन निघून जातो. त्याची गाडी आली की माझं काम म्हणजे कोठा उघडून गड्याकडून पोती काढून देणं, किती पोती गेली हे मांडून ठेवणं, आणि रोज संध्याकाळी वडलांना हिशोब देणं.

ह्या धंद्यात खरं म्हणजे पाण्यासारखा पैसा मिळतो. पण गावात वडलांनीच हे करावं असा दोन वर्षांपासून संकेत झाला आहे. कारण

गावातल्या मोठ्ठ्या लोकांना आम्ही नागपूरच्याच भावात सल्फेट देतो. दुसरे कुणी म्हणतात, एवढ्या भानगडी करायला आपल्या घरी त्यांच्यासारखा मुलगा नाही. कुणी म्हणतात, कशाला उगीच वाकडं?

पण एका इसमानं शेवटी बोलून दाखवलं, की आपल्याला तो दीडपट भावानं देतो. आता त्याचा धंदा कसा चालतो ते बघतो.

मग वडलांच्या आधी नागपूरला जाऊन त्यानं व्यापाऱ्यांशी संगनमत केलं. पहिला हप्ता म्हणून दोन ट्रकी भरून हा इसम नागपूरहून निघाला. हा मागच्या ट्रकीत ड्रायव्हरजवळ बसला होता. पुढच्या ट्रकीत मधे कुठे तरी उतरायचं आहे म्हणून दोघं तिघं चढले.

नंतर निम्माअधिक रस्ता काटल्यावर भर दुपारी एका नाल्यात पुढची ट्रक उभी राह्यली. मागून जोरजोरानं भोंगा वाजला, पण पुढची मोटार स्वस्थ उभीच.

मग ड्रायव्हर ह्या इसमाला म्हणाला, देखो जरा क्या है.

इसम उतरून पुढच्या मोटारीजवळ गेला.

तेव्हा पुढच्या मोटारीतले दोघं-तिघं चाकू घेऊन उतरले आणि म्हणाले, हा माल आमचा आहे.

इसम मुकाट्यानं गावी आला.

कुणी म्हणालं, अरे आपल्याला नाही जमत तर एवढा घास घ्याच कशाला? कुणी म्हणाले, ह्यात आमच्या वडलांचा हात आहे.

पण आपल्याला त्याच्याशी काय करायचं आहे? मग पुढे बरेच दिवस पोलिसफाटा चालला. शिवाय मध्यंतरी ह्याला नागपूरच्या व्यापाऱ्यांचं पत्र आलं, की उरलेले हप्ते केव्हा नेणार? मग पुढे हा इसम आमच्याकडूनच सल्फेट न्यायला लागला.

आमच्या तालुक्याची एक चांगल्यापैकी सहकारी बँक आहे. ही निवडणूक एकतर आमचं गाव जिंकतं, किंवा एकतर तिकडची आठदहा खेडी एकत्र मिळून जिंकतात. आमच्या गावातल्या लोकांनी शंभर-शंभर रुपये भरून पाचेकशे शेअर खरेदी करून ठेवले आहेत. दुसरीकडे गावोगावी मिळूनसुद्धा इतके मतदार जमत नाही. त्यामुळे आमच्या गावचा कुणीही डायरेक्टर म्हणून उभा असला, तर तो निवडून येतोच. मध्यंतरी आजूबाजूच्या बहुतेक गावांनी एकजूट करून सांगवीची गिजारा चालू द्यायची नाही असं ठरवलं होतं म्हणून. नाहीतर आमचं गाव ठरलेलं.

गेली तीनचार वर्षं वडीलच डायरेक्टर आहेत. खरं पाह्यला गेलं तर बँकेचा डायरेक्टर होऊन निवडून येण्यापलीकडे काहीच फायदा नाही. मात्र एक फायदा हा, की दर शनवारी मीटिंगच्या निमित्तानं वडलांना घ्यायला म्हणून बँकेची मोटार येते. शिवाय तालुक्याच्या गावी डायरेक्टरला एक कायम खोली मिळते. तिची किल्ली वडलांच्याकडे असते. आमच्या गावचा कुणीही सभ्य इसम बाजाराला म्हणा की सिनेमाला म्हणा तिथे गेला, की त्याची व्यवस्था ह्या डायरेक्टरच्या खोलीत होते. त्यामुळे माझ्याकडे किल्ली मागणारांची नेहमी वर्दळ असते. मी किल्ली देतो. आणि उद्या आणून द्या म्हणून सांगतो. ह्या खोलीत खरं तर चारपाच जण जेमतेम मावतात. पण तिथे एखाद्या वेळी सांगवीचे वीसजण देखील बाजाराच्या वगैरे दिवशी झोपतात. बाकीच्या गावचा कुणी झोपायला जागा मागायला लागला की हे सगळे लोक म्हणतात. पुढच्या इलेक्शनला जरा जोर करा.

शिवाय शनवारी दुपारी आमच्या घरी नेहमी पाचसहा जण उभे असतात. मोटार आली की वडील डुलत-डुलत छत्री घेऊन मोटारीत बसतात. मग ते ज्या इसमांना बोलावतात, ते दोघंतिघं त्यांच्या जवळ बसतात. बाकीचे लोक दाटीवाटीनं ड्रायव्हरजवळ गर्दी करून बसतात. एखाद्या वेळी हा बैदू ड्रायव्हर संतापून खाली उतरतो आणि म्हणतो, तुम्हीच गाडी न्या.

मग वडील एकेकाला म्हणतात, तू खाली उतर. तुला काय काम आहे रे? बरं बैस. तू रे? सिनेमाला? कोणता सिनेमा आहे? मराठी का? मग बैस. तू रे— मग पुढल्या शनिवारी खरेदी कर. चला बघू. बैदू, मार गाडी. हे सगळे तुला चहा पाजतील. अरे आपण सगळे कोऑपरेटिव्ह बँक, चला.

मग गाडीत गप्पा विनोद करत वडील मीटिंगवरून पुन्हा तसेच छत्री घेऊन दुसऱ्या दिवशी परत येतात.

एखाद्या दिवशी मोटार येतच नाही. तेव्हा दारात वाट पहात बसलेल्या लोकांना वडील येऊन सांगतात, आज मीटिंग नाही. एकदा एकजण म्हणाला, असं कसं? दर शनिवारी मीटिंग झालीच पाहिजे. म्हणजे बँकेच्या पुढल्या जनरल सभेत ही सूचना मांडलीच पाह्यजे. अशानं बँक नीट कशी चालेल? आमचं सोडा. आम्ही एस्.टी.नं सुद्धा जाऊ.

एकतर आमच्या खेड्यातला पुरुषवर्ग निरंतर निष्काळजी. बायकांची गोष्ट सोडा. ते आपल्याला नीट माहीत नाही. गरीबच काय पण सगळ्याच बायका

अतिशय राबत असतात, हे मला आईवरून दिसतंच. दिवसातून सतरांदा चहा करा. सकाळी घुसळणं. मुलींची वेणीफणी. सैंपाक म्हणजे तर गाडाभर भाकरी. प्रत्येकाची आवडनिवड. शिवाय पाहुणेरावळे कायम. त्यांचं वेगळंच. पुन्हा हसतमुख रहाणं. शिवाय दुपारच्या सुमाराला शेतात फेरी. संध्याकाळी पुन्हा चुलीपुढे. आणि रात्री बराच वेळ मोरीत भांड्यांच्यापुढे. त्यातून आजीशी भांडण चाललं, की कामं जरा भराभर उरकतात एवढंच. ती जागी असली की सारखी बडबड. कामं नेमून देणं, हे इथेच ठेव, ह्या भाकरी ह्या शेतात, ती भाजी त्या मळ्यात, ह्या गड्याला वाढ, त्या गड्याला काम सांग. पसारा मोठ्ठा. ती मला म्हणते, तरी बरं आजी मजूर सांभाळते. तुझा बाप तर महाजनक्यांना विकलेला. तू तर घरात असूननसून सारखाच. आणखी घरात एक बायको पाह्यजेच. आपण केवळ घरकामाला म्हणून एक मुलगी पहावी आणि लग्न करावं, ही कल्पना मला भयानक वाटते. ह्या सर्वांनी मला अतिशय छळलं.

एकदा तर आमच्या घरी आईच्या माहेरकडची कुणीतरी एक मुलगी एका लग्नानिमित्त आली. तर आईनं तिला सहज म्हणून ठेवून घेतली. हे पाहून मी घरात फक्त जेवायलाच फिरकायला लागलो. शिवाय मी काही झालं तरी चांगलाच आहे, असं आईनं हिच्याजवळ सांगितलेलं. म्हणून नीट जेवायला-बोलायला लागलो. मी आठवड्याभरात हिच्याशी फक्त पहिल्यांदाच नीट बोललो. ते म्हणजे मी संध्याकाळी थेट वर गच्चीवर बसलो होतो. तेव्हा ही मुलगी आईनं सांगितलं म्हणून गच्चीवर पाणी शिंपडायला म्हणून भरलेली बादली कशीतरी जिन्यावरून सांभाळत वर आली. आता वर कुणीच नाही म्हणून लाजून मी आणखी नली-जाई वगैरे कुणी येईल, ह्याची इच्छा करत समोरची सृष्टिशोभा पाह्यला लागलो. सुंदर ढग होते.

मग ही मुलगी म्हणाली, आज आपण सगळेजण गच्चीवर जेवणार आहोत.

मुली किती धीट असतात.

मग मी म्हणालो, सगळे म्हणजे कोण कोण?

तर ही म्हणाली, सगळेच.

मग पाणी कुशलतेनं शिंपडत ती माझ्या पायावर उडणार नाही ह्या बेतानं पाण्याचे फटकारे मारायला लागली. मी पाह्यलं तर ती खाली पहात तोंडातल्या तोंडात काही चघळत हसत होती. ही तर आपल्याला दाखवायला म्हणून आणलेली मुलगी. मग मी तिची वास्तपुस्त केली.

ती म्हणाली, तुम्ही आमच्या गावी आला, तेव्हा मी तुम्हाला पाह्यलं. आईला वाटलं, तुम्हाला दुसऱ्या दिवशी चहाला बोलवावं. पण मी बोलवायला आले, तर तुम्ही सकाळीच निघून गेल्याचं कळलं.

मी म्हणालो, असं असं.

मग मी असं एखादं वाक्य शोधायला लागलो, की ज्यामुळे आपलं वजन पडेल.

पण तेवढ्यात ती म्हणाली, मग पुढे तुम्ही काय केलं?

मी म्हणालो, म्हणजे कुठे?

ती म्हणाली, तुम्ही आमच्याकडे आला होता त्यानंतर?

मी म्हणालो, नंतर मी पुन्हा पुण्याला गेलो.

ती म्हणाली, मग तुम्ही नोकरीचं काही तरी केलं ना?

हे कुणी सांगितलं?

तुमचं सगळं मला माहीत आहे.

हे बहुतेक आईनंच सांगितलं असणार.

ती पुन्हा म्हणाली, तुमचं सगळं मला माहीत आहे. विचारा काय काय?

मी म्हणालो, सगळं कसं माहीत असेल?

ती म्हणाली, एकूण एक.

मी म्हणालो, असं कसं?

ती म्हणाली, विचारा तर खरं.

मी म्हणालो, तर मी खोलीत काय काय करायचो?

ह्यावर ती खदखदून हसली. तेव्हा तिचा एक दात किडलेला होता. पण ते विशेष नाही. माझे पण दात इतके ठीक नाहीत.

मग कमरेवर हात ठेवून ती म्हणाली, खोलीत दुसरं काय करणार? अभ्यास. वाचन.

मग मला वाटलं, ही मुलगी चंपक आहे. शिवाय ही कादंबऱ्या पण वाचत असणार. शिवाय ही रसिक पण असणार.

मग दोन-चार दिवसांनी आईदेखत ही मुलगी माझ्याशी परीक्षांच्यावर बोलली. आपण अजून एकदा पण असं केलं नाही, असं देखील ती मला म्हणाली.

म्हणाली, आणखी पुढे का नाही शिकत?

आणखी ती बऱ्याचदा थोडंथोडं बोलली.

एकदा ती दुपारी आईला गाणंसुद्धा म्हणून दाखवत होती.

पण तिचा एकंदर सारांश असा की आपण लग्न करू.

ह्याच वेळी केव्हा तरी काही खास लोक आमच्या मळ्यातल्या विहिरीवर थोडावेळ येऊन गेले. हे अंबाबाईचे भगत. कवड्यांनी गाठलेल्या उंच टोप्या. आणि प्रत्येकाच्या पाठीवर पोत्याएवढी प्रचंड कापडाची पोतडी. ह्या पिशव्यांत आणखी लहानलहान बरीच गाठोडी. एकात ज्वारी. एकात उडीद. एकात पीठ. एकात मीठ-मसाला वगैरे. आमचा मळा रस्त्यावर म्हणून संध्याकाळचं जेवून ते पुढे जाणार होते. मी तिथे विहिरीच्या उंच लाकडावर बसून त्यांचा सैंपाक पहात बसलो.

ते तिघंजण होते. एकजण मात्र चुलीजवळ बसून दुसरं काहीच करत नव्हता. दुसरा सैंपाकाला लागेल ते-ते तिघांच्या पोतड्यांतून सारख्या प्रमाणात काढून सैंपाकाला लागला. तिसरा त्याला लागेल ते पाणी, काटक्या वगैरे आणून देत होता. हे सगळं इतक्या मुकाट्यानं चाललं होतं, की पहाणाऱ्याला निव्वळ मजा वाटेल. मळ्यातले दोन-तीन कुत्रे त्यांच्याजवळच जमिनीवर माना टाकून लोळत पडले होते.

त्यांनी पिठल्यासारखं काहीतरी केलं. मी त्यांना म्हणालो, केळीची पानं घ्या. कांदे पाह्यजे असतील तर ते तिकडे आहेत.

तेव्हा नुस्ता बसलेला माणूस लांब कांदे आणायला गेला. तो परत आला, तेवढ्यात हे दोघं पानावर वाढून जेवतही होते. ह्यानं आणलेले कांदे त्यांनी घेतले नाहीत. ह्यानं मात्र आपलं वाढून मुकाट्यानं खाल्लं. कुत्र्यांना कुणीच तुकडा पण टाकला नाही.

जेवून झाल्यावर त्यांनी आधी सगळं साफसूफ केलं आणि पोतड्या भरून ते त्यांना टेकून बसले. मग विड्या ओढत त्यांनी काही तरी भांडण उकरून काढलं. हे डांगी भाषेत चाललं होतं. शेवटी ते संतापून खेकसायला लागले.

मग दोघंजण त्या तिसऱ्यावर तुटून पडले. त्याला त्यांनी लाथाबुक्क्यांनी मारलं आणि ते दोघं पाठीवर पोतड्या टाकून चालायला लागले. तिसरा पण आपली पोतडी खांद्यावर ठेवून त्यांच्या मागोमाग न बोलता निघून गेला.

ते दिसेनासे झाल्यावर मी म्हणालो, देवा, हे कठीण आहे. असं रात्रंदिवस भंडारा लावून गावोगाव हिंडणं. काही जमीनजुमला नाही. काही नाही. पोतड्या खांद्यावर ठेवून फक्त आयुष्य ओढणं.

मग मी घरी येऊन जेवलो.

ह्यानंतर चार-पाच दिवसांनी ती मुलगी निघून गेली.

मी आईला म्हणालो, ही मुलगी आपल्या घरात चालणार नाही.

आई म्हणाली, मग दुसरी कोणती ती पहा. पण ठरव.

मी म्हणालो, पण ती गेली तेव्हा तिला वाईट वाटलं असेल.

बिचारी गेली तेव्हा तिला काय वाटलं असेल? ह्या घरातलं सगळं आपलं होईल, आपण इथे काय काय करू, हेसुद्धा तिनं कदाचित ठरवलं असेल. आमचा पिठाचा जुना डबा बदलून टाकू, असं तिनं म्हटलं असेल. आणि जातांना तिला वाटलं असेल, आपण धागे जोडू पहावेत तर नाही. मला तिची कीव आली.

तेव्हा आई आनंदानं म्हणाली, मग तिच्या घरी काय कळवू?

पण आपण तर असं काही करणार नाही. तेव्हा तिच्या आईबापांना वाटेल, आपल्या मुलीचं काही चुकलं असेल. हे आणखीच वाईट.

आई म्हणाली, नाही ना वाटत? मग तुला तिच्याशी काय करायचंय?

आई म्हणाली, की मुलींना सगळी प्रॅक्टीस असते.

मुली. मुली चांगल्याच असतात.

आमचा पण एक कंपू आहेच. शहरात चारसहा वर्षं ह्या-ना-त्या निमित्तानं काढून घरी बसलेल्या पोरांचा. मी ह्या कंपूत भरती झालेला शेवटचा.

आमच्यात सर्वांत मोठ्ठा लालाजी. ह्याचं खरं नाव नंदलाल. पण कुणीही शिक्षण अपुरं सोडून गावात बसला आणि अगोदर-अगोदर कमालीचा अस्वस्थ होऊन वागायला लागला, की गावातले लोक त्याचं असं नाव ठेवून मोकळे होतात. म्हणजे असं नाव पडल्यावर तो त्यानंतर अजिबात हालचाल करत नाही. आता लालाजी असं नाव ठेवल्यावर कोण ज्यादा गडबड करेल? तशीच कंपूतल्या मित्रांची नावं म्हणजे दामूअण्णा, सोटम्या, दगडूशेट, वगैरे. मला अजून असं नाव मिळालेलं नाही. पण अधूनमधून कुणी कुणी पांडूतात्या म्हणतात.

गावात वाटतं, की हे साले मजेशीर प्राणी. खरं तर आम्ही सगळेच कमालीचे अस्वस्थ आहोत. एकतर आमचं मन आम्हाला खातं. म्हणजे

बरोबरीचे लोक पुढे गेले आणि आपलं हे काय झालं? पुढे गेले म्हणजे कुठे? तर पुढे म्हणजे दूर कुणीतरी चाऱ्ही पायांनी पळत-पळत चाललं आहे, आणि आपण मात्र इथे स्वस्थपैकी बसून फुकट त्यांना पहात आहोत हेच.

पण आमच्या सगळ्यांच्या लक्षात एक गोष्ट आली आहे. ती म्हणजे पुढे जाणाऱ्यांना जाऊ द्यावं. दर पुढे जाणाराबरोबर मागे पडलेले अनेक लोक असतातच असतात. मग त्यांनी एकत्र जमावं म्हणजे मागे पडलेला समाजदेखील काही कमी नाही हे दिसेल.

आता मी शिकत असतांना गावातल्या कुणाशीच फारसा मिसळायचो नाही. पण इकडे आल्यापासून हळूहळू हे कळून चुकलं की भेदाभेद भाव विसरून एकत्र बाळूच्या दुकानात जमलंच पाह्यजे. नाहीतर घरात बसून काय करणार?

नाहीतर आपले वडील वारले म्हणून एअरफोर्समधली चांगली नोकरी सोडून आपल्याला ह्या गावात बसावं लागलं, एरवी आपण थोर दर्जाचे— असं लालाजी समजायला लागला, तर ते बरं नाही.

शाळेतच मेंदूत काही चक्कर येऊन दामूअण्णा (खरं नाव दादो मुरलीधर) घरी बसला, तरी दामूअण्णा आणि लालाजी ह्यांचा दर्जा एकच.

लखूशेट (खरं नाव लक्ष्मीकांत) वकिली चालत नाही म्हणून कंटाळून इकडे आला. आणि वडलांचा व्यापार सांभाळायला लागला. आणि शिवाय कुणालाही कायद्याचा सल्ला फुकट देतो.

पण भुवया वर करायचं सोडलं, तर त्याच्यात आणि माझ्यात विशेष फरक काहीच नाही. तेव्हा आपपरभाव विसरल्याशिवाय घरात एकटं बसणं चालणार नाही.

मात्र सगळ्यांचा दोषच म्हटला तर हा, की इथे आल्यावर अगोदर-अगोदर आम्ही कमालीचे झुरणारे होतो. हे हजार वस्तीचं गाव आम्हाला भलतंच लहान वाटायचं. आणि इथल्या इमारती ठेंगण्या वाटायच्या.

हल्ली मी सोडून हे सगळे आपापल्या कामधंद्यात चूर आहेत. संध्याकाळी बाळूच्या (खरं नाव बळीराम) पानाच्या दुकानापुढे जमण्यापलीकडे आमच्या कंपूचे तसे एकत्र उद्योग फार थोडे आहेत. पार्ट्या, कुठे डोंगरात रामकुंडावर आंघोळ करायला, कुणाकडेही जमून चहा — हे वेळोवेळी चालतंच. पण सगळेजण वेळ बरा जातो एवढ्यापुरते बांधलेले, दुसरं काही नाही.

बऱ्याचदा पूर्वीच्या गप्पा मारतांना शेवटी— पण आता आपण कुठे कुणापेक्षा कमी आहोत?— असं एकमेकांना आम्ही विचारतोच. आणि

मनात मात्र वाटत असतं, की फसलो तर आहोतच, पण आता असंच सर्वांनी म्हणायला पाह्यजे.

अगोदर ह्या सर्वांनी मिळून एकदा माझी फजिती केली.

आमच्या शाळेतला एक मित्र डॉक्टर होऊन आणखी पुढे जावं म्हणून इंग्लंडला निघाला. तेव्हा गावकऱ्यांच्यातर्फे त्याचा सत्कार झाला. हा डॉक्टर माझा लहानपणचा मित्र. त्याच्या घरी जागा नसायची. म्हणून तो आमच्या घरीच अभ्यास करायचा. जुना संबंध म्हणून — का कशासाठी ते मला कळलं नाही — सभेत त्याच्या खुर्चीजवळ माझी पण खुर्ची ठेवून ह्या सर्वांनी मला बळजबरी केली. हे सगळे लोक पुढे खाली बसून मौज मात्र पाहायला तयार.

गावातल्या अनेक चार शब्द बोलणाऱ्यांनी आपापली व्याख्यानं करून डॉक्टरची स्तुती केली.

मी पण बोललो. पूर्वी हे अभ्यास करता-करता झोपी जायचे, तेव्हा मी ह्यांना उठवून अभ्यासाला लावायचो— हे सभेतल्या लहानमोठ्या सर्वांना आवडलं.

पण एक पेन्शनर जे बोलला, ते मला वर्मी लागलं.

तो म्हणाला, उच्च शिक्षणाकरता हुशारीबरोबर चिकाटी पण लागते. आता डॉक्टरसाहेबांचे जुने मित्र पांडूतात्याच पहा. ह्या दोघांच्या परिस्थितीत केवढं अंतर आहे. पण पैशावर हल्ली पुढे जाता येत नाही, एवढंच मला सांगायचं आहे.

एकजण म्हणाला, मी वर्तमानपत्र रोज वाचतो, त्याचा सारांश असा, की आपला भाग दिवसेंदिवस इतका पुढारत चालला आहे, की सर्व जगात आपले नाव झाले आहे.

दुसरा म्हणाला, आपल्या गावात उच्च शिक्षण घेऊनसुद्धा शेतीच उत्तम मानणारे लोक ज्यास्त होत चालले आहेत. शिवाय यंदा मॅट्रिकला आपल्या गावचा मुलगा बोर्डात दहावा आला. डॉक्टरांनी पण पुढे गावातच दवाखाना उघडावा.

आणखी एक म्हणाला, अशानंच आपला देश अजिंक्य होईल.

हा डॉक्टर तिकडे गेल्यावर तिकडेच लग्न करून इकडे पत्रदेखील टाकेनासा झाला.

पण ह्यानंतर पुन्हा मी असा खुर्चीत बसलो नाही.

आमच्या कंपूतल्या प्रत्येकाजवळच आपापल्या चलतीच्या काळातले साहसाचे प्रसंग. मात्र गिरधरजवळ काही नाही. तो शाळेत असून नसल्यासारखाच होता. अजमीरला दोनतीन वर्षं नोकरी करून शेवटी त्याच्या वडलांच्या — आपल्याला पाच भाऊ आहेत, हे तू विसरतोस — अशा पत्रांना तो कंटाळला.

पण तो एकाएकी नोकरी सोडून घरी का आला, हे त्यानं कुणालाच सांगितलं नाही. फक्त आपण काहीएक करणार नाही, एवढंच एक साहस करून तो कायम घरी बसला.

घरून तो लाल पैसा मागत नव्हता. त्यामुळे आमच्या कंपनीत देखील फारसा येत नव्हता. कारण आम्ही कुणीही चहापाणी म्हटल्याबरोबर करू शकतो. आपण कशाला तुमच्यात, असं म्हणून तो फारसा कुणाशी मिसळत नव्हता. त्यातल्या त्यात आमच्यापैकी फक्त माझ्याशीच तो नीट वागला.

देवपूजेचं त्याला प्रचंड वेड.

घरून वर्षाकाठी दोन पट्ट्याचे पायजमे आणि दोन सदरे एवढंच तो मागायचा. नागवं राहता येत नाही म्हणूनच हे— ही त्याची वडलांना कपडे मागायची पद्धत. मग शिलंगणाला नवे कोरे वास सुटलेले कपडे घालून गिरधरस्वामी सभ्यपणे आमच्याबरोबर सोनं चोरायला.

त्याचा कार्यक्रम म्हणजे सकाळी फार लवकर उठून अंथरुणावरच पडून रहाणं. चहाला बोलावलं की चहा घेता-घेता आईचं बोलणं ऐकणं. लहान चारपाच भाऊसुद्धा त्याला नाही-नाही ते बोलायचे. पण हा हत्तीसारखा सगळा वेळ शांतपणे घालवायचा. मग कुणाच्याही मळ्यात विहिरीवर जाऊन आंघोळ. स्वतःचे कपडे धुऊन ते वाळेपर्यंत तिथेच इकडेतिकडे करणं. त्याच्याबरोबर त्याचा कुत्रा नेहमी असायचाच. ह्या कुत्र्याला तो झाडावर चढवून आपण उतरून मग कुत्रा खारीच्या मागे धावत-धावत पडला की हसणं. सारखंसारखं कपडे वाळले की नाही ते हात लावून पाहून पुन्हा कुत्र्याची गंमत करणं. मग उन्हात कपडे डोक्यावर ठेवून कुत्रा मागे आणि हा पुढे असं घरी. जेवतांना आईची बोलणी. मग जेवून संध्याकाळपर्यंत घरात जागा सापडेल तिथे अंथरुण टाकून लोळणं. संध्याकाळी माझ्याकडे येऊन चहा वगैरे तयारच असला तर मुकाट्यानं घेणं. मग फिरायला. रात्री पुन्हा

जेवतांना वडलांचं ऐकणं. ह्याला माझ्याप्रमाणेच पोळी आणि भात आवडत नाही. रात्री उशिरापर्यंत गावात ठराविक मंडळीत बसणं. पण हा आमच्यात बसून फक्त ऐकायचा. चुकून काही विनोद वगैरे नाही.

एकदा एका दारू प्यालेल्या माणसानं ह्याला काही कारण नसतांना फटाफट मारायला सुरुवात केली. कारण हेच की हा फक्त म्हणाला— तुम्हाला दारू पिऊन जी मजा वाटते, ती मला न पिताच वाटते. तो इसम ह्याला फटाफट लगावत होता आणि हा फक्त उभा होता. मारणं संपलं तेव्हा हा म्हणाला, बस, की आणखी? मग गिरधरनं शेणाचा मोठा पोह घेतला आणि त्याच्या तोंडावर फेकला. मग जमलेल्या सगळ्यांनी शेण मारून-मारून दारुड्याला बेजार केलं.

गिरधर मला म्हणायचा, की त्यातल्या-त्यात चांगला कार्यक्रम म्हणजे दुपारचं लोळणं. आणि वाईट कार्यक्रम म्हणजे तुझ्याबरोबर संध्याकाळी फिरायला येणं.

पण त्याला मीच फक्त आवडायचो. कारण दुसरा कुणी त्याची भंकस ऐकून घ्यायचा नाही. हा स्वतःबद्दल फार थोडं बोलणारा.

गिरधरस्वामीपेक्षा ज्यास्त मजेदार असा सोटम्या (मूळ नाव सोनू). अंगापिंडानं भीम. हा गावातला अत्यंत निरुपद्रवी प्राणी. कुणाचं काहीही काम रात्रीबेरात्री करायला सज्ज. घरी परिस्थिती एकूण वाईटच. पण आमच्यात मिसळतांना गिरधरसारखी ह्याला काहीच लाज वगैरे वाटत नाही. मात्र कुणी काहीही बोलला, तर हा त्याला पिटतो.

ह्याला मागे एक सवय होती. देवळात कीर्तन चालू असतांना बाहेरचे जोडे इकडेतिकडे करून अस्ताव्यस्त करून जायचं. हे सगळं गुपचूप. कीर्तन संपल्यावर जो-तो निरनिराळे जोडे घालून — हा आपला नाही, तो बघू, हा पण नाही, त्या तिकडचाच असेल, वगैरे प्रत्येकजण बडबडून आपापला जोडा शोधून कंटाळून शेवटी उद्या सकाळी सगळेजण जमूनच बघू, असं म्हणून निघून जायचा. शिवाय काहींना जोडे लगेच पाह्यजे असायचे. पण आठदहा जण तर आधीच झोप तरंगायला लागल्यानं सापडतील ते जोडे घालून निघून गेलेले. मग बाकीच्या सगळ्यांचे जोडे जुळतील कशाला?

असं करतांना शेवटी एकदा ह्याला पकडल्यावर सर्वांनी त्याला सोटम्या असं नाव ठेवलं.

हे परवा-परवापर्यंत ह्याचं असंच वागणं.

ह्याची दुसरी सवय म्हणजे उन्हाळ्यात लोक रात्री अंगणात झोपतात, तेव्हा गल्लीगल्ली हिंडून झोपेत कोण विचित्र पद्धतीनं झोपतो. हे नीट पाहून करमणूक करून घेणं.

लहानपणीसुद्धा हे आडदांड पोर मास्तरला पाटी फेकून मारून शाळेतून पळून आलं. ते कायमचं उनाड झालं. तशा उनाडक्या शाळेतली पोरंही करायचीच. पण ह्याचे आईवडील म्हणायचे, गरिबाच्या पोरांनी नेहमी गुणीच निघावं.

ह्याला लग्न करावंसं वाटत होतं. पण ते जमलं नाही. एक तर ह्याला नटीसारखीच बायको पाह्यजे.

एकदा त्याला एक मुलगी दाखवली. ही मुलगी चहा घेऊन समोर आली. आणि हा एकदम खोखो करून हसायला लागला. इतक्या मोठ्ठ्यानं की त्या घरातले सगळेजण जमले.

मी ह्याला विचारलं की, असं मी ऐकलं— हे खरं का?

तर तो म्हणाला, हे तुला नक्की माझ्या वडलांनी सांगितलं असेल. साले माझ्याबद्दल वाट्टेल ते पसरवतात. पण मी हसलो हे खरं आहे. अरे साली बायको कशी पाह्यजे? पण ही मुलगी तू पाह्यला हवी होतीस. मी काय वेडा आहे? ही मुलगी दिसायलाच इतकी पैलवान आणि भयंकर होती, की तिला तसं पाहून मला राहवलं नाही.

आणि हा पुन्हा प्रचंड हसला.

ह्याचे कपडे नेहमी स्वच्छ इस्त्रीचे. आणि हा दाढीकटिंग गावातल्या न्हाव्याकडून कधीच करत नाही. गावातली एखादी ट्रक किंवा बँकेची मोटार जात असली, की हा आसपासच्या कोणत्याही शहरात जाऊन हे आटपून येतो.

ह्याला सिनेमाचा प्रचंड षोक. शिवाय शहराच्याबद्दल अतोनात प्रेम— आम्ही काही तुमच्यासारखे पाच-पाच सात सात वर्षं शहरात राह्यलो नाही. उगीच दोन दिवस मिळाले तर आईस्क्रीम खाऊन यावं. फळं

मारावीत. सालं एरवी इथे रोज चटणीभाकर— असं म्हणून तो गावाबद्दल तिरस्कार सांगतो.

एखाद्या दिवशी बाळूच्या दुकानावर येऊन म्हणतो, आज खिचडी खाल्ली. तीन–चार महिन्यांनी मिळतेय.

पण घरात काय किंवा बाहेर काय, ह्याच्या आडदांड वागण्याला सीमाच नाही.

एकदा हा घरी कुणातरी ओळखीच्या माणसाला चहाकरता घेऊन गेला. आईनं आणि वहिनीनं सांगितलं, घरात साखर नाही. खरोखरच साखर नव्हती. मग पाहुण्यांना जरा बसा म्हणून सांगून हा पैसे शोधून गूळ घेऊन आला.

घरचे म्हणाले, दोन कपांचा गूळ आणला? घरात मुलं आहेत दहा. ती काय तुमचं तोंड पहाणार?

घर छोटंसं. त्यामुळे पाहुण्यांच्या पुढे आपला अपमान होतो आहे हे सुद्धा लक्षात येण्याइतका हा हुशार नाही.

हा म्हणाला, आणि तुम्ही अधूनमधून चहा घेता, तेव्हा मला बशीभर तरी देता काय?

तेवढ्यात पाहुणेच निघून गेले. मग प्रचंड संतापून ह्यानं आधी आणलेला गूळ खाऊन टाकला. आणि लाथा मारून मारून चूलच मोडून टाकली.

ह्याचे वडील तसे जरा मूर्खच. ते आम्हाला हा प्रकार सांगायला लागले. म्हणाले, एका वेळेला पन्नास केळी खाणारा हा आमचा अजागळ सोटम्या.

नंतर सोटम्या आम्हाला म्हणाला, पन्नास काय साठ खाऊन दाखवीन. पण हे माझ्याबद्दल नाही–नाही ते बाहेर सांगत असतात.

घरचे लोकच आपलं वजन कमी करतात. हे ह्याला नीट कळलं आहे. पण तसं चुकत कुणाचंच नाही. सोटम्याला एकतर अक्कल कमी. ह्याच्या प्रचंड शक्तीचा उपयोग पण नाही. एकदा चोर समजून एका परगावच्या चांगल्या माणसाला ह्यानं बेदम मारलं.

लखूशेटची आणि ह्याची त्यातल्यात्यात चांगली गट्टी आहे.

लखूशेटनं ह्याला एकदा एका व्यापाऱ्याकडे — बरोबर एक धट्टाकट्टा माणूस असावा — म्हणून नेलं. हा व्यापारी लखूशेटचे पैसे कित्येक दिवस देत नव्हता. खरोखरच त्या व्यापाऱ्याची वाईट परिस्थिती होती. आता सोटम्या आणि लखूशेट व्यापाऱ्याच्या घरात बराच वेळ बसले. पण व्यापारी

बाहेर कुठे गेला होता. म्हणून वाट पहात बसणं भागच होतं. शेवटी व्यापारी आल्याचं नोकरानं सांगितलं. नोकरानं प्यायला पाणी आणून दिलं. आणि मालक आलेच म्हणून तो गेला. हे पाणी पीत बसले. तेवढ्यात दरवाजात व्यापारी उभा राह्यला. त्या व्यापाऱ्यानं गुळगुळीत डोकं केलेलं होतं. हे पाहून सोटम्याचं नेहमीचं प्रचंड हसणं सुरू झालं. तशात पाणी पितांना हसणं. त्यामुळे त्याच्या नाकातोंडातून पाणी गळायला लागलं. आणि हा घाबरून श्वास घ्यायला धडपडायला लागला. घरातले सगळे जमले. काय झालं, काय झालं— करायला लागले.

मग ह्यानं आम्हाला कारण सांगितलं फारच अस्सल. म्हणाला, सालं वाट पाहून-पाहून थकल्यावर हा व्यापारी इतका चकचकीत गोटा घेऊन दारात गरिबासारखा उभा. आता असा व्यापारी लखूशेटला काय पैसे देईल?

लखूशेट म्हणाला, आजपासून कोणत्याही महत्त्वाच्या कामाला ह्याला नेणं म्हणजे झक मारून घेणंच.

हा उदास झाला की कुणाची ट्रक केव्हा कुठे जाते, ह्याचा तपास करून शहरात जाऊन येतो. अत्तराची बाटली घेतो. दाढी-कटिंग करतो. बुटाला पॉलिश करतो. हॉटेलमधे वेटरवर ऐटीत खेकसतो. सिनेमा वरच्या दरानं पहातो. आणि मुख्य म्हणजे हे सगळं आम्हाला तिखटमीठ लावून सांगतो. आपण देखील शहरात वावरू शकतो. अगदीच अडाणी नाही — हा ह्याचा सांगायचा मुद्दा.

एक तर ह्याला घरातल्या कुणाचीच बोलणी सहन करता येत नाहीत. मधूनमधून हा घरात मोठ्या भावाला किंवा वडलांना मारठोक पण करतो. अधूनमधून ह्याच्या घरातून बायकामुलांची रडारड ऐकायला आली, की लोक म्हणतात, सोटम्या आज पन्नास रुपये मागत असणार.

याला पाह्यजेत तर एकदम पन्नासच. मग चार-चार महिने घरात कटकट नको. शिवाय एक रुपया मागितला तरी तीच बोंब, म्हणून हा पन्नासच मागतो.

एकदा ह्याचे वडील म्हणाले, आज तू मला मारून टाकलंस, तरी तुला पन्नास रुपये मिळणार नाहीत.

मग हा म्हणाला, तर मग मी तुला मारतोच.

तेव्हा लगेच वडलांनी पन्नास रुपये दिले.

ह्याच्या घरच्यांना पण ही एक करमणूकच वाटते. पैसे द्यावे हे लागणारच, हे माहीत असतं. तरी ते फुकट तमाशा उभा करतात.

एकदा ह्याचा भाऊ दिवसभर कुठे तरी गायब झाला. गावभर शोधून देखील भाऊ सापडेना. कारण भाऊ घरातच लपून बसला होता.

मग ह्यानं आसपासचे दोन-चार लोक जमा केले आणि म्हणाला, माझ्याएवढ्या माणसाला चार-सहा महिन्यांतून पन्नास रुपये एकदा देणं ह्यांच्या जिवावर येतं. आता मी ही पेटी तुमच्या समक्ष फोडून फक्त पन्नास रुपयेच घेतो. ज्यास्त आपण घेणार नाही. पण नंतर हे म्हणतील, मी शंभर रुपये घेतले. आणि तुम्ही पण नालायक— तुम्ही त्यांचं खरं मानता. म्हणून तुम्हाला बोलावलं.

मग ह्यानं पैशाच्या पेटीचं झाकण मागून उपटून सगळ्यांना दाखवत फक्त पन्नास रुपये घेतले.

घरच्या कटकटींना मात्र हा कधीच उबगला नाही. घरचे पण ह्याला तसे उबगले नाहीत.

कारण हंगामाच्या चार महिन्यांत हा दहाजणांचं काम एकटा करतो. मग मात्र कटकटी सुरू होतात.

पण एकदा कुणी तरी तुला एस.टी.त कंडक्टर लावून देतो म्हणाला. शहरात राहायला मिळणार म्हणून हा घरी मारामारी करून दोनशे रुपये घेऊन धुळ्याला इंटरव्ह्यू वगैरे देऊन आला. आल्यावर हा खुशीत होता. कारण ह्याला नोकरी मिळणारच होती. पण दोन महिने झाले तरी तिकडून बोलावणं येईना. मग ह्यानं तिकडच्या गृहस्थाला पत्र पाठवलं, की तुम्हाला नोकरीसाठी शंभर रुपये दिले ते उगीचच काय? तेव्हा तिकडच्या गृहस्थाचं संतापून पत्र आलं, की मूर्खा, तुला दोन पत्रं पाठवली. पण तुझं उत्तर देखील नाही. आता पुन्हा नोकरीची आशा सोड. मग घरी पुन्हा मारामारी झाली.

याचा भाऊ म्हणाला, तुझी पत्रं सांभाळायला आम्ही तुझे कोण?

सोटम्या आम्हाला म्हणाला, साले सगळे माझ्या वाईटावर आहेत. आता त्या धुळ्याच्या गृहस्थाला किती वाईट वाटलं असेल?

ह्याच्या वडलांनी परगावच्या एका ओळखीच्या माणसाला काही पैसे उसने दिले. पण त्याला सांगून ठेवलं, की पैसे केव्हाही परत करा. पण सोटम्याला मात्र देऊ नका.

हे सोटम्याला कळलं.

तो म्हणाला, मी ह्यांच्या पैशांचं काय करू? पण माझ्याजवळ तो कसे पैसे देत नाही ते बघतो.

मग हा त्या इसमाकडे वेळोवेळी जाऊन पैसे मागायला लागला.

त्या इसमाला वाटलं, कुठून ह्यांच्याकडून पैसे घेतले. म्हणून त्यांनी ताबडतोब पैसे जमा करून घरी पाठवून दिले आणि कळवलं. मी काय कुठे पळून जाणार होतो?

घरच्यांना आश्चर्य वाटलं. मग त्यांना खरा प्रकार सोटम्याकडूनच कळला.

सोटम्या नंतर त्या इसमाकडे गेल्यावर तो इसम म्हणाला, पैसे घरी दिले आहेत. पुन्हा पायरी चढायचं कारण नाही.

सोटम्या म्हणाला, तुमचं चुकलं. पैसे मला म्हणजे मलाच द्यायला पाह्यजे होते. मी ते खर्च न करता घरी द्यायचं ठरवलं होतं.

मग दुःखित होऊन सोटम्यानं घरच्यांना हे सांगितलं.

घरचे म्हणाले, तू घराची किंमत घालवणारा.

हा म्हणाला, तुम्हाला किंमत आहेच कुठे? माझी मात्र तुम्ही घालवली.

आणि आम्हाला म्हणाला, आता त्या इसमाकडे मी वारंवार जायचो. त्याला किती वाईट वाटलं असेल? ह्यांच्यापायी काय करावं, असं मला झालं आहे.

करमत नसलं तर सोटम्या आम्हाला सगळ्यांना जितका आवडतो, तितका गिरधरस्वामीला तो आवडत नाही. गिरधर म्हणतो, ह्या माणसाच्या हातून काहीच होणार नाही. कारण ह्याला घराबद्दल तरीसुद्धा प्रेमच आहे.

गिरधरचं आवडतं ठिकाण म्हणजे चक्रधरमास्तरचं घर. आम्हाला कुणालाच चक्रधरमास्तर आवडत नाही. आपण त्याच्याकडे गेलो आणि खाटेवर बसायला लागलो, की तो म्हणतो, तुम्ही गावात भलतीकडे जमिनीवरसुद्धा बसता. माझ्या चादरीवर बसू नका. ती दुसरी चादर टाकून बसा.

किंवा पाणी प्यायला आपण होऊन प्याला घेतला की हा म्हणतो, त्याला हात लावू नका तो माझा आहे. दुसरा घ्या.

अशा माणसाकडे कोण जाईल?

पण गिरधर तिथे तासन्‌तास बसतो. चक्रधरचं आणि त्याच्या बायकोचं पूर्वी स्वच्छतेवरूनच भांडण झालं. आणि ती निघून गेली.

हा बहिरा असल्यानं फारसा कुणाशी बोलत नाही.

आता ह्याचे तिन्ही भाऊ मुंबईला सटरफटर नोकऱ्या करतात. वडील लहानपणीच वारले. मोठ्ठ्या भावानं तीन-चार बहिणींची लग्नं लावल्यावर, आपलं काम संपलं म्हणून मुंबईचा रस्ता सुधारला. मग उरलेले तिघं त्याला शिव्या द्यायला लागले.

मात्र ह्यांच्या आईला मोठ्ठ्याबद्दल अतिशय प्रेम. ती म्हणायची, नवरा मेला. पण नंतर ह्यानं नवऱ्याची कामं सगळी केली.

मग हे तिघं म्हणायचे, फुकट लग्नं गुंडाळली नाहीत. त्यासाठी शेती विकून आमच्यावर हे घर फक्त टाकून गेला.

मग दुसरा भाऊ मुंबईलाच गेला. आधीआधी तो पाचदहा रुपये लहान भावांच्या फीसाठी पाठवायचा. पुढे ते बंद झाल्यावर उरलेले दोघं त्याला शिव्या द्यायला लागले.

मग शिव्या द्यायला उरला चक्रधरच. आणि ऐकायला एकटी आईच.

हा भावांना आईबहिणीवरून शिव्या देतो, तेव्हा आई संतापून म्हणते, चांडाळा, त्यांची आई ती तुझी कोण? मग हा जास्तच शिव्या देतो.

ह्यानं आयुष्यात बऱ्याच भानगडी केल्या. किराणा दुकान चालवलं, ड्रायव्हिंग शिकून थोडे दिवस ट्रकी पळवल्या, मग ट्रेनिंगची दोन वर्षं आटपून मास्तर झाला, आता घड्याळं दुरुस्त करतो.

पण हा म्हणतो, की घड्याळं दुरुस्त करण्यासारखं थर्डक्लास काम नाही. एकतर हे खेड्यातले अडाणी लोक. ह्यांना चावीसुद्धा देता येत नाही. सारखीसारखी घड्याळं दुरुस्त करावी लागतात. पैसे कधीही वेळेवर देत नाहीत. जरा बोललं की कुत्र्यासारखं आपल्यापुढे पैसे टाकतात.

पण गावातल्या गावात म्हणून ह्याच्याकडे गावातली सगळी घड्याळं येतात. कुणी भलतंच जुनाट घड्याळ आणलं, की ते घड्याळ हा मुद्दाम मोडून परत करतो. आणि म्हणतो, हे दुरुस्त होण्यासारखं नाही.

एखाद्या वेळी आईशी भांडण सुरू झालं की हातातलं घड्याळ जमिनीवर फटकन आपटून हा म्हणतो, जरा घड्याळातली मिस्टेक सापडली की तुझी कटकट सुरू. कुठून ह्या नालायक धंद्यात सापडलो मी? काही दुसरा धंदा केल्याशिवाय काही आपण वाचणार नाही.

गिरधरला मजा वाटते ती हा असं घड्याळ आपटून पाय पसरून खाटेवर कोसळतो, आणि खाली उशी घेऊन वर पहात सगळ्या जगाला शिव्या देतो तेव्हा.

ह्याचं घर अतिशय जुनं आणि पडायला आलेलं. हे घर केव्हा आमच्या अंगावर कोसळेल असं झालं आहे, असं म्हणतो. तरी दर पावसाळ्यात हा घराची कौलं शिव्या देत-देत नीट करतोच.

आई आणि चक्रधरमास्तर घरात निव्वळ भुतासारखं वावरतात. पण आईला हा छळतो, त्याला सीमा नाही. रांधायच्या आधी हात धुतले होते का, भाजीवर झाकण होतं की नाही, माझी चादर कुठे वाळत घातली होतीस, परसाकडंला कोणत्या वहाणा नेल्या होत्यास, ताट घासलं तर मातीनं का घासलं, हे पुन्हा राखेनं घासून आण, माती अंगणातली घेतेस आणि रात्री तिथेच मुततेस, पाणी गाळायचं फडकं तुझ्या जुन्या लुगड्याचं नको — हजारो भानगडी. जरा कुठे घाण दिसली, की हा मडकं फोडतो, ताट भिरकावतो.

मग आई रडतरडत हे सामान नीट करून पुन्हा ह्याच्यासाठी सगळं स्वच्छ करते — हा माझा वैरी आहे, असं म्हणत-म्हणत. बऱ्याचदा हे पाहायला लोक जमतात. मग आई त्यांना म्हणते, इथे काय तुमच्या मायबहिणी नाचताहेत? व्हा घरी.

ह्यांच्याकडे एक गाय होती. ती चरून आली. की इतर गुरांच्याबरोबर खुंट्यावर क्वचितच यायची. मग म्हातारी आई काठी घेऊन सगळीकडे आसपास हिंडून गायीला घरी घेऊन यायची. मग तिला बांधून झालं की चक्रधरला आईची कीव यायची. ही हंबरेपर्यंत हा काठीनं झोडझोड झोडून— पुन्हा जाशील? पुन्हा हिंडशील?— म्हणत असतो.

एकदा संतापून ह्यानं ही गाय खाटकाला विकून टाकली. तेव्हा मात्र आईनं आकाशपाताळ एक केलं. चारजण जमले. आणि त्यांनी चक्रधराला पिटलं.

ही गाय गेल्यावर आईची करमणूकच गेली. निदान चारापाणी, दूध, शेण वगैरे ह्यांत तिचा वेळ जात होता. आता फक्त घर सारवायला शेण मिळवण्यासाठी तिला हिंडावं लागायचं तेवढंच. उरलेल्या वेळात ती दारात रस्त्यातल्या गमती पहात बसते. मग घड्याळातून नजर काढून हा आईला म्हणतो, तू तशी बसली की मला वाटतं बस. आता काही करू नये.

मग आई तेवढ्यापुरती घरात बसते किंवा बाहेर शेजाऱ्याकडे ह्याच्या नावानं ओरडत जाते. मग हा घरातून ओरडतो, जीव दे, भोसडीचे.

गिरधर मला म्हणतो, पांडोबा, तुझा सोटम्या कुठे आणि हा श्रीचक्रधर कुठे?

मी जरी आता कायम खेडूत झालो, तरी खेड्यात जगणं म्हणजे एकंदरीत जनावरासारखंच.

ह्या लोकांना खरं तर कशाचंच प्रेम नाही. आला दिवस ढकलायचा. जे होतं ते बऱ्यासाठीच असं म्हणून. श्रीमंतांनी काही केलं तर — पैसे आहेत, तेव्हा करणारच —असं म्हणणार. गरिबांनी काही केलं नाही तर — दरिद्री, दुसरं काय करणार?—असं म्हणणार. आजची गरज सोडली, तर बाकी कशाचाच अर्थ माहीत नाही. कपडे नसलेला माणूस उघड्यानं हिंडेल, पण लाज कशाचीच नाही. पैसे उधळणारा माणूस तसाच निर्लज्ज.

तशी जनावरं शहरात पण आहेतच. पण माझा मुद्दा तो नाही. शहरात निदान ज्ञानी माणसं सापडतात. इथे नव्या ज्ञानाच्या काहीच गोष्टी होत नाहीत. इकडे वेळ घालवण्याच्या साधनांचा आणि कलेचा वगैरे मेळ नाहीच. शहरात पण नाटकं-सिनेमा चालतात, ते झोपायला घरात जागा नाही म्हणून असेल. पण निदान ते वेळ घालवणं बऱ्यापैकी आहे.

हे पूर्वी खेड्यात देखील होतं. म्हणजे आमच्या लहानपणी सतराशे भिकारी, टिंगरीवाले, वह्या म्हणणारे, पोवाडे म्हणणारे, मरीमायचे जादू करणारे भगत—खूप यायचे.

एक भिकारी तर सुंदरच होता.

तो आम्हाला म्हणायचा, माझं नाव काय विचारा.

मग आम्ही— तुझं नाव काय?

तो— माझं नाव गवताची पेंढी. किंवा छत्रपती शिवाजी विडी.

दुसरा एक भिकारी होता.

तो एकदा म्हणाला, मी गेले पंधरा दिवस का आलो नाही माहीत आहे? मी एका घरात गुपचूप शिरलो. आणि एका पेटीत लपून बसलो. रोज रात्री मी पेटीतून बाहेर आलो, की घरातलं तूप-लोणी खाऊन पुन्हा पेटीत दडून. पण एकदा हे त्या बाईच्या लक्षात आलं. मग मी आत शिरल्यावर तिनं पेटीला कुलूप लावून टाकलं. दोनेक दिवस आत राहून

मी मरायला टेकलो. मग कालच मी पेटीतून सरकत-सरकत रस्त्यानं चाललो. गावोगावचे लोक कोण हरामी. ते पेटी उघडायला तयार नव्हते. पण तुमच्या गावच्या लोकांनी पेटी उघडली. सांगवीसारखं गाव नाही. आपण आता इथेच राहू.

तर हे आता नाही. आता कुणी भगत आला की हे म्हणतात, मजूर मिळत नाहीत. चल शेतावर.

तेव्हा तमाशे पण नेहमी.

आता सगळं पैशांच्या चक्रावर फिरतं. म्हणजे गप्पा मारण्यापलीकडे आणि मुलांना शिकवण्याशिवाय ह्यांना दुसरे धंदे फक्त पैशांचेच.

मी काही वाचतबिचत असतो. पण हे सगळे लोक कसे महिन्यामागून महिने सुखानं लोटतात, हे कळत नाही. तसं मन लावून राबून शेती करणं, हे सुद्धा वेळ घालवण्याचं अत्यंत जबरदस्त साधन आहे. आपणच पेरलेलं बियाणं ऊनपावसानंतर हळूहळू दोन पानांपासून मोठं कसकसं होत जातं हे दर दिवशी, दर पंधरवड्यानं, दर वर्षी क्रमशः ह्या लोकांना माहीत असतं. एवढ्या-एवढ्या पिकात एखादा शेतकरी उभा असला, की काहीतरी साक्षात्कार झाल्यासारखं आपल्यालाच वाटतं. म्हणजे मूठमूठ जोंधळे त्याच्या हातातून गेले, त्याचं सबंध हिरवंगार शेत झालं. ह्या पिकाभोवतीच त्याचा काळवेळ जातो. त्यातून निंदणी म्हणजे आसपासचं तण विळीनं खुरपून काढून एकएक कडब्याचं किंवा कपाशीचं लहानगं रोप मोकळं करायचं. अशी सगळी रोपं सुट्टीसुट्टी एका रेघेत दिसतील, डुलतील अशी करायची, हे खास. ह्या टोकापासून त्या टोकापर्यंत सरकत-सरकत शेताच्या बांधापर्यंत खुरपत जायचं. हातानं. मग फिरून त्या बांधापासून ह्या बांधापर्यंत असंच प्रत्येक रोप मोकळं करत-करत यायचं. आणि मधूनच मागे साफ झालेल्या रांगा पाह्यच्या.

आणि असं दिवस बुडेपर्यंत चालूच.

पण ह्या प्रकारातलं विशेष आपल्याला काही माहीत नाही.

मी एक आंबा स्वतः लावून आता माझ्याएवढा करत आणलाय मात्र. उगीच शेतावर फेरी मारून मजूर काम करतात की नाही, एवढं पाहून परत यायचं. तेव्हा ज्यास्त खोटं कशाला बोला? हे असं आजोबांच्यानंतर चडलांनी पालवलं. आणि आम्ही तर केवळ देखरेख करणारेच.

पण आमची मित्रमंडळी म्हणतात, थोडे दिवस आणखी जाऊ देत. सगळं ठीक होतं. कंटाळा येतो, पण तो येऊ द्यायचाच कशाला?

त्या मानानं गोमाजी सोनाराचं धोरण चांगलंच. हा एकटा मनुष्य आहे. आंधळा म्हणून ह्याची रस्त्यानं पडझड होते. आणि गुडघ्यावर नेहमी काही तरी गंड किंवा जखम असतेच. त्याच्यावर माशा सारख्या बसून ह्याला दिवसभर सतावून सोडतात. मग हा ओटीवर बसून दिवसभर एवढा एकच उद्योग करत असतो. पायावर माशांचा झुपका बसला की दोन्ही हात हलकेहलके तिथपर्यंत आणून युक्तीनं जुळवले, की माशा मुठीत सापडल्या. मग त्या मुठीत सापडल्या की नाही, हे पाहायला — का उगीच म्हणून, का त्या कशा वाजतात ते ऐकू या म्हणून — हा मूठ कानाला लावून आत कोंडलेल्या माशांचे आवाज ऐकतो. आणि मूठ उघडून माशांना ह्याऽत् म्हणून सोडून देतो.

पण ह्यापेक्षा देवळातल्या मुक्या ओंकारबुवांची पद्धत चांगली. ह्यांची मान म्हातारपणामुळे सारखी हो-ना करते. आणि ते ओठांनी पुटपुटत रामराम म्हणत असतात. ह्यापुढे उरलेला काळ असं मान हलवून रामराम म्हणत सावकाश घाई न करता घालवायचा.

वेळ घालवण्याच्या गावातल्या पद्धती विलक्षणच. तापीरामची पद्धत तर अत्यंत भयानक. हा महारोगानं कामातून गेलेला माणूस. नाकातोंडातून किडे गळेपर्यंत आणि हाताची मनगटं उरेपर्यंत हा जगला. तोपर्यंत तापीराम आमच्या मळ्याच्या रस्त्यानं जातांना झोपाळ्यावर आरामात बसून झोके घेतांना दिसायचा. झोपाळा पण इतका लांब, खाली जमिनीपर्यंत, की पाय जरा खाली पडला की खरचटायचं. पण सरपटत-सरपटत बसण्यासाठी इतका खाली बांधलेला. मेटाकुटीनं त्याच्यावर बसलं, की झोपाळा इकडून तिकडे, तिकडून इकडे, कुणीही रस्त्यानं चालला. की हा थोटा हात वर करून— रामराम.

हा रामराम घेण्याचा मला तर कंटाळा आला होता. कारण तो उगीच गावात काय काय चाललं आहे, तो अमुक परवा मेला ते खरं का, वगैरे हजार गोष्टी विचारायचा. आपल्याला तोपर्यंत कायम रस्त्यावर उभे राहून ह्या भयानक जनावराकडे पहावं लागायचं. तो मात्र झोपाळ्यावरून इकडून तिकडे, तिकडून इकडे. म्हणजे आपल्याला मान पण सारखी तशीच करावी लागायची.

शिवाय हा इतका सडून विद्रूप झाला होता, की थरकाप व्हायचा. ह्याची मुलंमुली गावात आली तरी ह्याला अधूनमधूनच फक्त भेटतात. तेसुद्धा लांबून.

एक चुलतभाऊ आहे. तो ह्याचं शेत खातो. आणि ह्याला कढीभात पुरवतो. हा गुरासारखा थेट तोंडानं खातो. मडक्यात पाणी ओतून, खायचं झोपडीत ठेवून एक म्हातारी बाई निघून जाते.

हा रात्री पण झोपाळ्यावर झोके खातांना दिसला, की प्रचंड काही तरी. ह्याच्या आयुष्यात काही घडत नाही म्हणजे काहीच नाही.

पण कठीण म्हणजे ह्याच्या अगदी जवळ बसून गप्पा करणारे देखील आहेतच. हे कधी आपल्याकडून झालं नाही. पण काय हरकत आहे, असं मी हळूहळू म्हणायला लागलो.

एकदा केव्हा तरी आपण ह्याच्याजवळ अगदी जवळ बसून ह्याची नाकाची लालसुरंग भोकं पाहूच.

पण ह्यानं आत्महत्या केली, तरी हे शेवटपर्यंत जमलंच नाही. मरतांना लोकांच्यावर सूड उगवावा म्हणून की काय, हा गावाजवळच्या विहिरीतच पडला.

त्याला काढायला कुणी तयार होईना. शिवाय रात्रभर प्रेत पाण्यात.

शेवटी गावातले दोघंतिघं महारोगी म्हणाले, आमचा भाई आम्हाला जड नाही.

पकडतांना मांसच तुटून हाड दिसायचं, असं त्याचं प्रेत कसंतरी गोळा करून वर आणलं.

ह्याला पाहून खरं म्हणजे पुण्याला असतांना अधूनमधून मी पावडर वगैरे लावायचो, ह्याचाच मला वैताग यायचा. जिवंतपणी किडे पडलेली कातडीच जबरदस्त.

पण तापीरामचं असं झाल्यावर त्याची झोपडी वगैरे जाळून टाकल्यावर त्या रस्त्यानं रात्रीबेरात्री जाणं आम्ही बंद केलं. एकतर तो नेमका कसा दिसायचा, हे मला अतिशय माहीत आहे. तसं त्याचं भूत मला काही वाईटसाईट करणार नाही. पण ते नकोच.

खरं म्हणजे भुतांची भाषा मला एकदा ऐकायची आहे. गिरधर म्हणायचा की ही भाषा आपल्यासारख्याला कळणारच नाही. फार काय आपल्यासारख्या नालायक माणसाला भुतासारखी ऐहिक नसलेली भयानक गोष्ट दिसेलच

कशाला. आपल्याला भुतं दिसायलासुद्धा आपण नालायक आहोत, हे मला मान्य नाही. आता जरी रात्री मी एकटा मळ्याकडे गेलो, तर तापीराम मला म्हणेल, म्हणजे तू माझ्याजवळ येऊ-येऊ म्हणता-म्हणताच संपलं.

मग आपल्याजवळ बोलायला काय राहील? एक तर तापीरामसारखा माणूस म्हणजे निरोगी लोक आपलं काहीतरी देणं लागतात, ह्या भावनेनंच जगला. असे लोक नेहमी रागावलेले, नेहमी संतापलेले, नेहमी भुकेले असे. तेव्हा ते आपल्याला पकडणार नाहीत तर काय? शिवाय आपण अशा भयानक गोष्टी ऐकून बसलेलो, की भूत पाह्यल्याबरोबर आपली छाती बंद होणार.

आमच्या पणजीनं शेतातलं हे मुंजोबाचं देऊळ बांधलं आहे. मी जवळून गेलो, तर त्याला नमस्कार करून येतो.

आमचे पणजोबा एका शेजारच्या बाईच्या अंगात आले, हे पणजीला कळलं. ती मठात जाऊन बसली.

आरती वगैरे झाल्यावर पणजोबा बोलायला लागले. तेव्हा पणजी संतापून म्हणाली, अरे थेरड्या, मरतांना तुला गंगाजळ पाजलं, तुझ्या मुलाच्या मांडीवर गेलास, तुला ढीगभर तुळशीच्या काड्यांवर ठेवून अग्नी दिला. तुझ्या अस्थी सात नद्यांत टाकल्या. तुला दर पित्रांना अगारी मिळते. आता तुझं काय राह्यलं मागे?

तेव्हा ती घुमणारी बाई पणजीच्या अंगावर वस्कन येऊन पणजोबा गरजले, नवऱ्याला अरे तुरे करतेस?

मग पणजोबांच्या मागण्यानुसार तिनं तापीवर वीर नेले. आपोआप उड्या मारत आलेले शाळिग्राम ताटात ठेवून वाजत-गाजत शेतात नेले. त्यांच्यावर हे देऊळ बांधलं. तिथे पिंपळ लावला.

अशा आजीकडून कळलेल्या गोष्टी.

आता पणजोबा हे तर धार्मिक गृहस्थ. पण कुणी म्हणतात, त्यांच्या घरी एकदा उंटावर दोन व्यापारी आले. त्यांतल्या एकाशी संगनमत करून पणजोबांनी दुसऱ्याला ठार केलं आणि त्याचं अर्ध धन बळकावलं.

पण आपल्याला त्याच्याशी काय करायचं आहे? आपण सुरक्षित असलेलं बरं. खरं म्हणजे पणजोबांनी दुष्काळात अर्धपोटी राहून एकेक पायली ज्वारीला एकेक शेत विकत घेतलं आहे. पण देवळाला नीट कपाळ लावून नमस्कार करण्यात आपलं काय जातं? वडील पण पिंपळामुळे सैर पडून पीक येत नाही तरी पिंपळाला कुऱ्हाड लावू देत नाहीत.

परवा एक महार साप चावून मेला. तेव्हा मरायच्या अगोदर — हे झाड माझं गेल्या जन्मातलं एक जीव देणं लागतं, असं म्हणून मेला.

एकंदरीत देवाधर्माशिवाय माणसाचं जीवन सुरक्षित नाही. म्हणून आजीबरोबर चांगदेवाच्या यात्रेला पायी जाऊन आलोच. पौर्णिमा होती आणि तापीच्या थंडगार डोहात बुड्या मारून आलो. आपण हळूहळू हिंदुस्थानातली एकेक क्षेत्रं पाहून येणारच.

तुमची-आमची दुःख म्हणजे तरी मानसिकच. खरी शारीरिक दुःखं माणसाला तरी कमीच माहीत.

गावाच्या बाहेर एक जिवंत गाय बरेच दिवस मरतुकडी म्हणून आणून सोडली होती. ती लंगडी होती. शिवाय म्हातारी. तेव्हा तिला घरात कोण ठेवणार? लंगडत-लंगडत इकडेतिकडे हिंडून चारा मिळवत तिनं कित्येक दिवस काढले. ती नेहमीच दिसणारी, म्हणून पुढेपुढे ती दिसली तरी लक्ष जात नव्हतं. चरत-चरत शेतात गेली, की कुणी तरी तिला बडवून बाहेर काढायचं. तेव्हा फक्त लक्षात यायचं.

पण उन्हाळ्यात गवताचं पानही नसल्यावर कुठे हिंडेल?

मग ती एका झाडाखाली काही दिवस कायम बसून राह्यची. इकडून गिरधर आणि मी रोज फिरायला जायचो. आपण हिला पाणी पाजायला पाह्यजे, असं वाटायचं, पण जवळपास विहीर असती, तर काही केलं असतं. घरून बादली, दोर वगैरे आणा, शिवाय पाणी ओढून हिच्यापर्यंत खेपा करा. एवढे उपद्व्याप कोण करणार? शिवाय रोज रोज. शिवाय नुस्तं पाणी पाजून काय होणार?

पण एकदा मी तिच्याजवळ गेलो. तेव्हा तिच्या पाठीवर एक खूप मोठ्ठं भोक दिसलं. आणखी जवळ गेलो. तेव्हा आतून घोळकाच्या घोळका माशा भंग भंग करून वर उडायला लागल्या. आत किती माशा शिरल्या होत्या कुणास ठाऊक?

पाठीवर शेपटी मारून-मारून ही थकली असेल. आता तर शेपटी पण हलत नव्हती. इतकी ही मरायला टेकलेली. डोळे आणि कान मात्र हलायचे.

आमच्याकडे ही गाय फक्त पाह्यची. मान न हलवता. प्रचंड डोळे रोखून.

कावळ्यांनी हिची पाठ कोरली असणार.

मृत्यूबद्दल आपल्याला काही विशेष भीती वाटत नाही. पण मृत्यूचा आणि वेदनांचा इतका जवळचा संबंध आहे, हे कळल्यावर कुणाला झोप येईल? गिरधरसारख्यांनाच. असे लोक साले आपल्याला मरणापलीकडचं कळतं असं समजणारे. आणि ह्या गायीच्या पाठीवरचं लालभडक भोक.

शरीर आणि मन तसं वेगवेगळं कुठं आहे? तसं आत्मा वगैरे पण आहेच. पण मुळात सुरुवात गायीच्या जिवंत डोळ्यांपासून तर पाठीत शिरणाऱ्या माशांच्यापर्यंत व्हायला पाह्यजे. म्हणजे ह्या सगळ्या गोष्टी हे लोक विहंगमाप्रमाणे मागे टाकून एकदम आत्मा वगैरेत शिरतात. शरीराला झालेलं दुःख मनाला पण होतंच. पण कुणी प्रेमाच्या भरात शरीराचं दुःख विसरून मनाचं फक्त मोठ्ठं मानतात. तर कुणी परमेश्वरानं केलेली शिक्षा म्हणून शरीराकडे दुर्लक्ष करतात.

तापीराम म्हणतच होता, की गेल्या जन्मातलं काहीतरी फेडायचं आहे.

आता गिरधरला विचारलं की आत्म्याचं दुःखच खरं, तर ते सुद्धा मनालाच होतं की नाही? उदाहरण— ह्या गायीच्या आत्म्याला पण आता दुःख होत नसेल काय?

तर तो म्हणाला, हे आपल्याला काय माहीत? गायीलाच ते माहीत.

मी फिरायला जगनबुवांच्या मळ्यापर्यंत जातो. तिथे जगनबुवांच्या जवळ थोडा वेळ बसून ते गावात येत असले तर बरोबरच ते बोलत आणि मी ऐकत येतो. ते ऊस वगैरे खायला देतात. पण बरंच ऐकावं लागतं.

हे आमच्या गावात नसल्यासारखे म्हातारे गृहस्थ. ह्यांचं शेतीकडे दुर्लक्ष. म्हणून हे जरा थट्टेचा विषय. पण हे कार्तिकी कधीच चुकवत नाहीत. जायचं म्हणजे जायचंच. मग इकडे पक्षी ज्वारीचा फडशा उडवोत, की वांगी सुकून जावोत. यांची मुलं शिकून मोठमोठ्ठ्या हुद्यावर गेलेली. त्यामुळे शेती शेवटी विकावी लागणार, हे गृहीत धरूनच हे जमेल तेवढं करतात. गडी-माणसांच्यावर शेती काय चालणार?

शिवाय हे जे बोलतात, त्यात कोणताच कशाशी संबंध लागत नाही.

परवा दिल्लीला एका मुलाकडे जाऊन आले. तेव्हा कुणीतरी विचारलं की, कशी काय दिल्ली?

तर— काय तिथे सून नातवंडं एकसारखं घरात हिंदी कुणी शेजारीपाजारी जाणं नाही सारखं घरात मग आसपास एकटा यमुना मथुरा बाकी तिकडे काय लोक गंगा सांगवीसारखी मजा नाही.

मला सारखं-सारखं ऐकून जरा सवय झाली आहे. म्हणजे आपण ऊस खात रहावं. तेव्हा नुसतं ऐकता-ऐकता मला हळूहळू वाटायला लागलं, की हा मनुष्य काही भलतं-सलतं बोलत नाही. पण विषय चांगला विस्तृत सापडला, की मग खरोखरच त्यांना बरं वाटतं. मग—

तसं म्हणायला गेलं तर कपाट उघडून आपोआप बाहेर बांगड्या हे ते फेकणं तसं ह्यात काही जंतरमंतर पण नव्या लोकांना मी त्या मुलाला सांगितलं की तुमचा विश्वास नाही ना तरी मुलं पायरी काही ठेवत नाहीत पण उगीच म्हटलं जरा मी खरा रागावलो होतो पण बिचारे खेळ करतात तेव्हा नुस्तं पाह्यला पण म्हणालोच की तुम्ही करता ते आता बे दुणे चार ह्याच्यावर समजा माझा तसा माझाच नाही समजा तुझा किंवा समजा दुसऱ्या कुणाचाही तसं बे दुणे चार होतातच पण समजा एखाद्याला वाटलं नाही तर माझ्या तिसऱ्या नंबरचा मुलगा बँकेत काय करतो? हे एक उदाहरण तू हसशील पण खरं उदाहरण बरोबर म्हटलं की—

मग मी म्हणतो, पण जगनबुवा, हे फार दिवस टिकणार नाही. जागली, बलुतेदार हे आता गेलंच. आता देवळात सकाळी सनई कुठे वाजते? भिकू गेल्यापासून सगळी मुलं नोकऱ्यांच्या मागे. पुढे धोबी जाईल. मग कुंभार पण. शिकून पोळ्याचे बैल कुणी घडणार नाही. म्हणजे सगळं खलासच. मग—

पण मुद्दा पुढच्या पिढीचं तिची ती काय ते होईलच आता नवी पिढी तुम्ही धरता पण जुनी पिढी कुठे जाते आता आमच्या डोळ्यादेखत आपला तो काळूबूवा तो चौधरी आणि जमना सात लेकी होत्या रंभी सुभी चेंबी सारखी भांडणं पायऱ्यांवर एकापुढे एक बसून उवा गर्दी पण काय राह्यलं चारा भरून घर उंदरांनी आता त्यांतली रंभी तिची नाकाला जीभ लागे आम्ही जुनी पिढी तरी देवध्यानी आहे म्हणून मला बरं हलवायाचं घर सगळं प्लेगच्या सालात श्रीमंत होता त्याचा हुना नावाचा मुलगा आमच्या बरोबरीचा वेड लागल्यावर काय मंदिराच्या छपरावर रात्र-रात्रभर बसणं आईबाप घरात कुणी नाही मग रोज अंगणात पाणी शिंपायचं तर चिखल करून की तरी कोण बोलणार? आम्ही म्हणालो रोज इतकं पाणी ओढून फुकट त्यापेक्षा रोज मंदिर झाडत जा तर नाही त्याची मौत फार वाईट पण मौत सगळ्यांत भयानक नारायण पुजाऱ्याची मारुती म्हणजे सोपा देव नाही आता मारुतीला नवस करूनही तसं भाव तिथे देव पण एकुलता मुलगा मेला तरी मारुतीचे डोळे मरीआईला म्हणजे आम्ही संतापलोच पण देव जे करतो ते आम्ही तशात

असा यजुर्वेदी पंडित संस्कृतातून ग्रंथचे ग्रंथ शिवाय ज्योतिष अचूक ज्ञानी असल्यावर समंजस माणसांनाही काय शिकवणार? मग रात्री-रात्री मोठमोठ्ठ्यानं आरडाओरडा संस्कृतमधून उरावरचे दगड काढा बिचारा ओरडून-ओरडून ओकत मारुतीवर मेला अशी मौत कुणाला येते? मुद्दा म्हणजे जुन्या पिढीनं इतकं पाह्यलेलं असतं आता आमची ही चिमण्या दारी आली की सूर काढून या ग बायांनो तुम्ही माज्या लेकी तर नसाल म्हणून मूठमूठ सुपातले जोंधळे खुशाल पण मी काही बोलत नाही जुनी पिढी नवी पिढी —

सहा

हो हो म्हणता हे वर्ष निघून गेलं. मळणीचं यंत्र सोडलं, तर खेड्यात नवं काही येणं मुष्कीलच. उलट इथले तरुण लोक शहरात निघून जातात. आणि उरतो गोमाजी सोनार आणि आम्हीच.

मी महिन्यामागून महिने सुखवस्तू होऊन जगलो.

मध्यंतरी आमचं लग्न आटपायचा आणखी दांडगा प्रयत्न झाला. आमच्या-सारख्यांना तरी बायको मिळतेच, ही एक चांगली गोष्ट आहे. नाहीतर द्वंद्वयुद्ध वगैरे खेळून सुंदर स्त्री कोण मिळवणार? ही पद्धत गेली, हे बरं झालं. लग्न ही चांगलीच पद्धत. कुणी शोधली आहे? जमीनजुमला पूर्वजन्माच्या पुण्याईनं मिळतो, हा पण चांगलाच समज आहे. आपल्याला काही मिळवावं लागत नाही. तरी एकंदरीत लग्नं न करता संसाराला शिव्या देणारे भंपकच. कारण त्यांचं लग्न झालेलं नसतं. लग्न करून ज्यांना मुलं झाली ते आईबाप तर भंपकच. भरपूर मुलं असलेल्या आईबापांचे चेहरे तेवढे पाहून घ्यावेत. आपण गुन्हेगार म्हणून मुलांच्याकडे पहाणारे सोडून बाकीचे सगळे आईबाप नालायकच.

मी आईला म्हणालो, तुम्हाला पुत्ररत्न आहे. तुम्ही स्वर्गाला जाल. आमची काळजी तुम्हाला नको.

वडलांना सांगितलं, अशीच मुलगी पहा, की जिला मूल वगैरे होणार नाही.

आई घाबरली. पण वडील खूष झाले.

मला तसा आध्यात्मिक वगैरे अनुभव काहीच नाही. पण आत्मा अमर आहे, हे मानतो.

गिरधर मात्र हळूहळू माझ्या कोणत्याच गोष्टीवर विश्वास ठेवीनासा झाला. तो माझ्याकडे दिवसेंदिवस कमी कमी बसायला लागला. पण फिरायला जाणं होतंच. त्याचं मुख्य काम देवपूजाच होऊन बसलं. मी फक्त फिरायला जायच्या आधी त्याच्याबरोबर मठात जायला लागलो. तो जितका वेळ

देवपूजा करायचा, तितका वेळ मी बाहेरच्या तिघाचौघा मानभाव बुवांशी गप्पा करायचो.

एकदा मठात आठपंधरा दिवस एक नवीन महंत येऊन गेले. हे कुणाशीच बोलायचे नाहीत. पण हळूहळू आम्ही त्यांना देखील बोलतं केलं. अगोदर ते एखाददुसराच शब्द बोलायचे. म्हणजे तुमचं नाव काय? तर— बंबासबुवा. कुठल्या गावचे? तर हात दाखवून— तिकडचे. मग गिरधर येईपर्यंत मी त्यांच्याकडे आणि ते माझ्याकडे पाहायचो. आणि माळेचा एकएक मणी सरकवत. मी आजपर्यंत कायकाय केलं, हे मात्र त्यांनी आनंदानं ऐकलं.

गिरधरला ते एकदा म्हणाले, तू म्हणतोस ते बरोबर नाही.

नंतर एकदा गिरधर म्हणाला, हा घरचा बरा आहे. मी गरीब आहे. पण दोघंही अस्वस्थ असतो. म्हणजे गरिबी आणि श्रीमंती ह्यांत तसा भेद नाहीच.

ते म्हणाले, ह्याला कशात तरी रस वाटतो. तुला कशातच रस वाटत नाही. बाकी दोघंही अस्वस्थच. जन्मानं पडलेले भेद म्हणजे काही भेद नाहीत. भेद कशानंही पाडता येतात. पण ज्या वस्तूनं भेद करायचे, ती जन्मासारखी क्षुल्लक नसावी.

मी म्हणालो, मला कशातच रस वाटत नाही. तुमचा ग्रह चुकीचा आहे.

नंतर बंबासबुवा बोलले नाहीत.

दुसऱ्या दिवशी गिरधरनं पुन्हा तो विषय काढला— बुवामहाराज, देवपूजेत देखील मला काही तथ्य वाटत नाही. पांडुरंग देवपूजा करत नाही. त्याच्यात आणि माझ्यात काहीच फरक नाही.

बंबासबुवा म्हणाले, तू देवपूजा करून मग असं म्हणतोस. हा देवपूजाच करत नाही. तुझी चिंता वेगळी. तुला कंटाळा आलेला नाही. ह्याला कंटाळा आलेला आहे.

मी म्हणालो, हे कबूल, मला कंटाळा आहे.

गिरधर म्हणाला, तुम्हाला ह्यापैकी काय झालं आहे? निदान पूर्वी?

ते म्हणाले, मलाही हल्ली कंटाळा आला आहे. पण मला अगोदर कधी कंटाळा आला नव्हता. मागून हे झालं आहे.

तुला अगोदर कधीच कंटाळा आला नव्हता, असं झालं होतं काय?— त्यांनी मला विचारलं.

मी म्हणालो, कशाचा?

नंतर ते गप्प झाले.

दोनतीन दिवसांनी बंबासबुवांनी आम्हांला एक प्रश्न विचारला, ह्या जगात संपूर्णतः नवी वस्तू कोणती?

मी विचार केला. संपूर्णतः म्हणजे संपूर्णतः नवी वस्तू? काय संपूर्ण नवं असेल? पृथ्वी तर जुनीच. वनस्पती तर सगळ्यांत जुनी. ती बीपासून उगवते. बी जुनंच असतं. मग पशुपक्षी, माणसं यांचं बीज देखील जुनंच असतं. जन्मलेलं मूलदेखील तयार होऊनच येतं. मग नवं काय?

पण मी बोललो नाही. कारण बंबासबुवांनी माझ्याकडे दुर्लक्ष केलं.

गिरधर म्हणाला, निदान-निदान ईश्वरानं निर्माण केलेलं ते तर सगळंच जुनं आहे.

बुवा म्हणाले, माणूस ईश्वरानंच निर्माण केला. म्हणजे माणसाचं सगळं जुनंच काय?

गिरधर म्हणाला, माणूस त्यानंच निर्माण केला, हे मान्य. पण मला आता तुमच्या प्रश्नाचं उत्तर सुचलं — परमेश्वर ही जगातली सदोदित नवी वस्तू.

बुवा म्हणाले, नीट विचार करून उद्या या.

दुसऱ्या दिवशी गिरधर देवपूजा न करताच बुवांच्याजवळ बसला.

बुवा म्हणाले, आधी पूजा करून या.

गिरधर म्हणाला, सकाळी झाली. दुपारी बराच वेळ केली. आता करावीशी वाटत नाही.

बुवा म्हणाले, नाही. आधी ते.

मग पूजा झाल्यावर गिरधर लवकर आला. तो म्हणाला. परमेश्वर हीच नित्यनूतन वस्तू.

बुवा म्हणाले, तो तर जुन्यांत जुना.

गिरधर म्हणाला, माणसाला परमेश्वरानं निर्माण केलं असलं, तरी दर माणसाला तो निर्माण करत नाही. त्यानं नेमून दिलेल्या काही शक्ती हा कारभार बीजांकरवी पहातात.

बुवा म्हणाले, बीजं तर त्यानंच निर्मिली. पण परमेश्वर माणूस म्हणजे माणसाचा जीवही निर्माण करतो. तुम्ही घोटाळा केला. जीव कोणत्याच दुसऱ्या शक्तीच्या आधारानं चालत नाही. परमेश्वरच जीवाचं सगळं काही

करतो. परमेश्वरानं स्वतःला देवदेवतांना आणि पिशाच्च वगैरे योनींनाही निर्मिलं आहे. एवढं मान्य असेल तरच पुढचं बोला.

गिरधर म्हणाला, हे मला मान्य आहे. माझा मुद्दा वेगळाच आहे. परमेश्वर एकेका माणसाचा जीव कसा निर्मील? निर्माण होण्याच्या बाबतीत माणूस किडामुंगी-पशुपक्षी ह्यांच्यापेक्षा तर श्रेष्ठ आहेच. परंतु तो देव, राक्षस वगैरे गणांहूनही श्रेष्ठ आहे. फार काय, तो परमेश्वरापेक्षाही श्रेष्ठ आहे.

आता बुवा संतापले.

गिरधर थांबला नाही— एक तर परमेश्वरानं स्वतःलाच निर्मिलं आहे की काय, हे निश्चित नाही. त्यालाही निर्माण करणारा महापरमेश्वर असेल. पण माणसाला म्हणजे माणसाच्या बीजाला निर्माण करून परमेश्वर फसला आहे. कारण कोणताही माणूस वाटल्यास परमेश्वराचं अस्तित्व नाकबूल करू शकतो.

बंबासबुवा म्हणाले, असं फक्त अज्ञानीच करेल.

गिरधर म्हणाला, मग तसा ज्ञानी आहेच कोण? ज्ञान हे संस्कृतीनं निर्माण केलं. पण हे सोडा. ज्ञान असो-नसो, परमेश्वर नाहीच असं म्हणणारेही परमेश्वराच्या अस्तित्वाबद्दल विचार करकरूनच शेवटी तसं म्हणतात. पण निदान परमेश्वराला काहीच अस्तित्व नाही असं आयुष्य जगणारे कित्येक लोक आहेत, रानटीही आणि आपणही. शिवाय आत्महत्या करणारा माणूस परमेश्वरानं नेमलेल्या शक्तींचीही म्हणजे मृत्यू वगैरेंचीही हुकूमत मोडून त्यांनाच आपला दास करतो. निदान आत्ता ह्या घडीला मृत्यूला बोलावणारे लोक आहेत. परमेश्वर माणसापेक्षा सामर्थ्यवान, म्हणून तो माणसावर निरनिराळ्या योनी लादून त्याला सोडत नाही. पण निदान परमेश्वराविरुद्ध कायम बंडखोर म्हणून तो हे सगळं भोगू शकतो. अशा लोकांचं एक सोडा. पण ईश्वराचं सामर्थ्यही स्वतःच्या कल्पनेनंच माणूस अजमावतो. माणूस ज्या कल्पना करतो, त्यांच्यावर परमेश्वराची हुकूमत चालत नाही. देवदेवतांना अमरत्व असलं, तरी एका दृष्टीनं माणसाच्या जीवालाही अमरत्व आहेच. माणसाची बीजं जरी नाहीशी केली, तरी जीव नाहीसा होणार नाही. तो परमेश्वराइतकाच अमर आहे. हालअपेष्टा सोसायची त्याची तयारी आहे. शिवाय माणसाला इतकं स्वातंत्र्य आहे, की तो साक्षात परमेश्वराकडे दर युगात, आणि एकाच जन्मात हरघडीला नवनव्या दृष्टीनं, नवनव्या स्वरूपात पहातो, खरं तर परमेश्वरापेक्षा माणूसच श्रेष्ठ. कारण तो दुसऱ्या कुणाला निर्मून फसलेला नाही.

बंबासबुवा नुसते हसले. ते म्हणाले, माझ्या प्रश्नाचं उत्तर तुमच्याकडून मिळालं नाही.

गिरधर म्हणाला, परमेश्वर हीच नवी वस्तू आहे.
नंतर बुवा गप्प झाले.
मी गिरधरला सांगितलं, तुझं बरोबरच आहे.

दुसऱ्या दिवशी बुवा म्हणाले, ठीक आहे. तुम्ही-आम्ही सर्वच माणरां. म्हणून आपण परमेश्वराबद्दल काय विचार करतो, हे तू बरोबर सांगितलंस. पण इथून परमेश्वराच्या विचारांना फक्त सुरुवात होते. पण ह्या सुरुवातीनंतर पुढे काही जाता येत नाही. खुद्द श्रीकृष्णांना जाता आलं नाही. मात्र एवढी सुरुवातही बरीच झाली. पण पुढे-पुढे परमेश्वर ही सुद्धा जुनीच गोष्ट वाटते. तर आता परमेश्वराबद्दल तुमच्या तुम्ही बघा. नवी गोष्ट काय ते मी फक्त सांगतो. नवी गोष्ट म्हणजे मरणच. जी इतकी ताजी नवी असते, की अनुभवली की अनुभवणाराच नाहीसा होतो. म्हणून कदाचित ती नवी रहाते. माणसाच्या आयुष्यात घडणाऱ्या गोष्टी ह्या दोनच. जन्म आणि मरण. पैकी जन्म माणसाला होत नाही. म्हणून उरते एकच गोष्ट. हीच फक्त घडते. मरतांना आपण कुणा दुसऱ्याला मरत नाही. स्वतःला. तीच नवी वस्तू.
गिरधर केवळ घाबरून गेला.
मग बुवा गप्प राह्यले.

दुसऱ्या दिवशी गिरधरला मी हे सुचवलं— पण मेल्यानंतरही आपण अनुभव घेतोच. मेल्यानंतर मरण नवं रहात नाही.
हे संध्याकाळी गिरधरनं त्यांना सांगितलं.
मी फक्त ऐकत राह्यलो.
बंबासबुवा म्हणाले, मरण आणि त्यानंतरचा जो दुसरा जन्म सुरू होईल, ह्यांच्यामधलं अंतर जे आहे— तेवढ्या अंतरापुरतं मरण जुनं ठरेल. कारण एकदा परमेश्वराच्या आज्ञेनं किंवा तुम्ही म्हणता त्याप्रमाणे बळजबरीनं — काही का असेना — एकदा मनुष्य जन्मला, की जीव मरणच विसरतो इतका अडाणी आहे. म्हणून पुढचा जन्मच सोडा. शिवाय जन्म ही नेहमी दुसऱ्याला घडणारी वस्तू आहे. हे सांगितलंच. आपला संबंध मरण जुनं ठरवील असं काही अंतर आहे का— ह्याच्याशीच. मेल्यानंतर पुन्हा जन्मेपर्यंत जे अंतर आपण गृहीत धरतो, ते शून्य आहे. मेल्यानंतर कोणत्याही अंतराचं आपलं ज्ञान नाहीसं होतं.
इतक्यात मी बोलणार होतो. पण बोललो नाही.

गिरधर म्हणाला, मेल्यानंतर मरण जुनं वाटायला लावण्याइतपत हे अंतर अस्तित्वात असावं.

बुवा म्हणाले, ते *अस्तित्वात* आहेच. पण *वाटणं* कुठून आणलं? चर्मेंद्रियांच्या गोष्टी मेल्यानंतर ध्यानात घेऊ नका. ज्या अंतरात जीवाला हालवायला हातपाय नाहीत, भुकेला पोट नाही, झोपेला पाठ नाही — अशा अंतरात त्या अंतराचं ज्ञानच कसं होईल? हेही विशेष नाही. तिथली लाख वर्षं क्षणाइतकीही मोठ्ठी नाहीत. तुम्हाला काय वाटतं?

आता अंधार पडलेला. म्हणून ते ज्यास्त विचित्र दिसत होते.

हे आपल्याला पटत नाही. मरणानंतरच्या अवस्थेत मरण म्हणजे जन्मासारखं. तेव्हा आता तुम्हाला जे मरण वाटतं, ते त्या अंतरातल्या जीवाला जन्मासारखंच.

मग बुवा माझ्याकडे वळून म्हणाले, तुम्हाला काय वाटतं?

मी म्हणालो, मला तुमचं म्हणणं ज्यास्त बरं वाटतं.

मग बुवा शांत राह्यले.

दुसऱ्या दिवशी मी मठात गेलो तेव्हा मला कळलं, की गिरधर आणि बंबासबुवा अगोदरच फिरायला निघून गेलेत.

मीच म्हणालो, दुसऱ्याचं म्हणणं खरं म्हणण्याइतकंच तुझं ज्ञान स्वतंत्र आहे. म्हणजे पांडुरंगा, तुझं कठीण आहे. तुला काहीच ज्ञान नाही. आहे ते मिळवायला तुला वर्षांनुवर्षं लागली. तुझा मुंगीचा मार्ग. ह्यांचा विहंगममार्ग. तू सावकाश चढत चढत वर येतोस. तेवढ्यात हे दुसऱ्या झाडावर उड्डाण करतात. तुझं कसं होणार?

नंतर बंबासबुवा निघून गेले.

दिवसेंदिवस गिरधर नवनवीन बुवांना गाठायला लागला. कुणी गोसावी मारुतीवर उतरले, की हा सर्वांच्या आधी त्यांना गाठायचा.

एकदा एक झालनाथ नावाचा गोसावी गिरधरला भेटला. त्यानं गिरधरला काही जादू करून दाखवली. गिरधरनं मनात कोणतीही गोष्ट आणली, की झालनाथ ती ओळखून द्यायचा.

शेवटी झालनाथ म्हणाला, बेटा, आता तुझ्या मनातली गोष्ट फार वाईट आहे. मी तुला शिष्य करणार नाही. पण बेटा, तू नुसता जीवाच्या भोवऱ्यात

राहू नको. हा भोवरा फार वाईट. तू बाहेर ये. सगळ्या दुनियेवर अवलंबून रहा. कुणाशी बांधून घेऊ नको.

गिरधर म्हणाला, माझ्या मनात काही असं नव्हतं.

नंतर एका यात्रेत त्याला ठणठणपाल नावाचा बैरागी भेटला. हा बैरागी म्हणजे आपल्याला भेटलेला पहिला थोर पुरुष, असं गिरधर म्हणाला.

गिरधर त्याला म्हणाला, पण महाराज, तुम्ही असे भीक मागत का फिरता?

तो म्हणाला, जे ह्या सगळ्यांच्याजवळ आहे ते आमचंच आहे. देणाऱ्यापेक्षा मागणारा श्रेष्ठ असतो. आम्ही बळजबरीनं मागणार. ह्या उप्पर देणाऱ्याचा धर्म त्याचा त्याच्यापाशी.

ठणठणपाल म्हणाला, की माझ्यात इतकी शक्ती आहे, की ही सगळी गर्दी मी जमिनीत गाडून टाकीन.

गिरधरनं काही त्याला जत्रा गाडून टाकायला सांगितलं नाही.

गिरधर मला म्हणाला, साले हजार धुंडावे तर एखादा बरा मिळतो. पण हेही प्रमाण काही कमी नाही.

मग कित्येक दिवस त्यानं काहीच केलं नाही.

मग एकाएकी गावात झालं, की गिरधर घरून पळून गेला.

मला काही माहीत असेल, म्हणून त्याचे वडील माझ्याकडे आले.

त्यांनी आसपासच्या विहिरी धुंडल्या होत्या.

मी म्हणालो, तो सगळं करेल. पण हे करणार नाही. तुमच्यापायीच हे झालं, असं नाही. तो भटमार्गीचा महात्मा झाला. पण तुम्ही त्याच्यावर अत्याचार केले. त्याला चहा लागेल तेव्हा चहा दिला नाही. तो म्हणायचा, घर ही पैशावर चालणारी गोष्ट आहे. घरात काही आणून टाकलं नाही, की तो माणूस घरात राहायला नालायक— असं तुम्ही समजता. तेव्हा तो गेला हेच ठीक झालं.

गिरधर गेल्यावर माझ्या रोजच्या कार्यक्रमात प्रचंड खड्डा पडला. तो फारसं बोलत नव्हता. पण अधूनमधून थोर बोलायचा. प्रत्येक माणसाला

साठसत्तर रुपयांत भागवताच आलं पाह्यजे. किंबहुना जगातल्या प्रत्येक माणसाला ह्यापेक्षा ज्यास्त मिळू नये. आणि प्रत्येक कुटुंबाला एका खोलीच्या वर दुसरी खोली नसावी— असं.

घरी रहाणं त्याला दिवसेंदिवस जड झालं होतं. पण तो कुणालाच ह्याबद्दल सांगत नव्हता. मात्र काहीएक करायचं नाही, हे त्यानं शेवटपर्यंत पाळलं. त्याला घरी बोललेलं ऐकून घ्यायची जबरदस्त सवय होती.

पण मला वाईट वाटलं ते ह्याचं, की शेवटचे-शेवटचे काही दिवस मी त्याच्याशी नीट वागत नव्हतो. ह्याचं कारण म्हणजे त्याचे आईवडील घरच्या परिस्थितीची केविलवाणी वर्णनं मला सांगायचे — ह्याला काही करायला सांग, तुझंच तो ऐकेल— असं म्हणायचे.

मग मी आटोकाट प्रयत्न करून त्याला सांगितलं, की तू काही तरी कर. नुसतं लोळणं हे केव्हाही वाईटच. निदान आईबाप मरमर मरत असतांना आपण निर्लज्जासारखं घरी लोळणं बरं नाही.

एकदा तर मी चिडून म्हणालो, की कर्म हे विहितच आहे. खुद्द श्रीकृष्णांनी अर्जुनाला हेच सांगितलं आहे. वगैरे.

मग तो म्हणाला, बाबारे, तू काही श्रीकृष्ण नाहीस, आणि मी अर्जुन नाही. आणि इथे कुणाला लढाईही करायची नाही. तेव्हा तू गप्प बैस.

त्याचं आणि माझं हे काही शेवटचं संभाषण नाही.

ह्यानंतर मीच त्याला टाळायला लागलो.

एकदा दुपारी कडक उन्हात तो मला माझ्या खिडकीतून दिसला. त्याच्या मागे त्याचा कुत्रा जमीन हुंगत-हुंगत गेला. तो खिडकीच्या एका कोपऱ्यापासून दुसऱ्या कोपऱ्यापर्यंत चालतांना दिसला. मग तसाच त्याचा कुत्रा.

आणखी एकदा तो भेटला, तेव्हा मी संध्याकाळी फिरून येत होतो. अंधारात समोरून गिरधर येत होता. तो मला म्हणाला, परत फिर. जरा हिंडून येऊ.

मी म्हणालो, नको.

मग तो एकटाच गेला.

हे शेवटचं.

मग मी ऐकलं ते हे.

आणि मी टरकलो.

मग मी चिंतन केलं.

शेवटच्या वेळी तो म्हणाला चल, तर मी जायला पाह्यजे होतं.

त्यानं काहीतरी प्रचंड आपल्याला सांगितलं असतं.

अशी माणसं आपल्या जवळून जातात, पण आपल्याला त्यांची किंमत कळत नाही.

आपल्या आयुष्यातही वैताग आहेच, पण वांझोटा.

ज्याप्रमाणे घरात दिवा असला की खिडक्यांतून, दारांतून, झरोक्यांतून उजेड दिसतो आणि आपल्याला कळतं की घरात दिवा आहे, त्याप्रमाणे प्रत्येक थोर माणसाच्या वागण्यातून, बोलण्याचालण्यातून असा काही उजेड दिसलाच पाह्यजे.

नाहीतर त्या घरात दिवा नाही.

तो माणूस भंपक.

मग मी आईवडलांना, गावातल्या प्रतिष्ठितांना म्हणायला लागलो, तुम्ही जे-जे म्हणता ते सगळं मला कबूल आहे.

कुणीतरी काहीतरी सांगितलं. मी म्हणालो, होय. सगळं मान्य आहे. मी करीन.

त्यांनी प्रश्न विचारले. आणि मी होय-होय म्हणालो.

उदाहरणार्थ काही झालं तरी हे आपल्याला खुंट्यावर आणून वगैरे बांधतीलच. मग नेमकं अगोदरच खुंट्यावर येऊन उभं राह्यलेलं बरं. किंवा काही केलं तरी हे थेट आपली व्यवस्था पहातीलच. नाही म्हणायची वगैरे सोयच नाही. ते उदाहरणार्थ जमेल गिरधर वगैरे सारख्यांनाच. आपल्यासाठीच जगात अनेक जबरदस्त गोष्टी होऊन चुकल्याच आहेत. त्यामुळे हुबेहूब सोपं जातं. कायदेकानू त्यातल्या-त्यात कुणी शोधले? त्यापेक्षा कुणाकरता? भाषा ज्यास्तीत ज्यास्त कुणी शोधली? निदान

कुणाकरता? जेमतेम घर कुणी बनवलं? इतरत्र लग्नाची पद्धत कुणी पाडली? साधारण कुणाकरता?

आपण सगळं करू. हे म्हणतात वगैरे ते सगळं. थेट इतकी वर्षं अशी उदाहरणार्थ काढलीच की नाही? आणि आणखीही थेट वर्षं काढायची घमेंड वगैरे आहे. आपण कुणा दुसऱ्याची वगैरे वर्षं चोरणार नाही. किंवा कुणाच्या बापाचा पैसा वाया घालवणार नाही. वय गेलं असं हे अवांतर म्हणतात. ते मात्र उदाहरणार्थ बरोबर नाही. आणखी पुढे नाना वर्षं आहेतच. वर्षं नीट असतातच. आपण उदाहरणार्थ किती का उशिरा उठतना? त्या मानानं कसं का वागतना? आपापली वर्षं पुढे अचूक शिल्लक असतातच. ती वगैरे काही कमावता येत नाहीत. तेव्हा गमावली ही भाषा मात्र उदाहरणार्थ इतकी बरोबर नाही. किंवा वर्षं अत्यंत वाया गेली, असं म्हणणं उदाहरणार्थ चूक आहे. म्हणजे बरोबरच.

परिशिष्ट

सुवर्ण महोत्सवी आवृत्तीची प्रस्तावना

हम कहां क़िस्मत आज़माने जाएं ?

आपापली वर्षं पुढे अचूक शिल्लक असतातच, असं लिहून पन्नास वर्षांपूर्वी *कोसला* संपवताना मी स्वतःची सुटका करून घेतली होती. ती सगळी वर्षं इतकी हुबेहूब थेट शिल्लक असतील, याची खात्री नव्हती आणि शक्यताही नसावी. उदाहरणार्थ, तीन महिन्यांतच आमच्या *असो* लिटल मॅगझिनचे गठ्ठे जीपीओत नेताना फुफ्फुस फुटून मरणोत्सुक मी सेंट जॉर्ज हॉस्पिटलात पडल्या पडल्या केलेली ही एक अपुरी कविता :

होतीस पेशींमधेअधे दडून कुठेतरी पहिल्यापासून ज्वालामुखी,
पंधरा दिवसांत स्फोट करत उसळलीस.

गौरीत माझी होतीस   दसऱ्याशी दुसऱ्यांची   दिवाळीत प्रकाशात
केलेस परक्यांना मित्र   मराठीभर गोत्रं   जिकडे तिकडे प्रेमपात्रं.

झालीस तू माझ्या अंगावरची खूण   माझी ओळख   माझं आडनाव
आता तुझ्याशिवाय मला कोणी ओळखत नाही   बसलीस उरावर.

कैकांच्या कादंबऱ्या त्यांच्याबरोबर सती जातात,
तू मात्र मला पुरून ऊर.

एखादी नवी कादंबरी आपल्या वाचकांसाठी लिहिणं परवडलं, परंतु खरं बोलतांनासुद्धा आपली आत्मसंतुष्टी किंवा फुशारखोरी दिसू नये, असा हा फार कठीण प्रस्ताव माझ्यावर ओढवला आहे. प्रत्येक पिढी आपल्या आधीच्या काळात प्रसिद्ध झालेल्या पुस्तकांपैकी नव्व्याण्णव टक्के पुस्तकांना विस्मृतीत टाकून एक टक्का पुस्तकांनाच पुढल्या पिढीपर्यंत पोचवते. शिवाय

एक प्रत सुमारे शंभर वाचकांनी वाचल्यावर तिचाही ग्रंथ आटोपतो. ह्या सर्वेक्षणांनुसार *कोसला* ह्या पन्नास वर्षांत मराठीत आणि मराठीबाहेर दृश्य आणि अदृश्य तीन पिढ्या विस्तृत स्थळकाळावर पसरलेल्या सर्व स्तरांतल्या आणि जातीजमातींच्या किती वाचकांमध्ये घर करून बसली याचा अंदाज आला आणि मी झडपला गेलो. महाराष्ट्राच्या उत्तर सीमेवरच्या एका कोपऱ्यात तीन हजार वस्तीच्या डोंगरसांगवी नावाच्या सातपुड्यातल्या खेड्यातला पंचवीस वर्षांचा विद्यार्थी एक पुस्तक लिहितो ते तात्काळ मराठीच्या केंद्रभागी येतं ह्यावरून मराठीचा एकजिनसी पिंड, उदार वाङ्मयीन परंपरा आणि भाषिक बंधुभाव ह्या गोष्टी तर सिद्ध होतातच, परंतु थेट आदिकाळापासून लेखकाचं सतत्व दाखवणारी समूहमानसाच्या प्रक्रियेशी जोडणारी ही भाषेची सृजनशील कार्यशक्ती मला प्रकर्षानं जाणवली. अदृश्य अशा एका मोहोळातली आपण एक माशी म्हणून गुणगुणतो, ही आध्यात्मिक मनोवस्था मला अनुभवायला मिळाली. वाचकांचा आणि त्यांच्या पूर्वग्रहांचा आणि प्रस्थापित मूल्यांचा अनुनय न करणाऱ्या माझ्यासारख्या लेखकाला हा प्रतिसाद स्वतःत खूप क्रांती घडवून आणणारा ठरला. ह्यानंतर माझं मराठीच्या देशीपणाकडे नकारार्थी मनोवृत्तीनं पाहाणं बंद झालं. गेली पन्नास वर्षं ही कादंबरी मला सतत गावोगावी देशोदेशी जिवलग मिळवून देती झाली. काहींना तर ही सगळी तीनशे पानं तोंडपाठ असतात. *कोसला* वाचून मला आजपर्यंत आलेल्या पत्रांचं पुस्तकही फार मोठं होईल म्हणून संपादित करून छापायचं राहून गेलं आहे. *कोसला* वाचून आत्महत्या करणारे त्यात आहेत. ती वाचल्यामुळेच मी वाचलो, नाहीतर आत्महत्या करणार होतो — असेही वाचक आहेत. वाचकही आपल्याला नातेवाइकांसारखे आपोआप मिळतात, ते निवडता येत नाहीत. *कोसला*ला हितशत्रूसुद्धा होते, मत्सरग्रस्त अजून आहेत.

एक समूह म्हणून वाचक हा लेखकापेक्षा अधिक उदार, अधिक मायाळू आणि अधिक बुद्धिमान तर असतोच, असा माझा अनुभव आहे. विशेषतः माझे सुरुवातीचे वाचकसुहृद, जे हा सुवर्णयोग पाहायला जिवंत नाहीत, त्यांची प्रकर्षानं आठवण येते. माझे पहिले वाचक रा. ज. देशमुख आणि सुलोचना देशमुख, खिळे जुळवतांना आम्ही फारच मजा करतोय असं म्हणणारा आणि लिहिणारा कोण हे पाहायला येणारा कंपोझिटर साबय्या भंडारी, एशियाटिक रेस्टॉरंटात 'कोसला' एवढंच बोलून पुढचे शब्द तोतरे होऊन बाहेर पडेनात म्हणून उभा राहून उंच हात करून दाखवणारा अरुण

कोलटकर, जी.पी.ओ.त 'असो'चे गठ्ठे वाहून नेतांना पायऱ्यांवर फुफ्फुस पंक्चर होऊन कोसळलेल्या मला उचलून हॉस्पिटलात नेऊन मी जिवंत आहे याची वारंवार खात्री करून रात्री उशीरा घरी जाणारे कृष्णा करवार, मी हॉस्पिटलातून सहीसलामत सुटून परीक्षेच्या अभ्यासासाठी राजाबाई टॉवरकडे जातांना डेव्हिड ससून लायब्ररीसमोर एकदम समोर थबकून — अरे, तू मेला असतास तरी चाललं असतं, ह्या एका पुस्तकानं तू कायम झालास — असं आनंदानं म्हणणारा सदानंद रेगे, परीक्षा संपल्यावर असं उपाशी राहाण्यापेक्षा तू वडलांकडे का नाही जात? घरी जाऊनही तोडता येतं — असं प्रेषितासारखं क्रूर नीतितत्त्व सांगणारा मनोहर ओक, एलफिन्स्टनमधले माझे वर्ग लक्षात ठेवून तास संपल्यावर प्यून पाठवून मला ऑफिसात आणि नंतर वरती घरी मोकळ्या गॅलरीत खास चहाबरोबर *छंद*मधल्या माझ्या कवितांसंबंधी — आता कादंबरीकार म्हटल्यावर कवी म्हणून ओळख संपते — असं मिश्किल चेहऱ्यानं सांगणारे पु. शि. रेगे, शिकवून झाल्यावर मला एलफिन्स्टनच्या कॅन्टिनात चहाबरोबर आपल्या कॉलेजजीवनातले *कोसला*सारखे अश्लील किस्से सांगणारे म. वा. धोंड, आता नाटकच लिही रे म्हणणारे दामू केंकरे, ना. गो. कालेलकर, ज्ञानेश्वर नाडकर्णी, र. कृ. जोशी, ल. ग. जोग, गं. ब. ग्रामोपाध्ये, स. गं. मालशे, वसंत दावतर — असे माझे *कोसला*वर जीव टाकणारे ज्येष्ठ आणि श्रेष्ठ, प्रतिभावान गुरुजन आठवून मी गलबलून जातो. मी यांचा अतिशय कनिष्ठ मित्र, विद्यार्थी. पण केवळ *कोसला*मुळे मला ह्या लोकांचं न विसरता येणारं प्रेम मिळालं.

*कोसला*मुळे माझी दुसरी कितीएक क्षेत्रांतली जीव लावून केलेली महत्त्वाची कामं सगळीच दुय्यम तिय्यम आणि काही तर किरकोळ समजली गेली — कविता, अध्यापन, संशोधन, संपादन, प्रकाशन, भाषांतर, शैक्षणिक आणि सामाजिक वगैरे उद्योग — मलाच ही सांगावी लागताहेत, हे त्याहून वाईट. *कोसला*चं हेही मला डाचतं. एवढी शिरजोरी?

एक पंचवीस वर्षाचा अपयशी विद्यार्थी म्हणून अनुभवले तेच स्वतःचे प्रश्न मी नुस्ते मांडले आणि माझ्या वाचकांनी त्यांची उत्तरं बरोबर शोधली. म्हणजे तीच उत्तरं मला अभिप्रेत होती. प्रश्न मात्र मी बरोब्बर विचारले. वास्तवाची जाणीव आपली जशी विस्तारली तशीच किंवा तेवढीच आपल्या वाचकांचीसुद्धा हे वाचून विस्तारते. ही एक सांस्कृतिक प्रगतीच म्हटली

पाहिजे. वाचनसंस्कृतीची ही मोठी जमेची बाब म्हटली पाहिजे. नाहीतर पन्नास वर्षांपूर्वीच्या खेड्यातून शहरात शिकायला येणाऱ्या एका अपयशी मुलाच्या खाजगी गोष्टी इतक्या लाखो लोकांनी कशाला वाचल्या असत्या? एकूण मजूर, शेतकरी, पोलीस, विद्यार्थी, गृहिणी, राजकारणी — सगळ्या क्षेत्रांतल्या संवेदनशीलतेला झडपणारं, सगळ्यांच्या आदर्शवादाचा उपहास करणारं आणि कुठल्याच पूर्वग्रहांना जवळ न करणारं हे लेखक-वाचक यांच्यातलं भाषिक बंधुभावाचं अवीट असं नातं आहे. अशा नात्याला अर्थातच परंपरा असते — म्हाइंभटापासून साने गुरुजीपर्यंतची. ह्या निर्व्याज नात्यामुळेच उशीर का लागेना, थोडंसं का होईना पण आपण आपल्या प्रिय वाचकांना चांगलंच द्यावं, हा धर्म मला *कोसला*नं शिकवला.

आता *कोसला* लिहून कशी झाली, याची गोष्ट.

खरं तर कादंबरीसारखं प्रदीर्घ गद्य लिहायचं विद्यार्थी म्हणून सतरा भानगडी करत असणाऱ्या माझ्या कल्पनेतही नव्हतं. फक्त कादंबऱ्या मी सगळ्यात जास्त वाचायचो — मराठी, इंग्रजी, इंग्रजीतून रशियन, फ्रेंच, जर्मन, स्पॅनिश, भारतीय भाषांमधल्या वगैरे. शाळेत होतो तेव्हापासून छंदबद्ध कविता रचणं, रोजनिशी रोज झोपण्याआधी लिहिणं, शाळेत आणि गावातल्या मित्रांबरोबर हस्तलिखितं उत्साहानं संपादित करणं, पुढे मराठीचा विद्यार्थी कवी म्हणून फर्ग्युसन कॉलेजात 'साहित्य सहकार' नावाच्या मंडळात कविता संकलनं स्वखर्चानं छापणं ह्या गोष्टी केवळ हौस म्हणून केल्या. पुढे बी. ए.ला *छंद* ह्या पु. शि. रेगे यांच्या द्वैमासिकात कविता छापून यायला लागल्यानं आपण आता आपल्याला पाहिजे ते मिळवलं ह्या समाधानात कविता हेच स्वर्गसुख समजत होतो. गद्याबद्दल चांगलं मत नव्हतं. नंतर मुंबईला *रहस्यरंजन*, लिटल मॅगझिनं वगैरे चालवत भाषांतरं, लेख, कुणाची मुरव्वत न धरता समीक्षा, परीक्षणं, लेख वगैरे अभ्यासाव्यतिरिक्त नेटानं करत होतो. त्यावेळी 'रंगायन'च्या लोकांमध्ये वावरल्यानं माझ्या अत्यंत आवडत्या खानदेशी तमाशाच्या शैलीत दुसऱ्या बाजीरावावर एक नाटक लिहावं आणि उबग आणणाऱ्या दिवाणखाना संप्रदायी नाटकांना धक्का द्यावा म्हणून घाशीराम कोतवाल हे पात्र असलेला एक प्रवेश लिहून ठेवला होता आणि माझ्या मते दुसरा बाजीराव हा फार प्रतिभावंत पेशवा होता, हे शोधण्यासाठी बखरी, 'पेशवे दप्तर' वगैरे वाचणं चालू होतं.

आमचे मित्र रा. अशोक शहाणे पुण्यात रा. ज. देशमुख ह्या मगरूर, धुरंधर प्रकाशकांकडे काहीतरी कामासाठी राहायचे. त्यामुळे ह्या काका देशमुखांकडे जाणं व्हायला लागलं. काका मूळ मराठवाड्यातले आणि गरिबीतून वर आल्यानं त्यांचं खेड्यातल्या संस्कृतीवर प्रेम होतं. त्यामुळे की काय माझ्यावर ते पोटच्या मुलासारखं प्रेम करायचे. सुलोचनामावशी देशमुख ह्याही फार प्रेमळ होत्या. मी परीक्षा नीट देत नाही आणि हे लिटल मॅगझीनसारखे कानफाटे उद्योग करण्यात वेळ घालवतो, हे मावशींना बिलकूल आवडत नव्हतं. मी परीक्षेला न बसता पुण्याला एकदा गेलो तेव्हा नेमकं पुण्यात भरलेल्या पहिल्या प्रकाशक परिषदेत काका देशमुखांची प्रस्थापित लेखकांनी जाहीर बदनामी केली होती — ते लेखकांना रॉयल्टीत फसवतात, शिवाय वरतून शिरजोरी करतात वगैरे. त्यामुळे आपण आता काही तरी धडाक्यात छापून ह्या लघुकथा लिहिणाऱ्या टिनपाट लेखकांना त्यांची जागा दाखवून दिली पाहिजे, असं काका देशमुखांना तीव्रतेनं वाटलं. *रणांगण* ह्या त्यांनीच पूर्वी प्रकाशित केलेल्या कादंबरीनंतर मराठीत चांगली कादंबरी झालीच नाही, ह्या आमच्या मताशी ते गुप्तपणे सहमत असावेत. कारण मध्यंतरी लघुकथावाल्यांचं पेव फुटल्यानं कादंबरी लिहिण्याची संस्कृतीच नष्ट झाली — म्हणजे अभ्यास करणं, निदान लिहिण्याचे तरी दीर्घकाळ कष्ट घेणं वगैरे. आमच्या मते एकंदरीत मराठी साहित्याचं पुणे-मुंबईचे लोक समजतात तसं बिलकूल बरोबर चाललेलं नव्हतं. आमचं अशा अद्वातद्वा चर्चा उपसणं काका देशमुख आणि सुलोचना मावशी दोघांनाही पटायचं. ह्या लघुकथालेखकांवर असं एक गंभीर समीक्षेचं पुस्तक लिहिशील, तर आपण छापू असंही एकदा ते म्हणाले. रा. अशोक शहाणे यांनी त्यांना सांगितलं होतं की, आमच्या मित्रांपैकी तुम्हाला पाहिजे तशी कादंबरी लिहू शकतील असे भाऊ पाध्ये आणि नेमाडे हे दोघेच आहेत. एकदा भाऊ पाध्ये यांनाही देशमुखांनी पुण्याला बोलावून घेतलं. पण त्यांचं फार जमलं नाही.

त्या वेळी त्यांच्याकडे भाऊसाहेब खांडेकर, पु. ल. देशपांडे, रणजित देसाई अशा मातब्बर लेखकांचा राबता असे. देशमुख आणि कंपनी प्रकाशनाचे हे मोठे लेखक समजले जात. पण आम्ही मित्रमंडळी मात्र यांच्या लिहिण्यावर वैतागलेले होतो. यांचं नुकतंच प्रसिद्ध झालेलं पुस्तक तिथेच समोर असायचं, ते घेऊन वाचता वाचता सगळं कसं कृत्रिम, जुनाट आहे हे दाखवत हसायचो. काका आणि सुलोचनामावशी दोघांनाही हे गुप्तपणे आवडत असावं. मग चिडून काका म्हणायचे, असं मोठमोठ्या लेखकांची

टिंगलटवाळी करणं सोपं आहे. एक तरी असं तुम्ही लिहून दाखवा. मी एकदा म्हणालो, खांडेकरांसारखी कादंबरी आठेक दिवसात सहज लिहिता येईल. काका म्हणाले, लिहून दाखव. बकवास पुरे. मी म्हणालो, लिहीनही काका, पण आमचं कोण छापणार? ह्यावर ते म्हणाले, तू कादंबरी लिही. तू लिहिशील तशी मी छापतो. असं भरीला पाडून त्यांनी माझ्याकडून लिहितो हे कबूल करून घेतलं. मलाही वाटलं चांगली कादंबरी लिहिता येईल की नाही कुणास ठाऊक, पण कशी लिहू नये हे तर आपल्याला चांगलंच कळतं. मग काका म्हणाले, आता नाहीतरी तू परीक्षा न देताच घरी बसायचं ठरवलं आहेस, तर राहा इथेच. वर भाऊसाहेबांच्या खोलीत राहा. उद्यापासून सुरुवात कर. तुला काय लागेल ते कागद, पुस्तकं, कुठे गावात फिरून येणं, इडली-डोसा, चहा, सिग्रेटी जे सांगशील ते मिळत जाईल. कर सुरू.

मला दुसरेच स्वतःचे प्रश्न सोडवायचे होते. होस्टेल रिकामं करायचं होतं. पुस्तकं, नोट्स, चंबूगबाळं आवरून ह्यापुढे नको शिकणं, न् परीक्षा न् एम. ए. मुंबई कायमची सोडायची म्हटल्यावर सतरा भानगडी करून आपल्या आपल्या घरी सांगवीला कायमचं राहायला जायचं.

अतिशय उद्विग्न मनःस्थितीत मी गावी आलो. गावात आणि आमच्या नातेवाइकांमध्ये सर्वत्र ही मोठी बातमीच झाली. घरातल्या लहानमोठ्या सगळ्यांचे कष्टाचे पैसे खर्च करून इतकी वर्षं शहरात राहून याला साधी परीक्षा पास होता आलं नाही. गावातली शेंबडी पोरंही नोक‍र्‍या मिळवून परदेशात गेली, शिकली आणि हा घरबुडव्या एकुलता मुलगा शेवटी म्हशी चारायला परत आला. एकूण दहा हजार वर्षं जोपासलेली आपली कृषिसंस्कृती तोडून स्वातंत्र्योत्तर शेतक‍र्‍यांना आता आपली ह्यापुढची पिढी शेतीत नको, असा युगधर्म झाला होता. त्या भयंकर कडक उन्हाळ्यात पूर्ण टाकून दिल्यासारखा मी दिवस काढत होतो. गावात मित्रमंडळीही नाही. घरातल्यांनी कामापुरतं बोलणं. वडलांशी निरूत्तर करणारे संतप्त वाद. खर्चाला पैसे मागायची सोय नाही. रांधलेलं झाकून ठेवलेलं स्वतः वाढून खाणं, कारण मृग लागला आणि सगळे शेतात जायला लागले. चहा स्वतः करून घेणं. आपण ह्या वयात निरूपयोगी जगत आहोत, ह्या सर्व बाजूंनी टोचण्या. अत्यंत क्षुब्ध मनोवस्था. आपली ही दुर्दशा कशामुळे झाली? आपण ह्या स्पर्धेच्या युगात टिकून राहायला असमर्थ आहोत काय? आपलं कुणाशीच कसं जुळत नाही? झोप न येता चिंताग्रस्त दिवसरात्र चडफड.

याच्यातच आपल्याला उमेदीचा आधार शोधला पाहिजे. प्रचंड अस्वस्थता. कोंडी. घालमेल.

मग सातपुड्याच्या उंच रांगांवर ढगांची गर्दी. पाऊस. गावाभोवतीच्या दोन्ही नद्यांना पूर. करडा आसमंत संपून हिरवा परिसर. वातावरण काहीतरी करायला प्रेरक. तशात पुण्याहून पोस्टानं देशमुख आणि कंपनीच्या रुंद पाकिटांमधून रा. अशोक शहाणे यांची भयंकर दिवसाआड स्फूर्तिदायक पत्रं की, कादंबरी सुरू केलीस काय? कधी सुरू करणार? काका, इकडे वाट पाहताहेत. यंदा सरकारी बक्षिसांसाठी पाठवण्यासारखं आमचं एकही नीट पुस्तक नाही. काका-मावशी अस्वस्थ आहेत. काहीतरी कर.

लिहिण्याचा आत्मविश्वास माझ्याकडे नको तितका होताच. लिहिणं हा माझा लहानपणापासूनचा स्वतःचा तोल सावरण्याचा आधारही होता. आमच्या गावात वाचनसंस्कृती उत्तम होती. गांधीवादी पुढाऱ्यांचा प्रभाव होता. एक उत्तम ग्रंथालय होतं. गावगाड्यातल्या कृषिप्रधान मौखिक परंपरा सगळ्या प्रकारच्या आणि अत्यंत समृद्ध लोकसाहित्य, तमाशे अप्रतिम, गावात महानुभाव आणि वारकरी संप्रदायांची वर्षभर पोथ्या, पुराणं, अभंग, भजनं, कीर्तनं आणि तेलीबुवांकडे दर आषाढात लागणाऱ्या महाभारत वगैरे पोथ्या, शिवाय सुटीत मित्रांबरोबर सायकलींवरून अजिंठ्याची लेणी पाहायला जायचो — एकंदरीत चांगलं लिहू म्हणणाऱ्याला यांच्यापेक्षा आणखी कोणता वैश्विकतेचा वारसा असायला पाहिजे? शिवाय माझं मराठी, इंग्रजी, भाषाशास्त्र, समाजशास्त्र — बरंच आडवंतिडवं वाचून झालेलं, ते बळ होतंच. चॅपलिन, डी सीका, *राशोमन, पथेर पांचाली* पाहिले होते. संगीताची आवड. हे सकारात्मक प्रभाव असतीलच. एकूण कादंबरी लिहायला सुरुवात करू या.

आमच्या राहत्या घरासमोर लांबलचक गोठा, गोठ्याच्या टोकाला गावठाण दिसेल असं पत्र्यांच्या छताचं दुमजली सुनं घर, वरती प्रचंड मोठा पिंपळ, पक्षी, भल्या पहाटे शेतात जाणाऱ्या बैलगाड्यांचे आवाज, बाजूलाच विठ्ठल मंदिर — त्यात भजन, कीर्तन, आरत्या, खिडकीतून गावठाणातला गुरांचा सकाळ-संध्याकाळ गोंधळ. सगळीकडे जग आपापल्या गतीनं आनंदात. गावात कधी तमाशा, महारवाड्यात रात्री ढोलकीवर लावण्या, कबीरपंथी खंजिरीवरची भजनं. रात्री उशीरापर्यंत गावाबाहेरच्या पानटपरीवर सिलोन रेडिओवरची गाणी.

घरात होते नव्हते तेवढे जुनाट पिवळे कागद, दौत, टोच्या, सुतळी, गंजलेल्या टाचण्या, पारदर्शक टाकीचा स्वस्तातला निबचा फाउंटन पेन — शाई संपत आली की दिसते म्हणून कादंबरीसाठी बहुमोल असा, माझी आवडती चारमिनार सिग्रेट गावात मिळत नव्हती म्हणून मिळायची ती पीला हत्ती — ह्यामुळेच मी कधीही तंबाखूविरुद्ध बोलत नाही, कारण ते कृतघ्नपणाचं ठरेल. तंबाखूशिवाय मला असं लिहिताच आलं नसतं.

रात्री केव्हातरी शिडीवरून खाली उतरायचं — जे बऱ्याचदा प्रतिकात्मक वाटत होतं. वीस पावलांवर राहत्या घरी पटकन जाऊन यायचं. भूक त्या दिवसात रोज आणि फार लागतच नव्हती, लागली तर किंवा तेव्हा चुलीजवळ दुरडीत झाकून ठेवलेलं जे असेल ते खायचं, तरी शरीर तलवारीसारखं तल्लख असायचं. रात्री केव्हाही चहाची व्यवस्था खोलीवरच केली होती. तीव्र एकाग्रतेनं शरीराचा ताबा घेतला. आपण काय लिहितो आहोत, हे तळहातावरच्या आवळ्यासारखं स्पष्ट दिसत होतं, पण का लिहीत आहोत याचं कारण स्वतःत शिरूनच सापडण्यासारखं होतं. आतल्या आत ओसंडणाऱ्या चोवीस वर्षांच्या आशयद्रव्यात परत जाण्याची अवस्था.

आत्मचरित्र हा वाङ्मयप्रकार तर मला साहित्याशी अजिबात संबंधित वाटत नव्हता. म्हणजे आपल्याला जे सांगायचं आहे, त्याची मुळं आपल्या जगण्याच्या आणि जगाच्या संयोग रेषेवर शोधावी लागतील. ही रेषा केवळ जाणिवेत सलग अशी सापडत नाही, ती बरीच नेणिवेत दडलेली असते. कविता करतांना मला असा संघर्ष कधीही जाणवला नव्हता. ती आपल्या नेणिवेतच संपूर्ण संरचित होऊन येते, उलट ती जाणिवेचा पूर्ण ताबा घेते, स्वतःच भाषेवर आपला सांगाडा लादते. पण कादंबरीत जाणीव आणि नेणीव यांच्यातला हा संवाद (खरं तर *कोसला*च्या आशयद्रव्यात वाढत जाणारा विसंवाद) भाषेत मांडण्याची प्रक्रिया बारीकसारीक तपशिलाच्या निवडीनुसार आपोआप नियंत्रित व्हायला लागली. होणाऱ्या कादंबरीची अस्पष्ट धुगधुगी जाणवायला लागली. आपल्याला दिवस गेले — गरोदर राहाण्याची भावना — स्थळकाळ एकवटून योगातल्या प्रदीर्घ समाधीसारखे संपूर्ण अंतर्मुख असे नित्यानंदात ह्यानंतरचे पंधराएक दिवस.

आता तुम्ही म्हणाल, *कोसला*ला आहे असा आकार कसा आला? तर चेवानं लिहिण्याच्या झपाट्यात आपल्याला मिळेल ते रिचवत समोर येईल

त्याला वेढत बुडवत उचलत लोटत नदीसारखं पुढेच जात राहिलं की आपोआप त्या त्या मजकुराची अंगची शैली तयार होते. जैन मीमांसकांनी 'शील' ह्या शब्दापासून 'शैली'ची संकल्पना ह्याच अर्थाने केली आहे. ही शैली कधी प्रसंगानुसार आपण होऊन तुंबत प्रवाहाला शोधते, कधी वळून पूर्ण उगमाकडे वाहाते, कधी धबधबा खाली कोसळते किंवा सपाट वर्णन असेल तेव्हा उथळ होऊन विस्तृत पसरत पात्रातच खुष्की बेटं मधोमध तयार करते आणि पुन्हा स्वतःला जोडून गंभीर खोल होते. हाच तिनं कादंबरीला दिलेला आकार. तो कधीच कृत्रिम झाल्याचं जाणवलं नाही. नेणिवेचं तळ असल्यामुळे ती स्वाभाविकतःच खोल राहाते. शैलीनं असं वाहातं राहाण्यासाठी भाषेचा अविरत पुरवठा नाना स्रोतांमधून स्रवत राहतो. कुठे कधी पूर्वी ऐकलेलं जुनं नवं मराठी, खानदेशी, अहिराणी, हिंदी, उर्दू, इंग्रजीतलं वाचलेलं सगळं कामा पडतं. पोथ्यापुराणांमधले जुन्या नातेवाइकांसारखे भाषिक प्रयोग, निवेदनाचा पायथा म्हणून सतत लागणाऱ्या महानुभाव गद्यातल्या लकबी, बखरींमधले शब्द सतत कुमक पुरवत राहतात. नवं व्याकरण सुचतं. गुप्तधनासारखे प्राचीन आर्ष वाक्प्रचार सापडतात. नवे शब्द सुचतात — नवे शब्द म्हणजे नवे अर्थच, नव्या बियाण्यांसारखे ते सगळीकडे पसरतात. मी लहानपणी काहीबाही लिहून ठेवलेल्या वह्या, आठवणी, रोजनिशा ज्या नऊ-दहा वर्षं रोज झोपण्याआधी मी लिहायचो — त्या त्या वेळी एखाद्या प्रसंगाची ताज्या भाषेत केलेली मांडणी आता हुबेहूब तशीच शक्य झाली नसती. हे सगळं हाताशी होतंच, ते अधूनमधून कामा पडत होतं. एरवी छापाव्याशा न वाटणाऱ्या कविता सरळ निवेदनात भाषेचं स्फटिकीकरण करून आश्चर्यकारक प्रमाणांवर व्याकरणापलीकडचा गुंतागुंतीचा अर्थ व्यक्त करतात.

उदाहरणार्थ, पांडुरंग सांगवीकराचं प्रथमपुरुषी निवेदन *कोसला*च्या अर्ध्या अधिक कैफियतीपर्यंत मला फरफटत नेत होतं, पण अशी जागा आली की, तिथे हे अमोघ तंत्र संरचनेकडूनच परतवलं जायला लागलं. प्रथमपुरुषी निवेदन सुद्धा पाहिजे तितकं क्लोज-अप आता देईना. पांडुरंग पहिल्यांदा परीक्षा अपुरी सोडून घरी येतो आणि मग सुटीत घरातल्या सगळ्यांना नकोसा झाल्यावर त्याची आई त्याला बळजबरीनं परत पुण्याला शिकायला पाठवते — रोजचा खर्च डायरीत लिहून ठेवत जा असं म्हणून. आता पूर्ण कोमल गांधार होऊन जगणारा पांडुरंग विघटनाच्या मार्गावर उभा आहे. रोज त्याची वाट पाहाणारा जगण्याच्या त्याचत्याचपणाचा सिग्रेटींचासुद्धा कंटाळा, शहरीजीवनशैलीचा,

दिखाऊ परीक्षाकेंद्री शिक्षणाचा, ज्ञानव्यवहारांमधल्या उथळपणाचा, वर्तमानपत्रांचा आणि मासिकांचा, अभ्यासाचा, साहित्य म्हणून चालणाऱ्या धंद्याचा — सगळ्या जगाचा तिटकारा रोजच्या रोज कसा व्यक्त होईल? इतकी विलक्षण प्रमाणभेद आणि प्रकारभेद दाखवणारी उलटीसुलटी तर्कटं, असंबद्ध घटनांची विपरितता, नेणिवेपर्यंत भिडणारी निरर्थकता — हे सगळं सूक्ष्मलक्ष्यी पद्धतीनं निवेदनावर उमटणं प्रथमपुरुषी तंत्रातसुद्धा शक्य होत नव्हतं. ह्यासाठी पांडुरंगच्या मनःस्थितीचं रोजच्या रोज उत्खनन होणं आवश्यक वाटलं. कोणतंही सलग निवेदन इथे उथळ ढोबळ झालं असतं. आत्तापर्यंत पांडुरंग काय सांगतो, हे त्याच्यावर विश्वास ठेवून वाचकाला ऐकावं लागत होतं. आता ह्या वर्षी जे घडणार होतं (म्हणजे काहीच न घडणं) ते पूर्णपणे त्याच्या स्वतःपुरतं, निरुद्देश आणि दुसऱ्या कोणाला सांगून सांगून पटण्यासारखं नव्हतं. शिवाय त्याच्या मनातला रोज वाढत चाललेल्या तुटलेपणाचा उंचसखल उठावाचा नकाशा अधिक संवेदनशील निवेदनतंत्रानं मांडल्याशिवाय वाचकाची विश्वासार्हता सुद्धा वास्तवाचाच एक भाग असतो, हे साधलं नसतं. तर पांडुरंगच्या मनातले नेणिवेचे व्यवहार रोज किती कमीजास्त तीव्रतेचे आहेत, हे रोजनिशीतून थेट त्याच्या आतपर्यंत डोकावता येण्याच्या जिगरी कथनतंत्रानंच सांगता आलं. अर्थात मी लिहिलेल्या जुन्या रोजनिशा प्रत्यक्षातच जवळ असल्यानं हे हुबेहूब जमलं.

आणखी एक : जाणिवेतूनही — फार काय विवेकातूनही — काही तत्त्वं मार्गदर्शक ठरतात. एकोणीसशे साठच्या सुमारास आमची सगळी पिढी त्या वेळच्या शहरी ब्राह्मणी कृत्रिम आविष्कार-माध्यमांमधल्या कृतक अलंकरण शैलीला उबगली होती. त्या युगावर वर्चस्व असलेल्या विनोदी चटपटीत लघुकथा, ललितनिबंध, वर्तमानपत्री लेख, प्रेमाच्या नावाखाली परदेशी लैंगिक आशयसूत्रांच्या बोकाळलेल्या कादंबऱ्या — ह्या सगळ्या निकृष्ट साहित्याविरुद्ध आम्ही उघड विरोध पुकारला होता. तेव्हाच्या वाङ्मयीन समीक्षेतही ह्याच परपुष्ट शैलीचा उदोउदो चालला होता. हिंदुस्थानी आणि जागतिक साहित्याचा आम्हाला जेवढा परिचय होता, त्यानुसार ह्या प्रस्थापित कलाहीन संप्रदायांचा समूळ नायनाट करणंही एक जबाबदारी होती. नाहीतर नुस्तं यशस्वी कादंबरी लिहून काय होणार? ह्यासाठी साहित्यिक भाषा आणि बिगर-साहित्यिक भाषा हा आमच्या आधीच्या सौंदर्यवादी-रूपवादी पिढीनं रूढ केलेला भेद जाणीवपूर्वक नष्ट करणं आवश्यक होतं. ह्या दोन्ही प्रकारच्या भाषेच्या वापरांमधली सौंदर्यशीलता एकच असते. साहित्याच्या भाषेची

सीमारेषा व्यवहारातल्या साध्या भाषेलाच लागून असते आणि तिला वेगळं भाषेपलीकडचं अलंकरणाचं सौंदर्यमूल्य लागू होत नाही. अधिकाधिक आधुनिक परदेशी वासाहतिक सौंदर्यशास्त्राच्या युगात निखळ पारंपरिक देशी होणं ही सुद्धा प्रगतीची रणनीती ठरते. हे *कोसला*नं केलं.

आणखी एकदा लिहिता लिहिता कुंठा आली ती आजच्या विसाव्या शतकाच्या सभ्यतेसंबंधी. तरुण पिढी आपलं खरंखुरं नेणिवेतलं भाष्य करते तेव्हा वर्ण्य विषयाचं अंतर जसजसं वाढत जातं, तसतसं नव्या दृश्यबिंदूची गरज भासत जाते. पांडुरंग सांगवीकरला काही दिवस इतिहासाचा अभ्यास करावा लागला होता. ही आशयद्रव्यातली हाताशीच असलेली घटना इथे तंत्र म्हणून कामा आली. आणि नव्वदाव्या शतकातून आत्ताच्या वर्तमानकाळाकडे अलिप्त थंडपणानं मागे पाहाणं शक्य झालं. निव्वळ तंत्राची ही कमाई. जे आज आहे ते सगळंच आपोआप उपहास ठरतं.

असा २४ ऑगस्ट १९६३ रोजी मी लिहायला बसलो आणि रात्रंदिवस लिहीत १० सप्टेंबर १९६३ रोजी पहिला खर्डा संपवला. मागे दुर्गाताई भागवत यांना आमच्याकडच्या महार भगत गोसावी लोकांची लोकगीतं मी जमा करून पाठवीन म्हणून कबूल केलं होतं, ते लोक नेमके मध्येच दोनतीनदा आल्यानं तीनेक दिवस वाया गेले — अर्थात याचाही उपयोग *कोसला*च्या शेवटच्या भागात झालाच, कादंबरीकाराचं काहीच वाया जात नाही —

तर हा पहिला खर्डा फक्त मलाच कळेल असा शार्ट हॅण्डसारखा होता. तो अजूनपर्यंत तिकडे नीट बांधून ठेवला होता. माझे एक कट्टर वाचक रा. सुनील चव्हाण यांना तो कसातरी बांधलेला खर्डा पाहून उचंबळून आलं आणि त्यांनी ताबडतोब चंदनाची पेटी आणून त्यात तो ठेवायला सांगितलं. असो. लिहिण्याच्या दिवसांत रा. ज. देशमुखांचा तगादा चालूच होता, त्यामुळे सलग नऊ दिवस-रात्री तो खर्डा घाईघाईतच पक्का केला आणि १९ सप्टेंबर रोजी गावातल्या एका जुन्या वर्गबंधूच्या ट्रकवर हा पक्का खर्डा घेऊन पुण्यात आलो. रा. अशोक, काका आणि मावशी इतके उत्साहात होते की, मी काय लिहिलं हे कुतूहल पाहाण्यासारखं होतं. लगेच वीस आणि एकवीस सप्टेंबर रोजी पूर्ण वेळ मी ह्या तिघांमध्ये बसून संपूर्ण कादंबरी वाचून दाखवली — हे *कोसला*चे पहिले वाचक. काका मधे मधे एखाद्या

निरीक्षणावर किंवा वाक्यावर बेसुमार खूष होऊन दाद देत होते. त्यांच्याबद्दल बोलतांना नंतरही मी कधी वाईट बोललो नाही, कारण त्यांचा प्रतिसाद अत्यंत प्रांजळ होता. मी त्यांच्या अनेक शत्रूंनाही सांगायचो की, प्रकाशकाला साहित्य कळलं नाही तरी चालेल, पण साहित्यिक कळला पाहिजे. मी त्यांना कळलो, याचा मला आनंद होता. रा. अशोक तर आत्ता लगेच छापायला टाका म्हणत होता. सबंध कादंबरीत कुठेही एक शब्दाचाही बदल तिघा वाचकांपैकी कोणीही सुचवला नाही. फक्त शेवटून दुसऱ्या प्रकरणात एक निपुत्रिक शेतकरी बायकोची पूजा कशी करतो, ही धुळकूनं सांगितलेली लोककथा आहे. तिचा शेवट जरा अश्लील होतोय, ते जरा बघ, असं काका म्हणाले. मी म्हणालो, काका आता हे नाही चालणार. मी तिसरा खर्डा करून आणला आहे आणि तू जसं लिहिशील तसं छापू असं तुम्ही म्हटलं होतं. मावशी म्हणाल्या, तसं नाही रे, हल्ली अश्लीलतेचे खटले भरणारे पुण्यात बरेच झाले आहेत आणि आमच्या कंपनीवर तर ते नक्कीच खटला भरतील. दुसरं काही नाही, तुझं पुस्तक गोडाऊनमधे अडकून राहील एवढ्या किरकोळ गोष्टीपायी. आता ती लोककथाच म्हटल्यावर आपण कशी बदलणार? तरी मी त्यांच्या चिंतेला मान देऊन प्रेस कॉपी करतांना योनिपूजेच्या तपशीलाच्या आठदहा ओळी युक्तीनं गाळल्या. ते त्यांना फार आवडलं. म्हणाले, तुला मी किती रॉयल्टी देणार आहे? कल्पना आहे? पंधरा टक्के. भाऊसाहेबांना फक्त एवढी मिळते. चला प्रेसकॉपी सुरू करा.

मग मी आणि अशोक जागरणं करत मुद्रणप्रत करायला लागलो. त्यावेळी कथाकादंबऱ्या छापल्या जायच्या, त्यातले बरेच प्रकार टाळून — उदाहरणार्थ, सबंध कादंबरीत कुठेही एकही उद्‍गारवाचक ! येता कामा नये, अवतरणचिन्हांची लुडबूड कुठेही नको — अशा चारपाच जनरल सूचना सुरुवातीलाच टाकल्या. हे वैताग काम आम्ही २४ सप्टेंबर ते ७ ऑक्टोबर १९६३ मध्ये संपवलं.

दसऱ्याच्या दिवशी संध्याकाळी काकांनी स्वतः नवा पायजमा सदरा घालून मला टोपी घालायला लावली आणि घरातल्या देव्हाऱ्यासमोर देवापुढे मुद्रणप्रत ठेवून पूजा केली आणि म्हणाले, चल, लाटकर वाट पाहताहेत आपली. कल्पना मुद्रणालयात शिरलो तेव्हा काका म्हणाले, हा आमचा नवा घोडा. मालक लाटकर म्हणाले, आजच सुरू करतो, दोन दिवसात गॅली प्रुफं येतील ती तातडीनं पाहून देत गेला तर आठ दिवसांत छापून होईल.

पुढे ११ ऑक्टोबरला गॅली प्रुफांच्या गुंडाळ्यांचे मोठमोठे भारे येत गेले. प्रेसमधल्या लोकांनी मधेमधे वाचून मौज केल्याचं कळलं. दरम्यान औशाहून मराठवाड्यातले काका देशमुखांचे जुने स्वातंत्र्यसैनिक ब्रह्मचारी मित्र बाबूराव कानडे सहज तिथे आले. त्यांच्याकडचा खादी ग्रामोद्योग म्हणून चालवलेल्या कागदाच्या कारखान्यातला घरी बनवलेला खरखरीत पोताचा अंगची नक्षी असलेला कागद दुसऱ्या कुणाला दाखवायला एका पोतडीत त्यांनी आणला होता. देशमुख आणि कंपनीची नेहमीची दीनानाथ दलालांची बायकांची कामुक गुळगुळीत कागदावरची चित्रं नको, त्यापेक्षा अशी हातानं केलेल्या कागदाची वेष्टनं करू, असा आम्ही हट्ट धरला. काकांनी तो लगेच मान्य केला. नाहीतरी दलालांच्या स्त्रीमुक्ती प्रतिभेला *कोसला*मध्ये काही स्कोप नव्हताच. एवढी मोठी ऑर्डर पहिल्यांदाच आपल्या प्रकाशक मित्राकडून मिळाल्यानं बाबूराव कानडे खूष होऊन गेले. ह्या जाड खरखरीत वेष्टनाच्या नुस्त्या स्पर्शानं आत काय असेल, हे त्या काळातल्या वाचकालाच बरोबर कळलं.

हे सगळं झाल्यावर आता तुमचं काम संपलं, आता आमचं उरलं आहे ते आम्ही उरकू. घरी जा, दिवाळीला तू एकुलता मुलगा घरी पाहिजेस, म्हणून माझी रवानगी झाली.

गावी विचित्र अवस्थेत परत आलो. आपल्याला पाहिजे तसं निर्विघ्न लिहून, पाहिजे तसं ओळ न् ओळ छापून झालं. आतलं अगदी आतलं दुःखसुद्धा आपण आता भाषेतून दुसऱ्यांना वाटून टाकलं — वाटलं ते वाटलं. जवळ काहीही शिल्लक ठेवलं नाही. पूर्ण नागडे होऊन गेलो आहोत. एकदम मुक्त लहान मुलासारखं. ह्या मरगळलेल्या दिवसांतच नेमकं एवढं लखलखीत काहीतरी कसं झपाटल्यासारखं करून झालं, याची अद्भुत प्रचीती आली. ह्याच ग्लानीत दिवस चालले. घरात टिकाव लागणं दिवसेंदिवस कठीण होत गेलं. आणि पूर्ण उलट्या दिशेनं विचार दौडू लागले :

काही झालं की आपण केवळ आत ओढूनच दरवाजा उघडतो. अशा आत्मघातकी नैतिकतेमुळे आपण स्वतःला स्थानबद्ध करतो आहोत. तो बाहेर ढकलूनही उघडेल अशी जगावर अतिक्रमण करत जगण्याची नैतिकता हुडकली पाहिजे. आक्रमण. आजच्या स्पर्धेच्या सभ्यतेत टिकून राहण्याचा हा मध्यवर्ती संघर्ष *कोसला*त मी रोडवला होताच. नवं आयुष्य सुरू करणं आणि घराच्या बाहेर काढता पाय घेणं याचीच तर सगळे तरुणांकडून अपेक्षा

करताहेत. पैसेही घरून नाही घेतले तर आता चालणार होतं, कादंबरीचे भरपूर होतील. परीक्षा नीट आटोपून इंग्रजी शिकवायची नोकरी मिळणं कठीण नव्हतं. चला *कोसला*पूर्व पर्वाला रामराम. नवं आयुष्य. परकायाप्रवेश.

ऑक्टोबरात *कोसला* प्रसिद्ध झाली. मग डिसेंबर १९६३ मध्ये मी मुंबई विद्यापीठातच सरळ जाऊन परीक्षेचे फॉर्म भरले. पुन्हा जोरात अभ्यास. *असो*ची कामंही. पुन्हा वसंत दावतरांनी *आलोचना* सुरू केलं होतं, ते. मुंबईत *कोसला*चे वाचक सगळीकडे अगत्यानं भेटत होते. *कोसला*चा पहिला रिव्ह्यू शिरीष पै यांनी लिहिलेला २९ डिसेंबर १९६३ रोजी *मराठा* दैनिकात अग्रलेखाच्या जागी आला : "अभूतपूर्व मराठी कादंबरी." नंतर उत्तमोत्तम प्रशंसा. दरम्यान देशमुख काका आणि मावशी मुंबईत येऊन भेटायचे. भरपूर खाऊ पिऊ घालून परत होस्टेलवर सोडायचे. आता परीक्षा झाल्यावर लगेच समीक्षेचं पुस्तक आलं पाहिजे. निदान वर्षाआड तुझी कादंबरी एक तरी नवी आलीच पाहिजे. तुझ्यापेक्षा मला ह्या पुस्तकांच्या जगाचा ज्यास्त अनुभव आहे. माझं ऐकत जा. हे इकडे तिकडे अशोक सारखं फालतू चोपड्यांमध्ये लिहिणं बंद. आता तू मोठा लेखक झाला आहेस. आणि तसलं क्ष-किरण वगैरे आपल्याच लेखकांवर टीका वगैरे लिहायची नाही. तुला पैसे लागतील तेवढे कळवत जा. थोडक्यात म्हणजे ह्या आणि अशा बऱ्याच असाहित्यिक गोष्टी वाढत गेल्या आणि याचा शेवट वाईट झाला : आमच्यात बेबनाव वाढत गेला, कारण त्यांना पाहिजे तसं लिहिणं वगैरे मी करत नव्हतो. आणि एकदा रॉयल्टीबद्दल मी बोललो तर म्हणाले, आपल्यात तसा करार कुठे झाला होता? पुढे बाजारात कुठेही *कोसला*ची एकही प्रत दिसेनाशी झाली. लायब्ऱ्यांमधल्या प्रती अस्सल वाचकांनी चोरून पळवल्या. नव्या प्रती देशमुखांच्या घरी जाऊन मागणाऱ्या बुकसेलरांचा कसा अपमान झाला, वगैरे ह्या गोष्टी वाढत गेल्या. उरलेल्या सर्व प्रती गोडाऊनमध्ये बंद केल्याचं त्यांच्याकडच्याच एका हितचिंतकानं गुप्तपणे सांगितलं. आता दुसरी आवृत्तीही तुम्हाला काढता येणं शक्य नाही. यांच्याशी भांडायला कोणी तयार होणार नाही. जे भांडले ते संपले. तुमचं तसं न होवो, वगैरे.

*कोसला*नं मला हाही चांगला धडा शिकवला की, करार केल्याशिवाय ह्यापुढे पुस्तक कुणालाही छापायला देऊ नये. दरम्यान मी हॉस्पिटलातून फुफ्फुस-सलामत बाहेर पडून एम. ए. परीक्षा अपेक्षेपेक्षा चांगला पास झालो. मुंबई सोडली आणि अहमदनगर, धुळे, औरंगाबाद अशी आठेक वर्षं लेखक

होण्याच्या पश्चात्तापाच्या मनस्तापात काढली. कारण सगळीकडे *कोसला* पाहिजे होती. आणि माझ्याजवळ सुद्धा दाखवायला एक प्रत राहिली नाही. आमच्या औरंगाबादच्या मित्रांनी तर *कोसला*ची जन्मकुंडली सुद्धा काढली आणि भविष्यं वर्तवली : वकिलाकडून नोटिस द्यावी लागेल. कोर्टाची पायरी चढावी लागेल. छे, छे.

ह्या ज्योतिषी मित्रांपैकी एक कडवे *कोसला*पंथी रवींद्र किंबहुने हे अंबाजोगाईला शाळेत मास्तर होते. त्यांच्या वडिलांच्या निझाम स्टेटमधल्या स्वातंत्र्यसैनिक परिवारात रा. ज. देशमुखांचे बरेच मित्र होते. त्यांच्यातर्फे रवींद्र किंबहुने यांनी रदबदल्या आणि कानउघडण्या करून एकदा माझ्याबरोबर पुण्याला येऊन थेट देशमुख आणि कंपनीत बसून नाटकातच साजेल असा प्रदीर्घ प्रवेश यशस्वीपणे नटून देशमुखांच्या गोडाऊनमध्ये आठेक वर्षं डांबून ठेवलेले *कोसला*चे गठ्ठे एस्.टी.ने औरंगाबादेच्या शहागंज स्टॅण्डवर आणले. ही ओझी वाहतांना पुढे अनेक दिवस माझी मान मुरगळली होती. मान सन्मान *कोसला*मुळे शब्दशः मिळाला तो हाच.

आपल्याकडे प्रश्न कसे निर्माण होतात आणि कसे सुटतात, याचं हे उदाहरण झालं. हे गठ्ठे औरंगाबादेतच हातोहात संपले. मराठवाड्यात अजूनही *कोसला*चे जास्तीत जास्त वाचक ह्यामुळे आहेत. उरलेला एक गठ्ठा मॅजेस्टिकनं मुंबईतच लगेच विकत घेतला. नंतर पुन्हा काही दिवस मी नोकरीत इकडे-तिकडे अडकल्यानं *कोसला* मिळत नव्हती. पुढे कृष्णा करवार यांनी ती योग्य ठिकाणी पोचवली. तिचा प्रकाशन संसार आतापर्यंत हत्तीच्या पायानं नीट चालू आहे. तिचे वाचकही वाढतच आहेत.

पुस्तक लिहिणं म्हणजे वाचकाशी बोलणंच असतं.

*कोसला*नं माझ्याही आयुष्यात उलथापालथ केली. जगण्याचा एकमेव पर्याय महत्त्वाचा मानून टिकून राहणाऱ्या पांडुरंग सांगवीकरला विशीतल्या माझ्यासारख्या तरुण मुलामुलींसाठी मोठाच तोडगा सापडलेला दिसतो. एका वाचकानं लिहिल्याप्रमाणे कोणत्याही गोष्टीचं नेमकं विपरीत रूप पांडुरंग सांगवीकरनं आम्हाला शिकवलं. त्यातल्या त्यात अपयशातलं काव्य तर हृदयस्पर्शी वाटेलच, परंतु प्रस्थापित समाजव्यवस्थेच्या बाहेर फेकलं जाण्याची दारूण अवस्था शोकास्पद ठरते. आदिम समूहकाळापासून दर पिढीतल्या संवेदनशील तरुण-तरुणींच्या यौवनावस्थेत केव्हा तरी *काम* आणि *अर्थ* ह्या

दोन क्रूर जीवनप्रेरणाचं सामाजिक अधिष्ठान स्वतः समजून घेण्याची सीमारेषा त्यांना पार करावी लागते. इथे माणसातला पशू गुरगुरत फेऱ्या मारत असतो. प्रतिष्ठित गणल्या जाणाऱ्या सभ्यतेबद्दल प्रचंड अनादर जोपासणाऱ्या अराजकी जाणिवा ह्या वयात उधाणतात. मुलींना ही स्थिती त्यांच्या नैसर्गिक प्रज्ञेमुळे मुलांपेक्षा अधिक लवकर समजते, असं *कोसला*च्या स्त्रीवाचकांवरून कळतं. पांडुरंग सांगवीकरला झडपणाऱ्या मृत्यू, काम आणि अर्थ ह्या प्रेरणांचं आकलन मुलींना अंतःप्रज्ञेनंच होत असावं. आज *कोसला*च्या ह्या अव्वल वाचकांमध्ये आजी, आई आणि कन्या ह्या त्रिविध वाचक नायिका मोठ्या प्रमाणावर आहेत. व्हिएनाच्या ऑस्ट्रियन एम्बसीतल्या बाईंनी अनेक ठिकाणी माझा पत्ता शोधत शेवटी गोव्यातल्या विद्यापीठात मला एम्बसीतर्फे गाठून प्रदीर्घ पत्रव्यवहार केला की, माझाही लहान भाऊ *कोसला*तल्या मनीसारखाच लहानपणी अपघातानं मेला. मलाही असंच दुःख झालं. मृत्यू हे कायमचंच रहस्य आहे — देवी प्लेग गेले, अपघात आले. परंतु केवळ हिंदू माणूसच दुःखाचा एवढा व्यापक विचार करू शकतो. याचं कारण इथे जवळच अजिंठ्यात बुद्ध दुःखाचाच विचार करत असतो. दुसरं उदाहरण : गेल्या वर्षी जयपूरला झालेल्या 'भारतीय साहित्यातील क्लासिक्स' ह्या विषयावरच्या चर्चासत्रात एका अस्सल स्त्रीवादी विदुषीनं *कोसला*वर एक शोधनिबंध वाचला. तिनं पांडुरंग सांगवीकर त्याला आवडणाऱ्या दोघी मुलींशी कसा वागतो याचं विश्लेषण करताना सांगितलं की, लैंगिक दृष्ट्या आक्रमक बुंदीशी तो रानटीपणानं वागतो, परंतु सौम्य लैंगिकतेच्या रमीशी शेवटचं भेटतांना तो म्हणतो, "समजा, आता हिनं विचारलं — आपण घर करू. तर? तर मी निरूत्तर." इथे स्त्रियांच्या लैंगिकतेचा प्रचंड आदर *'घर करणं'* ह्या खानदेशी मराठी वाक्संप्रदायातून पांडुरंग व्यक्त करतो. माणसांनाच वापरा-फेका अशा कंडोमच्या आधुनिक पशुतुल्य भोगवादी सभ्यतेत कुमारिकांशी कुमारांनी ठेवायच्या संबंधाची नैतिक परिणती केवळ 'घर' ह्या संकल्पनेतच असू शकते — ह्यातूनच सभ्यतेला आवश्यक मुलंबाळं कुटुंबसंस्था सगळं माधुर्य व्यक्त होतं. हा मातृधर्मी स्त्रीवाद, त्या प्राध्यापक बाईंना आदर्श वाटतो. पांडुरंग सांगवीकर हा अशा आदर्शाचा नमुना आहे, त्यांच्या मते ही कादंबरीला अभिजातता आणून देणारी मूल्यव्यवस्था आहे. आणखी एक *कोसला*च्या थोर मनस्वी गृहिणी वाचक लिहितात : *कोसला* वयाच्या अठराव्या वर्षी भेटली. आता पन्नास वर्षं झाली. पूर्वी वाचलेले कित्येक लेखक वाढत्या वयाबरोबर काळ परिस्थिती बदलल्यावर मागे पडले. आवडेनासे झाले. तसं *कोसला*चं झालं नाही. ती सतत जवळ

आहे. आयुष्याच्या सगळ्या बऱ्यावाईट प्रसंगांत पांडुरंगाचा हुंकार ऐकू येत राहिला. एखादं पुस्तक असं हाडीमांसी खिळून राहावं, ही आश्चर्याची बाब आहे. *कोसला*नं निर्लेप अकृत्रिम जगायला शिकवलं.

मुन्हसिर मरने पे हो जिसकी उम्मीद
नाउम्मीदी उसकी देखा चाहिए

– कविकुलगुरू मिर्ज़ा ग़ालिब

– मरणावर केंद्रित ज्याची उमेद असेल
त्याची नाउमेद पाहाण्यासारखी असते.

पांडुरंग सांगवीकरचं असं पाहाण्यासारखं उत्कट नाउमेदीचं जगणं केव्हातरी हा मरणाचा दृश्यबिंदू गवसल्यानंतर सुरू झालेलं दिसेल. ऐन विशीत सगळीकडून फटके खाऊन हुळहुळा झालेला, स्वतःची काहीही कमाई दाखवता येत नाही, असा हा निष्प्रभ नायक आपलं लहानसहान किरकोळ घटनाप्रसंगांचं आयुष्य फारशी फेररचना न करता भडभडा वाचकाला सांगत जातो. निव्वळ आपल्या भाषेच्या बळावर तो वाचकाकडून सिद्ध करून घेऊ पाहतो की, यशस्वी होणं किती भंपक असतं? यशस्वी होणं त्याला शक्य झालं नसतं, असं नाही. म्हणजे इतरांसारखं परीक्षेत जेमतेम सभ्य पद्धतीनं उत्तरं लिहून पास होणं, हे तरी जमण्यासारखं होतंच. लहान मुलाच्या टाहो फोडून रडण्याला ज्याप्रमाणे अंगची आत्मप्रतिष्ठा असते, तशी अशा कुठल्याही तरुण मुलाच्या आक्रोशाला असते. आयुष्याचा अर्थ न लागण्याचा तो आक्रोश असतो. शिवाय एकट्या माणसाचा आक्रोश तर नेहमीच काळजाला भिडणारा असतो. ह्या तरुण पिढीनं कसं जगावं याचा साचा समाजात आधीच तयार झालेला असतो. या साच्यात तरुण मुलांचं आयुष्य फिट बसत नाही. हे एक मानवी मेंदूचं वैशिष्ट्य म्हणता येईल की, आपण जिथवर जसे आलो तिथपर्यंत तरी पुढल्या पिढीनं निःसंशय आलंच पाहिजे. कारण जगात केवढी प्रचंड हिंसा, अत्याचार, जुलूम, निर्दय व्यवहार नित्यशः होत असतात याची आदल्या पिढीला सतत ठेच लागलेली असते. वंश, कुटुंब, माणूस टिकून राहण्यासाठी हे साचे आवश्यक होऊन बसतात आणि कोणीही एक जण हजारो बुद्धिमान मेंदूंनी बनवलेल्या परंपरेपेक्षा ज्यास्त शहाणा असू शकतो काय? ह्याउलट संवेदनशील यौवनावस्थेत ह्या परंपरेतले प्रगती, प्रतिष्ठा, सुरक्षितता फार काय स्वातंत्र्य, समता, न्याय वगैरे प्रत्येक मूल्यामध्ये आतूनच विरोध जाणवतो. म्हणजे तो असतोच. शिवाय ह्या परस्परांमध्ये विसंगती तर असतेच.

उदाहरणार्थ, स्वातंत्र्य आणि समता हे प्रत्येक समाजात परस्परविरोधी कार्य करत असतात. विशेषतः नव्या युगात तर जगण्याचे सगळेच व्यवहार इतके गुंतागुंतीचे झालेले स्पष्ट दिसतात की, हा खेळ आपल्याला नक्कीच खेळता येणार नाही, असं प्रत्येक पंचविशीतल्या तरुणाला प्रामाणिकपणे वाटतं. म्हणजे तुम्ही खरे जसे आहात त्यापेक्षा दुसरंच काहीतरी बनवू पाहाणारं हे जग तुम्हाला ही स्वार्थी मूल्यं मान्य करायला भाग पाडतं. कारण तुमच्या अस्तित्वाला जी ओळख प्राप्त होते, ती केवळ मानसिक नसते. ती दुसऱ्या बाजूनं भौतिकही असते. ही ज्ञानार्जित असहायता तरुणांच्या भल्यासाठी आवश्यक असते. नाहीतर संन्यास आणि आत्महत्या हे पर्याय खुले आहेतच.

पांडुरंग सांगवीकर ही झपाटणारी विषण्ण अवस्था येईपर्यंत आपण कसे जगलो हे तुम्हाला एकदाचं किंवा शेवटचं म्हणून भडभडून सांगत सुटला. ह्या पुढचं आपलं जगणं इतक्या तरी योग्यतेचं राहील काय, याची त्याला खात्री नाही. ही विघटनाची सुरुवात असल्यामुळे तो चपापलेला तर आहेच, पण आपला कोसला होऊन आपण ह्या प्रिय जगापासून आतल्या आतच तुटतो की काय यामुळेही तो धास्तावला आहे. शेवटी तर तो गांगरूनच विचार करतो, तेही तुम्हाला विश्वासात घेत, प्रामाणिकपणेच. भूगर्भातल्या हालचालींसारखे नेणिवांचे प्रवाह जाणिवेतून तुम्हाला कळवणं, याच एका आधारावर मनावरचे सगळे ताणतणाव दाब सहन करत तो ह्या शेवटाला आला आहे. आता जाणिवांप्रमाणे जगणं ठरवावं की जगण्यानुसार जाणिवा, हा पेच माणसाला प्राचीन काळापासून सुटलेला नाही. साहित्य ही हा पेच सर्वांत प्रकर्षानं मांडणारी कला आहे. परंतु तुम्ही जगणंच बदललं, की हे प्रश्न आहेत तसे राहत नाहीत. ते आपोआप नाहीसे होतात. जगण्यावर प्रेम ठेवणं हे सर्वोच्च मूल्य ह्यासाठीच तर मानावं लागतं.

आता तुम्ही शेवटून विचाराल की, *कोसला*मुळे आमची ही पन्नास वर्षं छानच गेली. आता पुढल्या पन्नास वर्षांत ह्या पुस्तकाचं काय होईल?

तर हे आता तुमच्याच हातात आहे.

दि. ३० ऑक्टोबर २०१३ — **भालचंद्र नेमाडे**

मुंबई

कोसलासंबंधी प्रकाशित लेखनाची सूची

(ऑक्टोबर २०१३ पर्यंत)

अ. कोसलाची भाषांतरे

कोसला (हिंदी) अनु. भगवानदास वर्मा, नॅशनल बुक ट्रस्ट इंडिया, नवी दिल्ली, १९८३, दु.आ. १९९३, ति.आ. २००३.

कोशेटो (गुजराती) अनु. उषा शेठ, नॅशनल बुक ट्रस्ट इंडिया, नवी दिल्ली, १९९५.

कोसला (कन्नड) अनु. वामन बेंद्रे, नॅशनल बुक ट्रस्ट इंडिया, नवी दिल्ली, १९९५.

कोसला (पंजाबी) अनु. अजित सिंग, नॅशनल बुक ट्रस्ट इंडिया, नवी दिल्ली, १९९५.

पालूर वाह (असामिया) अनु. किशोरीमोहन शर्मा, नॅशनल बुक ट्रस्ट इंडिया, १९९६.

ककून (इंग्रजी) अनु. सुधाकर मराठे, मॅकमिलन इंडिया, चेन्नई, १९९७. दुसरी आवृत्ती, पॉप्युलर प्रकाशन, मुंबई, २०१३.

नीड (बंगाली) अनु. वंदना हजरा–आलासे, साहित्य अकादेमी, नवी दिल्ली, २००१.

कोसला (उर्दू) अनु. मुशर्रफ आलम जौकी, नॅशनल बुक ट्रस्ट इंडिया, २००२.

कोषापोक (ओडिया) अनु. चिरश्री इंद्रसिंग, नॅशनल बुक ट्रस्ट इंडिया, २००५.

ब. ग्रंथ

१. अनाम. *अ नोबल गाइड टु कोसला.* मुंबई : नोबल प्रकाशन, वर्ष नाही.

२. खोले, विलास (संपा.). *गेल्या अर्धशतकातील मराठी कादंबरी.* मुंबई : लोकवाङ्मय गृह, २००२.

३. गवस, राजन. *भाऊ पाध्ये यांची कादंबरी.* श्रीरामपूर : शब्दालय, २००६.

४. टापरे, पंडित. *कादंबरी संवाद.* पुणे : पद्मगंधा प्रकाशन, २००५.

५. देशपांडे, पु. ल. *दाद.* मुंबई : मौज प्रकाशन गृह, १९९७.

६. नाईक, शोभा. *भारतीय संदर्भातून स्त्रीवाद : स्त्रीवादी समीक्षा आणि उपयोजन.* मुंबई : लोकवाङ्मय गृह, २००७.

७. पवार, गो. मा. व म. द. हातकणंगलेकर (संपा.). *मराठी साहित्य : प्रेरणा व स्वरूप.* मुंबई : पॉप्युलर प्रकाशन, १९८६.

८. पाटणकर, जयश्री. *भारतीय ध्वनिसिद्धान्त आणि मराठी साहित्य.* पुणे : पद्मगंधा प्रकाशन, २००६.

९. पाटील, चंद्रकांत. *आणि म्हणूनच.* पुणे : प्रतिमा प्रकाशन, १९८९.

१०. पाटील, चंद्रकांत. *चौकटीबाहेरचे चेहरे.* औरंगाबाद : जनजागृती वाचक चळवळ (आवृत्ती दुसरी), २०१२.

११. पाटील शरद. *अब्राह्मणी साहित्याचे सौंदर्यशास्त्र.* पुणे : सुगावा, १९८८.

१२. पाटील, मृणालिनी. *देवदास आणि कोसला, समीक्षा संपादन–१.* नागपूर : विजय प्रकाशन, १९८४.

१३. बडवे, सतीश. *साहित्याची सामाजिकता.* श्रीरामपूर : शब्दालय, २०१३.

१४. बापट, वा. प्र. व ना. वा. गोडबोले. *मराठी कादंबरी : तंत्र आणि विकास.* पुणे : व्हीनस प्रकाशन (तिसरी आवृत्ती), १९७३.

१५. भांड, बाबा (संपा.). *कोसलाबद्दल.* औरंगाबाद : साकेत प्रकाशन, १९७९, (दुसरी आवृत्ती) १९९६.

१६. महानोर, ना. धों. व चंद्रकांत पाटील (संपा.). *पुन्हा एकदा कविता.* पुणे : नीलकंठ प्रकाशन, १९८१.

१७. राजाध्यक्ष, विजया (संपा.). *मराठी कादंबरी : आस्वादयात्रा.* मुंबई : पॉप्युलर प्रकाशन प्रा. लि., २००८.

१८. राणे, श. रा. ''कोसलाकारांची सतरा वर्षे''. पुणे : सुविद्या, २००१.

१९. लोखंडे, शशिकांत. *अर्थरंग.* मुंबई : लोकवाङ्मय गृह, २००६.

२०. लोखंडे, शशिकांत. *नवी जाणीव.* मुंबई : लोकवाङ्मय गृह, २००४.

२१. सद्रे, केशव. *नेमाडे यांचे साहित्य : एक अन्वयार्थ.* पुणे : मेहता पब्लिशिंग हाऊस, १९९३.

२२. सद्रे, केशव. *साहित्य देय आणि श्रेय.* पणजी : राजहंस वितरण, १९९०.

२३. सानप, किशोर. *भालचंद्र नेमाडे यांची कादंबरी : एक चिकित्सा.* औरंगाबाद, साकेत प्रकाशन, १९९६.

२४. सानप, किशोर. *मराठी कादंबरीतील नैतिकता.* अमरावती : बजाज पब्लिकेशन, १९९८.

२५. सारडा, शंकर. *काही पुस्तके : काही लेखक.* मुंबई : पॉप्युलर प्रकाशन, १९६५.

२६. सावंत, जीवराज उत्तम (संपा.), *अर्चिस,* साने गुरुजी जन्मशताब्दी गौरवग्रंथ. डोंबिवली : अर्चिस प्रकाशन, १९९९.

२७. सावंत, वासुदेव. *उदाहरणार्थ कोसला.* श्रीरामपूर : शब्दालय प्रकाशन, १९९९.

२८. क्षीरसागर, उत्तम. *साहित्याचा कस.* औरंगाबाद : साकेत प्रकाशन, १९९४.

क. प्रबंधलेखन

१. करंडे, शोभा कृष्ण. *भालचंद्र नेमाडे यांच्या कादंबऱ्यांतील शिक्षणक्षेत्रीय अनुभवविश्वाचे चित्रण*. एम. फिल. प्रबंधिका, श्री. ना. दा. ठा. महिला विद्यापीठ, मुंबई, २००१.

२. दादरावाला, मीनाक्षी. *कोसला*. एम. फिल. प्रबंधिका, मुंबई विद्यापीठ, १९८४.

३. नाडकर्णी, मृणालिनी भालचंद्र. *भालचंद्र नेमाडे यांच्या कादंबऱ्या*. एम.फिल. प्रबंधिका, पुणे विद्यापीठ, १९८३.

४. पाटील, प्रकाश. *कोसला*. एम. फिल. प्रबंधिका, मराठवाडा विद्यापीठ, १९८२.

५. बोंगाणे, पांडुरंग भीमराव. *कोसला कादंबरी : एक अभ्यास*. एम.फिल. प्रबंधिका, स्वामी रामानंद तीर्थ विद्यापीठ, नांदेड, २०००.

६. भाटकर, नामदेव उत्तमराव. *कादंबरीकार डॉ. भालचंद्र नेमाडे : एक अभ्यास*. पीएच.डी. प्रबंध, नागपूर विद्यापीठ, १९९२.

७. सानप, किशोर. *भालचंद्र नेमाडे यांचे साहित्य : सर्वांगीण अभ्यास*. पीएच.डी. प्रबंध, नागपूर विद्यापीठ, १९९२.

८. सावंत, वासुदेव. *नेमाडे यांच्या कोसला कादंबरीचा चिकित्सक अभ्यास*. पीएच.डी. प्रबंध, शिवाजी विद्यापीठ, १९९२.

९. सोनटक्के, देवानंद. *भालचंद्र नेमाडे यांचा साहित्यविचार*. एम. फिल. प्रबंधिका, नागपूर विद्यापीठ, १९९९.

ड. विशेषांक

१. *प्रतिष्ठान*, भालचंद्र नेमाडे विशेषांक, संपादक : नागनाथ कोत्तापल्ले, वर्ष ३९ : अंक १ ते ३, सप्टेंबर १९९१–फेब्रुवारी १९९२.

२. *साक्षात*, भालचंद्र नेमाडे विशेषांक, अतिथी संपादक : श्रीकांत देशमुख, वर्ष १४ : अंक २, जाने.–मार्च २०१२.

इ. लेख

१. *अंतर्नाद*. श्रेष्ठ पुस्तके विशेषांक, दिवाळी नोव्हे.–डिसें. २००६, ''संपादकीय'' ७–१३.

२. अनाम. ''*कोसला*,'' *सकाळ*, पुणे. (समाविष्ट : *कोसलाबद्दल*)

३. अनाम. ''देशमुख आणि कंपनीची समर्थ कादंबरी : *कोसला*,'' *रंभा*, एप्रिल १९६४. (समाविष्ट : *कोसलाबद्दल*)

४. आगाशे, सुकन्या. ''*कोसला* ते *जरीला* : घसरणीचा प्रवास,'' *तात्पर्य*, मे १९७८. (समाविष्ट : *कोसलाबद्दल*)

५. आहेर, रुपाली शिवाजी. ''*कोसला*ची भाषा,'' *बांधिलकी* : भाषा विशेषांक २००६-२००७, अंक एकोणतिसावा, देवळा एज्युकेशन सोसायटीचे कर्मवीर रामरावजी आहेर कला, विज्ञान व वाणिज्य महाविद्यालय, देवळा (जि. नाशिक), रूपांतर : एकनाथ पगार.

६. ऐनापुरे, जी. के. ''*कोसला* : वर्य वर्ष पन्नास,'' संवाद, *महाराष्ट्र टाइम्स*, १३ एप्रिल २०१४.

७. ओझरकर, ज्योतिका. ''*कोसला*,'' *कादंबरी : एक साहित्यप्रकार* या चर्चासत्रातील निबंध, मुंबई, एम. डी. शाह महिला महाविद्यालय, २५ सप्टेंबर, १९९६.

८. कदम, महेंद्र सुदाम. ''*कोसला* प्रभावातील कादंबरी,'' *नवाक्षरदर्शन*, एप्रिल-मे-जून, २००७.

९. कर्णिक, प्रदीप. ''*कोसला* बद्दल पुन्हा एकदा,'' *लोकसत्ता*, चतुरंग, १८ सप्टेंबर १९९९.

१०. कर्वे, स्वाती. ''*कोसला* : एक वाङ्मयीन घटना,'' आठवणीतील पुस्तके, *विपुल*, फेब्रुवारी २०१३.

११. कऱ्हाडे, सदा. ''कादंबरी आणि कथा : एक अनुबंध,'' *अक्षरगाथा*, कादंबरी विशेषांक, एप्रिल-जुलै २०११.

१२. कळमकर, यशवंत. ''*कोसलाबद्दल*,'' *नवभारत*, नोव्हेंबर १९८०.

१३. किंबहुने, रवींद्र. ''*कोसला*,'' *प्रतिष्ठान*, कादंबरी विशेषांक, जानेवारी १९८१.

१४. कुरुंदकर, नरहर. ''*कोसला*,'' *धार आणि काठ*. पुणे : देशमुख आणि कं., १९७१. (समाविष्ट : *कोसलाबद्दल*)

१५. कुलकर्णी, गो. म. ''अस्तित्ववाद आणि मराठी साहित्य,'' *युगवाणी*, नोव्हेंबर १९७२.

१६. कुलकर्णी सुहास व मिलिंद चंपानेरकर (संपा.). ''मराठी साहित्यात मैलाचा दगड...,'' *असा घडला भारत*. पुणे : रोहन प्रकाशन, २०१३.

१७. कुल्ली, स. त्र्यं. ''*कोसला* : काही प्रतिक्रिया,'' *युगवाणी*, एप्रिल-जून १९८८.

१८. कुळकर्णी, व. दि. ''वर्तमानाला रोखठोक सामोरी कादंबरी,'' *मराठी कादंबरीची वाटचाल : १९६० ते १९७०*, परिसंवाद स्मरणिका. पुणे : कुलकर्णी ग्रंथागार, १९७२. (समाविष्ट : *कोसलाबद्दल*)

१९. कुळकर्णी, द. भि. ''इंडियन कमिटी फॉर कल्चरल फ्रीडम'' या संस्थेतर्फे फेब्रुवारी १९६४ मध्ये कोल्हापूर येथे आयोजित करण्यात

आलेल्या परिसंवादात वाचलेला निबंध (समाविष्ट : *पार्थिवतेचे उदयास्त आणि कोसलाबद्दल*)

२०. कुळकर्णी, संजीव. ''कोसला : ५० वर्षे,'' *पुण्यनगरी*, (पुणे आवृत्ती) २३ ऑगस्ट, २०१२.

२१. केळकर, अशोक. ''*कोसलाच्या निमित्ताने आणखी काही*,'' आलोचना, ऑगस्ट १९६४. (समाविष्ट : कोसलाबद्दल)

२२. खरात, महेश. ''अस्तित्ववाद व्हाया कोसला, एन्कीच्या राज्यात,'' अक्षरगाथा, कादंबरी विशेषांक, एप्रिल-जुलै २०११.

२३. खोले, विलास. *अंतर्नाद*, दिवाळी २००६, पृ.३०, ६७-७७

२४. गांगल, दिनकर. ''फुटीर, अस्वस्थ महाराष्ट्र,'' *अंतर्नाद*, दिवाळी २०११.

२५. गुप्ते, विश्राम. ''लक्ष लक्ष पांडुरंग सांगवीकर,'' *दिव्य मराठी*, २ मार्च २०१३.

२६. गुर्जर, मुकुंद. ''आजच्या पिढीची शोकांतिका,'' *तरुण भारत*, पुणे, २३ फेब्रुवारी १९६४. (समाविष्ट : कोसलाबद्दल)

२७. ग्रामोपाध्ये, गं. ब. ''आजची मराठी कादंबरी : स्थित्यंतरे व वृत्यंतरे,'' परिसंवाद उत्तम, दिवाळी, नोव्हेंबर १९७२. (समाविष्ट : कोसलाबद्दल)

२८. घोलप, दत्ता. ''भालचंद्र नेमाडे यांच्या कादंबऱ्यांचे आविष्कार विशेष,'' *नवाक्षरदर्शन*, जाने.-मार्च २०१३.

२९. चंदावर, उत्पल. ''साहित्याचा-कलेचा प्रभाव मर्यादितच,'' *अंतर्नाद*, दिवाळी २०११.

३०. चित्रे, दिलीप पुरुषोत्तम. ''मुलाखत,'' *संतोष शेणई, पद्मगंधा*, दिवाळी, २०१०.

३१. चित्रे, दिलीप पुरुषोत्तम. ''मुलाखत,'' रंगनाथ पठारे, *प्रत्यय आणि व्यत्यय*. श्रीरामपूर : शब्दालय, २००९. (समाविष्ट : कोसलाबद्दल)

३२. चित्रे, दिलीप पुरुषोत्तम. ''नेमाडे : समकालीन आणि बाकीचे सगळे,'' रुची, मार्च-एप्रिल १९८८.

३३. चौधरी, व्यंकटेश. ''*कोसला : ५० वर्षे*,'' *पुण्यनगरी*, (पुणे आवृत्ती), २३ ऑगस्ट, २०१२.

३४. जहागीरदार, चंद्रशेखर. ''*कोसला : एक वाङ्मगीन संस्कार*,'' सत्यकथा, सप्टेंबर १९७७.

३५. जहागिरदार, चंद्रशेखर. ''कादंबरी-परिशिष्ट,'' *मराठी साहित्य : प्रेरणा व स्वरूप*, गो. मा. पवार व म. द. हातकणंगलेकर (संपा.). मुंबई : पॉप्युलर, १९८६, पृ. ५७-६०.
३६. जहागिरदार, चंद्रशेखर. ''तीन पुस्तके : एक प्रवास,'' *सत्यकथा*, सप्टेंबर १९७७. (समाविष्ट : *चांगदेव चतुष्टयसंबंधी*)
३७. जहागिरदार, चंद्रशेखर. ''मराठी अभिरुचीला नवीन वळण...,'' *संवादिनी*, महाराष्ट्र फौंडेशन, स्मरणिका, २००१.
३८. राधा देवव्रत. ''भालचंद्र नेमाडे यांच्या कादंबऱ्यांतील भाषा,'' *प्रिय रसिक*, एप्रिल १९९८. (समाविष्ट : *कोसलाबद्दल*)
३९. जाधव, रा. ग. ''अक्षर लेण्यांची पन्नाशी,'' लोकरंग, *लोकसत्ता*, ९ सप्टेंबर, २०१२.
४०. जाधव, रा. ग. ''*स्वामी* आणि *कोसला* : ७५,'' *संध्यासमयीच्या गुजगोष्टी*. पुणे : साधना प्रकाशन. २०१३.
४१. जोंधळे, सुरेंद्र. 'कोसलातील डायरी', *कोसलाबद्दल* (पहिली आवृत्ती) १९७९, (दुसरी आवृत्ती) १९९६.
४२. जोग, ल. ग. ''अतिरेकी जीवनाचे दर्शन घडवणारी कादंबरी : *कोसला*,'' *लोकसत्ता*, २९ मार्च, १९६४. (समाविष्ट : *कोसलाबद्दल*)
४३. जोग, ल. ग. ''सांकेतिक चौकटीत न बसणारी कादंबरी : *कोसला*,'' *आलोचना*, जुलै १९६४. (समाविष्ट : *कोसलाबद्दल*)
४४. जोग, ल. ग. ''*कोसला*,'' *दीपस्तंभ*. मुंबई : अद्रीश प्रकाशन, १९७१.
४५. जोशी, अरुणा. ''मृणालिनी पाटीलकृत शिवम, *देवदास आणि कोसला*चं परिक्षण,'' *समुचित*, जुलै-सप्टेंबर, १९८५.
४६. जोशी, र. कृ. ''सांगवीकर काय नि सांगलीकर काय,'' *पुन्हा कविता*, चंद्रकांत पाटील व ना. धों. महानोर (संपा.). मुंबई : रायभान जाधव, १९६५. (समाविष्ट : *कोसलाबद्दल*)
४७. जोशी, संजय भास्कर. ''*कोसला*,'' *साक्षात*, जाने.-मार्च २०१२.
४८. जोशी, संजय भास्कर. ''*कोसला* आणि कॅचर,'' *महाराष्ट्र टाइम्स*, रविवार १३ ऑक्टोबर २०१३.
४९. जोशी, संजय भास्कर.''*कोसला* : परात्मतेच्या पराभूत पर्यायाची कलात्मक तपासणी,'' श्रेष्ठ पुस्तके : *अंतर्नाद*, जून २००६, आणि *अंतर्नाद*, दिवाळी २००६.

५०. टाकसाळे, मुकुंद. ''जळो ती वाचनसंस्कृती,'' *महाअनुभव*, फेब्रुवारी २०१३.

५१. ठाकूर, रवींद्र. ''देशीवाद आणि मराठी कादंबरी'', *अक्षरगाथा*, एप्रिल ते जुलै २०११.

५२. डबीर, विजया. ''कोसला,'' *प्रतिष्ठान*, मे १९७१.

५३. ढवळे वा. रा. व कुलकर्णी व.दि. (संपा.). ''आजची मराठी कादंबरी : स्थित्यंतरे व वृत्यंतरे,'' परिसंवाद, *उत्तम*, वार्षिक, नोव्हेंबर १९७२.

५४. ढाले, राजा. ''कोसला : सर्वश्रेष्ठ कलाकृतीतील पात्रे आपणाला झपाटतात,'' *तापसी अनियतकालिक*. (समाविष्ट : *कोसलाबद्दल*)

५५. थोरात, हरिश्चंद्र. ''भालचंद्र नेमाडे, वास्तववाद, नवनैतिकता, देशीवाद, मराठी कादंबरी,'' *तरुण भारत*, दिवाळी २००५. (समाविष्ट : *कादंबरीविषयी*. पुणे : पद्मगंधा, २००६).

५६. दादरावाला, नितीन. ''कोसलाच्या मुखपृष्ठासंबंधी : उदाहरणार्थ २३ वर्षांनंतर,'' रविवार, *लोकसत्ता*, १ डिसेंबर २०१३.

५७. दावतर, वसंत. ''विद्यापीठ स्तरावर मराठीचा अभ्यासक्रम : कोसलासंबंधी,'' *आलोचना*, फेब्रुवारी १९७८. (समाविष्ट : *कोसलाबद्दल*)

५८. देशपांडे, एल. एस. *शोध संरचनांचा*. नांदेड : अभय प्रकाशन, १९९४.

५९. देशपांडे, एल. एस. ''कोसला : ५० वर्षे,'' *पुण्यनगरी* (पुणे आवृत्ती), २३ ऑगस्ट, २०१२.

६०. देशपांडे, प्रकाश. ''कोसलाची संरचना,'' कोसलाबद्दल (पहिली आवृत्ती) १९७९, (दुसरी आवृत्ती) १९९६.

६१. देशपांडे, प्रकाश. *मराठी कविता : नवी वळणे*. औरंगाबाद : साकेत प्रकाशन, १९९४.

६२. देशपांडे, पु. ल. ''कोसला : गोधडीसारख्या, फाटक्या आयुष्याचे चित्र, भाषेच्या धांदोट्या वापरून,'' अखिल भारतीय सुवर्णमहोत्सवी साहित्य संमेलन, इचलकरंजी, १९७४च्या भाषणामधून. (समाविष्ट : *कोसलाबद्दल*)

६३. देशपांडे, रेणू. ''कोसलाबद्दलचे परीक्षण,'' *महाराष्ट्र टाइम्स*, रविवार, ७ सप्टेंबर, १९८०.

६४. देशमुख, विश्वाधार. ''पुन्हा एकदा *कोसला*'', *परिवर्तनाचा वाटसरू*, १६ ते ३१ मार्च २०१४.
६५. नाईक, शोभा. ''भालचंद्र नेमाडे यांच्या *कोसला*, *बिढार*, *हूल*, *जरीला* व *झूल* या कादंबऱ्यांचे आकलन,'' *भारतीय संदर्भातून स्त्रीवाद : स्त्रीवादी समीक्षा आणि उपयोजन*. मुंबई : लोकवाङ्मय गृह, २००७.
६६. नाडकर्णी, मृणालिनी. ''भालचंद्र नेमाडे : सामाजिक जाणीव व कलात्मकता,'' *साहित्यसूची*, ऑगस्ट १९८२.
६७. नाडकर्णी, ज्ञानेश्वर. ''प्रचलित जीवनाची हृद्य शोकांतिका,'' *वीणा*, सप्टेंबर १९६४. (समाविष्ट : *कोसलाबद्दल*)
६८. पगार, एकनाथ. ''नेमाडे यांच्या कादंबऱ्यांतील निवेदन,'' *साक्षात*, जाने-मार्च, २०१२.
६९. पत्की, मंगेश. ''कादंबरी,'' *महाराष्ट्र साहित्यपत्रिका*, वर्ष ३७, अंक १४९, एप्रिल-मे-जून १९६४.
७०. पठारे, रंगनाथ. ''*कोसला*,'' *मराठी कादंबरी : आस्वादयात्रा*, विजया राजाध्यक्ष (संपा.). मुंबई : पॉप्युलर प्रकाशन, २००८.
७१. परळकर, अवधूत. ''इथं कंपनी पाह्यजे असली, तर जुळवून घ्यावं लागेल,'' *अंतर्नाद*, मे २०१३, पृ. २७-२९.
७२. परळकर, अवधूत. ''*कोसला*,'' *प्रहार*, १ मे, २०११.
७३. पवार, गो. मा. ''नेमाडे यांची कादंबरी आणि अभिरुचिसंघर्ष,'' *राजप्रिया अक्षरपान*- वर्ष २, दीपावली २०००.
७४. पवार, गो. मा. ''भालचंद्र नेमाडे,'' *संवादिनी*, महाराष्ट्र फौंडेशन स्मरणिका, २००१.
७५. पवार, गो. मा. व म. द. हातकणंगलेकर (संपा.) ''प्रस्तावना,'' *मराठी साहित्य : प्रेरणा व स्वरूप : १९५०-७५*. मुंबई : पॉप्युलर प्रकाशन, १९७५.
७६. पाटणकर, जयश्री. ''ध्वनिसिद्धान्त आणि *कोसला*,'' *भारतीय ध्वनिसिद्धान्त आणि मराठी साहित्य*. पुणे : पद्मगंधा प्रकाशन, २००६.
७७. पाटणकर, रश्मी. ''एका मरणाची भंकस,'' *मनोहर*, जुलै १९६८.
७८. पाटणकर, वसंत. ''*कोसलाबद्दल*,'' *आलोचना*, ऑगस्ट १९७९. (समाविष्ट : *कोसलाबद्दल*)
७९. पाटील, गंगाधर. ''आजची मराठी कादंबरी : स्थित्यंतरे व वृत्यंतरे,'' परिसंवाद, *उत्तम* दिवाळी, नोव्हेंबर १९७२. (समाविष्ट : *कोसलाबद्दल*)

८०. पाटील, चंद्रकांत. ''*कोसला* : भाषा आणि शैली,'' *कोसलाबद्दल.* औरंगाबाद : साकेत प्रकाशन, (पहिली आवृत्ती) १९७९, (दुसरी आवृत्ती) १९९६. (समाविष्ट : *आणि म्हणूनच*)
८१. पाटील, म. सु. ''नामुष्कीचे स्वगत,'' *स्रग्धरा*, ऑगस्ट–सप्टेंबर, २०००.
८२. पाटील, म. सु. ''*कोसला* : एक प्रतिकादंबरी,'' *अनुष्टुभ*, जानेवारी–फेब्रुवारी १९७८. (समाविष्ट : *कोसलाबद्दल*)
८३. पाटील, म. सु. ''*स्वप्नपंख* कादंबरीचे परीक्षण : *कोसला*,'' *अनुष्टुभ*. मार्च–एप्रिल १९९९.
८४. पाटील, मृणालिनी. ''पांडुरंग सांगवीकरसाठी,'' *युगवाणी*, मे–जून १९८३.
८५. पाटील, मृणालिनी. ''देवदास आणि *कोसला*.''
८६. पाटील, शरद. ''*कोसला* : भारतीय परात्मतेचा परमोत्कर्ष,'' *तात्पर्य*, दिवाळी, १९८०. *(समाविष्ट :* कोसलाबद्दल*)*
८७. पाध्ये, भाऊ. ''माझी कादंबरी,'' *आयुध*, दिवाळी १९८१, (पुनर्मुद्रण *महाअनुभव*. ऑगस्ट २०१३.
८८. पुंडे, दत्तात्रेय. ''गेल्या २५ वर्षांतील मराठी कादंबरी,'' सेमिनार पेपर, मराठवाडा विद्यापीठ, औरंगाबाद.
८९. पुराणिक, विनायक. ''माझ्यातला मी आणि पांडुरंग सांगवीकर,'' *कृष्णाई*, वार्षिक, वाई महाविद्यालय, १९७०.
९०. पै, शिरीष. ''*कोसला* : एक अभूतपूर्व मराठी कादंबरी,'' *मराठा*, २९ डिसेंबर १९६३. (समाविष्ट : *कोसलाबद्दल*)
९१. बांदिवडेकर, चंद्रकांत. ''*कोसला* : मराठी कादंबरीतील एक अद्भुत घटना,'' *समुचित*, जानेवारी–मार्च १९८५. (समाविष्ट : *कोसलाबद्दल*)
९२. बागड, प्रशांत. ''*कोसला* : स्थलसंकल्पना,'' *अनुष्टुभ*, जानेवारी–फेब्रुवारी २००४.
९३. बागड, प्रशांत. ''*कोसला*ची सुवर्णमहोत्सवी आवृत्ती,'' *मुक्तशब्द*, फेब्रुवारी २०१४.
९४. बागूल, देविदास. ''*कोसला*,'' *साधना*, २५ जानेवारी, १९६४.
९५. बाबर, अशोक. ''*श्यामची आई ते कोसला*,'' *अर्चिस* : साने गुरुजी जन्मशताब्दी गौरव ग्रंथ, जीवराज उत्तम सावंत (संपा.). डोंबिवली : अर्चिस प्रकाशन, १९९९. (समाविष्ट : *देशीवाद*. औरंगाबाद : साकेत प्रकाशन, २००५).

९६. बापट, सुहास भालचंद्र. ''मराठी साहित्यावर क्ष-किरण-उदाहरणार्थ *कोसला* वगैरे,'' *आलोचना*, ऑगस्ट, १९६४.
९७. बेलवलकर, सुमन. ''*कोसला*चा नादयज्ञ,'' *लोकसत्ता*, पुणे वृत्तान्त, २१ जून, २००४.
९८. बोरुडे, संजय. ''तीन दशकांतील मराठी कादंबरी,'' *सामना*, २७ जुलै, २०१०.
९९. भक्तुल, चंद्रमोहन. ''*कोसला*तील दुःखाची संकल्पना,'' *कोसलाबद्दल*. औरंगाबाद : साकेत प्रकाशन, १९७९.
१००. भालेराव, इंद्रजित. ''पांडुरंगाची सांगवी,'' साप्ताहिक *पुणे पोस्ट*, २ ते १५ जानेवारी २०१४.
१०१. महानोर, ना. धों. व चंद्रकांत पाटील (संपा.). ''प्रस्तावना,'' *पुन्हा एकदा कविता*. पुणे : नीलकंठ प्रकाशन, पुणे १९८१.
१०२. जाधव-मोहिते, विद्या. ''भालचंद्र नेमाडे यांच्या कादंबऱ्यांतील भाषा,'' *प्रिय रसिक*, एप्रिल १९९८. (समाविष्ट : कोसलाबद्दल)
१०३. माजगांवकर, अरविंद. ''अस्तित्ववाद,'' *उगवाई*, फेब्रुवारी-मार्च १९९२.
१०४. मिस्त्री, प्रतिभा. ''चर्चा १, २,'' *प्रतिष्ठान* : भालचंद्र नेमाडे विशेषांक, सप्टेंबर १९९१-फेब्रुवारी १९९२.
१०५. मुंडले, अरुंधती. ''मला पांडुरंग सांगवीकरची चीड का येते?,'' *आपले वाङ्मयवृत्त*, ऑगस्ट २००३.
१०६. मोटेगांवकर, भालचंद्र दि. ''नेमाडपंथी कांदबऱ्यांचा कलाविष्कार,'' *सकाळ*, पुणे, २८ मे, १९९९.
१०७. राधा देवव्रत. ''भालचंद्र नेमाडे यांच्या कादंबऱ्यांतील भाषा,'' *प्रिय रसिक*, मार्च १९९८. (समाविष्ट : *कोसलाबद्दल*)
१०८. राणे, श. रा. ''भालचंद्र नेमाडे यांचं पुस्तकघर,'' *सत्याग्रही विचारधारा*, मे, २०००.
१०९. रिंढे, नीतीन. ''साहित्यवृत्तीचा बरेवाईटपणा,'' *आपले वाङ्मयवृत्त*, सप्टेंबर २००३.
११०. ललित, अनेक लेख, कादंबरी विशेषांक, दिवाळी, नोव्हेंबर २०१३.
१११. लोखंडे, शशिकांत. ''मला समजलेली नेमाडे यांची *कोसला*,'' *अर्थरंग*. मुंबई : लोकवाङ्मय गृह, २००६.
११२. लोखंडे, शशिकांत. ''पुन्हा एकदा *कोसला*,'' *नवी जाणीव*. मुंबई : लोकवाङ्मय गृह, जुलै २००४.

११३. वरखेडे, वसंत. ''पदव्युत्तर पातळीवरील मराठीचे अध्यापन,'' *अनुष्टुभ*, मे-जून, १९९९.

११४. विभुते, शंकर. ''मराठी कादंबरी : स्वरूप आणि संचरना,'' *अक्षरगाथा*, कादंबरी विशेषांक, एप्रिल-जुलै २०११.

११५. विश्वासराव, मंगेश. ''(मराठी) कादंबरीकारांचा कादंबरीकार भालचंद्र नेमाडे,'' *गेल्या अर्धशतकातील मराठी कादंबरी*, विलास खोले (संपा.). मुंबई : लोकवाङ्मय गृह, २००२.

११६. वैद्य, विद्याधर. ''तीन कविता : आत्मखुन्याच्या,'' *खिडकीतल्या कविता*. धुळे : विद्याधर वैद्य काव्यप्रकाशन समिती, १९७६. (समाविष्ट : **कोसलाबद्दल**)

११७. शिंदे, रणधीर. ''*स्वामी, कोसला आणि नंतर*,'' पुढारी, 'बहार' पुरवणी, रविवार, १६ सप्टेंबर २०१२.

११८. शेळके, भास्कर. ''मराठी साहित्य आणि मानसशास्त्र : परस्परसंबंध,'' *सर्वधारा*, जानेवारी-फेब्रुवारी-मार्च २०११.

११९. श्रीविजय. ''गंमतजंमत,'' *सत्याग्रही*, वर्ष २, अंक ३, एप्रिल १९९३.

१२०. सद्रे, केशव. ''कोसला,'' *प्रतिष्ठान* : भालचंद्र नेमाडे विशेषांक, सप्टेंबर १९९१—फेब्रुवारी १९९२.

१२१. सद्रे, केशव. ''कोसला : नव्या जाणिवेचा प्रभावी आविष्कार,'' मुंबई विद्यापीठाच्या पणजी येथील पदव्युत्तर केंद्रातर्फे भरवलेल्या चर्चासत्रात वाचलेला निबंध, १९७५. (समाविष्ट : *साहित्य : देय आणि श्रेय*)

१२२. सप्रे अविनाश. ''कोसलातील जीवनदर्शन,'' *मरवा* दिवाळी, १९७७. (समाविष्ट : **कोसलाबद्दल**)

१२३. सप्रे, अविनाश. ''मराठी कादंबरी,'' *प्रतिष्ठान*, सप्टेंबर-ऑक्टोबर १९८५.

१२४. सप्रे, अविनाश. *प्रदक्षिणा*. पुणे : काँटिनेंटल, १९९१.

१२५. सरदेशमुख, त्र्यं. वि. '*अस्तित्व आणि साहित्य*,'' *युगवाणी*, नोव्हेंबर १९७२.

१२६. साधू, अरुण. ''मराठी कादंबरीची गुणात्मक उंची वाढणे खुंटले आहे,'' ऐंशीव्या अखिल भारतीय मराठी साहित्य संमेलनाचे अध्यक्षपदावरून केलेल्या अध्यक्षीय भाषणातील उतारा, *ललित*, मार्च २००७.

१२७. सानप, किशोर. ''परिशिष्ट : भालचंद्र नेमाडे यांची कथा,'' *भालचंद्र नेमाडे यांची कादंबरी : एक चिकित्सा*. औरंगाबाद : साकेत, १९९६.

१२८. सानप, किशोर. ''बिदर्भातील साठोत्तरी कादंबरी,'' *युगवाणी*, एप्रिल-मे-जून २०११.

१२९. सानप, किशोर. ''भालचंद्र नेमाडे यांच्या कादंबरीतून होणारे समाजदर्शन,'' *मराठी कादंबरीतील नैतिकता.* अमरावती : बजाज पब्लिकेशन्स, १९९८.

१३०. सानप, किशोर. ''भालचंद्र नेमाडे यांची मुलाखत,'' परिशिष्ट, *मराठी कादंबरीतील नैतिकता.* अमरावती : बजाज पब्लिकेशन्स, १९९८.

१३१. सानप, किशोर. ''चित्रे नेमाडेंना न्याय द्या,'' रुची, ऑक्टोबर १९८८.

१३२. सारस्वत. ''साहित्य सरकारी पारितोषिक उत्सव,'' *दीपावली,* मे १९६४.

१३३. सारंग, विलास. ''मराठी नवकादंबरी,'' *अनुष्टुभ,* जानेवारी-फेब्रुवारी १९८३. (समाविष्ट : **कोसलाबद्दल**)

१३४. सारंग, विलास. ''मराठी साहित्याच्या संदर्भात परंपरा आणि संघर्ष,'' *अनुष्टुभ,* दिवाळी १९९७.

१३५. सारडा, शंकर. ''भंकस, वैताग, थोरच आहे वगैरे,'' *महाराष्ट्र टाइम्स,* १७ मे १९६४. (समाविष्ट : *काही पुस्तके : काही लेखक*)

१३६. सावंत, वासुदेव. ''भालचंद्र नेमाडे यांच्या कोसला कादंबरीचा अभ्यास,'' *प्रतिष्ठान* : भालचंद्र नेमाडे विशेषांक, सप्टेंबर १९९१-फेब्रुवारी १९९२. (समाविष्ट : **कोसलाबद्दल**)

१३७. सावंत, शशिकांत. ''यशामागील अपयश,'' *दिव्य मराठी,* ९ जून २०१३. तसेच *प्रिय रसिक,* नोव्हेंबर २०१३.

१३८. सिद्धभट्टी, प्रेषित प्रदीप. ''*कोसलाचं गारूड : ३ कविता,*'' *नवअनुष्टुभ,* सप्टेंबर-डिसेंबर २०१३.

१३९. सिनकर, श्रीकांत. ''कोसला,'' नव-अनुष्टुभ, सप्टेंबर-डिसेंबर २०१३.

१४०. हातकणंगलेकर, म. द. ''भालचंद्र नेमाडे यांच्या कांदबऱ्यांतील समाजदर्शन आणि चिंतन,'' *उगवाई,* मे-जून १९८९. (समाविष्ट : **कोसलाबद्दल**)

१४१. हातकणंगलेकर, म. द. ''पंचवीस वर्षांतील माझी ग्रंथनिवड : कोसला,'' रविवार सकाळ, १८ ऑगस्ट १९८५. (समाविष्ट : **कोसलाबद्दल**)

१४२. हातकणंगलेकर, म. द. ''*कोसला,''* *प्रतिष्ठान* : भालचंद्र नेमाडे विशेषांक, सप्टेंबर १९९१-फेब्रुवारी १९९२.

१४३. हेमाडे, श्रीनिवास व इतर. *शब्दालय,* दिवाळी १९९२.

१४४. *संवादिनी, महाराष्ट्र फाउंडेशन पुरस्कार स्मरणिका,* १९९७.

इंग्रजी

1. Chitre, Dilip. "Alienation in Four Marathi Novels," *Humanist Review*, April-June, 1969.

2. Gurjar-Padhye Khandeparkar, Prachi. "Reinventing the Self : Nativist Cultural Imagination of *Kosla*, Indian Literature, July-August, 2014.

3. Hardikar, Vinay. "Nemade and the Novel of the New Generation," *New Quest*, Nov.-Dec., 1978.

4. Jahagirdar, Chandrashekhar. "Introduction," *Cocoon*, English transalation by Sudhakar Marathe. Chennai : Macmillan, 1997, 2nd ed. Mumbai : Popular Prakashan, 2013.

5. Kimbahune, Ravindra. "Bhalchandra Nemade : Quest for Order," *Indian literature*, July-August, 1979.

6. Marathe, Sudhakar. "Translator's Note," *Cocoon*. Chennai : Macmillan, 1997, 2nd ed. Mumbai : Popular Prakashan, 2013.

7. Paranjape, Makarand. "Bhalchandra Nemade," *The India Magazine*, May, 1993.

8. Sarang, Vilas (trans.). "Mani's Dying" in *New Writing in India*, ed. Adil Jussawala. Harmondsworth : Penguin Books, 1974.

दृश्य व श्राव्य माध्यमे

१. कांबळे, अनिल. ''पांडुरंग सांगवीकरच्या कविता,'' नाटक, ललित कला केंद्र, पुणे विद्यापीठ, २००६. नेहरू सेंटर, एन्.सी.पी.ए., मुंबई–२००६.

२. पेठे, अतुल (दिग्दर्शक). *कोसला*चे अभिवाचन, शंभू पाटील. आकाशवाणी, पुणे केंद्र, समाचार भारती, २४ मे ते १७ जून २००४.

३. *Library of Congress Website http : ll www.loc.gov/acq/ovop/ delhi/salrp/bhalchandra nemade.html*

४. *e-publication. My Vishwa Technologies, Pune. www.bookganga.com*

५. *e-reading. Fuzzy soft, Aurangabad. www.Sahitya sampada.com*

६. *Ranade, Shilpa. "Mani's Dying," a short animated film. London : Royal College of Art, 1995. B.B.C. Screening 1995, Critic's Award : International Film Festival 1996, Mumbai.*

शक्य तो अद्ययावत केलेली ही सूची तयार करण्यासाठी 'मुंबई मराठी ग्रंथसंग्रहालय, दादर' आणि 'साहित्यसम्राट न. चिं. केळकर ग्रंथालय, मुलुंड' या दोन ग्रंथालयांची मोलाची मदत झाली. त्यांचे मनापासून आभार.

– प्रकाशक